പോക്കുവെയിൽ
മണ്ണിലെഴുതിയത്

**pokkuveyil**
**mannilezhuthiyathu**

•

o.n.v

•

*first edition*
march 2015

•

*second edition*
april 2015

•

*typesetting & published*
chintha publishers, thiruvananthapuram

•

*printed at*
Repro India Ltd, Mumbai.

•

*cover*
vinod

•

*cover photo*
b jayachandran

•

*price*
rupees two hundred and eighty only

***വിതരണം***

**ദേശാഭിമാനി ബുക്ക് ഹൗസ്**

H O തിരുവനന്തപുരം-695 035
phone: 0471-2303026, 6063026
www.chinthapublishers.com
chinthapublishers@gmail.com

***ബ്രാഞ്ചുകൾ***

ഹെഡ്ഡാഫീസ് ബ്രാഞ്ച് കുന്നുകുഴി • സ്റ്റാച്ച്യു തിരുവനന്തപുരം • കെ എസ് ആർ ടി സി ബസ് സ്റ്റേഷൻ ആലപ്പുഴ • കെ എസ് ആർ ടി സി ബസ് സ്റ്റേഷൻ എറണാകുളം • ചിറ്റൂർ റോഡ് എറണാകുളം • മച്ചിങ്ങൽ ലെയ്ൻ തൃശൂർ • ഐ ജി റോഡ് കോഴിക്കോട് • മാവൂർ റോഡ് കോഴിക്കോട് • എൻ ജി ഒ യൂണിയൻ ബിൽഡിങ് കണ്ണൂർ • സെൻട്രൽ ബസ് ടെർമിനൽ കോംപ്ലക്സ് താവക്കര കണ്ണൂർ

CR - 1437 / 3651

# പോക്കുവെയിൽ മണ്ണിലെഴുതിയത്

ഒ.എൻ.വി.

ചിന്ത പബ്ലിഷേഴ്സ്
തിരുവനന്തപുരം-695 035
വില: ₹ 280

# ഉള്ളടക്കം

# പ്രസാധകക്കുറിപ്പ്

'**പോ**ക്കുവെയിൽ മണ്ണിലെഴുതിയത്' കവിയുടെ ഓർമ്മകളാണ്. കാലത്തേ വന്ന്, കരിയിലകളടിച്ചുവാരി, കുഞ്ഞുപൂക്കളെ വിളിച്ചുണർത്തി, ഇലകൾക്ക് ആഹാരം നല്കി, ഈറൻ വിരികളെല്ലാമുണക്കി പാരവശ്യത്തോടെ പടിയിറങ്ങുന്ന പോക്കുവെയിൽ. ലോകത്തോട് പറയാനുള്ളതെല്ലാം അത് ചെമന്നമണ്ണിലെഴുതി വയ്ക്കുന്നു. ഭൂമിയുടെ ചരമത്തെയും സൂര്യന്റെ മരണത്തെയും പറ്റി അതിന് എഴുതാനുണ്ട്. സ്നേഹദൂതും പേറി സഞ്ചരിക്കുന്നൊരാൾ സ്നേഹദുരന്തത്തിലാണ്ടു കേഴുന്നൊരവസ്ഥയിലാണ് മനുഷ്യനിന്നു ജീവിക്കുന്നതെന്ന് ഒ.എൻ.വി തന്റെ കവിതകളിലൂടെ പറഞ്ഞുതരുന്നുണ്ട്. പ്രണയികളായ പ്രാവുകൾ കുറുകുന്ന ശ്രുതി, പൂവിന്റെ കാതിലുതിരുന്ന ഭ്രമരശ്രുതി, മഴത്തുള്ളിയെ പുല്കുമ്പോൾ മണ്ണിലുണരുന്ന പുളകോദ്ഗമത്തിന്റെ ശ്രുതി, കരിയിലക്കാറ്റിന്റെ കലപിലകളുടെ ശ്രുതി എന്നിങ്ങനെ നാനാരസവാഹികളായ പ്രകൃതിപുളകങ്ങളെപ്പറ്റിയും മനുഷ്യദുരന്തങ്ങളെപ്പറ്റിയും മലയാളിയുടെ ഹൃദയത്തിലിരുന്ന് പാടിയിട്ടുണ്ട്, ഈ കവി. ഈ വാക്കുകളിൽ കവിതയുടെ ചൂടുണ്ട്, അനുഭവങ്ങളുടെ തീക്ഷ്ണതയുണ്ട്, സംഗീതത്തിന്റെ ഈണമുണ്ട്, ജീവിതത്തിന്റെ ചടുലമായ താളവുമുണ്ട്. മഹാകവിയുടെ ഓർമ്മക്കുറിപ്പുകളുടെ രണ്ടാം പതിപ്പ് ഹ്രസ്വമായ കാലത്തിനുള്ളിൽ പ്രസിദ്ധീകരിക്കാൻ കഴിയുന്നതിൽ ചിന്തയ്ക്ക് വിവരണാതീതമായ ചാരിതാർത്ഥ്യമുണ്ട്.

**ചിന്ത പബ്ലിഷേഴ്സ്**

It is beautiful to say what I want
It is beautiful that you feel me from a distance
It is beautiful to love without stopping

ASHUR ETWEB!
Arabic Poet (Lybia)

# 1 കഷായം മണക്കുന്ന ബാല്യം

**ക**ഷായങ്ങളും തൈലങ്ങളും മണക്കുന്ന ഒരു ബാല്യമായിരുന്നു എന്റേത്. ഓർക്കാപ്പുറത്ത് പടികയറി വരുന്ന അസുഖങ്ങളിൽ നിന്നായാലും മാറാരോഗങ്ങളിൽ നിന്നായാലും രക്ഷപ്പെടുത്തുന്ന വൈദ്യനെ, ദൈവത്തിനു തൊട്ടടുത്ത സ്ഥാനം നല്കിയാദരിക്കുന്നത് അക്കാലത്തെ നാട്ടുനടപ്പായിരുന്നു. അങ്ങനെയൊരാദരവ് നേടാൻ കഴിഞ്ഞ ഒരാളിന്റെ മകനായി ജനിച്ചതിൽ ഞാനഭിമാനിച്ചിരുന്നു. വീടിനു പിന്നിലെ വിശാലമായ തൊടിയിൽ കുറെ ഔഷധസസ്യങ്ങൾ സമൃദ്ധമായി വളർന്നിരുന്നു. അവയെ തൊട്ടും തലോടിയുമുള്ള അച്ഛന്റെ പതിവു നടത്തത്തിന് എന്നെയും ഒപ്പം കൂട്ടുമായിരുന്നു. കറ്റാർവാഴപ്പോളയുടെ തുമ്പൊടിച്ചുകാട്ടി, അതിനുള്ളിലെ കൊഴുത്ത നീര് മുറിവുണക്കുമെന്നും മുഖകാന്തി വർദ്ധിപ്പിക്കുമെന്നുമുള്ള അച്ഛന്റെ വാക്കുകൾ കേട്ട് അത്ഭുതം തോന്നി. അങ്ങനെ തൊട്ടാവാടിയെപ്പറ്റി, മുക്കുറ്റിയെപ്പറ്റി, തഴുതാമയെപ്പറ്റി, പൂവൻ കൊടങ്ങലിനെപ്പറ്റിയൊക്കെയുള്ള അറിവുകൾ, കുന്നിമണികൾപോലെ പെറുക്കിക്കൂട്ടിക്കൊണ്ട് അച്ഛന്റെകൂടെ നടന്ന നാളുകൾ, പ്രകൃതിയെ സ്നേഹിക്കാൻ പഠിപ്പിക്കുകയായിരുന്നു.

# 8

## പോക്കുവെയിൽ മണ്ണിലെഴുതിയത്

### ഒ.എൻ.വി

പടിഞ്ഞാറ്റിയിലെ നീണ്ട ചായിപ്പായിരുന്നു മരുന്നുണ്ടാക്കുന്ന പുര. അവിടെ കൊതുമ്പു കത്തിച്ച അടുപ്പുകൾക്കുമീതേ കുറേ ചെറുതും വലുതുമായ കലങ്ങളും ഉരുളികളും. അവയിൽ നിന്നാണാമണമുയരുന്നത്. ജാഗ്രതയോടെ കുറെ മനുഷ്യർ ആ ജീവനൗഷധങ്ങളുടെ നിർമ്മിതിയിൽ മുഴുകി നില്ക്കുമ്പോൾ മൂലയ്ക്കൊരിടത്ത് ഒരു കൊച്ചുകുട്ടിയുടെ കൗതുകം ഏകാഗ്രതയോടെ എല്ലാം ശ്രദ്ധിച്ചിരുന്നു. എന്നാൽ ആ വിശിഷ്ടഗന്ധങ്ങളൊന്നും കുട്ടിയെ ഒരു വൈദ്യനാവാൻ പ്രലോഭിപ്പിച്ചില്ല. മകന്റെ പിഞ്ചുകൈത്തലം തന്റെ മടിയിലെടുത്തുവച്ച് അതിലെ വരകളിൽ പതുക്കെ തലോടിക്കൊണ്ട് ഒരിക്കൽ അച്ഛൻ പറഞ്ഞതോർക്കുന്നു. "നീ വൈദ്യം പഠിക്കണ്ട, നിനക്കതിനുള്ള കൈപ്പുണ്യമില്ല!" എന്താണീ കൈപ്പുണ്യം? മനസ്സിലായില്ല.ചോദിച്ചുമില്ല.

അന്ന് കൊല്ലം പ്രശാന്തമായൊരു കൊച്ചുപട്ടണമായിരുന്നു. അവിടെ തേവള്ളിയിലെ 'മുതിരപ്പറമ്പിൽ' എന്ന വീട്ടിലായിരുന്നു അച്ഛന്റെ താമസവും വൈദ്യശാലയുമെല്ലാം. പത്തായത്തിന്റെ വലിപ്പമുള്ളൊരു മേശപ്പുറത്തു കിടത്തി രോഗികളെ പരിശോധിക്കും. സ്റ്റെതസ്കോപ്പും രക്തസമ്മർദ്ദമാപിനിയുമൊന്നുമില്ല. രോഗിയുടെ നാഡിയിൽ വിരലമർത്തിയാണ് ഹൃദയമിടിപ്പ് പരിശോധിക്കുന്നത്. പിറകിലെ ചുമരിൽ രണ്ടു വലിയ കലണ്ടർചിത്രങ്ങൾ തൂക്കിയിട്ടിരുന്നു. ഒന്ന്: ഒരു വലിയ ചികിത്സത്തോണിയിൽ രോഗിയെ കിടത്തി വൈദ്യൻ ശസ്ത്രക്രിയ നടത്തുന്നു. വൈദ്യനെക്കണ്ടാൽ ഒരു മുനിയാണെന്നേ തോന്നൂ. ശസ്ത്രക്രിയയ്ക്കുള്ള ഉപകരണങ്ങൾക്കും ഒരു പ്രാക്തനത്വമുണ്ട്. അവ എടുത്തു കൊടുക്കുന്നവർക്കും മുനിശിഷ്യന്മാരുടെ മട്ടുണ്ട്. രണ്ടാമത്തെ ചിത്രം: ഏതോ രാജ്ഞിയുടെ കൈത്തണ്ടയിൽ ലോലമായൊരു പട്ടുനൂൽ ബന്ധിച്ചിട്ട്, അതിന്റെ ഇങ്ങേത്തല വിരൽത്തുമ്പുകൊണ്ട് സ്പർശിച്ച് നാഡിമിഡിപ്പ് പരിശോധിക്കുന്ന ഒരു വിദഗ്ദ്ധ ഭിഷഗ്വരന്റെ ചിത്രം. "എന്താ, ഈ രാജ്ഞിയുടെ കൈയിൽ തൊട്ടുകൂടേ?" അതിനച്ഛൻ പറഞ്ഞ മറുപടി മുഴുവൻ മനസ്സിലാക്കാനായില്ല. എങ്കിലും, ആ രാജ്ഞിയെ തൊട്ടു തീണ്ടാതെയിരുന്നു നാഡിമിഡിപ്പു പരിശോധിക്കുന്ന വൈദ്യരുടെ ഗതികേടോർത്ത് ദുഃഖം തോന്നി.

അച്ഛൻ ചട്ടമ്പിസ്വാമിയുടെ അനൗപചാരിക ശിഷ്യരിലൊരാളായിരുന്നു. ശിഷ്യപ്പെട്ടിരുന്നത് മുഖ്യമായും വൈദ്യം, സംഗീതം, ജ്യോതിഷം എന്നിവയിലായിരുന്നു. സ്വാമിയോടുള്ള ബഹുമാനാർത്ഥം, ബാലചികിത്സയ്ക്കുള്ള ഒരു മരുന്നിനു പേരിട്ടതുതന്നെ 'വിദ്യാധിരാജവടിക' എന്നാ

# പോക്കുവെയിൽ മണ്ണിലെഴുതിയത്

യിരുന്നു. തന്റെ വിപുലമായ അറിവ് എന്നിലേക്ക് പകർന്നുതരാനുള്ള അച്ഛന്റെ ആവേശവും, എനിക്കതൊന്നും ഉൾക്കൊള്ളാറായിട്ടില്ലെന്ന വസ്തുതയും തമ്മിലുള്ളൊരു സംഘർഷം അച്ഛനനുഭവിച്ചിരുന്നു. ഒരിക്കൽ വീടിന്റെ ഉമ്മറത്തെ വരാന്തപ്പടിയിലിരുന്ന് അച്ഛൻ ഓടക്കുഴൽ വായിക്കുന്നതുപോലെ തോന്നി. അടുത്തുചെന്നു നോക്കിയപ്പോൾ കയ്യിലൊരു പപ്പായത്തണ്ട് തുളച്ചതാണു കണ്ടത്. അത്ഭുതത്തോടെ നോക്കിനിന്ന എന്നോട് അച്ഛനന്നു പറഞ്ഞ വാക്കുകൾ ഓർക്കുന്നു: "നാദബ്രഹ്മത്തിന് ഈ വെറും കപ്പത്തണ്ടിലൂടെയും ഒഴുകാൻ കഴിയും..!" ചട്ടമ്പിസ്വാമിയെ ഉദ്ധരിച്ചാണച്ഛനതു പറഞ്ഞതെന്ന് പിന്നീടു മനസ്സിലായി. പക്ഷേ, 'നാദബ്രഹ്മം' എന്താണെന്നു പിടികിട്ടിയില്ല! വർഷങ്ങൾക്കുശേഷമാണതിന്റെ പൊരുൾ വെളിപ്പെട്ടത്. ഒരിക്കൽ കലാമണ്ഡലം ഹൈദരാലി പാടുമ്പോൾ ഞാനതോർത്തു: "നാദബ്രഹ്മത്തിന് അയിത്തമില്ല!"

എന്റെ ഇളം പ്രായത്തിൽത്തന്നെ ദേവനാഗരലിപിയിലെഴുതിച്ചു തുടങ്ങിയതിനും, സംസ്കൃത ശ്ലോകങ്ങൾ ചൊല്ലിപ്പഠിപ്പിച്ച് അർത്ഥം പറഞ്ഞുതന്നതിനും പിന്നിൽ അച്ഛനു വലിയ പ്രതീക്ഷകളുണ്ടായിരുന്നിരിക്കാം. എന്നാൽ, മടിയിലിരുത്തി എന്നോട് "ഞാൻ നിനക്ക് ഉതകുകയില്ല" എന്നു പറഞ്ഞിരുന്നതും, തന്റെ അല്പായുസ്സിനെ പറ്റിയെന്തോ വെളിപാടു തോന്നിയിട്ടാവാം.

മുതിരപ്പറമ്പ് വീടിന്റെ ചുറ്റുമുള്ള തൊടിയാകെ ഫലവൃക്ഷസമൃദ്ധമായിരുന്നു. അച്ഛനമ്മമാരുടെ ഒരേയൊരാൺതരിയായിരുന്ന എനിക്ക് ചുറ്റുമുള്ള ആ വൃക്ഷങ്ങളും അവയിൽ കൂടുകൂട്ടുന്ന കിളികളുമൊക്കെ കുടുംബാംഗങ്ങളെപ്പോലെയായിരുന്നു. പലതരം പൂക്കളും പഴങ്ങളും തരുന്ന വൃക്ഷങ്ങൾ. പലതരം പാട്ടു പാടുന്ന പക്ഷികൾ. കാട്ടു പൊന്തകളിലിരുന്നു കൊച്ചുവർത്തമാനം പറയുന്ന കുരുവികളും ചപ്പിലക്കിളികളും എതിർപാട്ടുപാടാൻ പ്രേരിപ്പിക്കുന്ന കുയിലുകളും കലപില കാറുന്ന കാക്കകളും രാത്രിയുടെ നിശ്ശബ്ദതയെ മുറിവേല്പിച്ച് ഇടവിട്ടു മൂളുന്ന മൂങ്ങകളുംവരെ ചുറ്റും തീർത്ത ശബ്ദപ്രപഞ്ചത്തിൽ ഞാൻ അഹംമറന്ന് ലയിച്ചിരുന്നു. ഇലയ്ക്കുപോലും കർപ്പൂര മണമുള്ള ഒരു മാവിനോട് പ്രത്യേക സ്നേഹം തോന്നിയതുകൊണ്ടാവാം, അയൽപക്കത്തെ ഒരു കാരണോർ മരിച്ചപ്പോൾ പട്ടടകൂട്ടാനതു വെട്ടിമുറിക്കുന്നതു ഞാൻ സങ്കടത്തോടെ നോക്കിനിന്നത്. കാരണവരുടെ ജഡം ആരൊക്കെയോ താങ്ങി ചിതയിലേക്കെടുത്തപ്പോൾ അയൽപക്കത്തു നിന്നൊരു കൂട്ടനിലവിളി ഉയർന്നു- മാവിനെയോർത്തുള്ള എന്റെ തേങ്ങൽ പുറമേ കേട്ടിട്ടുണ്ടാവി

## പോക്കുവെയിൽ മണ്ണിലെഴുതിയത്

ല്ല. എന്റെ കൊച്ചു സുഖദുഃഖങ്ങൾക്കെല്ലാം സാക്ഷിനിന്നത് മുറ്റത്തെ നാലുമണിപ്പൂക്കളായിരുന്നു. ഞാനവരോടെന്തെല്ലാം പറഞ്ഞിരിക്കുന്നു; അവരെന്നോടും!

അധികദൂരത്തല്ലാതെ ഒരു 'സിനിമാക്കൊട്ടക' ഉണ്ടായിരുന്നു– 'ബേബി ടാക്കീസ്'. അവിടെ പുതിയ പടം വരുന്ന ദിവസം ബാൻഡ് മേളത്തോടെ നോട്ടീസ് വിതരണം ചെയ്തുകൊണ്ട് ഒരു കാളവണ്ടി വരും. അതു കാണാൻ പടിപ്പുരത്തിണ്ണയിൽ പോയിരിക്കും. പച്ച, മഞ്ഞ, നീല, റോസ് നിറങ്ങളിലുള്ള നോട്ടീസ് വഴിപോക്കർക്ക് വിതരണം ചെയ്തു കൊണ്ട് വണ്ടിയുടെ പിറകിൽ വിട്ടില് ചാടുന്നതുപോലെ നാലഞ്ച് പിള്ളേ രുണ്ടാവും. ചിലപ്പോൾ നൃത്തച്ചുവടുകളോടെ ഒരു പുലിവേഷവുമുണ്ടാ വും– രാത്രിയാണെങ്കിൽ ഒരു ഗ്യാസ്‌ലൈറ്റും!

അച്ഛനു കഥകളികഴിഞ്ഞാൽപ്പിന്നെ ഏറെയിഷ്ടം നാടകത്തോടാ യിരുന്നു. ആ തകരക്കൊട്ടകയിൽ അച്ഛന്റെ നേതൃത്വത്തിൽ നടത്തിയ 'ശാകുന്തളം' നാടകമാണ് ഞാൻ ജീവിതത്തിലാദ്യം കണ്ട നാടകം. സെബാസ്റ്റ്യൻ കുഞ്ഞുകുഞ്ഞുഭാഗവതരും സി.കെ.രാജവുമായിരുന്നു യഥാക്രമം ദുഷ്യന്തനും ശകുന്തളയും.നീണ്ട കിന്നരിക്കുപ്പായവും സ്വർണ്ണനിറത്തിലുള്ള തലപ്പാവുമുള്ള ദുഷ്യന്തനെയും 'മാനത്തുന്നെ ങ്ങാനും പൊട്ടിവീണോ?' എന്നു തോന്നിപ്പിക്കുന്ന ശകുന്തളയെയും മഴ വില്ലുകണ്ട കുട്ടിയെപ്പോലെ അത്ഭുതത്തോടെ ഞാൻ നോക്കിയിരുന്നു. മേയുന്ന മാനുകളുടെയും ആടുന്ന മയിലുകളുടെയും കട്ടൗട്ടുകൾക്കു ജീവനുണ്ടെന്നു തോന്നി.

അച്ഛനൊരു കഥകളിയോഗമുണ്ടായിരുന്നു. മുഖ്യനടൻ കീരിക്കാട്ട് വേലുപ്പിള്ളയാശാൻ ഇവിടങ്ങളിലൊക്കെ പേരെടുത്ത ഒരു 'ഗുരു'വായി രുന്നു. പല ആട്ടക്കഥകളും ഞങ്ങളുടെ വീട്ടുമുറ്റത്തരങ്ങേറും മുമ്പ് ഞാൻ കൗതുകത്തോടെ നോക്കിയിരിക്കും. എന്നെ മടിയിൽ പിടിച്ചിരുത്തി ആശാൻ ചില പ്രാഥമിക മുദ്രകളൊക്കെ പഠിപ്പിച്ചു തന്നിരുന്നു. മത്സ്യം, കൂർമ്മം, വരാഹം, താമര, ലോചനം, വിവിധ രാമന്മാർ അങ്ങനെ ചില മുദ്രകൾ. ഒരിക്കൽ 'ദുര്യോധനവധ'ത്തിലെ 'നിണമണിയൽ' കണ്ട് ഞാൻ പേടിച്ചുപോയി. കളികഴിഞ്ഞപ്പോൾ അച്ഛനെന്നെ അണിയറയിൽ കൂട്ടി ക്കൊണ്ടുപോയി. അവിടെ ഒരേ ബെഞ്ചിലിരുന്ന് ഭീമനും ദുശ്ശാസനനും കൂടി കട്ടൻകാപ്പി കുടിക്കുന്നത് വിശ്വസിക്കാനാവാതെ കണ്ടുനിന്നു. എന്റെ പരിഭ്രമം മനസ്സിലാക്കിയ ഭീമൻ പറഞ്ഞു, "കുട്ടീ, കഥകളിയിലാരും മരി ക്കുന്നില്ല!" അപ്പറഞ്ഞതിലെ ശരിയുടെ വലിപ്പം ഏഴുവയസ്സുകാരൻ കുട്ടിക്ക് മനസ്സിലാവുന്നതിനപ്പുറമായിരുന്നു.

## 11

## പോക്കുവെയിൽ മണ്ണിലെഴുതിയത്

ഒ.എൻ.വി

അച്ഛന് ഉദരവ്യാധിമൂലം തിരുവനന്തപുരത്ത് ഉപരിചികിത്സയ്ക്കായി താമസം മാറ്റേണ്ടി വന്നു. സുഹൃത്തുക്കളായചില ഭിഷഗ്വരന്മാരും ശിഷ്യ പ്രമുഖരും ചേർന്നാണ് ചികിത്സയ്ക്ക് മേൽനോട്ടംവഹിച്ചത്. ഒരു മാസ ത്തിലധികം അവിടെക്കഴിയേണ്ടിവന്നു. ആ വീടിന്റെ രൂപം മായാതെ മനസ്സിലുണ്ട്. പടിപ്പുരയ്ക്ക് കൊട്ടിയമ്പലം എന്നാണ് പറഞ്ഞിരുന്നത്. മേൽക്കൂരയും ഇരുവശവും കൊച്ചുതിണ്ണകളും ചുമരും ചുമരിൽ വഴി ക്കഭിമുഖമായി രണ്ടു കൽവിളക്കുകളും ഉള്ള കൊട്ടിയമ്പലം. അകമ്പടി സേവിക്കുംപോലെ ഇരുവശത്തും പ്രായമേറിയ രണ്ട് ചെമ്പരുത്തിച്ചെടി കളും. പൂമുഖത്ത് ഒരു വശത്തായി അച്ഛൻ കിടന്നിരുന്ന മുറിയിൽ ഏതോ വലിയ വൈദ്യന്മാരൊക്കെ വന്നുംപോയുമിരുന്നു.

അച്ഛൻ നാൾക്കുനാൾ കൂടുതൽ ക്ഷീണിച്ചുവന്നു. ഉറ്റ സുഹൃത്തായ ജഡ്ജി പത്മനാഭപിള്ളയുടെ വരവ് മിക്കദിവസവുമുണ്ടാവും. എന്നെയും എന്റെ മൂത്ത സഹോദരിയെയും തിരുവനന്തപുരം കാണിക്കാൻ അദ്ദേഹം കൂട്ടിക്കൊണ്ടുപോകും. ആയിടയ്ക്കായിരുന്നു മഹാരാജാവിന്റെ സഹോ ദരി കാർത്തിക തിരുനാൾ തമ്പുരാട്ടിയും കേണൽ ഗോദവർമ്മയുമായുള്ള വിവാഹം. അതിന് 'പള്ളിക്കെട്ട്' എന്നാണു പറഞ്ഞിരുന്നത്. രാജകീയദമ്പ തികൾ ആനപ്പുറത്ത് പല്ലക്കിലെഴുന്നള്ളിയത് നിറപ്പകിട്ടുള്ളൊരു കാഴ്ച തന്നെയായിരുന്നു.

പഴയ എൻജിനീയറിങ് കോളേജുമുതൽ യൂണിവേഴ്സിറ്റി കോളേജ്വരെയുള്ള കുറെ കെട്ടിടങ്ങൾ അന്തിച്ചുവപ്പിനെ ഓർമ്മിപ്പി ക്കുന്ന ചെങ്കല്ലിന്റെ നിറത്തിലായിരുന്നുവെങ്കിൽ, നഗരമദ്ധ്യത്തിലെ പുത്തൻ കച്ചേരി (സെക്രട്ടേറിയറ്റ്) പൂനിലാവുദിച്ചതുപോലെ വെൺമ യാർന്നു ശോഭിച്ചിരുന്നു. പത്മനാഭസ്വാമി ക്ഷേത്രത്തിന്റെ ഗോപുരത്തിന് അന്നാരും ചായം പൂശിയിരുന്നില്ല. അത് നിരവധി ശിലാവിഗ്രഹങ്ങ ളുടെ ഒരു സമഗ്രഭംഗിയായിരുന്നു - ശിലാവർണ്ണത്തിൽത്തന്നെ. കിഴ ക്കേകോട്ടയിലെ 'മേത്തൻമണി' കാണാനായിരുന്നു കുട്ടികൾക്കേറ്റവും വലിയ ഉത്സാഹം. ഓരോ മണിക്കൂർ ഇടവിട്ട് ഇരുവശത്തുനിന്നും രണ്ടാ ടുകൾ വന്ന് ഇടിക്കുമ്പോൾ വായ തുറന്നടയുന്ന ഒരു കൊമ്പൻ മീശ ക്കാരന്റെ മുഖം ആ കൂറ്റൻ മണിയുടെ ആകർഷണമായിരുന്നു. പിന്നെ, രാജഭരണംപോലെ ആ മണിയടിശബ്ദവും നേർത്തിഴഞ്ഞ് ഒരു ഘട്ട ത്തിൽ നിലച്ചതുപോലെയായി. കാലം അങ്ങനെയും ചിലത് പകർത്തി ക്കാട്ടുന്നു.

രോഗശയ്യയിൽ കിടന്ന് അച്ഛൻ പതുക്കെ ചൊല്ലി അർത്ഥം പറഞ്ഞു

## പോക്കുവെയിൽ മണ്ണിലെഴുതിയത്

തന്ന ചില വാല്മീകിരാമായണശ്ലോകങ്ങൾക്ക് ഇന്ന് ഓർമ്മയിൽ മുഴക്കമേറി വരുന്നു. കുരരിപോലെ കരയുന്ന സീതയുടെ രുദിതം കേട്ടിട്ട് ഓടിച്ചെന്ന കവിയുടെ കഥ ആദ്യമായി പിതൃമുഖത്തുനിന്നുതന്നെ കേട്ടു പഠിക്കാനിടയായത് എന്റെ ഭാഗ്യാതിരേകം തന്നെയായി ഞാൻ കരുതുന്നു.

തിരുവനന്തപുരത്തെ ചികിത്സ അച്ഛനു കാര്യമായ ഗുണമൊന്നും ചെയ്തില്ല. അച്ഛന്റെ ചിരകാല സുഹൃത്തായ ഡോ.പണ്ടാല മദിരാശിനഗരത്തിലെ തന്റെ ക്ലിനിക്കിലേക്ക് അച്ഛനെ ക്ഷണിക്കുകയുണ്ടായി.കൊല്ലത്തു തിരികെവന്ന്, ഒരുരാത്രി അവിടത്തെ റെയിൽവേ സത്രത്തിൽ കഴിഞ്ഞതും ഒട്ടേറെ സുഹൃത്തുക്കൾ അച്ഛനെ സന്ദർശിക്കാനെത്തിയതും അടുത്ത പ്രഭാതത്തിൽ അച്ഛൻ യാത്രയായതുമൊക്കെ എങ്ങനെ മറക്കാനാണ്! നീങ്ങിത്തുടങ്ങിയ വണ്ടിയിലിരുന്ന് അച്ഛൻ കൈവീശി മൂകമായി യാത്രപറഞ്ഞത് ജീവിതത്തിന്റെ മറ്റേയറ്റത്തേക്കായിരുന്നു. 'ഭൂമിയുടെ അറ്റം' എന്ന കവിതയിൽ ഒരു കണ്ണുനീർത്തുള്ളിയിലെന്നപോലെ ആ അനുഭവം നിഴലിച്ചു കിടപ്പുണ്ട്.

പുറപ്പെടാനുള്ള നേരമായി-വീണ്ടും നാട്ടിൻപുറത്തെ പഴയ തറവാട്ടിലേക്ക്.

കൊല്ലത്തെ വീടൊഴിഞ്ഞുപോകുമ്പോൾ, ആരോ അമ്മയോട് സ്വകാര്യമായിപ്പറഞ്ഞു: "വാടകക്കുടിശ്ശികയുണ്ട്-കഴിഞ്ഞ രണ്ടുമാസത്തെ! കൊടുത്തു കണക്കു തീർക്കണ്ടേ?" ഒരു പിറന്നാളിന് അച്ഛൻ എന്റെ കഴുത്തിലിട്ടുതന്ന സ്വർണ്ണമാലയൂരി അയാളെ ഏല്പിച്ചിട്ട് അമ്മ പറഞ്ഞു: "ഇതുവിറ്റാക്കടം വീട്ട്!" അയാളതുവാങ്ങി മടിയിൽ ഭദ്രമായി പൊതിഞ്ഞു വച്ചു. ഒരമ്പരപ്പോടെ ഞാനുറക്കെ ചോദിച്ചുപോയി: "അപ്പൊ, ഇതു വാടകവീടായിരുന്നോ?" അമ്മയുടെ കണ്ണുകൾ നനഞ്ഞതു ഞാൻ കണ്ടു.

## 2 പുന്നെല്ലു മണക്കുന്ന ഗ്രാമം

**താ**റിടാത്ത ചരൽപ്പാത. പലയിടത്തും മുന കൂർത്ത ചരൽ തെളിഞ്ഞുകാണാം. അതിനു മീതെ പൊടിപറത്തിക്കൊണ്ട് 'ഇമ്മിണി വല്യ' ഒരു കോഴിക്കൂടുപോലുള്ള, പന്ത്രണ്ടുപേർക്കിരിക്കാ വുന്ന ഒരു മോട്ടോർ വാഹനം ഓടിക്കൊണ്ടിരിക്കു കയാണ്. കൊല്ലത്തുനിന്ന് ഏതാണ്ട് പത്തുമൈൽ വടക്ക്, ഒരു തടിപ്പാലമുണ്ട് - 'ചവറപ്പാലം'. അതി ന്റെ വടക്കേയറ്റത്താണ് ബസ്സ്റ്റോപ്പ്. അവിടെയിറ ങ്ങി അമ്മയും ഞാനുമുൾപ്പെട്ട കുടുംബം തറവാ ട്ടിലേക്ക് നടക്കുകയാണ്. ഇലയരികിൽ മുള്ളുക ളുള്ള കൈതകളതിരിട്ട നാടൻവഴികളേ ഉള്ളൂ. കൈതകളിൽ ചിലത് പൂക്കുലവിടർത്തി നില്ക്കു ന്നു. അതിന്റെ മണം മുഖത്തു കുടഞ്ഞാണ് ഗ്രാമം ഞങ്ങളെ വരവേറ്റത്. അധികദൂരം നടന്നില്ല, ഇടിഞ്ഞു പൊളിഞ്ഞ ഒരമ്പലംപോലെ, ജീർണ്ണിച്ച ആ തറവാട് ഞങ്ങളെ കാത്തുനില്ക്കുന്നതായി ത്തോന്നി. ചുമരിലൊരു വേട്ടാളൻ കൂടുവച്ചിരിക്കു ന്നു. മുറ്റംനിറയെ ചീർപ്പുകാണാത്ത മുടിത്തഴപ്പു പോലെ കുറെ നാടൻചെടികൾ - പക്ഷേ, അവ പലതരം പൂചൂടിയിരിക്കുന്നു. "ചെത്തി- മന്ദാരം- തുളസി.." എന്ന് അമ്മ ചൊല്ലാറുള്ള പാട്ടിന്റെ ചിത്രീകരണം പോലെ. വീടിനെ വലംവെച്ച്, വിശാ

## പോക്കുവെയിൽ മണ്ണിലെഴുതിയത്

ലമായ തൊടികളിലൂടെ ഓടിക്കളിക്കാൻ തോന്നി. പക്ഷേ, എല്ലാവരുടേയും മനസ്സിൽ പെയ്യാനോങ്ങിനില്ക്കുന്ന മഴക്കോളുണ്ടായിരുന്നു. അയൽപക്കത്തെ പല വീടുകളിൽനിന്നും ബന്ധുക്കൾ വന്നുകൊണ്ടിരുന്നു. ആദ്യം വന്നത്, കിഴക്കേയറ്റത്തു മൂലകുടുംബത്തിലെ ഒരു വല്യമ്മൂമ്മയായിരുന്നു. അവരുടെ ഏറ്റവും ഇളയ അനുജത്തിയുടെ മകളായിരുന്നു എന്റെ അമ്മ. വന്നപാടെ അവരെന്നെ മാറോടണച്ചിരുത്തി വിതുമ്പലോടെ ചോദിച്ചു: “എന്റപ്പൂ മോന്റച്ഛനെന്തു പറ്റീ?” മദിരാശിയിലേക്ക് ചികിത്സയ്ക്ക് കൊണ്ടുപോയി എന്നുപറഞ്ഞാൽ പരിഭ്രമിക്കുന്ന കാലമായിരുന്നു അത്. തിരുവനന്തപുരത്തെ വൈദ്യന്മാരൊക്കെ കൈവിട്ടൂവെന്നും മദിരാശിയിലൊരു ഡോക്ടറുടെ അടുത്തേക്കാണ് കൊണ്ടുപോയതെന്നുമൊക്കെ ആരോ ആരോടൊക്കെയോ പറയുന്നതു കേട്ടു. ഉമ്മറത്തെ കൊച്ചുതിണ്ണയിലിരിക്കുകയായിരുന്നു ഞാൻ.

ഉൽക്കണ്ഠയുടെയും പ്രതീക്ഷയുടെയുമൊക്കെ നാലഞ്ചു നാളുകൾ പോയപ്പോൾ പതിവുപോലെ എന്റെ സഹോദരീഭർത്താവ് രണ്ടുനാഴിക അകലത്തുള്ള തപാലാപ്പീസിൽ പോയിട്ട് തിരിച്ചുവന്നത് ഒരു കീറ് കടലാസുമായിട്ടാണ്. കമ്പിസന്ദേശം അവിടെച്ചെന്ന് കൈപ്പറ്റണം. കമ്പി വന്നു: “പോയി- വിട്ടുപോയി - ഇന്നു വെളുപ്പിന്...” പിന്നെ എന്റെ സ്യാലൻ മദിരാശിയിലേക്ക് കൊല്ലം വഴി പോകുന്ന തീവണ്ടിയിൽ പോകാനുള്ള തിരക്കുകളായി. വീടുനിറയെ ബന്ധുക്കളായി... അന്വേഷണങ്ങളായി.... ഉമ്മറത്തെ വെറും നിലത്ത് ആരെയോ വിഷം തീണ്ടിയിട്ട് തലതല്ലിച്ചതച്ച പാമ്പിനെപ്പോലെ ആ കമ്പിസന്ദേശം കിടപ്പുണ്ടായിരുന്നു. പിന്നെ രണ്ടാംനാൾ ഒരു മൺകുടത്തിലെ അസ്ഥിശകലങ്ങളായി അച്ഛൻ തിരിച്ചുവന്നു!

എട്ടുവയസ്സു തികയുംമുമ്പ്, അതിഭീകരവും അനിവാര്യവുമായ മരണമെന്ന മഹാസത്യത്തിനു മുമ്പിൽ ചൂളിനില്ക്കുന്ന ഒരനാഥബാലനായിട്ടാണ് ഞാൻ വളർന്നത്. അച്ഛൻ ഇനി വരില്ല എന്ന സത്യവുമായി പൊരുത്തപ്പെടാൻ ഏറെനാൾ കഴിയേണ്ടിവന്നു. അനാഥത്വം എന്നിലുണർത്തിയത് ദുഃഖം മാത്രമല്ല, നിസ്സഹായതത്വവും ചിലപ്പോൾ അമർഷവും പലതിനോടുമുള്ള വെറുപ്പുമായിരുന്നു. അച്ഛന്റെ മരണം എന്റെ ജീവിതത്തിലെ ദുരന്തമായിരുന്നു. പക്ഷേ, അതു പരമമായ ദുരന്തമായില്ല. ഞാൻ അതിനെ അതിജീവിച്ചുവല്ലോ.

അച്ഛൻ വളരെ പ്രതാപവാനായിട്ടാണ് ജീവിച്ചത്. കൊല്ലം നഗരസഭയിലെ അംഗമായിരുന്നു. പഴയ തിരുവിതാംകൂറിലെ ശ്രീമൂലം പ്രജാ അസംബ്ലിയിലംഗമായിരുന്നു. പ്രായപൂർത്തി വോട്ടവകാശമായിട്ടില്ല അന്ന്.

*ഒ.എൻ.വി*

മാന്യന്മാരും ഒരു രൂപ 'കര'മൊടുക്കുന്നവരും മാത്രമായിരുന്നു വോട്ടർമാർ. അന്ന് പ്രജാ അസംബ്ലിയിൽ തെരഞ്ഞെടുക്കപ്പെട്ട അംഗമാവുക എന്നത് വലിയൊരു പദവിയും പ്രൗഢിയുമായിരുന്നു.

അമ്മയുടെ വലിയമ്മയുടെയും മറ്റും പെൺമക്കളെ വിവാഹം കഴിച്ചിരുന്നത് ചില നാട്ടുപ്രമാണിമാരും ഗവൺമെന്റ് കോൺട്രാക്ടർമാരും മറ്റുമായിരുന്നു. അവർക്കൊക്കെ അച്ഛനോട് കടുത്ത അസൂയയായിരുന്നു. അച്ഛൻ മരിച്ച് സഞ്ചയനമൊക്കെ കഴിഞ്ഞൊരു ദിവസം അമ്മയുടെ തറവാട്ടുമുറ്റത്ത് അവർ ഒത്തുകൂടി. അന്നത്തെ നടപ്പാചാരമനുസരിച്ച് ഏറ്റവുമടുത്ത ബന്ധുക്കളും കരയോഗനേതാക്കളും ഒത്തുകൂടിയിരുന്ന് മരിച്ചയാളിന്റെ ആസ്തിബാദ്ധ്യതകൾ തിട്ടപ്പെടുത്തുന്ന ഒരേർപ്പാടുണ്ടായിരുന്നു. എന്റെ സഹോദരീഭർത്താവാണ് കണക്കുകളൊക്കെ ഹാജരാക്കിയത്. നോക്കുമ്പോൾ ലൈഫ് ഇൻഷുറൻസിന്റെ പ്രീമിയം നീണ്ടകാലം അടച്ചിട്ടില്ല. കുടുംബക്ഷേത്രം പുതുക്കിപ്പണിയാനെടുത്ത കടം വീട്ടിത്തീർന്നിട്ടില്ല. കൊല്ലത്തെ വൈദ്യശാലയിലെ ശേഷിപ്പുകളൊക്കെ ഓരോരുത്തർ ഓരോ പേരിൽ കൈക്കലാക്കിയിരിക്കുന്നു. ബാദ്ധ്യതകളാണ് ആസ്തിയെക്കാൾ കൂടുതൽ. അച്ഛനോട് ഭയങ്കര ശത്രുതയും അസൂയയും അതുവരെ പുറത്തുകാട്ടാൻ ധൈര്യപ്പെടാതിരുന്ന ഒരു മുതിർന്ന ബന്ധു "ഫൂ! ഇതാണോ വലിയ ഒ.എൻ.കൃഷ്ണക്കുറുപ്പ്!" എന്നു പറഞ്ഞ് വായിൽ കിടന്ന മുറുക്കാൻ മുറ്റത്തേക്ക് നീട്ടിയൊരു തുപ്പുതുപ്പി.സത്യത്തിലതെന്റെ നെഞ്ചത്തു വീണതുപോലെ തോന്നി. മനസ്സു വല്ലാതെ നീറി. ആ നീട്ടിത്തുപ്പിയതിന്റെ സീൽക്കാരം ഇന്നുമെന്റെ മനസ്സിലുണ്ട്; ആ നീറ്റലോടുകൂടിത്തന്നെ. ഇങ്ങനെ കേൾക്കേണ്ടിവന്നല്ലോ എന്ന വ്യസനമൊതുക്കിപ്പിടിച്ച് അമ്മ വാതിൽപ്പിറകിൽ നിന്നു. എന്റെ അപ്പൂപ്പൻ ഒരു വലിയ നാട്ടുപ്രമാണിയായിരുന്നു. ആ വർത്തമാനത്തിലിടപെടാതെ ആജാനുബാഹുവായ ആ വലിയ മനുഷ്യൻ തന്റെ ചാരുകസേരയിൽ തളർന്നു കിടന്നു. അന്ന് ആ നിമിഷം എനിക്കൊരു വാശിതോന്നി. അച്ഛനെ പരസ്യമായി പുച്ഛിച്ച ആ പ്രമാണിയോട് എന്റെ മനസ്സിലെ കുട്ടി പറഞ്ഞു: 'തന്നെക്കാളും തന്റെ മക്കളെക്കാളും മറ്റാരെക്കാളും അറിയപ്പെടുന്നവനായിട്ട്, നല്ലവനായിട്ട്, ആളുകൾ ഇഷ്ടപ്പെടുന്നവനായിട്ട് ഞാനിവിടെ വളരും.' അതൊരു വല്ലാത്ത വീറും വീര്യവും പകർന്നുതന്നു. സത്യത്തിൽ ആ നീറ്റലാണ്, ആ തോന്നലാണ് എന്നെ മുന്നോട്ട് ഉന്തി ഇവിടം വരെ എത്തിച്ചത്.

അച്ഛന്റെ മരണം കഴിഞ്ഞ് പതിനാറുദിവസവും ബലിയിട്ട് കാക്കയ്ക്കു കൊടുത്തിട്ടേ പ്രാതൽ കഴിക്കാവൂ. അപ്പോഴേയ്ക്കൊരു

## പോക്കുവെയിൽ മണ്ണിലെഴുതിയത്

പത്തുമണികഴിയും. അതുവരെ നനഞ്ഞ ഒരു കോണകവും നനഞ്ഞ ഒറ്റത്തോർത്തും മാത്രമുടുത്തു നില്ക്കണം. മനസ്സിലാ സമയം മുഴുവൻ അച്ഛനെയാവുമോർക്കുക. ഞാൻ ബലിച്ചോറുകൊണ്ടുവെച്ചാൽ കൈകൊട്ടിവിളിക്കാതെതന്നെ കാക്കകൾ തിക്കിത്തിരക്കിവന്ന് കൊത്തിക്കൊണ്ടുപോകുന്നത് കണ്ട് അമ്മൂമ്മമാർ എന്നെപ്പറ്റി നല്ലവാക്കുകൾ പറയുമായിരുന്നു. മനസ്സു നൊന്തു നടത്തുന്ന ബലിതർപ്പണമായതുകൊണ്ടാണ് കാക്കകൾ നിമിഷത്തിനുള്ളിൽ പറന്നെത്തി ഇല വെടിപ്പാക്കിവയ്ക്കുന്നതെന്നാണ് അവരുടെ വിശ്വാസം. കാക്കയ്ക്കു കൊടുത്തശേഷം ഉരുളിയിലുള്ള പരിശിഷ്ടമാണ് പിന്നെ ഭുജിക്കേണ്ടത്. അതിൽ കുറച്ചു തൈരും ഒരു നുള്ള് ഉപ്പുകല്ലും കൂടിയിട്ടുതരും. എല്ലാംകൂടി കുഴച്ചുകഴിക്കുമ്പോളുണ്ടാവുന്നത് ഒരുതരം മനഃശാന്തിയാണ്.

ദീക്ഷയൊക്കെക്കഴിഞ്ഞ്, അദ്ധ്യയനവർഷത്തിലെ സെക്കൻഡ് ടേമിലാണ് ചവറ സ്കൂളിൽ ചെന്നു ചേരുന്നത്. എന്റെ അളിയനും അദ്ദേഹത്തിന്റെ ഒരു ചങ്ങാതിയുംകൂടിയാണ് സ്കൂളിലേക്ക് കൂട്ടിക്കൊണ്ടുപോയത്. ഏതാണ്ട് രണ്ടു നാഴിക ദൂരമുണ്ട്. അച്ഛനോട് വളരെയധികം ബഹുമാനമുണ്ടായിരുന്ന ഹെഡ്മാസ്റ്റർ അഡ്മിഷന്റെ നടപടികളൊക്കെ വേഗം പൂർത്തിയാക്കി ഒരു പ്യൂണിനെകൂട്ടി എന്നെ ക്ലാസിലേക്കു വിട്ടു. ഞാൻ ചെന്നു കയറുമ്പോൾ ഒന്നാം പീരിയഡ് അവസാനിക്കുകയും രണ്ടാമത്തേത് തുടങ്ങുകയുമായിരുന്നു. പുതിയ 'സാറ്' വന്നുകയറി. അതൊരു വരവുതന്നെയായിരുന്നു. ഒരു പൊലീസുദ്യോഗസ്ഥന്റെ ഗമയിലാണ്. പിള്ളേരുടെ മുഖത്ത് നോക്കാതെ, കയ്യിലെ ചൂരൽവടികൊണ്ട് മേശപ്പുറത്തു രണ്ടടി! എന്നിട്ട് "ഓൾ അറ്റൻഷൻ" പറഞ്ഞ് എല്ലാവരെയും എഴുന്നേല്പിച്ച് നിർത്തി. "ഹോംവർക്ക് ചെയ്യാത്തവരെല്ലാം നില്ക്കട്ടെ" എന്നൊരാജ്ഞയാണു പിന്നെ. അപ്പോൾ ഹോംവർക്കു ചെയ്യാത്ത നാലഞ്ച് ഉഴപ്പന്മാർ ഒഴികെ മറ്റെല്ലാവരും ഇരിക്കും. എനിക്കൊരു സംശയം. ഞാൻ ഹോംവർക്ക് ചെയ്തിട്ടില്ലല്ലോ. ആദ്യമായിട്ടാണ് ഈ സ്കൂളിൽ വരുന്നതുതന്നെ. ഞാനപ്പോൾ എഴുന്നേല്ക്കണമോ? ഇരിക്കണമോ?

സത്യം ഹോംവർക്ക് ചെയ്തില്ല എന്നതല്ലേ? ട്രാൻസ്ഫറായി വന്ന പുതിയ കുട്ടിയാണെന്നും മറ്റും സാറടുത്തുവരുമ്പോൾ പറയാം. അതിനദ്ദേഹം എന്റെ മുഖത്തു നോക്കുന്നുപോലുമില്ലല്ലോ! അദ്ദേഹത്തിന്റെ കയ്യിലൊരു പെൻസിലുണ്ട്. അതിന്റെ ഒരറ്റത്ത് ഒരു ഇരുമ്പുചുറ്റും അതിനുള്ളിലൊരു റബ്ബർത്തുണ്ടും. ആ റബ്ബർത്തുണ്ടൂരിക്കളഞ്ഞിട്ട് ഇരുമ്പുവട്ടം ഭുജത്തിൽ ചേർത്തുവെച്ചൊരു പിടിയങ്ങു പിടിക്കും. വേദനകൊണ്ടു പുളഞ്ഞ് മേലോട്ടു പൊന്തിപ്പോകും. പ്രാണവേദനകൊണ്ട് കുട്ടി

കൾ ഉറക്കെ നിലവിളിക്കും. എനിക്കുമതായി ഗതി. പക്ഷേ, ഞാനൊന്നും മിണ്ടിയില്ല. ഹോംവർക്ക് ചെയ്തില്ല എന്നതല്ലേ സത്യം? എന്തുകൊണ്ടെന്നു വിശദീകരിക്കാനിടകിട്ടിയില്ല. അതിനിടയിൽ ശിക്ഷ നടപ്പാക്കിക്കഴിഞ്ഞല്ലോ. എന്റെ തൊട്ടടുത്തിരുന്ന കുട്ടി അതുകണ്ടിട്ട് സഹിക്കവയ്യാതെ കയറിപ്പറഞ്ഞു: “സാർ, ഇയാളിപ്പോൾ റ്റി.സി വാങ്ങി വന്നുചേർന്നതാണ്!” “എന്നാൽ പറയേണ്ടേടോ?” എന്നു ചോദിച്ചിട്ട് സാർ അടുത്ത ആളിനടുത്തേക്ക് നീങ്ങി. അതിൽ നിന്നൊരു പാഠം ഞാൻ പഠിച്ചു: സത്യം പറഞ്ഞാൽ ചിലപ്പോൾ നോവും. അതിൽനിന്നു രക്ഷപ്പെടാൻ വേണമെങ്കിൽ സത്യം പറയാതിരുന്നുകൂടേ? എങ്കിലും അല്പം നൊന്താലും സത്യം പറയുകയാണു ഭേദമെന്നു തോന്നി. എന്തായാലും കണക്കുസാറിനോടു വെറുപ്പുതോന്നി. അതു കണക്കിനോടും തോന്നി.

വീട്ടിൽനിന്നു സ്കൂളിലേക്ക് രണ്ടു വഴികളുണ്ടായിരുന്നു. ഒന്ന് മോട്ടോർ വാഹനമോടുന്ന ആ ചരൽപ്പാതതന്നെ. മറ്റൊരു വഴികൂടി സമാന്തരമായിട്ടുണ്ടായിരുന്നു. അത്, നോക്കെത്താത്ത ദൂരം പരന്നുകിടക്കുന്ന വയലിന്റെ വലിയ വരമ്പായിരുന്നു. ഇരുഭാഗവും വയലറ്റ് നിറമുള്ള മഷിച്ചെടികൾ, കാക്കപ്പൂവ്, തുമ്പപ്പൂവ്, മുക്കുറ്റിപ്പൂവ്, തൊട്ടാവാടിപ്പൂവ് എന്നിങ്ങനെ പൂക്കളുടെ ഒരു ഘോഷയാത്രതന്നെ ആ വയൽവരമ്പിന്റെ ഇരുഭാഗംചേർന്ന് കടന്നുപോകുന്നപോലെ; എങ്കിലും ആ മഷിച്ചെടിയിലായിരുന്നു പല കുട്ടികളുടേയും ശ്രദ്ധ; എന്റെയും! അത് കായ്ക്കുമ്പോൾ എട്ടുപത്തെണ്ണം പറിച്ച് കീശയിലാക്കും. വീട്ടിൽ കൊണ്ടുചെന്ന് വെള്ളത്തിലിട്ടുവെച്ചിരുന്നാൽ ഒരുതരം വയലറ്റ് മഷിപോലെയാവും-എഴുതാനും പടംവരയ്ക്കാനുമൊക്കെ നന്ന്. വയലുകളിൽ നെല്ല് പൂത്തുലഞ്ഞ് ചാഞ്ഞുകിടക്കുന്ന കാഴ്ച കണ്ണിലൊരു നിറവാണ്. അത് സമൃദ്ധിയുടെ, ഐശ്വര്യത്തിന്റെ, നന്മയുടെ, മണ്ണും മനുഷ്യനും സഹകരിച്ചുണ്ടാക്കുന്ന സമ്പത്തിന്റെയുമൊക്കെ നിറവാണെന്ന് മനസ്സിലാക്കിയത് പില്ക്കാലത്താണെങ്കിലും! വയലിൽ നിന്നുയരുന്ന അത്യപൂർവ്വവും ഹൃദ്യവുമായൊരു ഗന്ധമാണെന്നെ ഏറെയാകർഷിച്ചത്. പുന്നെല്ലിന്റെ മണം! ആ നെല്ലോലകൾക്കടിയിലെവിടെയൊക്കെയോ പതുങ്ങിയിരുന്ന് ചീവീടുകൾ ചീറുന്നതും ‘ചാഴി’ എന്ന കീടജന്തു വമിക്കുന്ന നാറ്റവും ഇടയ്ക്കിടയ്ക്ക് അലോസരപ്പെടുത്തുമെങ്കിലും, എല്ലാറ്റിനും മീതേ ഓളം വെട്ടുന്ന പുന്നെല്ലിന്റെ മണം എങ്ങും പരന്നിരുന്നു.

കന്നിക്കൊയ്ത്തും മകരക്കൊയ്ത്തും പിന്നെ വേനൽമാസങ്ങളിൽ എള്ളിൻകൊയ്ത്തും നടന്നിരുന്ന കുറേ ‘കണ്ട’ങ്ങളുണ്ടായിരുന്നു അമ്മയുടെ ഓഹരിയിൽ. ആരെയൊക്കെയോ ഏല്പിച്ചിരുന്ന കൃഷിയൊക്കെ

# 18 പോക്കുവെയിൽ മണ്ണിലെഴുതിയത്

എന്റെ സ്യാലന്റെ മേൽനോട്ടത്തിലായി. തണലുള്ള തൊടിയിലോ വരമ്പിലോ ചെന്നിരുന്ന് വിതമുതൽ കൊയ്ത്തുവരെയുള്ള കാഴ്ചകൾ കാണാൻ കൗതുകമായിരുന്നു. കലപ്പയും കാളയും ചെല്ലാത്ത കണ്ടത്തിന്റെ നാലു മൂലകളിൽ 'കൊച്ചുതൂമ്പ' കൊണ്ട് ചാലുകീറി വിതയ്ക്കുന്നതിന് 'കൊച്ചുനെല്ലുവിതയ്ക്കുക' എന്നാണ് പറഞ്ഞിരുന്നത്. ഞാനും മൂലക്കണ്ടത്തിലിറങ്ങി 'കൊച്ചുനെല്ല്' വിതച്ചിട്ടുണ്ട്. ഒരുനാഴിക ദൂരത്തിലൊരിടത്ത് ഒരു വലിയ 'കണ്ട'മുണ്ടായിരുന്നു അമ്മയുടെ വക. അവിടെ കൊയ്ത്തുകാർക്ക് ഒരു വലിയ ചെമ്പുകലം നിറയെ ചൂടുകഞ്ഞിയും അതിനുമീതെ മറ്റൊരു കലത്തിൽ പുഴുക്കും തലയിലേറ്റിപ്പോകുന്ന ഒരു പണിക്കാരന്റെ പിറകെ ഞാനൊരിക്കൽ നടന്നുപോയി. അയാളെത്ര അനായാസമായിട്ടാണ് അതേറ്റിപ്പോകുന്നതെന്ന അത്ഭുതത്തോടെ പിന്നാലെ നടക്കുമ്പോൾ എന്റെ കാലുകൾക്ക് ആ വേഗത കിട്ടിയിരുന്നില്ല. മാത്രമല്ല, ഒരു ചെറിയ പുനത്തിലേക്ക് ഒരു നീണ്ട മഞ്ഞച്ചേരയിഴഞ്ഞ് അപ്രത്യക്ഷമാകുന്നതും നെല്ലോലത്തുമ്പത്ത് തുമ്പിയിരുന്നാടുന്നതുമൊക്കെ നോക്കി വരമ്പത്തിരുന്നുപോകുമായിരുന്നു. അപ്പോളെല്ലാം ആ പണിക്കാരൻ അല്പം ചെരിഞ്ഞ് പിന്നോട്ടുനോക്കി "കൂടെ വാ!" എന്നുറക്കെ പറഞ്ഞിരുന്നു - ഞാൻ വഴിതെറ്റി വല്ല വരമ്പുംമാറി നടന്നാലോ എന്നാവാം അയാളുടെ ഉൽക്കണ്ഠ- തിളച്ച കഞ്ഞിയും തലയിലേറ്റി തിളച്ചവെയിൽ നീന്തിപ്പോകുന്ന ഒരു കൂറ്റൻ മത്സ്യത്തിന്റെ പിന്നാലെ, പുതിയ വെള്ളച്ചാലിൽ പുളഞ്ഞു നീന്തുന്ന ഒരു കുഞ്ഞുമത്സ്യത്തെപ്പോലെ ഞാനും.

കൊയ്ത്തുനിർത്തി അടുത്ത തൊടിയിലെ തെങ്ങിൻതണൽപറ്റി വിശന്നു തളർന്ന കൊയ്ത്തുകാർ കാത്തിരിക്കും. അവർ പാള കോട്ടിയുണ്ടാക്കിയ പാത്രങ്ങളിൽ നിന്ന് കഞ്ഞിയൂതിയൂതിക്കുടിക്കുന്നതും ചേനയും ചേമ്പും കായുമെല്ലാം ചേർന്ന പുഴുക്ക് പാളത്തവികൊണ്ട് കോരിത്തിന്നുന്നതുമെല്ലാം കാലം എന്റെ ഓർമ്മയിൽ പകർത്തിവച്ചിരിക്കുന്നു. ഇന്ന് ആ കാഴ്ചകളൊന്നും അവിടെയില്ല. എന്നാൽ ആ പുന്നെല്ലിന്റെ മണം അങ്ങിങ്ങ് ചിലയിടത്തുണ്ട്- 'വെറ്റിലയടയ്ക്ക'യുടെയും മുക്കൂട്ടിന്റെയും മണം അമ്മൂമ്മയ്ക്കെന്നപോലെ, കാച്ചിയ എണ്ണയുടെയും തുളസിപ്പൂവിന്റെയും മണം അമ്മയ്ക്കെന്നപോലെ ആ പുന്നെല്ലിന്റെ മണം എന്റെ ഗ്രാമത്തിന്റെ മണമായിരുന്നു; എന്റെ നഷ്ടസൗഭാഗ്യത്തിന്റെയും.

# 3 കവിതക്കളരിയിലെ ആദ്യാനുഭവങ്ങൾ

**മ**ലയാളത്തിൽ എന്റെ വിദ്യാരംഭം നടത്തിയ അച്ഛൻതന്നെയായിരുന്നു, 'ദേവനാഗരി' ലിപിയും എഴുതിപ്പഠിപ്പിച്ചത്. ഒരു ശ്ലോകവും ചൊല്ലിത്തന്നു - ഉരുവിട്ടുപഠിക്കാൻ.

'കൂജന്തം രാമരാമേതി
മധുരം മധുരാക്ഷരം
ആരുഹ്യകവിതാശാഖാം
വന്ദേ വാല്മീകി കോകിലം.'

കുയിലിന്റെ ശബ്ദം 'കൂഹു' എന്നാണെന്നും അതിൽ ആദ്യമൊരു നീട്ടലും പിന്നെയൊരു കുറുകലുമാണെന്നും 'രാമ' എന്ന ശബ്ദവും അതുപോലെയാണെന്നും മറ്റും പറഞ്ഞത് ഓർമ്മയുണ്ട്. അതിനപ്പുറം അച്ഛൻ പറഞ്ഞുതന്നതൊന്നും മനസ്സിലായിരുന്നില്ല. അതൊക്കെ മനസ്സിലാക്കിത്തരാൻ, അച്ഛനോട് അകമഴിഞ്ഞ ആദരവുണ്ടായിരുന്ന രണ്ടു ട്യൂട്ടറന്മാരെ എനിക്കു കിട്ടി. അവർ രണ്ടു പേരും ശ്രീനാരായണീയരായിരുന്നു. ഒരാൾ ടി.കെ. നാണു - ചങ്ങനാശ്ശേരി എസ്.ബി.കോളേജിലെ പ്രശസ്ത ഇംഗ്ലീഷ് പ്രൊഫസറായിരുന്ന ഷെപ്പേർഡ് സാറിന്റെ ശിഷ്യൻ - ടാഗോറിന്റെ കടുത്ത ആരാധകനും ടാഗോറിനെപ്പോലെ മുടി വളർത്തിയിരുന്ന ആളുമായതുകൊണ്ട് 'ടാഗോർ

## പോക്കുവെയിൽ മണ്ണിലെഴുതിയത്

സാർ' എന്നാണ് ആളുകൾ വിളിച്ചിരുന്നത്. മറ്റേ ഗുരുനാഥൻ 'പണ്ഡിതർ കെ.കൊച്ചുനാണു.' സംസ്കൃതപണ്ഡിതനും തികഞ്ഞ സഹൃദയനുമായിരുന്നു. അവർ ഒരിക്കൽ വീട്ടിൽ വന്നപ്പോൾ അമ്മ ചോദിച്ചു: "ഇവനു വല്ലതും പറഞ്ഞുകൊടുക്കാൻ കഴിയുമോ?" അവർ സന്തോഷത്തോടെ സമ്മതിച്ചു. അതനുസരിച്ച് അവർ മാറിമാറി വന്ന് എന്നെ പഠിപ്പിച്ചിരുന്നു. വീടിന്റെ ഉമ്മറത്തിണ്ണയിൽ തടുക്കിട്ടിരുന്ന് ഒരു നിലവിളക്കിന്റെ വെളിച്ചത്തിൽ അവരെന്റെ ഉള്ളിലെ വിളക്ക് കൂടുതൽ തെളിയിക്കാൻ എത്ര വാത്സല്യത്തോടെയാണ് ശ്രമിച്ചത്! എന്റെ കാവ്യബോധത്തിന്റെ അടിക്കല്ലിട്ടത് അവരായിരുന്നു. ടാഗോർസാർ തന്റെ വീട്ടിലിരുത്തി കുട്ടികൾക്കു ക്ലാസെടുത്തിരുന്നു. എന്നാൽ 'പണ്ഡിതർ സാറി'ന് ട്യൂഷൻ ഒരു തൊഴിലായിരുന്നില്ല. ഒരിക്കൽ ചവറയിലെ തോട്ടിൻകരയിൽനിന്ന് അദ്ദേഹം അതുവഴിവന്ന തൊണ്ടുകയറ്റിയ വള്ളം കരയ്ക്കടുപ്പിക്കുന്നതുകണ്ടു. ആ തൊണ്ടിന് മൊത്ത വിലപേശി ഏതോ കയർമുതലാളിക്കായി കോൺട്രാക്റ്റ് പണിചെയ്യുകയാണെന്ന് മനസ്സിലായി. വാല്മീകിയുടെയും കാളിദാസന്റെയും കാവ്യസൗന്ദര്യത്തിലേക്ക് എന്നെ കൈപിടിച്ചു നടത്തിയ എന്റെ ഗുരുനാഥനെവിടെ? തന്റെ ജീവനവൃത്തിക്കായി ഈ തൊണ്ട് ചീയുന്ന, തോട്ടിൻകരയിലെ ചകിരിക്കുഴിയിൽ വന്നുനില്ക്കുന്ന ഇടനിലക്കാരനെവിടെ? ഉത്തരംകിട്ടാത്ത ചോദ്യങ്ങൾക്കു നടുവിൽ ഞാൻ അജ്ഞാതമായൊരു വിഷാദത്തിനടിപ്പെട്ടുപോയി - അന്നു സന്ധ്യയ്ക്കും ആ നിലവിളക്കിന്റെ വെളിച്ചത്തിലിരുന്ന്, ഹിമാലയത്തിനു 'ദേവതാത്മാ' വെന്ന വിശേഷണത്തിന്റെ ഉൾപ്പൊരുളുകളെനിക്ക് വിശദീകരിച്ച് തരികയായിരുന്നു പണ്ഡിതർസാർ. സ്കൂളിലെ പാഠങ്ങളൊക്കെ വളരെവേഗം പഠിപ്പിച്ചുതീർക്കും. പിന്നെ രഘുവംശാദി കാവ്യങ്ങൾ.. ടാഗോർ സാറാകട്ടെ, ഗോൾഡൻ ട്രഷറി എന്ന ഇംഗ്ലീഷ് കവിതയുടെ സുവർണ്ണ പുസ്തകം പഠിപ്പിക്കും. ഇംഗ്ലീഷ് കവിതയെ മാത്രമല്ല, കവിയെത്തന്നെ ആരാധിച്ചുപോകുംവിധമായിരുന്നു ആ ക്ലാസുകൾ. എവിടെയും എന്റെ ഗുരുക്കന്മാരെപ്പറ്റി പറയുമ്പോൾ, ഈ രണ്ടുപേരെയും ഞാൻ പ്രണാമപൂർവ്വം ഓർത്തുപോവുന്നു!

നിലവിളക്കിന്റെ എണ്ണയിൽ ചാടിയിട്ട് പെട്ടെന്നു മറുചാട്ടം ചാടി എന്റെ പുസ്തകത്താളിലേക്കു വീഴുന്ന ഒരുതരം കുരുന്നു പക്കികൾ, അവിടെ ഒരു വൃത്തം വരയ്ക്കും. അത്തരം കുറുവൃത്തങ്ങളേറെയുള്ള രാമായണത്തിന്റെ ഒരു സംഗ്രഹപ്പതിപ്പ് എന്റെ ലൈബ്രറിയിലേറെക്കാലം സൂക്ഷിച്ചിരുന്നു. അതിടയ്ക്കിടെയൊന്നു മറിച്ചുനോക്കാൻ, പുസ്തകങ്ങൾ

## പോക്കുവെയിൽ മണ്ണിലെഴുതിയത്

അടുക്കുംചിട്ടയുമില്ലാതെ കിടക്കുന്ന വീട്ടിലെ ലൈബ്രറിയിലേക്ക് പടികയറിച്ചെല്ലാൻ രോഗക്ലേശംമൂലം ഇന്നെനിക്കാവുന്നില്ല. എങ്കിലും പണ്ഡിതർസാർ പരിചയപ്പെടുത്തിത്തന്ന വാല്മീകിയുടെയും കാളിദാസന്റെയും കാവ്യഭാഗങ്ങളുടെ പൊരുളാഴങ്ങൾ ഇന്നുമേറെ തെളിഞ്ഞുകാണാൻ കഴിയുന്നത് എന്റെ സുകൃതം!

അന്ന് പ്രിപ്പറേറ്ററിക്ലാസ് എന്നൊരു ക്ലാസുണ്ടായിരുന്നു. ഇന്നത്തെ 'അഞ്ചാംതരം.' അവിടെ മാത്രമാണ് ഞാൻ മലയാളം ഔപചാരികമായി പഠിച്ചിട്ടുള്ളത്. പിന്നെ എല്ലാ ക്ലാസിലും രണ്ടാംഭാഷ സംസ്കൃതമായിരുന്നു. സ്കൂളിലെ സ്പോർട്സ് സാമഗ്രികൾ സൂക്ഷിച്ചിരുന്ന, ഒറ്റപ്പെട്ട ഒരു ചെറിയ ഷെഡ്ഡിന്റെ ഒഴിഞ്ഞൊരു കോണിലായിരുന്നു സംസ്കൃതം ക്ലാസ്. സ്പോർട്സ് സാമഗ്രികളുടെ സൂക്ഷിപ്പുകാരനും 'വാട്ടർമാനും' ആയ 'അമ്പിസ്വാമി' പുറംതിണ്ണയിൽ ഒരു സ്റ്റൂളിന്മേൽ ഉറക്കംതൂങ്ങിയിരിക്കുന്ന ചിത്രം ഓർക്കാൻ കൗതുകമുള്ളതാണ്. തൊട്ടടുത്തുള്ള കിണറ്റിൽനിന്ന് വെള്ളംകോരി കുട്ടികളുടെ കൈക്കുമ്പിളിലേക്ക് പകരുന്ന ജോലിയാണ് ഇടവേളകളിൽ അമ്പിസ്വാമിക്കുള്ളത്. വെള്ളംകുടിച്ചു കഴിഞ്ഞാൽ കിണറ്റിനരികിലുള്ള നെല്ലിമരത്തിന്റെ ചില്ലകൾ പിടിച്ചുലുത്തി കുട്ടികൾ നെല്ലിക്കയ്ക്കുവേണ്ടി മല്ലടിക്കുമ്പോൾ, സ്വാമി കുട്ടികളുടെ സഹായത്തിനെത്തും. കുട്ടികൾക്ക് ഏതദ്ധ്യാപകനെക്കാളും ഇഷ്ടം അമ്പിസ്വാമിയോടായിരുന്നു. മദ്ധ്യവേനലിൽ വാടിനില്ക്കുന്ന ആ നെല്ലിമരത്തിന് ഇടവപ്പാതിയോടെ യൗവനം വീണ്ടുകിട്ടുന്നു. വാതരോഗമേറിവരികയും ഒരുകാൽ സ്റ്റൂളിലുയർത്തിവെച്ച് തടവിക്കൊണ്ടിരിക്കുകയും ചെയ്യുന്ന അമ്പിസ്വാമിയെ രക്ഷിക്കാനാരുമുണ്ടായില്ല! ഓരോ വർഷം കഴിയുന്തോറും അമ്പിസ്വാമി വാർദ്ധക്യത്തിന്റെ വൈവശ്യത്തിലേക്ക് തെന്നിവീണുകൊണ്ടിരുന്നു. എന്റെ അയൽപക്കത്ത് താമസിച്ചിരുന്ന അമ്പിസ്വാമി അവസാനകാലത്തൊരിക്കൽ കൂനിക്കൂനി നടന്നുവന്ന് എന്റെ കൈരണ്ടും കൂട്ടിപ്പിടിച്ചുകൊണ്ട് കുറേനേരം വികാരാധീനനായി എന്തൊക്കെയോ പറയാനാഗ്രഹിക്കുംപോലെ നിന്നു- ഒടുവിൽ ഇത്രമാത്രം പറഞ്ഞു: "കേട്ടുകുഞ്ഞേ, കുഞ്ഞെഴുതിയ 'ഒരുവട്ടംകൂടി' - ഇന്നലെയും റേഡിയോയിൽ!" ആ പഴയ വാട്ടർമാന്റെ മുന്നിൽ ഞാനൊരു ചെറിയ കുട്ടിയായി.

ടി.എം.ഐപ്പ് എന്നൊരദ്ധ്യാപകനുണ്ടായിരുന്നു- കോൺഗ്രസ് നേതാവായ ടി.എം.വർഗ്ഗീസിന്റെ അനുജൻ. ഹൈസ്ക്കൂൾ ക്ലാസുകളിൽ ഇംഗ്ലീഷും ചരിത്രവുമാണ് പഠിപ്പിച്ചിരുന്നത്. ഇംഗ്ലീഷിനു കൂടുതൽ മാർക്കു

## പോക്കുവെയിൽ മണ്ണിലെഴുതിയത്

വാങ്ങുന്നവരും കവിതയിൽ താല്പര്യമുള്ളവരുമായ നാലഞ്ചു കുട്ടികൾക്കായി അദ്ദേഹം ശനിയാഴ്ചകളിൽ പ്രത്യേക ക്ലാസെടുത്തിരുന്നു. ആ കൂട്ടത്തിലിരുന്ന് ഐപ്പുസാർ കവിതചൊല്ലിപ്പഠിപ്പിക്കുന്ന രീതി മനസ്സിലാക്കാൻ കഴിഞ്ഞത് എന്നിലെ എഴുത്തുകാരനെയും അദ്ധ്യാപകനെയും കുറച്ചൊന്നുമല്ല സഹായിച്ചിട്ടുള്ളത്. വേർഡ്സ്‌വർത്ത്, ഷെല്ലി, കീറ്റ്സ് തുടങ്ങിയവരുടെ കാല്പനിക കവിതകൾ സ്വയമാസ്വദിച്ച് ചൊല്ലിപ്പഠിപ്പിക്കുന്ന ആ രീതി എന്നെ അത്രയേറെ സ്വാധീനിച്ചിട്ടുണ്ട്. പരീക്ഷയൊന്നുമില്ല. പകരം കുട്ടികളെക്കൊണ്ട് കവിത വായിപ്പിക്കുകയും അതിനെപ്പറ്റി സ്വന്തമായി എന്തെങ്കിലും പറയിപ്പിക്കുകയും ചെയ്യുക - അണ്ണാൻ കുഞ്ഞിന്റെ പുറത്തുപതിഞ്ഞ അനുഗ്രഹവരകൾപോലെ, എന്റെ പുറത്ത് ആ അദ്ധ്യാപകന്റെ വാത്സല്യനിർഭരമായ തലോടലുണ്ടായിട്ടുണ്ട്.

മുതിർന്ന ക്ലാസുകളിൽ സംസ്കൃതം പഠിപ്പിച്ചിരുന്നത് മുൻഷി ശങ്കുപ്പിള്ള സാറായിരുന്നു. ശുഭ്രവസ്ത്രധാരിയായി, ഒരു കൈയിൽ നിവർത്തിപ്പിടിച്ച കുടയുമാട്ടിയാട്ടി വരുന്ന ആ വരവു കാണുമ്പോൾ, "യാ കുന്ദേന്ദു തുഷാരഹാരധവളാ, യാ ശുഭ്രവസ്ത്രാവൃതാ" എന്ന സരസ്വതീ വന്ദന ശ്ലോകത്തിന്റെ ആദ്യ പാദം ഓർമ്മിച്ചുപോകും. പദച്ഛേദം, അന്വയം, അന്വയാർത്ഥം, സാരസ്യം എന്നീ ക്രമത്തിൽ ഓരോ ശ്ലോകത്തിന്റെയും ഇതൾവിടർത്തിക്കാട്ടുന്ന മാമൂൽ രീതിയായിരുന്നു അദ്ദേഹത്തിന്റേത്. ഒരിക്കൽ ഒരു കുറ്റാരോപണത്തിൽ നിന്ന് അദ്ദേഹമെന്നെ രക്ഷിച്ച സംഭവം മറക്കാനാവില്ല. അന്ന് എല്ലാ വെള്ളിയാഴ്ചയും ഉച്ചനേരത്ത് ഒന്നര മണിക്കൂർ ഇടവേളയുണ്ടാവും - മുസ്ലീം പ്രാർത്ഥനാസമയം എന്ന നിലയ്ക്ക്. ആ സമയത്ത് സാഹിത്യത്തിൽ താല്പര്യമുള്ള മുതിർന്ന വിദ്യാർത്ഥികൾ ഏതെങ്കിലും ക്ലാസുമുറിയിൽ ഒന്നിച്ചിരുന്ന് കവിത ചൊല്ലുകയും വായിച്ച പുസ്തകങ്ങളെപ്പറ്റി ചർച്ച നടത്തുകയുമൊക്കെ പതിവായിരുന്നു. സ്വന്തമായി രചിച്ച ഒരു ശ്ലോകമോ ലഘുകവിതയോ ഒരാൾ ബ്ലാക്ക്ബോർഡിൽ കുറിച്ചിട്ടുകൊണ്ടാണ് യോഗമാരംഭിക്കുന്നത്. ഒരുദിവസം എന്റെ ഊഴമായിരുന്നു. ഞാനെഴുതിയ ഒരു ശ്ലോകം ബ്ലാക്ക്ബോർഡിൽ കുറിച്ചിട്ടതുനോക്കി "തെറ്റ്! തെറ്റ്! വൃത്തം തെറ്റ്!" എന്ന് ഒരു സീനിയർ വിദ്യാർത്ഥി ഉറക്കെ വിളിച്ചുപറഞ്ഞു. പില്ക്കാലത്ത് 'രാമായണനാടകത്രയം' കൊണ്ടും മറ്റു പല സാഹിത്യരചനകൾകൊണ്ടും പ്രശസ്തിനേടിയ സി.എൻ.ശ്രീകണ്ഠൻ നായരായിരുന്നു അത്. എനിക്ക് സങ്കടമാണ് തോന്നിയത്. ശരിയായി ഞാനത് വായിച്ചുകേൾപ്പിച്ചു. ശ്രോതാക്കളും അമ്പരന്നിരുന്നു. ശ്രീകണ്ഠൻ നായർ 'തെറ്റെ'ന്ന പല്ലവി

ആവർത്തിച്ചുകൊണ്ടുമിരുന്നു. ഞങ്ങളുടെ കൂട്ടത്തിൽ പക്വമതിയും സഹൃദയനുമായ കുമാരനാശാരി എന്നൊരു മലയാളം ഹയർ വിദ്യാർത്ഥി, "നമുക്ക് മുൻഷി സാറിനോടു ചോദിക്കാം" എന്നു പറഞ്ഞ് ശ്രീകണ്ഠൻ നായരെയും എന്നെയും നാലഞ്ചു മറ്റു വിദ്യാർത്ഥികളെയും കൂട്ടി ഗുരുസന്നിധിയിലേക്കു ചെന്നു. ശ്ലോകം ആരെഴുതി എന്നു പറയാതെ മുൻഷി സാറിന്റെ മുന്നിൽ വച്ചു. സാർ അത് സശ്രദ്ധം വായിച്ചിട്ട് "തെറ്റൊന്നുമില്ലല്ലോ" എന്നു പറഞ്ഞ നിമിഷം എന്നെക്കാൾ കൂടുതലാഹ്ലാദിച്ചത് കുമാരനാശാരിയായിരുന്നു! പിന്നെ "ഇതാരെഴുതി?"എന്ന സാറിന്റെ ചോദ്യത്തിന് ഉത്തരമായി കുമാരനാശാരി എന്നെ ചൂണ്ടിക്കാട്ടിയപ്പോൾ സാറിനും സന്തോഷമായി.

സി.എൻ ശ്രീകണ്ഠൻ നായരുടെ വീട് എന്റെ അയൽപക്കത്തായിരുന്നു. ഞങ്ങളൊന്നിച്ചായിരുന്നു സ്കൂളിലേക്ക് പോവുക. അധികം സംഭാഷണമൊന്നുമില്ല. സംസ്കൃതം പഠിക്കാത്തതിന്റെ ഒരസ്വാസ്ഥ്യം ശ്രീകണ്ഠന് അന്നേ ഉണ്ടായിരുന്നു. എന്നാലതൊരിക്കലും പ്രകടിപ്പിച്ചിരുന്നില്ല. എന്റെ കയ്യിൽനിന്ന് *രാമായണ*ത്തിന്റെ ഒരു സംക്ഷിപ്തപ്പതിപ്പ് വാങ്ങി ഒന്നു മറിച്ചുനോക്കി തിരിച്ചുതരും. ദേവനാഗരിലിപിയിലാണ്. വായിക്കാൻ കഴിയുന്നില്ലല്ലോ എന്ന വിഷമം ആ മുഖത്ത് സ്ഫുരിക്കുന്നത് ഞാൻ ശ്രദ്ധിച്ചിരുന്നു. വർഷങ്ങൾക്കുശേഷം രാമായണ നാടകത്രയം (*കാഞ്ചനസീത, സാകേതം, ലങ്കാലക്ഷ്മി*) രചിക്കപ്പെട്ടതിന്റെ പിന്നിലെ കഠിന പരിശ്രമങ്ങൾ എനിക്ക് ഊഹിക്കാൻ കഴിയും. ശ്രീകണ്ഠൻ എന്നോടു പുലർത്തിയിരുന്ന കുലീനമായ ഒരുതരം അസൂയ അന്നത്തെ 'തെറ്റ്' കണ്ടുപിടിക്കലിന്റെ പിന്നിലും പ്രവർത്തിച്ചിരിക്കണം.

സ്കൂളിനു തൊട്ടടുത്തുള്ള ശങ്കരൻതമ്പി വായനശാലയിലെ ലൈബ്രേറിയൻ കുട്ടൻപിള്ള, ശ്രീകണ്ഠനും എനിക്കും പുതുതായി വന്ന പുസ്തകങ്ങൾ വായിക്കാൻ തന്നിരുന്നു- ഉടയാതെ ചുളിയാതെ തൊട്ടടുത്ത ദിവസം തിരികെ എത്തിക്കണമെന്ന കരാറിൽ. പതിവുള്ള വെള്ളിയാഴ്ച മദ്ധ്യാഹ്നയോഗത്തിൽ ഒരു 'ക്വിസ് പ്രോഗ്രാ'മിലാരോ ചോദിച്ചു: "ചങ്ങമ്പുഴയുടെ മാസ്റ്റർപീസേത്?" ഞാൻ പറഞ്ഞു "രമണൻ." പെട്ടെന്ന് ശ്രീകണ്ഠൻ "തെറ്റ്!" എന്നു പറഞ്ഞു. മറ്റെല്ലാവരും "രമണൻ" എന്നാവർത്തിച്ചു. അപ്പോൾ ശ്രീകണ്ഠൻ "അല്ല, വാഴക്കുല!" എന്നുറക്കെപ്പറഞ്ഞ് ഒരു ജേതാവിന്റെ മട്ടിലിരുന്നു. അന്നു വൈകിട്ട് വായനശാല കുട്ടൻപിള്ളയുടെയടുത്തുപോയി 'വാഴക്കുല' എന്ന ചങ്ങമ്പുഴ കൃതിയുണ്ടോ എന്നാരാഞ്ഞപ്പോഴാണ് അത് 'രക്തപുഷ്പങ്ങൾ' എന്ന പുതിയ

സമാഹാരത്തിലെ ഒരു കവിതയാണെന്നറിഞ്ഞത്. അതെനിക്ക് തരാതിരുന്നതിന് കുട്ടൻപിള്ളയോട് ഞാൻ വളരെ പരിഭവിച്ചു. ഒടുവിൽ ആ സമാഹാരം എനിക്ക് വായിക്കാൻതന്ന് അദ്ദേഹമെന്നെ സമാധാനിപ്പിച്ചു. വീട്ടിൽച്ചെന്ന് ഒറ്റയിരുപ്പിൽ വായിച്ചുതീർത്തപ്പോൾ ശ്രീകണ്ഠൻ പറഞ്ഞതെത്ര ശരി എന്നുതോന്നി! കുമ്മായം തേച്ച വീട്ടുചുമരിൽ അതിലെ പല വരികളും പെൻസിൽകൊണ്ടു പകർത്തിവച്ചു. പിന്നെ എത്രയോകുറി അതുവായിച്ചു രസിക്കുകയുണ്ടായി.

വായനശാലയിൽ നിന്നെടുത്ത ബഷീറിന്റെ *ബാല്യകാലസഖി* ഡെസ്കിനുകീഴിൽ മറച്ചുപിടിച്ചു വായിച്ചത് കയ്യോടെ പിടികൂടി കേസാക്കിയ സുന്ദരയ്യർ എന്ന കണക്കുസാറിനെ മറക്കാനാവില്ല. “ഇവൻ പുരോഗമന സാഹിത്യം വായിക്കു”ന്നെന്ന കുറ്റപത്രവുമായി കള്ളനെ തൊണ്ടി സഹിതം അദ്ദേഹം ഹെഡ്മാസ്റ്ററുടെ മുന്നിൽ ഹാജരാക്കി. സഹൃദയനായ ഹെഡ്മാസ്റ്റർ ശങ്കരവാരിയർസാർ ഒരു പുഞ്ചിരിയോടെ ഉപദേശിച്ചു: “പുസ്തകം വായിച്ചോളൂ! പക്ഷേ, ക്ലാസിൽ വെച്ചു വേണ്ട!” തൊണ്ടി മടക്കിക്കിട്ടിയ ആശ്വാസത്തോടെ ഞാൻ മടങ്ങിപ്പോന്നു.

ശ്രീകണ്ഠൻ ഉപരിപഠനത്തിന് യൂണിവേഴ്സിറ്റികോളേജിലേക്ക് പോയി. ഒഴിവുകാലത്തു നാട്ടിൽ വരുമ്പോൾ, ശ്രീകണ്ഠൻ ആളാകെ മാറിയിരുന്നു. ചവറയിലെ പണ്ടത്തെ തടിപ്പാലത്തിനടുത്തുള്ള അടിച്ചിലിൽ നാരായണപിള്ളച്ചേട്ടന്റെ തയ്യൽക്കടയായിരുന്നു ബുദ്ധിജീവികളുടെ താവളം. കെ.ബാലകൃഷ്ണനുമായുള്ള അടുപ്പത്തെപ്പറ്റിയും വിദ്യാർത്ഥി പ്രസ്ഥാനത്തെപ്പറ്റിയുമൊക്കെയുള്ള ശ്രീകണ്ഠന്റെ മൊഴികൾ കേട്ട്, ഒരത്ഭുതലോകത്തെ ഭാവനയിൽകണ്ട് അവിടെ പ്രമാണിയായിത്തീർന്ന ശ്രീകണ്ഠന്റെ നേർക്ക് ‘കുലീനമായ ഒരസൂയ’ അപ്പോൾ എനിക്കും തോന്നി.

ആയിരക്കണക്കിനു തൊഴിലാളികളാണ് ചവറയിലെ ലോഹമണൽക്കമ്പനികളിൽ ജോലിചെയ്തിരുന്നത്. ജർമ്മനിയിലെ ബോൺ നഗരത്തിൽ ഒരു ‘വേൾഡ് ട്രെയ്ഡ് ഫെയറിലെ’ ഇന്ത്യൻസ്റ്റാളിൽ വില്പനയ്ക്കു വെച്ചിരുന്ന കയറുല്പന്നങ്ങളിൽ തിളക്കമുള്ള ഏതോ തരികൾ കണ്ടിട്ട് അവിടത്തെ ഒരു ശാസ്ത്രജ്ഞൻ അവ വേർപെടുത്തിയെടുത്ത് പരിശോധിച്ചു. ലോകത്ത് വളരെ ദുർല്ലഭവും വിലയേറിയതുമായ ‘മോണോസൈറ്റ്’ ലോഹത്തരികളായിരുന്നു അവ. അവയുടെ പ്രഭവകേന്ദ്രം തിരഞ്ഞുപിടിച്ച് ആ ജർമ്മൻ സായിപ്പ് എന്റെ കുഗ്രാമത്തിന്റെ വിശാലമായ കടൽത്തീരത്തെത്തി അട്ടിയട്ടിയായിക്കിടക്കുന്ന മോണോസൈറ്റ്

നിക്ഷേപം കണ്ട് അന്തംവിട്ടുനിന്നു. വൈകാതെ അവ അരിച്ചെടുക്കാനുള്ള ഒരു പ്ലാനും പദ്ധതിയുമൊക്കെ അദ്ദേഹം തയ്യാറാക്കി. അപ്പോഴേക്കും ലോകമഹായുദ്ധത്തിന്റെ വെടിപൊട്ടി. ബ്രിട്ടീഷുകാർ ജർമ്മൻസായിപ്പിന്റെ വിലപ്പെട്ട പ്ലാൻ കൈക്കലാക്കി അദ്ദേഹത്തെ ജർമ്മനിക്ക് തിരിച്ചയച്ചു. അത് പ്രാവർത്തികമാക്കിയതിന്റെ ഫലമാണ് ചവറയിലുയർന്ന മിനറൽസ് ഫാക്ടറികൾ - ചവറയിലെ, കഥയറിയാത്ത ഭൂവുടമകളിൽ നിന്ന് തുച്ഛവില കൊടുത്താണ് ബ്രിട്ടീഷുകാർ ആ സമ്പന്ന തീരഭൂമി സ്വന്തമാക്കിയത്. അവിടെ തൊഴിൽശാലകളും പുകക്കുഴലുകളുമൊക്കെ ഉയർന്നു - പഴയ ഭൂവുടമകളുടെ സന്തതികളെ സായിപ്പ് അവിടെ പണിയാളരാക്കി. അതും തുച്ഛമായ വേതനത്തിന്! കാലത്ത് പണിക്കു കേറുന്ന പണിയാളർ വൈകുന്നേരം ലോഹത്തരികൾകൊണ്ടൊരു കുപ്പായവുമണിഞ്ഞ് പുറത്തേക്കു വരുന്നത് ഞാൻ പലപ്പോഴും കണ്ടിട്ടുണ്ട്! പാലത്തിനടുത്തൊരു തൊടിയിൽ മരത്തണലത്ത് മെയ്യാകെ ലോഹത്തരികളും കയ്യിലൊരു ചോറ്റുപാത്രവും കണ്ണുകളിൽ ഏതോ മിണ്ടാപ്രാണികളുടെ ദൈന്യവുമായി കുത്തിയിരിക്കുന്ന കുറേ പണിയാളരോടായി ഒരിക്കൽ അജ്ഞാതനായൊരു നേതാവ് ആകാശത്തേക്കു കൈചൂണ്ടിനിന്നു വിളിച്ചു പറയുന്നത് കേട്ടു: "സർവ്വരാജ്യത്തൊഴിലാളികളേ സംഘടിക്കുവിൻ! നിങ്ങൾക്കു നഷ്ടപ്പെടാൻ ചങ്ങലകൾ മാത്രം! കിട്ടാനോ, ഒരു സ്വർഗ്ഗം!"

അന്നോളം കേട്ടതിൽവെച്ച് ഏറ്റവും ഹൃദയസ്പർശിയായ ഒരു കവിതപോലെ അത് ഉള്ളിൽത്തട്ടി. കുറെനാൾ ഞാനത് മനസ്സിൽ ഉരുവിട്ടു നടന്നു: "നിങ്ങൾക്കു നഷ്ടപ്പെടാൻ ചങ്ങലകൾ മാത്രം! കിട്ടാനോ, ഒരു സ്വർഗ്ഗം!"

# 4 എന്റെ കലാലയമുത്തശ്ശി

**ആ**യിരത്തി തൊള്ളായിരത്തി നാൽപ്പത്തി ആറ് ജൂണിലെ ഒരു നനഞ്ഞ പ്രഭാതത്തിലാണ് ഞാൻ തിരുവനന്തപുരം യൂണിവേഴ്സിറ്റി കോളേജ് വളപ്പിൽ ആദ്യമായി കാൽകുത്തുന്നത്. മുൻതൊടിയിൽ പടർന്നുപന്തലിച്ചു നില്ക്കുന്ന മാവിന്റെ ചുവട്ടിൽ കുറെ കുട്ടികൾ കൂട്ടംകൂടി നിന്നിരുന്നു. അവരെ അഭിസംബോധനചെയ്ത്, വെളുത്ത ജൂബ്ബയിട്ട കറുത്തുമെലിഞ്ഞ ഒരു ചെറുപ്പക്കാരൻ പ്രസംഗിക്കുകയായിരുന്നു. ഓരോ വാക്കും രോഷത്തിന്റെ ജ്വാലയായി കത്തിപ്പടരുകയാണ്. ഒപ്പമുണ്ടായിരുന്ന എന്റെ സ്യാലൻ പതുക്കെ പറഞ്ഞുതന്നു: "അതാണ് കെ.ബാലകൃഷ്ണൻ." തലേന്ന് ജവാഹർലാൽ നെഹ്റു കാശ്മീരിൽ പ്രവേശിക്കുന്നതിനെ തടഞ്ഞുകൊണ്ട് അവിടത്തെ മുഖ്യസചിവൻ 'രാമചന്ദ്രകാക്' കുറെ മിലിട്ടറിക്കാരെ നിരത്തിയിരുന്നെന്നും അതിലൊരാളിന്റെ ബയണറ്റ്മുനയേറ്റ് നെഹ്റുവിന്റെ കയ്യിൽനിന്ന് ചോരയിറ്റിറ്റുവീണു എന്നും അന്നു രാവിലത്തെ ചൂടുള്ള വാർത്തയായിരുന്നു. "ആ ചോരത്തുള്ളികളിൽ തട്ടിവരുന്ന കാറ്റിൽ ഇന്ത്യയിലെ അറുനൂറോളം നാട്ടുരാജാക്കന്മാരുടെ ചോട്ടാക്കിരീടങ്ങൾ നിലത്തുവീഴും"-

പ്രസംഗമങ്ങനെ കത്തിക്കയറുമ്പോൾ പ്യൂൺ വന്ന് എന്റെ പേര് വിളിച്ചു, ഇന്റർവ്യൂവിന്. ഞാൻ പ്രിൻസിപ്പലിന്റെ മുറിയിലേക്ക് പോയി.

ചരിത്രവും മനഃശാസ്ത്രവുമുൾപ്പെട്ട മൂന്നാംഗ്രൂപ്പിൽ ചേർന്ന് ഞാനുമവിടത്തെ വിദ്യാർത്ഥിയായി. കോളേജിന്റെ പടിയിറങ്ങുമ്പോൾ മുദ്രാവാക്യങ്ങൾ വിളിച്ചുകൊണ്ട് വിദ്യാർത്ഥിക്കൂട്ടം റോഡിലേക്കിറങ്ങുന്നതു കണ്ടു. അങ്ങനെ ഒന്നാം ദിവസംതന്നെ ആ കലാലയമുത്തശ്ശി എനിക്കൊരുക്കിത്തന്നത് നല്ല എരിവുള്ള ഒരനുഭവമായിരുന്നു.

സ്വാതന്ത്ര്യപൂർവവർഷവും സ്വാതന്ത്ര്യാനന്തരവർഷവും (1946-1948) യൂണിവേഴ്സിറ്റി കോളേജ് സമരമുഖരിതമായിരുന്നു. ക്വിറ്റിന്ത്യാ ദിനത്തിലും ഗാന്ധിജയന്തിനാളിലും മറ്റും മാവിൻമേൽ ദേശീയപതാക ഉയർത്തി വിദ്യാർത്ഥികൾ കൂട്ടംചേർന്ന് "ഝണ്ടാ ഊംചാ രഹേ ഹമാരാ" എന്ന പതാകാഗാനം പാടും. ഒരു ക്വിറ്റിന്ത്യാദിനത്തിന് പഠിപ്പുമുടക്കുണ്ടായി. അന്ന് ക്ലാസിൽനിന്നിറങ്ങാതെ പിൻബഞ്ചിൽ ഉടുമ്പിനെപ്പോലെ പിടിച്ചിരുന്ന ഒരു വിദ്യാർത്ഥി വർഷങ്ങൾക്കുശേഷം ഞാൻ അവിടെ അദ്ധ്യാപകനായി കോളേജിനുമുമ്പിൽ ബസ് കാത്തുനില്ക്കുമ്പോൾ കൊടിവച്ച കാറിൽ മലർന്നുകിടന്ന് എന്നെനോക്കി ചിരിച്ച് കൈവീശിപ്പോയ ഒരു ചിത്രം എന്റെ മനസ്സിലുണ്ട്. പണ്ട് അയാളെ ക്ലാസിൽനിന്നിറക്കാൻ ശ്രമിച്ചവരിൽ ഒരാളായ എന്നെ നോക്കിച്ചിരിക്കാൻ അയാൾക്കെങ്ങനെ കഴിഞ്ഞു?-ഉത്തരമാരാഞ്ഞാൽ, ഇന്ത്യൻ രാഷ്ട്രീയത്തിലെ അപചയത്തിന്റെ ഇരുണ്ട അടിവാരങ്ങളിലേക്കാവും നാം ചെന്നെത്തുക.

പില്ക്കാലത്ത് പലനിലയ്ക്ക് പ്രശസ്തരായിത്തീർന്ന വെങ്കിടരമണൻ (റിസർവ്വ് ബാങ്ക് ഗവർണ്ണർ), മലയാറ്റൂർ രാമകൃഷ്ണൻ, ഓംചേരി, എൻ. ഡി. ജോസ്(എം.എൽ.എ), സി.പി രാമകൃഷ്ണപിള്ള (ഐ.എ.എസ്, കളക്ടർ), കവിയും പത്രപ്രവർത്തകനുമായ ആനന്ദക്കുട്ടൻ, പ്രശസ്ത ഇംഗ്ലീഷ് അദ്ധ്യാപിക ശ്രീമതി ഹൃദയകുമാരി, ശ്രീമതി ലീല ഓംചേരി, കമുകറ പുരുഷോത്തമൻ തുടങ്ങിയവർ അന്നവിടെ പഠിക്കുന്നുണ്ടായിരുന്നു. ഓംചേരി നാരായണപിള്ള അന്ന് കവിയെന്ന നിലയ്ക്കാണ് അറിയപ്പെട്ടിരുന്നത്. വാരികകളുടെ സ്വാതന്ത്ര്യദിനപ്പതിപ്പുകളിൽ കവിതകളുടെ കൊയ്ത്തുകാലമായിരുന്നു അത്. അക്കൂട്ടത്തിൽ ഓംചേരിയുടെ

"യാത്രയാക്കുവാൻ കാത്തുനില്ക്കയാണധീശത്വ-
സൂത്രധാരന്മാ; രെന്റെ നാടിതാ സ്വതന്ത്രയായ്!"

## പോക്കുവെയിൽ മണ്ണിലെഴുതിയത്

എന്നാരംഭിക്കുന്ന കവിത വളരെ ശ്രദ്ധേയമായി. തനി കുട്ടനാടൻ ഭാഷയിലെഴുതിയ *ചീത* എന്ന ആനന്ദക്കുട്ടന്റെ ലഘുകാവ്യം ഞങ്ങൾ പാടിനടന്നിരുന്നു. ആ കാലഘട്ടത്തിലാണ് കേരളത്തെ മുഴുവൻ കണ്ണീരിലാഴ്ത്തിക്കൊണ്ട് ചങ്ങമ്പുഴയുടെ മരണമുണ്ടായത്. പി. ഭാസ്കരനും വയലാറും ഞാനുമുൾപ്പെട്ട ചെറുപ്പക്കാരായ കുറേ കവികൾ അന്ന് ചങ്ങമ്പുഴയുടെ കലശലായ സ്വാധീനത്തിനു വിധേയരായിരുന്നു. പക്ഷേ, 'രമണന'ല്ലാ, 'വാഴക്കുല', 'നീറുന്ന തീച്ചൂള', 'ഭാവത്രയം' പോലുള്ള കവിതകളാണ് അന്ന് ഞങ്ങൾക്ക് വഴികാട്ടിയായത്. ചങ്ങമ്പുഴയെ ഞാൻ കണ്ടിട്ടില്ല. ഇടപ്പിള്ളിയിൽപ്പോയി ആദരാഞ്ജലി അർപ്പിക്കണമെന്ന് അത്യധികം ആശിച്ചിരുന്നു. പക്ഷേ, പഠിത്തച്ചെലവുപോലും കഷ്ടിച്ചരിഷ്ടിച്ചു നടത്തിപ്പോരുന്ന ഒരു വിദ്യാർത്ഥി ആശിച്ചിട്ടെന്തു ഫലം?

ആയിടയ്ക്ക് ചങ്ങമ്പുഴയെപ്പറ്റി നാലഞ്ചു കവിതകളെഴുതി, വാരികകളിൽ പ്രസിദ്ധീകരിക്കുകയും ചെയ്തു - എല്ലാം പൊട്ടക്കവിതകൾ! അവ വെറും വികാരവിജൃംഭണങ്ങളായിരുന്നു, ആത്മാർത്ഥമാണെങ്കിൽക്കൂടി.

എന്റെ നാട്ടുകാരനും യൂണിവേഴ്സിറ്റി കോളേജ് മലയാളം ഡിപ്പാർട്ടുമെന്റിലെ പൂർവ്വവിദ്യാർത്ഥിയുമായിരുന്ന പുളിമാന പരമേശ്വരൻപിള്ളയും ഈ കാലഘട്ടത്തിലായിരുന്നു അന്തരിച്ചത്. കല്ലടയാറിന്റെ തീരവും ചവറയുമായിരുന്നു അദ്ദേഹത്തിന്റെ കഥകളുടെ പശ്ചാത്തലം. കൊല്ലത്ത് *മലയാളരാജ്യം, പ്രഭാതം* വാരികകളിലൊതുങ്ങിനിന്നിരുന്നു പുളിമാനക്കഥകൾ. അതുകൊണ്ടൊക്കെയാവാം തകഴി, കാരൂർ തുടങ്ങിയവരുടെ സമശീർഷനായിരുന്നിട്ടും അദ്ദേഹം വടക്കൻദിക്കുകളിലറിയപ്പെടാതെ പോയത്. 'ശകുന്തള', 'അനുഭവങ്ങൾ', 'എഞ്ചിൻ ഡിസാട്ടർ', 'കാമുകി' തുടങ്ങിയ കഥകളാവട്ടെ മലയാളത്തിലെ എക്കാലത്തെയും നല്ല കഥകളിൽപ്പെടുന്നു. നാഗർകോവിൽ ക്ഷയരോഗാശുപത്രിയിൽ നിന്ന് ജഡം ചവറയിലേക്ക് കൊണ്ടുപോകുന്നതിനിടയിൽ ആംബുലൻസ് മലയാളം ഡിപ്പാർട്ടുമെന്റിന്റെ മുമ്പിൽ ഏതാനും നിമിഷം നിർത്തുകയുണ്ടായി. പുളിമാനയുടെ അദ്ധ്യാപകരായിരുന്ന പ്രൊഫ.കോന്നിയൂർ മീനാക്ഷിയമ്മയും പ്രൊഫ.ഇളംകുളവും, സഹപാഠികളായിരുന്ന പ്രൊഫ.എൻ. കൃഷ്ണപിള്ളയും പ്രൊഫ.എസ്.ഗുപ്തൻനായരും മലയാളം വിദ്യാർത്ഥികളും അന്ത്യാഞ്ജലി അർപ്പിച്ചു. ആംബുലൻസ് പോയി മറഞ്ഞിട്ടും ഞാനാറോഡരികിൽത്തന്നെ നിന്നു.

## പോക്കുവെയിൽ മണ്ണിലെഴുതിയത്

"ഒരുവൾ! ഒരുവൾ മാത്രം ഇതുവായിച്ചാൽ മതി! പക്ഷേ, അത് നീയായിരിക്കണം. പ്രിയപ്പെട്ടവളേ! എങ്കിൽ മറ്റൊന്നും വേണ്ട. 'ഞാൻ കണ്ടു' എന്നു രണ്ടുവാക്ക് മാത്രമെഴുതി ഈ മേൽവിലാസത്തിലയയ്ക്കുമോ?- എങ്കിൽ, ആശിച്ച പനിനീർപ്പൂവിന്റെ ഒരിതൾ മാറത്തുപററിച്ചേർന്ന പൈതലിന്റെ നിർമ്മലമായ ആഹ്ളാദം ഈ തൂലികയുടെ ഉടമസ്ഥനു കൈവന്നേനെ.."

*അനുഭവങ്ങൾ* എന്ന കഥയിലെ ആദ്യവരികൾ കാണാപ്പാഠം പഠിച്ച കവിതപോലെ മനസ്സിൽ തെളിഞ്ഞുവന്നു. ചങ്ങമ്പുഴയുടെ ഉറ്റ സുഹൃത്തും *നിഴലുകൾ* എന്നൊരു കവിതാസമാഹാരത്തിന്റെ കർത്താവുമായിരുന്നു പുളിമാന.

കോളേജ് പരിസരത്ത് പീപ്പിൾസ് പബ്ലിഷിംഗ് ഹൗസിന്റെ ഒരു വലിയ ഷോറൂം ഉണ്ടായിരുന്നു. ഷെൽഫിലിരിക്കുന്ന പുസ്തകങ്ങൾ അത്ഭുതത്തോടെ നോക്കിനില്ക്കും; ചിലത് അവിടെനിന്നെടുത്ത് വായിക്കും; ഇടവേളകളിൽ ഓടിയെത്തുന്ന എന്നോട് ബുക്സ്റ്റാൾ മാനേജർക്ക് സഹതാപമോ വാത്സല്യമോ തോന്നിയിട്ടാവണം, സ്റ്റാളിന്റെ ഉള്ളിലൊരു സ്റ്റൂളിട്ടുതന്ന് ഇഷ്ടമുള്ള പുസ്തകമെടുത്ത് അവിടെത്തന്നെയിരുന്ന് വായിച്ചോളാൻ ഒരു പ്രത്യേകാനുമതി തന്നു. ഗോർക്കിയുടെ *അമ്മ*, പ്രേംചന്ദിന്റെ *ഗോദാൻ*, ജൂലിയസ് ഫ്യൂച്ചിക്കിന്റെ *കൊലമരത്തിൽ നിന്നുള്ള കുറിപ്പുകൾ*, ടോൾസ്റ്റോയിയുടെയും ദസ്തയേവ്സ്കിയുടെയും ചില ലഘുനോവലുകൾ, *ചെക്കോവിന്റെ ചെറുകഥകൾ*, -മുൽക്ക്‌രാജ് ആനന്ദിന്റെ *കൂലി*, *രണ്ടിലയും ഒരു മൊട്ടും*, സ്വദേശാഭിമാനിയെഴുതിയ *കാൾ മാർക്സിന്റെ ജീവചരിത്രം* തുടങ്ങി പല വിശിഷ്ട കൃതികളും ആ സ്റ്റൂളിലിരുന്ന് ഞാൻ എത്രയോ ഇടവേളകൾ കൊണ്ടാണ് വായിച്ചുതീർത്തതെന്നോർക്കുമ്പോൾ, ആ ബുക്സ്റ്റാൾ മാനേജരോടുള്ള എന്റെ കടപ്പാടിനതിരില്ല. കുറേ മാസങ്ങൾ കഴിഞ്ഞൊരു ദിവസം ആ മനുഷ്യനെ കൈവിലങ്ങ് വച്ച് പൊലീസുകാർ റോഡിലൂടെ നടത്തിക്കൊണ്ടുപോകുന്ന കാഴ്ചയും കാണേണ്ടി വന്നു. പോകുന്നപോക്കിൽ എന്നെക്കണ്ട് അദ്ദേഹം ഒരു പുഞ്ചിരിയോടെ വിലങ്ങിട്ട കൈകൾ ഉയർത്തിക്കാട്ടി. അടുത്ത ദിവസത്തെ പത്രവാർത്ത വായിച്ചാണറിഞ്ഞത്, ആ മനുഷ്യൻ സാക്ഷാൽ എം. എൻ. ഗോവിന്ദൻനായരുടെ അനുജൻ എം. എൻ. രാമചന്ദ്രൻ നായരായിരുന്നു എന്ന്! സർ സി.പി.രാമസ്വാമിയുടെ പ്രത്യേക നിർദ്ദേശപ്രകാരമായിരുന്നത്രേ ആ ബുക്സ്റ്റാൾ പൂട്ടി മുദ്രവച്ചതും രാമചന്ദ്രൻ നായരെ അറസ്റ്റുചെയ്തതും. മനുഷ്യനെ വിലങ്ങുവെച്ചു തടവ

റയിലിടാം. പക്ഷേ, അവന്റെ വിപ്ലവചിന്തകളെ, സർഗ്ഗഭാവനകളെ തളച്ചിടാൻ പറ്റുമോ? ഏതു ബുദ്ധിമാനെയും സ്വേച്ഛാധികാരപ്രമത്തത അന്ധനും ഭ്രാന്തനുമാക്കുന്നു എന്നതിനുദാഹരണമായിരുന്നു സർ സി.പി. സ്വാതന്ത്ര്യസമരം അതിന്റെ മൂർദ്ധന്യത്തിലെത്തിയ നാളുകളിൽ സർ സി.പി. തീർത്തും അധികാരപ്രമത്തനായിരുന്നു. 1947 ആഗസ്റ്റ് 15 ന് ഇന്ത്യ സ്വതന്ത്രമായ മുഹൂർത്തത്തിൽ, തിരുവിതാംകൂർ ഇന്ത്യൻ യൂണിയനിൽ ചേരാതെ 'സ്വതന്ത്രദേശ'മായി സ്വയം പ്രഖ്യാപിക്കുകയായിരുന്നു. ഈ 'സ്വതന്ത്ര തിരുവിതാംകൂർ'വാദത്തെ തീർത്തും നിഷേധിച്ചുകൊണ്ടും "ഇന്ത്യ ഒന്നാണെ"ന്നു പ്രഖ്യാപിച്ചുകൊണ്ടുമുള്ള സമരത്തിൽ യൂണിവേഴ്സിറ്റി കോളേജ് വിദ്യാർത്ഥികൾ ധീരമായി പങ്കെടുത്തത് ആ കാലഘട്ടത്തിൽ അവിടെ വിദ്യാർത്ഥിയായിരുന്ന ഏതൊരാൾക്കും ഉൾപ്പുളകത്തോടുകൂടിയല്ലാതെ ഓർക്കുക വയ്യ! ഇന്ത്യയിലെ തന്നെ പല വിശിഷ്ട വ്യക്തികളെയും തനിക്കനുകൂലമായി പ്രസംഗിപ്പിക്കാൻ സി.പി. തിരുവനന്തപുരത്തേക്കു ക്ഷണിച്ചുകൊണ്ടുവന്നു. നെഹ്റു കുടുംബത്തിലെ ശ്രീമതി കൃഷ്ണാഹതീസിങ് മുതൽ സ്വദേശാഭിമാനിയുടെ ജാമാതാവ് ബാരിസ്റ്റർ എ.കെ.പിള്ള വരെ ഇവിടെവന്ന് അതികഠിനമായ എതിർപ്പിനെ അഭിമുഖീകരിക്കേണ്ടിവന്നു. എ.കെ.പിള്ളയുടെ പ്രസംഗവേദി വി.ജെ.ടി ഹാളായിരുന്നു. അവിടെ സദസ്സിൽ ഏറെയും യൂണിവേഴ്സിറ്റി കോളേജ് വിദ്യാർത്ഥികൾ. എ.കെ.പിള്ള പ്രസംഗിച്ചുതുടങ്ങിയപ്പോൾ മുതൽ മലയാറ്റൂർ രാമകൃഷ്ണന്റെയും മറ്റും നേതൃത്വത്തിൽ ചോദ്യശരങ്ങൾ പാഞ്ഞുതുടങ്ങി. വിദ്യാർത്ഥികൾ ആർത്തുവിളിച്ച് അതിനെ പ്രോത്സാഹിപ്പിച്ചുകൊണ്ടിരുന്നു. പൊടുന്നനെ സാധാരണവേഷം ധരിച്ചുനിന്ന കുറെപ്പേർ പിന്നാലെ നിന്ന് വിദ്യാർത്ഥികളെ പിൻകഴുത്തിൽ പിടിച്ചു മുന്നോട്ടുന്തി ടൗൺ ഹാളിനു പുറത്തേക്കു തള്ളിക്കൊണ്ടിരുന്നു. 'അഞ്ചു രൂപാപ്പോലീസ്' എന്നറിയപ്പെട്ടിരുന്ന, സി.പി ആയിടയ്ക്ക് നിയോഗിച്ച റൗഡിസംഘം തന്നെയായിരുന്നു അവർ. കാലത്ത് കന്റോൺമെന്റ് പൊലീസ്സ്റ്റേഷനിൽ ചെന്ന് പേരെഴുതിക്കൊടുത്ത് 'എൻറോൾ' ചെയ്ത് അന്നത്തെ സമരയോഗങ്ങളും പ്രകടനങ്ങളും കലക്കാനുള്ള നിർദ്ദേശങ്ങളുമേറ്റുവാങ്ങി രാത്രിവരെ അതനുസരിച്ച് 'വേണ്ടതൊക്കെ' ചെയ്തിട്ട് സ്റ്റേഷനിൽ തിരിച്ചെത്തി അന്നത്തെ കൂലിയായി അഞ്ചുരൂപയും കൈപ്പറ്റിപ്പോവുക-അതായിരുന്നു അവരുടെ 'സേവനം.' അക്കൂട്ടത്തിലൊരുവന്റെ കൈക്കരുത്തേറ്റ എന്റെ പിടലിയുടെ വേദന ഏറെനാൾ കൊണ്ടു നടന്നു. പുറത്താക്കപ്പെട്ട വിദ്യാർത്ഥികൾ പിരിഞ്ഞുപോയില്ല. അവർ

*ഒ.എൻ.വി*

ടൗൺ ഹാളിനു മുന്നിൽ ഇന്ന് പട്ടം താണുപിള്ളയുടെ പ്രതിമ നില്ക്കുന്നിടത്ത് ഒരു ബദൽയോഗം കൂടി. തൽക്ഷണം കോളേജിന്റെ കിഴക്കേ കെട്ടിടത്തിലെ ഒരു ബഞ്ച് അവിടെയാരോ കൊണ്ടിട്ടു. അതിന്റെ പുറത്തുകയറിനിന്ന് വിദ്യാർത്ഥിനേതാവായ എൻ.ഡി.ജോസ് പറഞ്ഞ ചില വാക്യങ്ങളിന്നുമെന്റെ കാതിൽ മുഴങ്ങുന്നു:

"We are ousted from this town hall today. But I tell you comrades! not only this town hall, but this government will be ours within a few days!...''

'അഞ്ചുരൂപാപ്പോലീസ്' തോറ്റു തുല്ലിട്ടപ്പോൾ കാക്കിയണിഞ്ഞ പോലീസ് വന്ന് ലാത്തിവീശി; യോഗം ചിതറിപ്പോയി. സർ.സി.പി. വെട്ടേറ്റ് മദിരാശിയിലേക്ക് വിമാനം കയറിയ നാളിലും, തിരുവിതാംകൂർ ഔദ്യോഗികമായി ഇന്ത്യൻ യൂണിയനിൽ ചേർന്ന നാളിലും മറ്റും തന്റെ മക്കൾ നടത്തിയ ആഘോഷപ്രകടനങ്ങളുടെ ഓർമ്മയിൽ ഇന്ന് ആ കലാലയമുത്തശ്ശി മൂകതയിൽ സൂക്ഷിക്കുന്ന വികാരങ്ങളെന്തൊക്കെയാവാം!...

ഇന്റർമീഡിയറ്റ് രണ്ടാംവർഷം തൈക്കാട് സി.വി.സ്മാരക വായനശാലയ്ക്കടുത്തൊരു ഹോസ്റ്റലിലായിരുന്നു ഞാൻ താമസിച്ചിരുന്നത്. അതിന്റെ ഉടമസ്ഥൻ, എന്റെ നാട്ടുകാരനും, 'ബ്ലാക് സ്റ്റോൺ' ടയർകമ്പനിയുടമയും സഹൃദയനും ആയ രാഘവൻപിള്ളശാസ്ത്രി ആയിരുന്നു. ചെറിയതോതിലുള്ള 'പ്രബോധിനി' പ്രസാധനശാല വഴി വലിയ ചില എഴുത്തുകാരുടെ ഉത്തമസുഹൃത്തുമായിരുന്നു അദ്ദേഹം. ഹോസ്റ്റലിൽ കാരൂർ, പി.കുഞ്ഞിരാമൻ നായർ, ആനന്ദക്കുട്ടൻ, ഓംചേരി, മലയാറ്റൂർ തുടങ്ങിയവർ വരുമായിരുന്നു. ശാസ്ത്രിച്ചേട്ടന്റെ നിർദ്ദോഷമായ അതിഥിസൽക്കാരങ്ങളൊക്കെ അവിടെവച്ചായിരുന്നു. സി.പി. രാമകൃഷ്ണപിള്ളയ്ക്കും എനിക്കും അവിടെ ഓരോ ചെറിയ മുറിയുമുണ്ടായിരുന്നു. അതിനിടയ്ക്കൊരു നീണ്ട മുറി. അവിടെ, പില്ക്കാലത്ത് മോസ്കോയിലെ 'പ്രോഗ്രസ് പബ്ലിക്കേഷൻസി'ലെ മുഖ്യ മലയാളം പരിഭാഷകനായിരുന്ന ഗോപാലകൃഷ്ണൻ ഒറ്റയ്ക്ക് താമസിച്ചിരുന്നു. കമ്യൂണിസ്റ്റ് പാർട്ടിയുമായി നേരിട്ടു ബന്ധമുണ്ടായിരുന്ന വിദ്യാർത്ഥി - നല്ലവാക്കും പെരുമാറ്റവും കൊണ്ടെല്ലാവരും വളരെ ഇഷ്ടപ്പെട്ടിരുന്ന യുവാവ്. ഗോപാലകൃഷ്ണൻ പുറത്തുപോകുമ്പോൾ മുറി പൂട്ടാറില്ലെന്നകാര്യം സി.പി.യുടെയും എന്റെയും ശ്രദ്ധയിൽപ്പെട്ടു. ആരോ അകത്തുനിന്നു പൂട്ടുന്നുമുണ്ട്. ഗോപാലകൃഷ്ണനോട് ചോദിക്കുന്നത് ഭംഗിയാവില്ലെന്ന് തോന്നി.

## പോക്കുവെയിൽ മണ്ണിലെഴുതിയത്

ഒരുദിവസം വൈകിട്ട് തലവഴി മുണ്ടിട്ട് ഒരാൾ ധൃതിയിലിറങ്ങിപ്പോകുന്നതു കണ്ടു. തിരിഞ്ഞുനോക്കാതെ നടക്കുന്ന ആ മനുഷ്യനെ പിന്തുടരാൻ വലിയ വിഷമമുണ്ടായില്ല. അദ്ദേഹം ശാസ്താംകോവിലിലേക്ക് തിരിയുന്ന മൂലയ്ക്കുള്ള ഒരു ചെറിയ ചായക്കടയിലേക്കാണ് കയറിയത്. കണ്ണാടിക്കൂട്ടിലെ അന്തേവാസികളായ പഴയ പരിപ്പുവടയും പഴംപൊരിയും ഉണ്ണിയപ്പവും ആർത്തിയോടെ ഭക്ഷിച്ചുകൊണ്ടിരുന്ന ആ മനുഷ്യൻ കെ. വി. സുരേന്ദ്രനാഥ് എന്ന കമ്യൂണിസ്റ്റ് നേതാവാണെന്ന് മനസ്സിലായി - ഒളിവിൽ കഴിയുകയാണെന്നു വ്യക്തം! ഈ “നൂലാപ്പീസ് ഉണ്ണിയപ്പവും” മറ്റും കഴിച്ച് എത്രയോ നാളായി തൊട്ടടുത്ത മുറിയിൽ ഈ മനുഷ്യൻ പകലും രാവുമിങ്ങനെ കഴിയുന്നു എന്നത് ഞങ്ങളെ അസ്വസ്ഥരാക്കി. സി.പിയും ഞാനും ചേർന്ന് ഒരു തീരുമാനമെടുത്തു. ഹോസ്റ്റൽ അടുക്കളയിലെ ‘കാരണവർ’ എന്നു വിളിക്കാറുള്ള പാചകക്കാരനെ വിളിച്ച് എന്റെയോ സി.പിയുടെയോ മുറിയിൽ ഒരു ‘പകർച്ചയൂണ്’ എന്നും കൊണ്ടുവയ്ക്കണം എന്ന് ഏർപ്പാടാക്കി. പണം ഞങ്ങൾ നല്കിക്കൊള്ളാം എന്നും പറഞ്ഞു. ഗോപാലകൃഷ്ണനത് സ്വന്തം മുറിയിലേക്ക് ആരും കാണാതെ കൊണ്ടുപോകണം. തൊട്ടടുത്ത മുറിയിൽ ഒരു മനുഷ്യൻ പട്ടിണികിടക്കുന്നതിന് മൂകസാക്ഷികളാവാൻ ഞങ്ങൾക്ക് വയ്യ! തന്റെ പാർട്ടി ഏല്പിച്ച ജോലിയുടെ ‘രഹസ്യാത്മകതയ്ക്ക്’ ഭംഗം വരുമോ എന്ന ഭയത്തോടെതന്നെ ഗോപാലകൃഷ്ണന് ഞങ്ങളുടെ നിർദ്ദേശം അംഗീകരിക്കേണ്ടിവന്നു. അവരുടെ പ്രസ്ഥാനത്തോട് വല്ലാത്തൊരനുഭാവം തോന്നാൻ ആ സംഭവം കാരണമായി.

യൂണിവേഴ്സിറ്റി കോളേജിന്റെ തെക്കെയറ്റത്ത് ഒരു നീണ്ട ഷെഡ്ഡുണ്ടായിരുന്നു - അവിടെ ക്ലാസ്മുറികൾ കൂടാതെ ‘ഒരു കോ-ഓപ്പറേറ്റീവ് സ്റ്റോർ’ ഉണ്ടായിരുന്നു. വിദ്യാർത്ഥികൾ ‘കൗഷെഡ്ഡ്’ എന്നുവിളിച്ചുപോന്നിരുന്ന ആ നീണ്ടകെട്ടിടത്തിലെ സ്റ്റോറിൽ പാഠപുസ്തകങ്ങളെക്കൂടാതെ വേറെയും ചില പുസ്തകങ്ങൾ വില്പനയ്ക്ക് വച്ചിരുന്നു. വിഖ്യാതങ്ങളായ ആ ഗ്രന്ഥങ്ങളുടെ പുറംചട്ടനോക്കി നില്ക്കുന്നതു തന്നെ ഒരാനന്ദമായിരുന്നു. “പൂ പറിക്കരുത്” എന്ന ബോർഡുള്ള പബ്ലിക് ഗാർഡൻസിലെ അപൂർവ്വപുഷ്പങ്ങൾ നോക്കി നില്ക്കുന്നതുപോലെ! അങ്ങനെയൊരു ദിവസം സ്റ്റോറിലെ പുസ്തകഷെൽഫിൽ നോക്കി നില്ക്കെ, മുന്നിലതാ, ഇന്ത്യയ്ക്ക് ഒരേയൊരു സാഹിത്യ നോബൽ സമ്മാനം നേടിത്തന്ന *ഗീതാഞ്ജലി!* കാഴ്ചയിൽ അനാർഭാടമായ പുറംചട്ടയോടുകൂടിയ ചെറിയൊരു പുസ്തകം! വില വെറും രണ്ടുറുപ്പിക!

## പോക്കുവെയിൽ മണ്ണിലെഴുതിയത്

പാളയത്തെ ഒരു ഹോട്ടലിൽ വിദ്യാർത്ഥികൾക്കുള്ള സൗജന്യനിരക്കിൽ നാലഞ്ചു ദിവസത്തേക്ക് ഉച്ചഭക്ഷണം കഴിക്കാനുള്ള ചില്വാനം പോക്കറ്റിലുണ്ട്. രണ്ടുറുപ്പിക അതിൽനിന്നെടുത്തു കൊടുത്ത് 'ഗീതാഞ്ജലി'യുടെ ഒരു പ്രതി സ്വന്തമാക്കി മുത്തശ്ശിമാവിന്റെ തണലിലേക്ക് ഒറ്റ നടത്തം!- ഓരോ പുറവും മറിച്ചുമറിച്ചുനോക്കി ഒടുവിൽ "എവിടെ മനസ്സു നിർഭയവും ശിരസ്സ് ഉത്തുംഗവുമായിരിക്കുന്നുവോ..." എന്നാരംഭിക്കുന്ന ഗീതത്തിൽ കണ്ണുടക്കിനിന്നു. പരിസരം മറന്ന് അല്പമുറക്കെയായിപ്പോയി വായന. ടൗൺ ഹോട്ടലിൽ ഒന്നിച്ചുപോകാറുള്ള നാട്ടുകാരനായ ചങ്ങാതി അക്ഷമയോടെ അടുത്തു നില്ക്കുകയാണ്- അയാളോട് "ഇന്ന് ഞാനില്ല" എന്നുമാത്രം പറഞ്ഞ് ഞാനാ ഗീതത്തിന്റെ രണ്ടാമത്തെയോ മൂന്നാമത്തെയോ വായനയിൽ മുഴുകി. അന്ന് ഇന്റർമീഡിയറ്റിന് പഠിക്കാനുണ്ടായിരുന്ന ടാഗോറിന്റെ ഒരു ലഘുജീവചരിത്രം എന്റെ ബോധതലത്തിൽ അത്ര ആഴത്തിലുള്ള മുദ്ര പതിപ്പിച്ചിരുന്നില്ല; കുറേ വസ്തുതകൾ പറഞ്ഞുതന്നു എന്നുമാത്രം. അല്ലെങ്കിലും ഉപ്പോളം വരുമോ ഉപ്പിലിട്ടത്?

ടാഗോറിന്റെ വലിയൊരാരാധകൻ കൂടിയായിരുന്ന മഹാകവി ജി. ശങ്കരക്കുറുപ്പിനെക്കൊണ്ടാണ് ആ വർഷത്തെ മലയാള സമാജത്തിന്റെ ഉദ്ഘാടനം നിർവ്വഹിപ്പിച്ചത്. അദ്ദേഹത്തെ ആദ്യമായി കാണുന്നത് അന്നായിരുന്നു. സാധാരണ ഉദ്ഘാടനങ്ങൾ നടത്താറുള്ളത് കോളേജ് ഹാളിൽ വച്ചാണ്. എന്നാൽ, പുറമേനിന്നുകൂടി ശ്രോതാക്കളെത്തുമെന്ന് പ്രതീക്ഷിച്ചുകൊണ്ട് കോളേജിന്റെ മുൻവശത്തെ തുറന്ന സ്ഥലത്തുവച്ചാക്കി; ചെറിയൊരു പ്ലാറ്റുഫോമും തയ്യാറാക്കി. ജി.യെ പ്ലാറ്റ്ഫോമിലേക്ക് ആദരപൂർവ്വം ആനയിച്ചത് പ്രിൻസിപ്പലും അസോസിയേഷന്റെ ഭാരവാഹികളും പൂത്താലമേന്തിയ വിദ്യാർത്ഥിനികളും ചേർന്നായിരുന്നു. തുടക്കത്തിൽ പ്രാർത്ഥനയുടെ സ്ഥാനത്ത് ദേശാഭിമാനഭരിതമായ ഒരു ഗാനമാണ് പാടിയത്- കറുത്തുമെലിഞ്ഞ തൂവെള്ള വസ്ത്രം ധരിച്ച ഒരു വിദ്യാർത്ഥി ഒരു സഭാകമ്പവും കൂടാതെ മൈക്കിനുമുന്നിൽ നിന്ന് മധുരമധുരമായി പാടി: "ജയതി ജയതി ഭാരതമാതാ...!" ജി.എൻ.ബി. പാടി പ്രശസ്തമാക്കിത്തീർത്ത ആ ഗാനം സൂക്ഷ്മശ്രദ്ധയോടെ പാടി കയ്യടി നേടിയ ആ പയ്യനാണ്, പില്ക്കാലത്ത് മലയാളത്തിന്റെ അഭിമാനമായി മാറിയ സംഗീത സംവിധായകൻ ജി.ദേവരാജൻ!- ജിയുടെ പ്രസംഗമാരംഭിച്ചതുതന്നെ ജി.ദേവരാജന്റെ ഗാനാലാപനത്തെ പ്രശംസിച്ചുകൊണ്ടായിരുന്നു. ഒരർത്ഥത്തിൽ ജനമനസ്സിലൂടെയുള്ള ദേവരാജന്റെ ജൈത്ര

## പോക്കുവെയിൽ മണ്ണിലെഴുതിയത്

യാത്രയാരംഭിച്ചതുതന്നെ ഈ കലാലയമുത്തശ്ശിയുടെ തിരുമുറ്റത്തുവ ച്ചായിരുന്നു!

സ്വാതന്ത്ര്യലബ്ധിയുടെ ഹർഷലഹരിക്കിടയിലും ഏവരെയും ദുഃഖത്തിലാഴ്ത്തിയ ആ ദുരന്തവുമുണ്ടായി- ഒരു വൈകുന്നേരം ഹോസ്റ്റ ലിലെത്തി ചായകുടിക്കാനിരിക്കുമ്പോഴാണ് 'കാരണോർ' എന്ന വാല്യ ക്കാരൻ കരഞ്ഞുവിളിച്ചുകൊണ്ട് വന്നുപറഞ്ഞത് "മഹാത്മാഗാന്ധിയെ വെടിവെച്ചുകൊന്നു സാറന്മാരേ കുറച്ചുമുമ്പേ-" കുടിച്ചുകൊണ്ടിരുന്ന ചായ മേശപ്പുറത്തുവെച്ചെല്ലാവരും എഴുന്നേറ്റ് ഹോസ്റ്റലിനു പുറത്തേ ക്കിറങ്ങി. നഗരത്തിലെ തോട്ടിപ്പണിക്കാർ പാർക്കുന്ന ഭങ്കി കോളനിയിൽ കറുത്തകൊടികൾ കണ്ടു. എന്തുചെയ്യണമെന്നറിയാതെ ആളുകൾ 'റസി ഡൻസി മൈതാന'മെന്നറിയപ്പെടുന്ന സ്ഥലത്തേക്ക് നീങ്ങുന്നു; കൂട്ട ത്തിൽ ഞങ്ങളും. ചിലർ കറുത്ത ബാഡ്ജുകൾ വിതരണം ചെയ്യുന്നു. അതിനിടെ തമ്പാനൂരേക്കുള്ള വഴിയരുകിൽ ഒരു വലിയ അഡ്വക്കേറ്റിന്റെ കൂറ്റൻ ഗേറ്റ് പാതി തുറന്നുവെച്ച് രണ്ടു യുവാക്കൾ വഴിപോക്കർക്ക് ലഡ്ഡു വിതരണം ചെയ്യുന്നു. സമ്പന്നമായ ആ ബ്രാഹ്മണകുടുംബത്തിൽ വല്ല വിശേഷവുമുണ്ടാവാം. അതിന്റെ പേരിലാവാം ഈ മധുരം വിതരണം ചെയ്യുന്നതെന്നേ ആദ്യം കരുതിയുള്ളൂ. "അരുത്! ഗാന്ധിജിയെ ആരോ വെടിവച്ചു കൊന്നു... അറിഞ്ഞില്ലേ?" അപ്പോൾ വിതരണക്കാരിലൊരാൾ പറഞ്ഞു: "അതിന്റെ പേരിലാണിത്." പറഞ്ഞുതീരുംമുമ്പ് ഞങ്ങളുടെ കൂട്ടത്തിലെ ഒരു വിദ്യാർത്ഥിയുടെ കൈ അവന്റെ കരണത്തു പതിഞ്ഞു. "കയറിപ്പോടാ അകത്തെ"ന്നൊരാജ്ഞയും! അവർ ഗേറ്റടച്ച് പിൻവാങ്ങി. അന്നുമുതൽ ആ അഡ്വക്കേറ്റ് നേതൃത്വം നല്കിയിരുന്ന സംഘത്തിന്റെ നേർക്കുള്ള വെറുപ്പ്, ഒരു അമ്ലമഴയിൽ നിന്നു തെറിച്ചുവീണ തുള്ളിയാ യിന്നും എന്നിൽ അവശേഷിക്കുന്നു. അന്ന് കരണത്തടിച്ച ആ വിദ്യാർത്ഥി പിന്നീട് കരുനാഗപ്പള്ളിയിൽ നിന്ന് കമ്യൂണിസ്റ്റ് സ്ഥാനാർത്ഥിയായി തിരു -കൊച്ചി അസംബ്ലിയിലെത്തുകയുണ്ടായി-'ക്രിയാകേവലമുത്തരം' എന്നു വിശ്വസിച്ചിരുന്ന ജി.കാർത്തികേയൻ!

ഗാന്ധിജിയുടെ ചിതാഭസ്മം തിരുവനന്തപുരത്ത് കൊണ്ടുവന്ന് വി ജെ ടി ഹാളിൽ ഒരു രാത്രി മുഴുവൻ ദർശനത്തിനു വച്ചിരുന്നു. ആയിരം രാപ്പാടികളൊന്നിച്ചു കേഴുംപോലെ ടൗൺ ഹാളിൽനിന്ന് വെളുക്കുവോളം രാംധുനും വിവിധഭാഷകളിലെ ഭജനഗാനങ്ങളും വള്ളത്തോളിന്റെയും മറ്റും കവിതകളും വിവിധ ഗായകസംഘങ്ങൾ പാടിക്കൊണ്ടിരുന്നു.

പരീക്ഷ കഴിഞ്ഞു; കോളേജടച്ചു; ഹോസ്റ്റൽ അടുത്തദിവസം പൂട്ടും.

"പാന്ഥർ പെരുവഴിയമ്പലം തന്നിലേ/താന്തരായ് കൂടി വിയോഗം വരി"ക്കുന്ന ദിവസമായി. അന്ന് കേരളാഹോമിൽനിന്ന് ഒരു കൊച്ചുപെട്ടിയും തൂക്കി തമ്പാനൂരേക്ക് നടക്കുംവഴി, മുതിർന്ന സഹപാഠിയായിരുന്ന ആനന്ദക്കുട്ടൻ സാർ മാത്രം വിമൻസ് കോളേജ് ജങ്ഷൻ വരെ വന്നതും "അനിവാര്യമായ വേർപിരിയലിന്റെ നിമിഷം" എന്ന് എന്റെ കൈകൾ കൂട്ടിപ്പിടിച്ച് നിന്നതും ഓർക്കുന്നു. "ഇനിക്കാണും വരെ" എന്നു പറഞ്ഞ് ഞാൻ നടന്നകന്നു.

## 5 കെ.എ.അബ്ബാസ്* കാട്ടിയ പച്ചക്കൊടി

അഖിലകേരള പുരോഗമന സാഹിത്യസ
മ്മേളനം 1949 ഏപ്രിലിൽ കൊല്ലത്തു വച്ചായി
രുന്നു. അന്തരിച്ച ചങ്ങമ്പുഴയുടെ പേരിലും പുളി
മാനയുടെ പേരിലും യഥാക്രമം കവിതയ്ക്കും
ചെറുകഥയ്ക്കും മത്സരം നടത്തി ഓരോ സ്വർണ്ണ
മെഡൽ നല്കാൻ പുരോഗമന സാഹിത്യ സമിതി
തീരുമാനിച്ച വിവരം പത്രങ്ങളിൽ വായിക്കാനിട
യായി. ഏതു കവിക്കും പങ്കെടുക്കാം. കേരള
ത്തിലെ പേരെടുത്ത കവികൾക്കൊപ്പം മത്സര
ത്തിൽ പങ്കെടുത്തു ജയിക്കാമെന്ന വ്യാമോഹ
മൊന്നും ഉണ്ടായിരുന്നില്ല. എങ്കിലും പതിവു
പോലെ ആരുമറിയാതെ ഒരു കവിതയെഴുതി
തപാൽപ്പെട്ടിയിലിട്ടു. ഏതാനും ആഴ്ചകൾ
കഴിഞ്ഞ് ഒരു ദിവസം എന്റെ സഹോദരീഭർ
ത്താവ് അത്യധികം ആഹ്ലാദത്തോടെ അമ്മയോടു
പറയുന്നതുകേട്ടു; "നമ്മുടെ അപ്പുവിന് കവിതാ
മത്സരത്തിൽ മെഡൽകിട്ടി!" പത്രം വായിക്കാൻ
കിട്ടുന്നതു പാലക്കടവിലെ അബ്ദുറസാഖിന്റെ

---

\* കെ എ അബ്ബാസ് – ഡാ. കൊട്നിസ് കീ അമർക
ഹാനി, സാഥ് ഹിന്ദുസ്ഥാനി, ധർത്തി കേ ലാൽ തുട
ങ്ങിയ സിനിമകളുടെ സംവിധായകൻ, പ്രശസ്ത
നോവലിസ്റ്റും ജേർണലിസ്റ്റും.

പീടികയിലാണ്. ഞാനവിടേക്ക് പാഞ്ഞുചെന്നപ്പോൾത്തന്നെ സ്കൂളിലെ മുതിർന്ന സഹപാഠികൂടിയായ അബ്ദുറസാഖ് പത്രമെടുത്ത് എന്നെക്കാണിച്ചു. ഒപ്പം റസാഖിന്റെ വക ഒരുകപ്പു ചായയും! സ്നേഹസാന്ദ്രമായ ഒരംഗീകാരത്തിന്റെ മധുരം ആ ചായയ്ക്കുണ്ടായിരുന്നു.

മദ്ധ്യവേനലവധി തീർന്നില്ല. അതിനിടയ്ക്കായിരുന്നു പു.സാ.സമ്മേളനം. അതുവരെ കത്തുമൂലം മാത്രം ബന്ധം പുലർത്തിയിരുന്ന വയലാർ രാമവർമ്മയും അന്ന് *മംഗളോദയം* മാസികയിൽ നല്ല സാഹിത്യലേഖനങ്ങൾ എഴുതിയിരുന്ന കെ.സുരേന്ദ്രനും കൊല്ലം റെയിൽവേസ്റ്റേഷനെതിർവശത്തെ 'ആനന്ദഭവൻ' ഹോട്ടലിൽ എന്നെയും കാത്തിരിക്കുകയായിരുന്നു. ഞങ്ങളൊന്നിച്ച് യോഗസ്ഥലമായ 'ബേബിടാക്കീസ്' എന്ന 'തകരക്കൊട്ടക'യിലേക്ക് നർമ്മസല്ലാപലോലരായങ്ങനെ നടന്നുപോയി. അതിന്റെ പൂമുഖത്ത് കൂടിനിന്നിരുന്ന തകഴി, ദേവ്, പൊൻകുന്നം വർക്കി (പുരോഗമന സാഹിത്യ സമിതി സെക്രട്ടറി), നാഗവള്ളി, ആനന്ദക്കുട്ടൻ, പി.ഭാസ്കരൻ എന്നിവരുടെ മുന്നിലേക്ക് ലജ്ജാലുവായ ഈ പയ്യൻകവി കടന്നുചെന്നപ്പോൾ, രണ്ടു മഹാരഥന്മാരവിടെ വന്നുചേർന്നു. സാക്ഷാൽ പ്രൊഫ: ജോസഫ് മുണ്ടശ്ശേരിയും പ്രൊഫ: എം.പി. പോളും. എഴുന്നള്ളിച്ചു നിർത്തിയ രണ്ടു ഗജേന്ദ്രന്മാരെ നോക്കിനില്ക്കുന്ന ഒരാട്ടിൻകുട്ടിയെപ്പോലെ ഞാനവിടെ നിന്നു. വർക്കിസാറിന്റെ പരുക്കൻ ശബ്ദത്തിൽ എന്നെ അവർക്ക് പരിചയപ്പെടുത്തി: "ഈ വർഷത്തെ ചങ്ങമ്പുഴ മെഡൽ ഇയാൾക്കാണ്!" അവർ എന്നെ കൗതുകത്തോടെ നോക്കിനിന്നു.

പുരോഗമനസാഹിത്യപ്രസ്ഥാനം രണ്ടായി പിളർന്നത് അവിടെവച്ചായിരുന്നു. സി. അച്യുതക്കുറുപ്പ്, ചെറുകാട്, കെ.പി.ജി. നമ്പൂതിരി തുടങ്ങി മലബാർ ഭാഗത്തുനിന്നെത്തിയ ഏതാനും എഴുത്തുകാർ ഒരുതരം സെക്ടേറിയൻ നിലപാടിൽ ഉറച്ചുനിന്നു വഴക്കടിച്ചു. പാർട്ടി പിന്തുണയുണ്ടെന്ന അഹന്തയോടെ മുണ്ടശ്ശേരി മാസ്റ്ററെ 'രൂപഭദ്രൻ' എന്നും, തകഴിയെ 'തെണ്ടിവർഗ്ഗ'സാഹിത്യകാരനെന്നും, ദേവിനെ 'ഗട്ടർ ഇൻസ്പെക്ടർ' എന്നും മറ്റും അധിക്ഷേപിച്ചുകൊണ്ട് അവർ സംസാരിച്ചത് വയലാറിനും എനിക്കുമൊക്കെ വളരെ അരോചകമായിത്തോന്നി.

ഉച്ചതിരിഞ്ഞുള്ള പ്രതിനിധിസമ്മേളനത്തിൽ പങ്കെടുത്ത പലരും അപ്പോൾ അംഗത്വമെടുത്ത, എഴുത്തുകാരല്ലാത്ത ചിലരായിരുന്നു.അവർ 'ഒരാൾക്കൂട്ടം' തന്നെയായിരുന്നു. അവരിലൊരാൾ ഹാളിലേക്കു പ്രവേശിക്കുമ്പോൾ തകഴി ഉറക്കെ വിളിച്ചുപറഞ്ഞു, "ഇവൻ എഴുത്തുകാരനല്ല! ഇവൻ എന്റെ അനന്തരവനാണ്!" പില്ക്കാലത്ത് ദില്ലിയിൽ

ഡിഫൻസിൽ ഉയർന്ന ഉദ്യോഗത്തിൽ കഴിഞ്ഞ എൻ. കൃഷ്ണൻനായരായിരുന്നു അത്. വോട്ടെടുപ്പിൽ ഒരേയൊരു വോട്ടിന്റെ ഭൂരിപക്ഷം വർക്കിസാറിന്റെയും മറ്റും നേതൃത്വത്തെ പരാജയപ്പെടുത്തി. വയലാറിന്റെയും എന്റെയും മനസ്സ് കമ്യൂണിസ്റ്റ് പ്രസ്ഥാനത്തിനും, മുണ്ടശ്ശേരി തുടങ്ങിയ സാഹിത്യാചാര്യന്മാർക്കുമിടയിൽ ചാഞ്ചാടിത്തളരുകയായിരുന്നു. കമ്യൂണിസ്റ്റ് പ്രസ്ഥാനത്തോട് വയലാർ എന്ന സമരഭൂമിയുടെ സന്തതിയായ രാമവർമ്മയ്ക്ക് എങ്ങനെ ആഭിമുഖ്യം ഉണ്ടാകാതിരിക്കും? സമരമുഖരിതമായ ലോഹമണൽ ഫാക്ടറികളുടെ നാട്ടിൽനിന്നു വരുന്ന എന്റെയും സ്ഥിതി അതുതന്നെയായിരുന്നു. എന്നാൽ മുണ്ടശ്ശേരി മാസ്റ്ററെയും പോൾസാറിനെയും തകഴിയെയുമൊക്കെ എങ്ങനെ എതിർചേരിയിൽ കാണാനാകും? കേരളം മുഴുവൻ അലയടിച്ചുകൊണ്ടിരിക്കുന്ന "ഉയരും ഞാൻ, നാടാകെ പടരും ഞാൻ'' എന്ന വയലാറിന്റെ ഗർജ്ജനം പകർത്തിയ പി.ഭാസ്കരനെ എങ്ങനെ മനസ്സിൽ നിന്നു കുടിയിറക്കാൻ കഴിയും?

"അവിടത്തിൽ നാളെക്കുരുക്കുന്ന പുല്ലുകൾ
മലനാടിൻ രോമാഞ്ചമായിരിക്കും!"

എന്നും മറ്റുമുള്ള പി.ഭാസ്കരന്റെ ഈരടികൾ മനസ്സിൽ മുഴങ്ങിക്കൊണ്ടിരിക്കുന്ന കാലമായിരുന്നു അത്. എന്തായാലും അത് സംഭവിച്ചു!- പു.സാ. പ്രസ്ഥാനം രണ്ടായിപ്പിളർന്നു. എങ്കിലും വൈകുന്നേരത്തെ സമാപനസമ്മേളനം നേരത്തേ തീരുമാനിച്ചിരുന്നതുപോലെ നടന്നു. *കെ.എ. അബ്ബാസ് (ബോംബെയിൽ നിന്ന് പത്നീസമേതനായി അദ്ദേഹം നേരത്തേ എത്തിയിരുന്നു) അദ്ധ്യക്ഷനായിരുന്നു. വിഭജനം വരുത്തിവച്ച നാശനഷ്ടങ്ങളെപ്പറ്റിയും ഇന്ത്യൻ സാഹിത്യത്തിലും അതു വീഴ്ത്തിയ കരിനിഴലുകളെപ്പറ്റിയും കിഴക്കും പടിഞ്ഞാറും നിന്നുള്ള അഭയാർത്ഥി പ്രവാഹങ്ങളെപ്പറ്റിയും ഒക്കെ ലളിതമനോഹരമായ ആ പ്രസംഗം പ്രസ്ഥാനത്തിലുണ്ടായ പിളർപ്പിനുശേഷം കൈവന്ന ഒരു സാന്ത്വനൗഷധംപോലെ തോന്നി. യോഗത്തിനിടയ്ക്ക് വർക്കിസാർ എന്നെ അണിയറയിലേക്ക് മാറ്റിവിളിച്ച് പതുക്കെപ്പറഞ്ഞു: "അനിയാ, സ്വർണ്ണമെഡൽ എന്ന പേരിൽ ഒരു കവർ അബ്ബാസ് കയ്യിൽത്തരും. അതുവാങ്ങിച്ച് നന്ദി പറഞ്ഞുപോരണം. അബ്ബാസിനെയും പത്നിയേയും തിരിച്ച് ബോംബെയ്ക്ക് അയക്കാൻ കൂടി പണമില്ലാതെ വിഷമിച്ചിരിക്കയാണ്" - എനിക്ക് വിഷമം ഒന്നും തോന്നിയില്ല. ഏതാനും ഗ്രാം മാറ്റ് കുറഞ്ഞ സ്വർണ്ണത്തിന്റെ തൂക്കമല്ലല്ലോ കുട്ടിക്കാലത്തു കിട്ടുന്ന ഈ ബഹുമതിക്ക്!

അതങ്ങനെതന്നെ നടന്നു. “ചങ്ങമ്പുഴ മെഡലിനർഹമായ ‘അരിവാളും രാക്കുയിലും’ എന്ന കവിതയെഴുതിയ യുവകവി”-എന്ന് വർക്കിസാറെന്നെ സദസ്സിനും അബ്ബാസിനുമായി പരിചയപ്പെടുത്തി. അബ്ബാസ് എന്റെ ചുമലിൽത്തട്ടിപ്പറഞ്ഞു: "We are proud of you!'' സദസ്സു കയ്യടിച്ചു. എന്റെ കാവ്യലോകയാത്രയ്ക്ക്, ഏഴരപ്പതിറ്റാണ്ടുമുമ്പ് എന്റെ സ്വന്തം നഗരത്തിൽ വച്ച് പച്ചക്കൊടി കാട്ടിയ അബ്ബാസിന്റെ ശബ്ദം ഇന്നുമെന്നെ പ്രചോദിപ്പിക്കുന്നു.

വലിയ എഴുത്തുകാരുമായുള്ള ആ സംഗമത്തിന്റെ നല്ല ഓർമ്മകൾ അയവിറക്കിക്കൊണ്ടും അന്നത്തെ പിളർപ്പ് മനസ്സിലേല്പിച്ച മുറിവിൽ തടവിക്കൊണ്ടും വയലാറും ഞാനും പലരോടും യാത്ര പറഞ്ഞും പറയാതെയും കൊല്ലം ബോട്ടുജട്ടിയിലേക്ക് നടന്നു. ചവറയിലേക്ക് രണ്ടു ടിക്കറ്റുമെടുത്ത് ഞങ്ങളാ പഞ്ചാരമണലിലിരുന്നു. കായൽ വന്നവസാനിക്കുന്നിടത്തെ, മേൽക്കൂരയിൽ റോസ് നിറത്തിലുള്ള മണിപ്ലാന്റ് പടർന്നുകയറിയ ഒരു ചെറിയ ഷെഡ്ഡായിരുന്നു ജട്ടി മാനേജരുടെ ഓഫീസ്. അങ്ങനെയിരിക്കെ ചെറുകാടും കെ.പി.ജിയും അച്യുതക്കുറുപ്പും (ഇന്ദുചൂഡനുമുണ്ടായിരുന്നുവോ? ഓർമ്മയില്ല!) അവിടെയെത്തി. എറണാകുളത്തേക്കൊരു എക്സ്പ്രസ് ബോട്ടുണ്ട്. അതിൽപ്പോകാൻ ടിക്കറ്റെടുത്ത് ഞങ്ങൾക്കരികിൽ വന്നിരുന്നു. കെ.പി.ജി. താംബൂലപ്പൊതി അഴിച്ചുവെച്ചു. കുറേ ദിവസത്തേക്കുള്ള തുളസിവെറ്റിലയും അടയ്ക്കാ നുറുക്കിയതും പനിനീർച്ചുണ്ണാമ്പും വാസനപ്പുകയിലയുമൊക്കെയുള്ള ആ പൊതിയിൽ നിന്ന് വശ്യമായൊരു മണമുയർന്നു. അത്ര ചെറുപ്പത്തിലേ നല്ലൊരു താംബൂലപ്രിയനായിത്തീർന്നിരുന്ന വയലാർ, കെ.പി.ജി.ക്കും ചെറുകാടിനുമൊപ്പംകൂടി രസംപിടിച്ചു മുറുക്കിത്തുടങ്ങി. മുറുക്കാൻ താല്പര്യമില്ലാത്തതുകൊണ്ടും, അവരോടല്പം നീരസം തോന്നിയതുകൊണ്ടും ഞാൻ ഇലയിൽ വീണ തുള്ളിപോലെ അവർക്കിടയിൽ നിശ്ശബ്ദമിരുന്നു. അപ്പോഴാണ് ചെറുകാടു ചോദിച്ചത്: “നിങ്ങൾ ഈ കവിത കേട്ടിട്ടുണ്ടോ?

നാണിജനിച്ചൊരുനാട്ടിലിന്ന്
നാഴിയരി തികച്ചില്ലൊരാൾക്കും!
മാനുഷവർഗ്ഗമാ സോവിയറ്റിങ്കലോ
കാണില്ലൊരുത്തനെ പട്ടിണിയിൽ- അതാ
നാണിക്കാ നാടിനോടിത്ര സ്നേഹം!”

ആ ചൊല്ലുന്ന പ്രാക്തനരീതി ചിരിപ്പിക്കാൻ പോന്നതായിരുന്നു. പക്ഷേ, ഞാൻ ചിരിച്ചില്ല. "ആ ചങ്ങമ്പുഴയെപ്പോലെയും ഭാസ്കരനെപ്പോലെയും എഴുതി നശിക്കാതെ ഇതുപോലെഴുതണം" എന്നദ്ദേഹം ഉപദേശിക്കുക കൂടി ചെയ്യുന്നതുകേട്ട് രാമവർമ്മ അനുകൂലമായി തല യാട്ടി ഒരാരാധകനെപ്പോലെ അവരുടെ മുന്നിലഭിനയിച്ചു. (അന്ന് ചെറു കാടിന്റെ നാടകങ്ങൾ കാണാൻ കഴിഞ്ഞിരുന്നില്ല. ചില ഓട്ടൻതുള്ളലും മറ്റുമാണ് വായിച്ചിരുന്നത്. വിഖ്യാതമായ *ജീവിതപ്പാത* അന്ന് പുറത്തു വന്നിരുന്നില്ല. പിന്നീടൊരിക്കൽ വടകരവച്ച് *തറവാടിത്തം* നാടകം കണ്ട് കണ്ണുനിറഞ്ഞുപോയത് ഇന്നും ഞാനോർക്കുന്നു.) ഞങ്ങളുടെ പാസ ഞ്ചർ ബോട്ട് പുറപ്പെടാറായി എന്ന് മണിയടിച്ചറിയിച്ചപ്പോൾ ഞങ്ങൾ അവരോട് യാത്രപറഞ്ഞു. ബോട്ട് ജട്ടിയിൽനിന്നകന്നകന്നു പോയപ്പോൾ, ഞങ്ങളും അവരും തമ്മിൽ എഴുത്തുകാരെന്ന നിലയ്ക്കുള്ള അകലം വർദ്ധിക്കുകയായിരുന്നു. എങ്കിലും സ്വന്തം ഉത്തമബോദ്ധ്യങ്ങൾക്കനു സരിച്ച് നിസ്വവർഗ്ഗത്തിനുവേണ്ടി പാടുവാനുള്ള നിയുക്തതാബോധം ഞങ്ങളിലേറിവന്നതേയുള്ളൂ.

# 6 ചരിത്രമുറങ്ങുന്ന കൊല്ലംനഗരത്തിൽ

തിരുവനന്തപുരത്തുതന്നെ പഠിത്തം തുടരാ
നാണാഗ്രഹിച്ചത്. പക്ഷേ, വീട്ടിൽനിന്നത്രയ
കലെയല്ലാതെ പുതുതായി തുടങ്ങിയ ശ്രീനാരാ
യണ കോളേജിൽ ബിരുദ കോഴ്സ് ആ വർഷം
ആരംഭിക്കുന്നു എന്നറിഞ്ഞ്, അവിടെ ചേർന്നു പഠി
ക്കാൻ തീരുമാനിച്ചു. 'സാമ്പത്തികം' തന്നെയാ
യിരുന്നു മുഖ്യകാരണം. സ്വാതിതിരുനാളിന്റെ
കാലത്ത് തിരുവിതാംകൂറിന്റെ ഭരണസിരാകേന്ദ്രം
കൊല്ലത്തുനിന്ന് തിരുവനന്തപുരത്തേക്കു മാറ്റിയി
രുന്നു. മുമ്പവിടെ താമസിച്ചിരുന്ന ബ്രിട്ടീഷ് റസി
ഡന്റിന്റെ വസതിക്കു ചുറ്റുമുള്ള പ്രകൃതിമനോ
ഹരവും വിശാലവുമായ പ്രദേശം 'റസിഡൻസി
മൈതാന' മെന്നറിയപ്പെട്ടു. ബ്രിട്ടീഷ് മേൽക്കോ
യ്മയുടെ അടയാളമായി പീരങ്കി സ്ഥാപിച്ചിരുന്ന
വിജനമൈതാനം 'പീരങ്കിമൈതാന'മെന്നും! ഈ
പീരങ്കിമൈതാനത്തിന്റെ കിഴക്കുഭാഗത്താണ്
ശ്രീനാരായണ കോളേജ് ഉയർന്നുവന്നത്. എളിമ
യാർന്ന ഒറ്റനില ഷെഡ്ഡുകളിലാണ് ആരംഭം കുറി
ച്ചത്. അവിടത്തെ ആദ്യ ബി.എ.(ധനതത്ത്വ
ശാസ്ത്രം) ബാച്ചിൽ ഞാനും വിദ്യാർത്ഥിയായി
ചേർന്നു. അദ്ധ്യാപക നിയമനത്തിൽ യോഗ്യത
യല്ലാതെ ജാതിമതപരിഗണനകളൊന്നും

എസ്.എൻ.ഡി.പിയുടെ അന്നത്തെ സാരഥിയായ ആർ.ശങ്കറിനുണ്ടായിരുന്നില്ല. അതിപ്രഗത്ഭരായ അദ്ധ്യാപകരുടെ സാന്നിദ്ധ്യം കുട്ടികൾക്കൊരനുഗ്രഹം തന്നെയായി!

പുരോഗമന സാഹിത്യ സമ്മേളനത്തിൽ കവിതയ്ക്ക് സമ്മാനം കിട്ടിയ യുവകവിയെന്ന നിലയ്ക്ക് അറിയപ്പെടുന്ന ഒരു വിദ്യാർത്ഥിയായിരുന്നു ഞാനവിടെ. പഴയ വിദ്യാർത്ഥി കോൺഗ്രസിലെ കെ.എസ്.പി. വിഭാഗത്തിന്റെ സ്ഥാനാർത്ഥിയായി മത്സരിക്കാൻ സമ്മർദ്ദമേറിവന്നു, ഞാനങ്ങനെ സ്ഥാനാർത്ഥിയായി. സംഘടനാ നേതാക്കൾ പ്രചാരണം ഒരാഘോഷം തന്നെയാക്കി. പക്ഷേ, ഫലം വന്നപ്പോൾ മറ്റൊരു സംഘടനയ്ക്കാണവിടെ മഹാഭൂരിപക്ഷമെന്നു തെളിഞ്ഞു. അവരുടെ സ്ഥാനാർത്ഥിയായി മത്സരിച്ച ഒ.മാധവൻ എനിക്കെതിരേ ജയക്കൊടി പാറിച്ചു. അതൊരു പാഠം പഠിപ്പിച്ച തോല്‌വിയായിരുന്നു. കൊല്ലത്തെയും പരിസരത്തെയും കമ്യൂണിസ്റ്റ് തൊഴിലാളി പ്രസ്ഥാനത്തിൽപ്പെട്ട കുടുംബങ്ങളിൽ നിന്നും വരുന്ന കുട്ടികളുടെ സംഘടനയെയാണ് ഞാനെതിർത്തത്! കെ.എസ്.പി.വിഭാഗത്തോട് സൗഹൃദപൂർവ്വംതന്നെ വിടപറഞ്ഞ് ഫെഡറേഷനിൽ ചേർന്നവരിൽ ഞാനും കെ.ഗോവിന്ദപ്പിള്ള, കല്ലട ദയാനന്ദൻ, എൻ. വേലപ്പൻനായർ തുടങ്ങിയ പ്രധാന പ്രവർത്തകരേറെയും ഉണ്ടായിരുന്നു. ഫെഡറേഷൻ നേതൃത്വം അടുത്തവർഷം എന്നെത്തന്നെ സ്പീക്കർ സ്ഥാനാർത്ഥിയാക്കി. ആയിരത്തിൽപ്പരം വോട്ടിന്റെ ഭൂരിപക്ഷമുള്ള വിജയം ‘കൊയ്യുക’ തന്നെ ചെയ്തു.

കോളേജിലെ അന്തരീക്ഷം കലാപകലുഷിതമായിരുന്നു. ആർ.ശങ്കർ ഉദാരമതിയായിരുന്നെങ്കിലും, കോളേജിന്റെ ഭരണകാര്യാലയം വിദ്യാർത്ഥിനേതാക്കളോട് ശത്രുക്കളോടെന്നപോലെയാണ് പെരുമാറിയിരുന്നത്. കോളേജ് മാസികയ്ക്ക് ഫീസുപിരിച്ചിട്ട്, മാസിക തുടങ്ങാനനുവദിക്കാതിരിക്കുക, കോളേജിലെ അസംബ്ലിഹാൾ തന്നെ ചെറിയ ക്ലാസ്മുറികളാക്കി തട്ടികകൾകൊണ്ട് വേർതിരിക്കുക, വിശിഷ്ടാതിഥികളെ കൊണ്ടുവരുന്നതിന് അനുവാദം നിഷേധിക്കുക തുടങ്ങിയ പലതിനെയും ചെറുത്തുനില്ക്കേണ്ടിവന്ന കഥകൾ നിരവധി ഉണ്ട്. ഒരുദാഹരണം മാത്രം ഉദ്ധരിച്ച്, വിദ്യാർത്ഥികൾക്ക് അനുഭവിക്കേണ്ടിവന്ന പാരതന്ത്ര്യമെത്ര ‘ഭയാനക’മായിരുന്നു എന്നിവിടെ വ്യക്തമാക്കാം.

തിരുവനന്തപുരം നഗരത്തിൽ ഒരാഴ്ച നീണ്ടുനില്ക്കുന്ന ഒരു പ്രദർശനമഹോത്സവം കോർപ്പറേഷന്റെ നേതൃത്വത്തിൽ നടത്തുക പതിവായിരുന്നു. ഇന്ത്യയിലെ പ്രശസ്ത നാടകസംഘങ്ങൾ വന്ന് വിവിധ

ഭാഷകളിലെ നാടകങ്ങൾ അരങ്ങേറുക എന്നത് പ്രദർശനത്തിന്റെ ഏറ്റവും വലിയ ആകർഷണമായിരുന്നു. ആ വർഷം മഹാനായ കവിയും ഇന്ത്യൻ പാർലമെന്റ് അംഗവുമായ ഹരീന്ദ്രനാഥ ചതോപാദ്ധ്യായ രണ്ടു ഷേക്സ്പിയർ നാടകങ്ങളുമായി വരുന്നു എന്നു കേട്ടപ്പോൾ അദ്ദേ ഹത്തെ എസ്.എൻ കോളേജിൽ കൊണ്ടുവരാൻ കലശലായി മോഹി ച്ചുപോയി. പ്രദർശന ഭാരവാഹികളുടെ അനുവാദത്തോടെ ഹരീന്ദ്രൻ താമസിക്കുന്ന മസ്കറ്റ് ഹോട്ടലിൽ ചെന്ന് അദ്ദേഹത്തെ നേരിട്ടുതന്നെ ക്ഷണിച്ചു. അദ്ദേഹം ആദ്യമന്വേഷിച്ചത് അന്തരിച്ച ചങ്ങമ്പുഴയെപ്പറ്റിയാ യിരുന്നു. ചങ്ങമ്പുഴയുടെ 'കാവ്യനർത്തകി'യെപ്പറ്റി ആരോ പറഞ്ഞറി ഞ്ഞിരിക്കുന്നു. ഞാൻ കാവ്യനർത്തകി തന്നെ ചൊല്ലിക്കേൾപ്പിച്ചു. പ്രശ സ്തനർത്തകിയായ ചന്ദ്രലേഖയും ശിഷ്യപ്രമുഖനായ ദശ്രഥ് പട്ടേലും അദ്ദേഹത്തോടൊപ്പമുണ്ടായിരുന്നു. അവർ ഒന്നിച്ചിരുന്ന് കാവ്യനർത്തകി സശ്രദ്ധം കേൾക്കുകയും ചങ്ങമ്പുഴയെപ്പറ്റി പലതും ചോദിച്ചറിയുകയും ചെയ്തു. ഞാൻ 'മനസ്വിനി'യുടെ ആദ്യഭാഗംകൂടി ചൊല്ലിക്കേൾപ്പിച്ചു. വളരെ സന്തോഷത്തോടെയാണ് ഹരീന്ദ്രൻ കൊല്ലത്തു വരാമെന്ന് സമ്മ തിച്ചത്. പക്ഷേ, ഉച്ചയ്ക്ക് മുമ്പേ സമയമുള്ളൂ. വൈകിട്ട് ഇവിടെ നാടകം കളിക്കണമല്ലോ. അത് ഞാനും സമ്മതിച്ചു. കൊല്ലത്ത് എന്റെ സഹപാ ഠിയും ഫെഡറേഷന്റെ മുതിർന്ന നേതാവുമായ വെളിയം ഭാർഗ്ഗവനെ ഫോൺചെയ്ത് ഹരീന്ദ്രൻ സമ്മതിച്ചകാര്യവും സമയത്തിന്റെ കാര്യവു മൊക്കെ അറിയിച്ചു. എല്ലാവരും അതിയായ ഉത്സാഹത്തോടെ ഒരുക്ക ങ്ങളാരംഭിച്ചു. പ്രിൻസിപ്പൽ എ.രാമയ്യർ ടാഗോറിന്റെയും സരോജിനീ നായിഡുവിന്റെയും ഹരീന്ദ്രനാഥ് ചതോപാദ്ധ്യായയുടെയും ഒരു ആരാ ധകൻ കൂടിയായിരുന്നു. യോഗത്തിൽ താല്പര്യമുള്ള പൊതുജനത്തിനും പ്രവേശനം നല്കണമെന്ന അപേക്ഷ അദ്ദേഹം സ്വീകരിച്ചു.

അടുത്തദിവസം കാലത്ത് കൃത്യം പത്തുമണിക്ക് ഹരീന്ദ്രനെയും പരിവാരത്തെയും കൂട്ടി ഞാൻ എസ്.എൻ.കോളേജിന്റെ പടിക്കലെത്തി യപ്പോൾ പ്രിൻസിപ്പൽ ഗേറ്റിൽ നിന്നു കൈകാട്ടി കാർ നിർത്തിച്ചു. സ്വീക രിക്കാനാണെന്നു കരുതി. പക്ഷേ, പിന്നിൽ നിന്ന വിദ്യാർത്ഥികളുടെ ക്ഷോഭം പൂണ്ട മുഖങ്ങൾ കണ്ടപ്പോൾ എന്തോ പന്തികേടുണ്ടെന്നു മന സ്സിലായി. രാമയ്യർ നിസ്സഹായതയോടെ ഹരീന്ദ്രനോട് നേരിട്ടുപറഞ്ഞു: "ഞാനങ്ങയുടെ ആരാധകനാണ്. പക്ഷേ, യോഗം നടത്താൻ കുട്ടിക ളൊരു ഹാളിലെ സ്ക്രീനുകളെല്ലാമെടുത്ത് പുറത്തിട്ടതുകൊണ്ട് മാനേ ജ്മെന്റ് യോഗം നിരോധിച്ചിരിക്കുകയാണ്. പ്രിൻസിപ്പലെന്ന നിലയിൽ

# 44 പോക്കുവെയിൽ മണ്ണിലെഴുതിയത്

എനിക്ക് അങ്ങയെ ഉപചരിക്കാൻ കഴിയാത്തതിൽ ദുഖമുണ്ട്. പൊറുക്കണം." ആരുമൊന്നും പറഞ്ഞില്ല. ഞാൻ തൊട്ടുകിഴക്കുവശത്തെ 'നീലാ' ഹോട്ടലിലേക്ക് കാർ കൊണ്ടുപോകാൻ പറഞ്ഞു. അവിടെ ഒരു മുറിയിൽ അല്പം വിശ്രമിക്കാൻ സൗകര്യമൊരുക്കി. അസംബ്ലി ഹാളായിരുന്ന സ്ഥലമാണ് സ്ക്രീൻ മാറ്റി യോഗത്തിന് തയ്യാറാക്കിയത്. പരിപാടി കഴിഞ്ഞാൽ സ്ക്രീൻ ഞങ്ങൾതന്നെ സുരക്ഷിതമായി പുനഃസ്ഥാപിക്കുമെന്നും മറ്റുമുള്ള കാര്യങ്ങൾ പരിഗണിക്കാതെയാണ് ഈ നിരോധനാജ്ഞ പുറപ്പെടുവിച്ചിരിക്കുന്നതെന്നും വെളിയം ഭാർഗ്ഗവൻ ഹരീന്ദ്രനെ ധരിപ്പിച്ചു. ആഹ്ലാദാരവങ്ങളോടെ ഹരീന്ദ്രനെ ഹാളിലേക്കാനയിച്ചു. അന്നത്തെ ഹരീന്ദ്രന്റെ പ്രസംഗവും തുടർന്നു ചൊല്ലിയ 'തൈരു വില്പനക്കാരന്റെ പാട്ട്' എന്ന കവിതയും ദശ്രഥ് പട്ടേൽ തബല വായിച്ച് ചന്ദ്രലേഖ ചെയ്ത ലഘുനൃത്തവുമെല്ലാം അതിനു സാക്ഷികളായിരുന്നവർക്ക് മറക്കാനാവില്ല. പക്ഷേ, അവരിലെത്ര പേരിന്ന് ജീവിച്ചിരിപ്പുണ്ട്!?

ഹരീന്ദ്രനാഥ ചതോപാദ്ധ്യായ ഇന്ത്യൻ പാർലമെന്റിൽ എ.കെ.ജി.യുടെ നേതൃത്വത്തിലുള്ള പ്രതിപക്ഷത്തിലൊരംഗമായിരുന്നു. പഠനാർഹമായ ദാർശനിക കവിതകളും പാടിരസിക്കാനുള്ള നിമിഷകവിതകളും ഒരുപോലെ രചിച്ചിരുന്ന ആ കവിയുടെ പാർലമെന്റു പ്രസംഗങ്ങളിൽ പലതും പദ്യത്തിലായിരുന്നു. ആയിടയ്ക്ക് റെയിൽവേ ബഡ്ജറ്റിനെ വിമർശിച്ചുകൊണ്ടദ്ദേഹം ചെയ്ത പ്രസംഗത്തിലെ ഈ വരികൾ പത്രങ്ങളിൽ പ്രാധാന്യത്തോടെ ഉദ്ധരിക്കപ്പെട്ടിരുന്നു.

"The Railway fare is going higher,
The ministers are not aware,
They go by air!"

തൈരു വില്പനക്കാരൻ തലയിൽ തൈർക്കുടവുമേന്തി അടുത്തുള്ള പട്ടണങ്ങളിൽ പല വീടുകൾ കയറിയിറങ്ങി തിരിച്ച് നാട്ടിലെത്താൻ നാളുകൾ കഴിയും. അതിനിടയിൽ നാട്ടിൽനിന്നു വരുന്ന ചിലരെ വഴിയിൽ കണ്ടിട്ടാണ് വീട്ടുവർത്തമാനങ്ങളറിയുന്നത്. ഒരിക്കൽ ആരോ പറഞ്ഞു, അയാളുടെ ഭാര്യ തലേന്നാൾ പ്രസവിച്ചു എന്ന്. അതു കേട്ടതും നിഷ്കളങ്കമായ ഒരാഹ്ലാദവായ്പോടെ അയാൾ തൈരുകലത്തിൽ താളം പിടിച്ചു പാടുന്നു:

"I hope the child is mine!"

കണ്ണീരിന്റെ പുളിപ്പിൽ സന്തോഷത്തിന്റെ ഒരു നേർത്ത മധുരം പുരണ്ട ആ പാട്ട് കവിമുഖത്തുനിന്നുതന്നെ കേട്ടപ്പോൾ ആ തൈര് നുണഞ്ഞ രുചിയാണ് തോന്നിയത്.

March,March, March! March!
The sky is our triumphal arch!
We march towards the goal
of peace and joyful inspiration!

എന്ന പാട്ട് അവർ മൂവരും ചേർന്നു പാടിയാണ് പരിപാടി അവസാനിപ്പിച്ചത്.

എന്റെയും വെളിയം ഭാർഗ്ഗവന്റെയും caution money (പ്രവേശനസമയത്ത് ഓഫീസിലടയ്ക്കുന്നത്) പിഴയായി പിടിച്ചു വച്ചിരിക്കുന്നുവെന്നും ഹരീന്ദ്രനാഥ് ചതോപാദ്ധ്യായയെപ്പോലുള്ള അതിവിശിഷ്ട വ്യക്തികളെയൊന്നും ക്ഷണിക്കേണ്ടതില്ലെന്നും ഒരു നോട്ടീസ് ഓഫീസിൽ വിളിപ്പിച്ചു നേരിട്ടുതന്നു. അതായിരുന്നു ആ സംഭവത്തിന്റെ ശേഷപത്രം!

പലതരത്തിലും ആ കലാലയവർഷം അവിസ്മരണീയമായിരുന്നു. കോളേജിനടുത്ത് രാമകൃഷ്ണവിലാസം എന്നൊരു ലോഡ്ജും ഹോട്ടലും ഉണ്ടായിരുന്നു. സംഗീതപ്രിയരായ ചില വിദ്യാർത്ഥികളവിടെ താമസിച്ചിരുന്നു. അവരിൽ മുഖ്യൻ ചേപ്പാട് മാധവൻനായർ എന്ന സഹപാഠിയായിരുന്നു. കോളേജിലും പുറമേയുമുള്ള യോഗങ്ങൾ മാധവന്റെ മധുരശബ്ദംകൊണ്ട് മുഖരിതമാകും. പരവൂർനിന്ന് ഇടയ്ക്കിടെ ദേവരാജനും എത്തി ആ മുറിയിലെ സംഗീതസദസ്സ് സമ്പന്നമാക്കും. ഹിന്ദി സിനിമാ ഗാനങ്ങൾ പാടുക പതിവില്ലാതിരുന്ന ദേവരാജനും മാധവനെക്കൊണ്ടു പാടിച്ചുകേൾക്കും. അങ്ങനെ സൈഗളും പങ്കജ്മല്ലിക്കും സി.എച്ച്. ആദ്മയും റാഫിയും ഇടയ്ക്കു ചിലപ്പോൾ എം.എസ്.സുബ്ബലക്ഷ്മിയും പാടിയ സിനിമാപ്പാട്ടുകൾ ആ സദസ്സിൽ മാധവൻ പാടുമ്പോൾ ഒരു ചെറിയ സദസ്സ് ആസ്വദിച്ചിരിക്കും. ഒരു ദിവസം മാധവന് 'പൊന്നരിവാളമ്പിളിയില്' പാടണമെന്നൊരു മോഹം. ദേവരാജന്റെ മുന്നിൽ അതു പാടാനൊരു ശങ്ക. ഒടുവിൽ ദേവരാജൻ സമ്മതം പറഞ്ഞു. മാധവൻ മനോഹരമായി പാടി. അന്ന് ആ സദസ്സ് ഒരു തീരുമാനമെടുത്തു. അതനുസരിച്ച് എസ്.എൻ കോളേജിലെ ഒരു ചെറിയ ക്ലാസുമുറിയിൽ എന്റെ അദ്ധ്യക്ഷതയിലൊരു യോഗം ചേർന്ന് ദേവരാജനെക്കൊണ്ട് മാധവനൊരു ബിരുദം നല്കിച്ചു. "The Nightingale of S.N College!'' മാധവൻ ഇംഗ്ലീഷദ്ധ്യാപകരുടെ അദ്ധ്യാപകനായി; ഇംഗ്ലീഷിൽ ഒരു കവിതാസമാഹാരം പ്രസിദ്ധപ്പെടുത്തി. ബംഗളൂരുവിലെ ഇന്ത്യൻ ഇൻസ്റ്റിറ്റ്യൂട്ടിൽ നിന്ന് ഉപരിപഠനം കഴിഞ്ഞുവന്ന് മാധവൻ ഞങ്ങളുടെ ഇംഗ്ലീഷ് ഉച്ചാരണം തിരുത്തുവാൻ തുടങ്ങിയത് പല തമാശകൾക്കും കാരണമായി. ഞാനും ഭാർഗ്ഗ

വനുമുണ്ടെങ്കിൽ, ഏതു വിപ്ലവയോഗത്തിലും വന്നു പാടാൻ ഉത്സാഹം കാട്ടിയിരുന്ന ഈ സുഹൃത്തിന്റെ സിൽക്കുഷർട്ടും കഴുത്തിലൊഴുകി ക്കളിക്കുന്ന സ്വർണ്ണച്ചെയിനും മറ്റും അദ്ദേഹത്തിനൊരു 'ബൂർഷ്വാ ലുക്' നല്കിയിരുന്നു. ഒരു ക്രിസ്മസ് ഒഴിവിന് വീട്ടിൽ പോകാനൊരുങ്ങവേ തന്റെ പെട്ടിയെടുത്ത് ബസ്സ്റ്റേഷനിലേക്ക് കൊണ്ടുപോകാനൊരു 'കൂലി'യെ കിട്ടാഞ്ഞ് പരിഭ്രമിച്ചും ആരോടോ ക്ഷോഭിച്ചും ചങ്ങാതി നില്ക്കുന്നതുകണ്ട് ഭാർഗ്ഗവനും ഞാനും "ഞങ്ങൾ കൊണ്ടുത്തരാമല്ലോ" എന്നു പറഞ്ഞു. പെട്ടി വളരെ ചെറുതായിരുന്നു. മാധവൻ നായർ വിശ്വ സിച്ചില്ല. ഞങ്ങൾ മാറിമാറി ആ പെട്ടിയെടുത്ത് ചങ്ങാതിയോട് മുമ്പേ കൈവീശി നടന്നോളാൻ പറഞ്ഞു. ഒടുവിൽ ഞങ്ങൾ പറഞ്ഞത് മാധ വൻ നായർക്ക് അനുസരിക്കേണ്ടിവന്നു. ബസ്സ്റ്റാൻഡിൽ എത്തിയപ്പോൾ കൂലിക്കു കൈനീട്ടി ഞങ്ങൾ ശരിക്കും ചുമട്ടുതൊഴിലാളികളെപ്പോലെ നിന്നപ്പോൾ അദ്ദേഹം പഴ്സ് തുറന്ന് ഓരോരൂപാ വീതം ഞങ്ങൾക്കു തന്നു. ഞങ്ങൾ തൊഴുതുവാങ്ങി. "അളിയന്മാരെന്നെ കളിയാക്കുകയാ യിരുന്നു അല്ലേ?" മാധവൻ നായർ ഒന്നിരുത്തിമൂളി. മുമ്പൊരിക്കൽ, എ. ഡി.കോട്ടൻ മില്ലിന്റെ (ഇന്നത്തെ പാർവ്വതി മിൽ) പടിക്കൽനിന്ന് "ജന യുഗം അദ്ധ്വാനിക്കുന്നവന്റെ പത്രം" എന്നുറക്കെ വിളിച്ചുപറഞ്ഞു വിറ്റ വരാണ് ഞങ്ങൾ. പാർട്ടിയുടെ ഡി.സി.സെക്രട്ടറി സി.എസ്.ഗോപാല പിള്ളച്ചേട്ടന്റെ നിയോഗമനുസരിച്ച് - 'വലിയ വീടു'കളിൽ നിന്നു വരു ന്നവരെ 'ഡീക്ലാസ്' ചെയ്യണമെന്നായിരുന്നു അതിന്റെ പിന്നിലെ തത്ത്വം. ഞാൻ പത്രം വില്ക്കുന്നത്, അതുവഴിപോയ ബസിലിരുന്ന് ചവറയിലെ എന്റെ അയൽക്കാരനൊരാൾ കണ്ടു. അയാൾ വീട്ടിൽ ചെന്ന് അമ്മയോട് കണ്ടകാര്യം പറഞ്ഞുകൊടുത്തു. അന്ന് വീട്ടിലെത്തിയപ്പോൾ അമ്മ ചോ ദിച്ചു, "നീ കൊല്ലത്തുപോകുന്നത് പഠിക്കാനോ പത്രം വില്ക്കാനോ?" ഞാൻ കാര്യങ്ങൾ തുറന്നുപറഞ്ഞു. എല്ലാം ക്ഷമയോടെ കേട്ടിട്ട് അമ്മ പറഞ്ഞു: "നീ പത്രം വില്ക്കണ്ടാ." അതിഥികളെ അകത്തളത്തിലിരുത്തി ഭക്ഷണം വിളമ്പിക്കൊടുക്കുകയും ദേവരാജനാണെങ്കിൽ തെക്കിനിപ്പു രയിലെ മുറിതുറന്നുകൊടുത്ത് എന്റെ നടക്കാതെപോയ സംഗീതപഠന ത്തിന്റെ ഓർമ്മക്കുറിപ്പായ പഴയ ശ്രുതിപ്പെട്ടി മുന്നിൽ വച്ചുകൊടുക്കു കയും ചെയ്യാറുള്ള അമ്മ എന്നോട് ചോദിച്ചു: "ഇവിടെ എന്തിന്റെ കുറ വുണ്ടായിട്ടാ നീ പത്രം വില്ക്കാൻ പോയത്?" കൂടുതലൊന്നും പറഞ്ഞു മനസ്സിലാക്കാനാകാതെ ഞാൻ മിണ്ടാതെ നിന്നതേയുള്ളൂ.

എസ്.എൻ.കോളേജ് യൂണിയൻ അന്ന് പാർലമെന്റിൽ പ്രതിപക്ഷ

നേതാവായിരുന്ന എ.കെ.ജി.യെക്കൊണ്ട് ഉദ്ഘാടനം ചെയ്യിക്കാനായിരുന്നു ആഗ്രഹം. അത് ഒന്നാമത്തെ 'ടേമി'ലായിരുന്നു. മാനേജ്മെന്റ് നിശ്ശബ്ദാനുവാദം നല്കി. പക്ഷേ, ഗവൺമെന്റ് എ.കെ.ജി.കൊല്ലത്തു പ്രസംഗിക്കുന്നതിനും നാലാൾ കൂടുന്നിടത്ത് പ്രത്യക്ഷപ്പെടുന്നതിനുംകൂടി നിരോധനാജ്ഞ പുറപ്പെടുവിച്ചു. യോഗത്തിൻനാൾ കാലത്ത് പത്തുമണിയോടെ റെയിൽവേസ്റ്റേഷനെതിർവശത്തെ ആനന്ദഭവൻ ഹോട്ടലിൽ പ്രത്യേകം ഒരുക്കിയ മുറിയിൽ എ.കെ.ജി. എത്തിച്ചേർന്നു. കോളേജ് യൂണിയൻ ഭാരവാഹികളോട് ഓരോ വിശേഷങ്ങൾ പറഞ്ഞുകൊണ്ടിരിക്കുന്നതിനിടെ, ഒരു പോലീസുദ്യോഗസ്ഥൻ നിരോധനാജ്ഞ 'ടൈപ്പ്' ചെയ്ത കടലാസ് കൈയിൽ കൊടുത്തിട്ട് വാതിൽക്കൽ വളരെ ആദരപൂർവ്വം നിന്നു. ഇന്ത്യൻ പാർലമെന്റിലെ പ്രതിപക്ഷനേതാവിന്റെ മുന്നിലാണ് താൻ നില്ക്കുന്നതെന്ന ബോധം ആ പോലീസുദ്യോഗസ്ഥന്റെ പെരുമാറ്റത്തിൽ പ്രകടമായിരുന്നു. എ.കെ.ജി. ആ ഉത്തരവിലെ പ്രകോപനപരമായ പ്രയോഗങ്ങൾ വായിച്ചിട്ട് അതെഴുതിയുണ്ടാക്കിയവരോട് കഠിനമായി പ്രതിഷേധിക്കുകയും ചെയ്തു. പോലീസുദ്യോഗസ്ഥൻ മുറിക്കു പുറത്തേക്കു പോയെങ്കിലും ഹോട്ടലിനു മുന്നിൽ ഏതോ കാട്ടുകള്ളനെ പിടിക്കാനെത്തിയപോലെ വൻ പോലീസ് സന്നാഹം കാത്തുനിന്നിരുന്നു.

ഏതെങ്കിലും ഒരു വലിയ ഹോസ്റ്റലിലെ മുൻവാതിലടച്ച് അവിടുത്തെ ഹാളിൽ വെച്ച് കഴിയുന്നത്ര വിദ്യാർത്ഥികളെ കാണാനുള്ള ഒരു പ്ലാൻ എ.കെ.ജി.തന്നെ നിർദ്ദേശിച്ചു; നടപ്പിലാകുന്ന നിമിഷംവരെ പരമരഹസ്യമായിരിക്കണമെന്നും. പ്ലാനനുസരിച്ച് മുണ്ടയ്ക്കലുള്ള സാമാന്യം വലിയൊരു ഹോസ്റ്റലിലേക്കാണ് ഞങ്ങൾ എ.കെ.ജി.യെ കൊണ്ടുപോയത്. പിന്നാലെ വന്ന പോലീസ് ജീപ്പിലെ ഒരുദ്യോഗസ്ഥനോട്, എ.കെ.ജി. കാർ നിർത്തി പുറത്തിറങ്ങിപ്പറഞ്ഞു: "നിരോധനം ലംഘിക്കാൻ തല്കാലം ഞാനുദ്ദേശിക്കുന്നില്ല. ലംഘിക്കുകയാണെങ്കിൽ നിങ്ങളുടെ മുഖത്തുനോക്കി പറയാൻ മടിയുമില്ല- അതുകൊണ്ട് വെറുതെ പിന്തുടർന്ന് ശല്യപ്പെടുത്തരുത്." പോലീസ് കുറെക്കൂടി അകലം പാലിച്ചു. ഞങ്ങൾ പെട്ടെന്നൊരു ഇടവഴിയിലൂടെ കാർ തിരിച്ചുവിട്ട് ഹോസ്റ്റലിന്റെ പിൻഭാഗത്തുകൂടി അകത്തേക്കു പ്രവേശിക്കുകയും ചെയ്തു. ഹാളിന്റെ കതകുകളും ജനാലകളുമെല്ലാം വലിച്ചടച്ച്, ആൺകുട്ടികളും ഒട്ടേറെ പെൺകുട്ടികളും വീർപ്പടക്കി കാത്തിരിക്കുന്ന കാഴ്ച എ.കെ.ജി.യെ വികാരഭരിതനാക്കി. അദ്ദേഹത്തിന്റെ ഓരോ വാക്കും മനസ്സിന്റെ ആഴങ്ങളിൽ

സ്പർശിക്കുംവിധമായിരുന്നു. കുട്ടികൾക്കിടയിൽ വിതരണം ചെയ്യാൻ ഒരു സന്ദേശവുമെഴുതിത്തന്നിട്ട് അദ്ദേഹം തിരുവനന്തപുരത്തേക്ക് വന്ന കാറിൽത്തന്നെ പാഞ്ഞുപോയി.

കോളേജ് യൂണിയന്റെ ഉദ്ഘാടനം സത്യപാൽ ഡാങ് എന്ന അഖിലേന്ത്യാ വിദ്യാർത്ഥി നേതാവാണ് പിന്നീട് നിർവ്വഹിച്ചത്. കോളേജടയ്ക്കും മുമ്പ് പീരങ്കി മൈതാനത്തിന്റെ പടിഞ്ഞാറെ ഭാഗത്ത് എ.കെ.ജി. പങ്കെടുത്ത ഒരു മഹാസമ്മേളനം നടന്നു. ദേവരാജന്റെ 'പൊന്നരിവാൾ'പ്പാട്ടോടുകൂടിയായിരുന്നു ആരംഭം. എ.കെ.ജിയുടെ മുക്തകണ്ഠമായ പ്രശംസ അതിനു ലഭിച്ചു. അവിടുന്നാരംഭിച്ച ആ ഗാനത്തിന്റെ നീണ്ട പ്രയാണം ഇന്നു ചരിത്രമാണ്.

കമ്യൂണിസ്റ്റ് പാർട്ടിയുമായി ചിരകാലബന്ധമുള്ള എം.എൻ.കുറുപ്പായിരുന്നു വിദ്യാർത്ഥി ഫ്രാക്ഷന്റെ കൺവീനർ. എം.എൻ.കുറുപ്പിനെക്കാണാൻ ഇടയ്ക്കിടെ വരാറുള്ള എസ്.എൽ.പുരം സദാനന്ദൻ ഒരു ദിവസം എം.എന്നുമായി വളരെ ഗൗരവമുള്ള എന്തോ ചർച്ചചെയ്തുകൊണ്ടിരുന്നതിനിടയ്ക്ക് ഭാർഗ്ഗവനും ഞാനും കടന്നു ചെന്നു. കൊല്ലത്തിന് കിഴക്കോട്ടുപോകുന്ന റെയിൽപ്പാളത്തിൽ ഒരട്ടിമറി നടത്തണം- മുകളിൽനിന്നുള്ള നിർദ്ദേശമാണ്. സംഗതി പരമരഹസ്യമായി 'ഓപ്പറേറ്റ്' ചെയ്യണം. അതിനേറ്റവും വിശ്വസ്തരായ ആറോ ഏഴോ പേർ പോകണം. ഞാനും ഒ. മാധവനും ഭാർഗ്ഗവനും എം.എൻ.കുറുപ്പും ഉൾപ്പെട്ട സംഘത്തിൽ ഒടുവിൽ സ്വയം സന്നദ്ധനായ എസ്.എൽ.പുരവും ചേർന്നു. കോളേജ് യൂണിയൻ സെക്രട്ടറി ശ്രീധരനും എൻ.വേലപ്പൻ നായരും കൂടെയായപ്പോൾ സംഘം പൂർത്തിയായി. ഞങ്ങൾ സന്ധ്യകഴിഞ്ഞപ്പോൾ റെയിൽപ്പാളത്തിന്റെ അരികിൽക്കൂടി നടന്നു. എങ്ങനെ പാളം ഇളക്കണം?- എവിടെ?-അതിനെക്കുറിച്ചൊന്നും ആർക്കും ഒരു രൂപവുമില്ല. എല്ലാവരുടേയും സ്ഥിതി അതുതന്നെയായിരുന്നു- പരസ്പരം ഒന്നുമുരിയാടാതെ ഒരുതരം നിസ്സംഗതയിൽ നടന്നു. ഏതാണ്ട് മയ്യനാട് റെയിൽവേ സ്റ്റേഷന് ഒരു വിളിപ്പാട് ഇപ്പുറമെത്തിയപ്പോൾ ട്രെയിനിന്റെ കൂക്കുവിളി കേട്ടു. കിതച്ചുകിതച്ച് അതു പ്ലാറ്റ്ഫോമിൽ വന്നുനിന്നു. ഓഫീസ് ജീവനക്കാരായ പതിവുയാത്രക്കാർ, കയ്യിൽ ചോറ്റുപാത്രം തൂക്കിപ്പിടിച്ച തൊഴിലാളികൾ, അമ്മമാർ, കുഞ്ഞുങ്ങൾ, വിദ്യാർത്ഥികൾ, അതിനിടയിലൊരു ഗ്രാമീണവിവാഹസംഘവും- പ്ലാറ്റ്ഫോമിൽ ഒഴുകിപ്പരക്കുകയാണവർ. ധൃതിപ്പെട്ട് വണ്ടിക്കുള്ളിലേക്ക് ഉന്തിക്കയറുന്നവർ വേറെയും. ഞങ്ങൾ ആ ഒഴുക്കുനോക്കി നില്ക്കുകയാണ്. അതിനിടയ്ക്ക്

"എന്താണിവിടെ?" എന്ന ആരുടേയോ കുശലപ്രശ്നങ്ങൾ - സ്റ്റേഷനു തൊട്ടടുത്തായി പ്രശസ്ത കഥാപ്രസംഗകൻ കെ.കെ.വാദ്ധ്യാരുടെ വസതിയിൽ വിളക്കു കത്തുന്നുണ്ട് - ചിരപരിചിതമായ ആ വീട്ടിലേക്കു ഞാൻ കടന്നുചെന്നു. മറ്റുള്ളവർ എന്റെ പിന്നാലെയും. എവിടെയോപോയി മടങ്ങുന്ന വഴിയെന്നേ വാദ്ധ്യാർ കരുതിയുള്ളൂ. അദ്ദേഹം തന്ന ചുക്കുകാപ്പിയും കുടിച്ച് തമ്മിലൊന്നുമുരിയാടാതെ വന്ന പാളത്തിലൂടെ ഞങ്ങൾ തിരികെ നടന്നു. എസ്.എൽ.പുരം സദാനന്ദന്റെ *ആയിരം വർണ്ണങ്ങൾ* എന്ന പുസ്തകത്തിൽ ഈ സംഭവം രേഖപ്പെടുത്തിയിട്ടുണ്ടെന്നാണ് എന്റെ ഓർമ്മ.

അന്തരീക്ഷത്തിൽ വേനൽച്ചൂടേറിവന്നു; വിദ്യാർത്ഥികളുടെ തലയിൽ പരീക്ഷച്ചൂടും. പതിവുപോലെ കൊല്ലം നഗരത്തിന്റെ പരിസരപ്രദേശങ്ങളിലെ പ്രസംഗപരിപാടികൾ കഴിഞ്ഞ് തിരിച്ചെത്തുമ്പോൾ നഗരം ഉറക്കത്തിലായിരിക്കും. എസ്.എൻ.കോളേജിന്റെ കാവൽക്കാരനായ ഗൂർഖമാത്രം ആ കിഴക്കേ വരാന്തയിൽ ഉണർന്നിരിപ്പുണ്ടാവും. അയാൾ ഭാർഗ്ഗവനും എനിക്കും വേണ്ടി ഓരോ ബഞ്ച് പുറത്തെടുത്തിട്ടുതരും. അതിലിരുന്ന് മനോഹരമായ കയ്യക്ഷരത്തിൽ പാട്ടുകാരൻ മാധവൻ നായരും സി.വി. ത്രിവിക്രമനും (വയലാർ ട്രസ്റ്റ് കാര്യദർശി) എഴുതിയ നോട്ടുബുക്കുകൾ ഉറക്കംവരുവോളം വായിച്ചു പഠിക്കും. പിന്നെ ആ ബഞ്ചിൽത്തന്നെ കിടന്നുറങ്ങിപ്പോകും. അപൂർവ്വം അവസരങ്ങളിൽ ത്രിവിക്രമനും പാട്ടുമാധവനും കൂട്ടിരിക്കാൻ വരും. ഒടുവിൽ പരീക്ഷാത്തലേന്ന് ഹാൾടിക്കറ്റ് വാങ്ങാൻ പ്രിൻസിപ്പലിന്റെ മുറിയിലെത്തിയപ്പോഴാണറിഞ്ഞത് എനിക്കും ഭാർഗ്ഗവനും ഹാൾടിക്കറ്റ് വിലക്കിയിരിക്കുന്നുവെന്ന്. ഒരുമാസം മുമ്പ് ഹരീന്ദ്രനാഥ് ചതോപാദ്ധ്യായ പ്രസംഗിച്ച ഹാളിലെ മരംകൊണ്ടുള്ള മറ ഇളക്കിപ്രതിഷ്ഠിച്ചതിനുള്ള ശിക്ഷ. caution money നിഷേധിച്ചതിനു പുറമേ! അവസാനത്തെ വിദ്യാർത്ഥിയും ഹാൾടിക്കറ്റ് വാങ്ങിപ്പോകുംവരെ ഞങ്ങളവിടെ നിന്നു; ഒടുവിലെങ്കിലും നല്ലവനായ പ്രിൻസിപ്പൽ ഹാൾടിക്കറ്റ് തരുമെന്ന പ്രതീക്ഷയിൽ. പക്ഷേ, ഏതോ സംഘർഷമനുഭവിക്കുന്ന മുഖഭാവത്തോടെ ഒന്നും മിണ്ടാതെ രാമയ്യർ സാർ അടുത്തുള്ള തന്റെ വസതിയിലേക്ക് നടന്നുപോയി. വിദ്യാർത്ഥികൾ ഒഴിഞ്ഞുപോയ സമയമാണ് ഞങ്ങളെ തോല്പിക്കാൻപറ്റിയ അവസരമെന്ന് അധികാരികൾ കരുതിയിരിക്കാം. ഞങ്ങൾ വിട്ടില്ല. രാമകൃഷ്ണാഹോമിലെ പാട്ടുമാധവന്റെ മുറിയിൽ ഞങ്ങൾ കുറെനേരമിരുന്ന് കൂടിയാലോചിച്ചു. പ്രിൻസിപ്പലിന്റെ വീടിനുമുന്നിൽ കുത്തിയിരിക്കാമെന്നു

തീരുമാനിച്ചു. പാട്ടുമാധവൻ കൂടെ വരാൻ തയ്യാറായി. ഞങ്ങൾ വിലക്കി. “നീ പരീക്ഷയെഴുതി ജയിക്കണ്ടവനാണ്. ഞങ്ങൾക്ക് എല്ലാം ഒരഗ്നിപരീക്ഷയാണ്. മാധവൻ വരണ്ട!” മാനേജ്മെന്റിനും ഞങ്ങൾക്കുമിടയിൽ വിഷമിച്ചിരിക്കുന്ന ആ നല്ല അദ്ധ്യാപകന്റെ വീട്ടിനകത്ത് കയറിച്ചെന്നു. അദ്ദേഹം ആദ്യം കാണാൻ വിസമ്മതിച്ചു. പിന്നെ വന്ന് താൻ നിസ്സഹായനാണെന്നു പറഞ്ഞു. ഞങ്ങൾ കഷ്ടപ്പെട്ടു പഠിക്കുന്നവരാണെന്നും പരീക്ഷയെഴുതി ജയിക്കാനുള്ള അവകാശം നിഷേധിക്കുന്നതിന് സാർ സാക്ഷിനില്ക്കരുതെന്നും പറഞ്ഞ്, ഞങ്ങൾ അദ്ദേഹത്തിന്റെ നല്ലമനസ്സിനെ തൊട്ടുണർത്താൻ ശ്രമിച്ചു. രാത്രിയുടെ മണൽഘടികാരത്തിലെ തരികൾ താഴേത്തട്ടിലേക്ക് വീഴുന്നതു കാതിൽ മുഴങ്ങുന്നതുപോലെ തോന്നിത്തുടങ്ങി. രാമയ്യർസാർ വിളിച്ചുവരുത്തിയതാവാം, മാനേജുമെന്റിന്റെ ദൂതൻ ഒരു ഫയലുമായെത്തി. അയാളുമായി എന്തോ കൂടിയാലോചന അകത്തു നടന്നു. ഒടുവിൽ രാമയ്യർസാർ പുറത്തുവന്ന് ഞങ്ങൾക്കു ഹാൾടിക്കറ്റ് തന്നു- രാത്രി പത്തുമണിക്ക് അടുത്ത പ്രഭാതത്തിലെ പരീക്ഷയ്ക്കുള്ള ഹാൾടിക്കറ്റ് കിട്ടിയപ്പോൾ ഞങ്ങൾക്ക് പരീക്ഷ ജയിച്ചുകഴിഞ്ഞതുപോലെ തോന്നി. അപ്പോൾ മാനേജ്മെന്റ്ദൂതൻ പ്രിൻസിപ്പലിനോട് പറയുന്നതുകേട്ടു: “എന്തായാലും തോല്ക്കും! പിന്നെ നമ്മളായിട്ട് ഹാൾ ടിക്കറ്റ് കൊടുക്കാതെ തോല്പിച്ചെന്നുവേണ്ട!” പക്ഷേ, തോറ്റതവരായിരുന്നു. ക്ലാസോടുകൂടി പ്രശസ്തമായ നിലയിലാണ് ഞങ്ങൾ ജയിച്ചത്!

പരീക്ഷതീരും മുമ്പൊരു രാത്രി, പതിവുപോലെ കോളേജു വരാന്തയിലെ വെളിച്ചത്തിലിരുന്ന് ഞങ്ങൾ പാഠപുസ്തകങ്ങൾ മറിച്ചുനോക്കിക്കൊണ്ടിരിക്കുമ്പോൾ, പതിവില്ലാതെ ആ ഗൂർഖ ഒരു കുപ്പിയും രണ്ടു ഗ്ലാസും ഞങ്ങളുടെ മുമ്പിൽ കൊണ്ടുവെച്ചു. അടുത്തുള്ള ഏതോ വഴിയോരക്കടയിൽ നിന്നു വാങ്ങിയ ആവിപാറുന്ന കട്ടൻ കാപ്പിയായിരുന്നു അത്. ഞങ്ങൾ നന്ദി പറഞ്ഞ് കാപ്പി കുടിക്കുമ്പോൾ ഗൂർഖ തൊട്ടപ്പുറത്തു മാറിയിരുന്ന് എല്ലാം മറന്നൊരു പാട്ടു പാടുകയായിരുന്നു. അതിലൊരു പ്രവാസിയുടെ ദുഃഖമുണ്ടായിരുന്നു; അതിന്റെ ആഴത്തിലെങ്ങോ നിന്നുയർന്നുവന്ന് ഉടഞ്ഞുപോകുന്ന സന്തോഷത്തിന്റെ കുമിളകളും..!

# 7 കെ.പി.എ.സിയും വീണ്ടും തളിർത്ത മുത്തശ്ശിമാവും

**അ**ന്ന് തിരു-കൊച്ചി ഭാഗത്ത് യൂണിവേഴ്സിറ്റി കോളേജിൽ മാത്രമേ മലയാളത്തിന് ബിരുദാനന്തര ക്ലാസുള്ളൂ. അതുകൊണ്ട് സംസ്കൃതത്തിനോ ഇംഗ്ലീഷിനോ ചരിത്രത്തിനോ അപേക്ഷിക്കാതെ പാരമ്പര്യവും പ്രശസ്തിയുമുള്ള യൂണിവേഴ്സിറ്റി കോളേജിലെ മലയാളം ഡിപ്പാർട്ടുമെന്റിൽ ചേർന്നു പഠിക്കാൻ അപേക്ഷകൊടുത്തു. ഇന്റർമീഡിയറ്റിനു പഠിക്കുന്ന കാലത്തുതന്നെ ഡോ: ഗോദവർമ്മയും പ്രൊഫ. ഇളംകുളവും പ്രൊഫ. എൻ.കൃഷ്ണപിള്ളയുമൊക്കെ പഠിപ്പിക്കുന്ന ആ വിഭാഗത്തിലൊരു വിദ്യാർത്ഥിയാവാൻ കൊതിച്ചിരുന്നു. അപേക്ഷ കൊടുത്ത് കാത്തിരുന്നതല്ലാതെ 'മെമ്മോ' കിട്ടിയില്ല. രണ്ടാം ഭാഷയായി സുറിയാനിയും ഫ്രഞ്ചും എടുത്തിരുന്നവർക്കുപോലും പ്രവേശനം കിട്ടിയിരിക്കുന്നു. അപ്പോൾ എന്തോ പന്തികേടുണ്ടെന്നു മനസ്സിലായി. ഒരു ദിവസം ഞാൻ നേരിട്ട് പ്രിൻസിപ്പലിനെ കാണാൻ തീരുമാനിച്ചു. പ്രശസ്ത ഫിസിക്സ് പ്രൊഫസറായിരുന്ന ഡോ. സി.എസ്. വെങ്കടേശ്വരനായിരുന്നു പ്രിൻസിപ്പൽ. ഞാൻ ചെല്ലുമ്പോൾ അദ്ദേഹത്തിന്റെ മുറിയിൽ മലയാളം ഡിപ്പാർട്ട്മെന്റിലെ ഒരദ്ധ്യാപകൻ ഇരിപ്പുണ്ടായിരുന്നു.

ചെന്നപാടേ ഞാൻ സ്വയം പരിചയപ്പെടുത്തി. രണ്ടാംഭാഷയായ സംസ്കൃതത്തിനു യൂണിവേഴ്സിറ്റിയുടെ ബി.എ. പരീക്ഷയിൽ ക്ലാസോടെ ജയിച്ച നാലുപേരിലൊരാളായിട്ടും തനിക്ക് മലയാളം എം.എ.യ്ക്ക് പ്രവേശനം ലഭിച്ചിട്ടില്ലെന്നും അതേപ്പറ്റി അറിയാൻ വന്നതാണെന്നും പറഞ്ഞു. പെട്ടെന്ന് ആ മലയാളം അദ്ധ്യാപകൻ “നിങ്ങൾക്ക് മലയാളമറിയാം എന്നതിന് എന്താണ് തെളിവ്? രണ്ടാംഭാഷ സംസ്കൃതമല്ലേ?” ഉള്ളിൽ തിളച്ചുയരുന്ന ധാർമ്മികരോഷം തീർത്തുമൊതുക്കി സൗമ്യനായി ഞാൻ പറഞ്ഞു, “സി.വി. രാമൻപിള്ളയുടെ ഏതെങ്കിലും നോവൽ തന്നാൽ തെറ്റുകൂടാതെ വായിച്ചുകേൾപ്പിച്ച് അർത്ഥം പറയാം. അതിൽക്കൂടുതൽ ഇപ്പോൾ ഇവിടെനിന്നും ഞാനെന്തു തെളിവുണ്ടാക്കാനാണ്? ഫ്രഞ്ചും സുറിയാനിയും പഠിച്ചവനെക്കാൾ മലയാളം എം.എ.യ്ക്ക് ചേരാൻ സംസ്കൃതത്തിൽ ഉയർന്ന നിലയിൽ ജയിച്ചയാൾക്ക് അർഹതയില്ലേ?” അദ്ധ്യാപകൻ വിശദീകരിച്ചു, “സുറിയാനി എടുത്തയാൾക്ക് മുമ്പ് പഠിച്ചിരുന്ന കോളേജിലെ പ്രിൻസിപ്പലിന്റെ ‘പ്രൊഫിഷ്യൻസി’ സർട്ടിഫിക്കറ്റ് ഉണ്ടായിരുന്നു.” “ഇതറിഞ്ഞിരുന്നെങ്കിൽ ഞാൻ അത്തരം സർട്ടിഫിക്കറ്റുകൾ നിഷ്പ്രയാസം വാങ്ങിവരുമായിരുന്നല്ലോ.” അത്യന്തം വിനീതമായ, എന്നാൽ ശക്തമായ ഉത്തരം ആ അദ്ധ്യാപകനു നല്കുമ്പോഴെല്ലാം പ്രിൻസിപ്പൽ എന്നെ അടിമുടി അളക്കുന്നതുപോലെ നോക്കിക്കൊണ്ടിരിക്കുകയായിരുന്നു. എന്നിട്ടു ചോദിച്ചു: “നിങ്ങൾ മുമ്പു പഠിച്ചിരുന്ന കോളേജിലൊരു വലിയ കുഴപ്പക്കാരനായിരുന്നു അല്ലേ?” “ഞാൻ അവിടത്തെ കോളേജ് യൂണിയൻ സ്പീക്കറായിരുന്നു. ആ ചുമതല നിറവേറ്റുന്നതിന് എതിർനിന്നപ്പോൾ, അധികൃതരുമായുള്ള ബന്ധത്തിൽ അസുഖകരമായ ചിലതുണ്ടായിട്ടുണ്ട്. കല്ലെറിയാനും കണ്ണാടി ജനാലകൾ തകർക്കാനുമൊന്നും എനിക്കറിയില്ല. എന്റെ കൂട്ടത്തിലുള്ളവരും അതു ചെയ്തിട്ടില്ല.” ശാന്തവും ദൃഢവുമായ സ്വരത്തിലായിരുന്നു എന്റെ മറുപടി. പ്രിൻസിപ്പൽ പിന്നെപ്പറഞ്ഞ വാക്യമിതായിരുന്നു: "you seem to be an honest chap in spite of being a communist.'' ഈ വർഷം പ്രവേശനത്തിനുള്ള അവസാനതീയതിയും കഴിഞ്ഞിരിക്കുന്നു എന്നും, മുഴുവൻ സീറ്റിലും പ്രവേശനം നല്കിയതായി യൂണിവേഴ്സിറ്റിക്ക് ഒടുക്കത്തെ അറിയിപ്പയച്ചുകഴിഞ്ഞു എന്നും, അടുത്തവർഷം ഇവിടെ ആദ്യം പ്രവേശനം ലഭിക്കുന്ന വിദ്യാർത്ഥി നിങ്ങളായിരിക്കുമെന്നും പ്രിൻസിപ്പൽ വ്യക്തമാക്കി. ഒരു കൊല്ലത്തെ കാത്തിരുപ്പ്!- എന്നാലുംവേണ്ടില്ല, അഡ്മിഷൻ ഉറപ്പായല്ലോ! ഞാൻ നന്ദിപറഞ്ഞു തിരികെപ്പോന്നു.

## പോക്കുവെയിൽ മണ്ണിലെഴുതിയത്

വീട്ടിലേക്ക് തിരിച്ചുപോകാൻ തോന്നിയില്ല. മിഥുനം-കർക്കിടകം മാസങ്ങൾ പൊതുവെ കേരളത്തിനു പഞ്ഞവും പട്ടിണിയും നടമാടുന്ന കാലമാണ്. അമ്പലപ്പുഴ-ചേർത്തല താലൂക്കുകളിൽ ആ വർഷം അത് അതിരൂക്ഷമായി. പട്ടിണി മരണങ്ങൾവരെ ഉണ്ടായി. നാടാകെ റിലീഫ് പ്രവർത്തനങ്ങൾ നടത്താൻ കമ്യൂണിസ്റ്റ് പ്രവർത്തകരും അനുഭാവികളും മുൻകൈ എടുത്തു. അതിന്റെ കേന്ദ്ര ഓഫീസായി ഒരു പഴയ ഇരുനില ക്കെട്ടിടം ഗവൺമെന്റ് പ്രസ്സിനടുത്ത് വാടകയ്ക്കെടുത്തു. അരിയും തേങ്ങയും പഴയ വസ്ത്രങ്ങളുമൊക്കെ ആ കെട്ടിടത്തിന്റെ മുകളിലത്തെ നിലയിലെ വിശാലമായ ഹാളിൽ നിറഞ്ഞു. ഒപ്പം ഓരോരോ ദിക്കിലേക്ക് അവ പ്രവർത്തകർ വന്ന് കൊണ്ടുപൊയ്ക്കൊണ്ടുമിരുന്നു. താഴത്തെ നിലയിൽ മൂന്നു മുറികളുണ്ട്. അരികിലുള്ള ഓഫീസ് മുറിയിൽ സ്ഥിര മുണ്ടാവുക പെരുന്താന്നി സോമൻ നായരാണ് - മിലിട്ടറിയിൽ നിന്ന് വിരമിച്ചുവന്നയാൾ, പരിണതപ്രജ്ഞൻ, കണക്കുകളെല്ലാം കൃത്യമായി സൂക്ഷിക്കുന്നയാൾ, എല്ലാറ്റിനുമുപരി പെരുന്താന്നിയിലെ ഒരു ഭേദപ്പെട്ട തറവാടിന്റെ മേൽവിലാസമുള്ളയാൾ. കാറ്റിൽ കരിയിലപോലെ പാറിന ടന്ന എന്നെപ്പോലുള്ളവർ, ഏറെയും റിലീഫ് പ്രവർത്തകരായ ചെറുപ്പ ക്കാർ, അവിടെ ഒത്തുകൂടി സൂര്യനു കീഴിലുള്ള എന്തിനെപ്പറ്റിയും ചർച്ച ചെയ്യുക പതിവായി. അതൊക്കെ ശ്രദ്ധിച്ചിരിക്കാറുള്ള സോമൻ നായർക്കൊരാശയം തോന്നി - ഒരു ട്യൂട്ടോറിയൽ കോളേജ് തുടങ്ങുക. ചെറിയ ഫീസുവാങ്ങി, ഓഫീസുകളിൽ ജോലി ചെയ്യുന്നവർക്കും വിദ്യാ ഭ്യാസം മുടങ്ങിപ്പോയവർക്കും മുൻഗണന നല്കുക. കാലത്ത് രണ്ടുമ ണിക്കൂർ; വൈകിട്ട് അഞ്ചരമണിക്കുശേഷം എട്ടുവരെയും. കോളേജ് വിദ്യാർത്ഥികൾക്ക് ഏതു സമയവുമാകാം; ജോലി ചെയ്യുന്നവർക്ക് സായാഹ്ന ക്ലാസും. തല്ക്കാലം ഇന്റർമീഡിയറ്റ്, മദ്രാസ് മെട്രിക്കുലേ ഷൻ എന്നീ ക്ലാസുകളിൽ ആരംഭം കുറിക്കുക - ഉയർന്നനിലയിൽ ബിരുദം നേടിയ പലരും ഞങ്ങളുടെ കൂട്ടത്തിലുണ്ടായിരുന്നു. വരവനു സരിച്ച് സോമൻ നായർ കൃത്യമായി പങ്കുവെച്ചുതരുന്ന തുക എല്ലാവരും സന്തോഷത്തോടെ സ്വീകരിച്ച് ക്ലാസെടുത്തുതുടങ്ങി. എന്നെ ആദ്യമാ യൊരദ്ധ്യാപകനാക്കിയത് 'ജനതാ ട്യൂട്ടോറിയൽകോളേജ്' എന്ന ആ സ്ഥാപനമായിരുന്നു. മദ്രാസ് മെട്രിക്കുലേഷനുചേർന്ന പതിനെട്ടു പേര ടങ്ങുന്ന ഒരു ചെറിയ ക്ലാസിലായിരുന്നു എന്റെ അരങ്ങേറ്റം. മെട്രിക്കു ലേഷൻ സർട്ടിഫിക്കറ്റ് കിട്ടിയാൽ ജോലിയിലെന്തെങ്കിലും ഉയർച്ചയോ മെച്ചമോ ഉണ്ടാകുമെന്ന പ്രതീക്ഷയിൽ വന്നുചേർന്ന മുപ്പതിനടുത്തു

# 54 പോക്കുവെയിൽ മണ്ണിലെഴുതിയത്

പ്രായമുള്ള അവരുടെ മുഖത്ത് അവശതയുടെ നിഴലാട്ടമുണ്ടായിരുന്നു. ആദ്യം പഠിപ്പിച്ചത് സരോജിനീ നായിഡുവിന്റെ "bangle sellers'' എന്ന കവിത; മണിക്കൂറുകൾ നീണ്ടുനിന്ന തയ്യാറെടുപ്പിനുശേഷം ആ കവിത പഠിപ്പിച്ചു കഴിഞ്ഞപ്പോൾ എന്റെ ഇഷ്ട ജോലി അദ്ധ്യാപനമാണെന്നു ഞാൻ തിരിച്ചറിയുകയായിരുന്നു.

ഒരുദിവസം ക്ലാസുകഴിഞ്ഞ് അവിടെയുള്ള ഒരു കയറ്റുകട്ടിലിൽ കിട ന്നുറങ്ങിപ്പോയ എനിക്ക് സോമൻനായർ പെരുന്താന്നിയിലെ വിശാലമായ രണ്ടുമുറികളുള്ള ഒരു ചെറിയ കെട്ടിടത്തിൽ ഒരു മുറി വാടകയ്ക്ക് ഏർപ്പാ ടാക്കിത്തന്നു. ഫർണിച്ചർ ഒന്നുമില്ല. പുല്പായയും തലയിണയും മാത്രം. അത്യാവശ്യഭക്ഷണമൊക്കെ കൈതമുക്കിലെ ഒരു ഹോട്ടലിൽ. ആ കെട്ടിടം ഹോട്ടലാക്കുന്നതിന് എത്രയോമുമ്പ് കുമാരനാശാനുമായി എന്തോ ബന്ധമുണ്ടായിരുന്നു: അദ്ദേഹമവിടെ താമസിച്ചിരുന്നുവെന്നോ, അദ്ദേഹം കാര്യദർശിയായിരുന്നപ്പോൾ 'യോഗ'ത്തിന്റെ ഓഫീസ് അവി ടെയായിരുന്നെന്നോ ചിലതു കേട്ടിരുന്നു. എന്തായാലും ഒരിക്കലവിടെ പ്രവേശിക്കുമ്പോൾ ഒപ്പമുണ്ടായിരുന്ന സുഹൃത്തിനോട് ഞാൻ പറഞ്ഞു:

"ഈ നല്ലമണ്ണിൽ ചവിട്ടുന്നതിൻ മുമ്പ്
നാമിതിൽ തൊട്ടു നമോവാകമോതുക!"

നാട്ടിൻപുറത്തെ ഓർമ്മിപ്പിക്കുന്ന ഇടവഴികളിലൂടെ നടന്ന് താമസ സ്ഥലത്തെത്തിയാൽ വല്ലാത്ത ഏകാന്തത അനുഭവപ്പെട്ടിരുന്നു. വൈദ്യുതി ബന്ധങ്ങളൊന്നും ഉണ്ടായിരുന്നില്ല. മുകളിലത്തെ നിലയിൽ താമസിക്കുന്ന മാനേജർ സാമാന്യം വലിയൊരു കുപ്പിവിളക്ക് മുറിയിൽ കത്തിച്ചുവെച്ചിട്ടുപോകും. അതിന്റെ വെളിച്ചത്തിൽ ഇരുമ്പുപെട്ടിയിൽ കൊണ്ടു നടന്നിരുന്ന ഇഷ്ടകവിതാപുസ്തകങ്ങളെടുത്ത് വായിക്കും. പിന്നെ, തിരിതാഴ്ത്തിവെച്ച് ഉറങ്ങാൻ കിടക്കുമ്പോൾ പോയകാലങ്ങ ളൊക്കെ മനസ്സിൽ കടന്നുവരും. പിന്നെയും നേരം വെളുക്കുമ്പോൾ ദിന കൃത്യങ്ങളൊക്കെക്കഴിഞ്ഞ് ജനതാ ട്യൂട്ടോറിയലിലേക്ക് നടന്നുപോകും. കൈതമുക്കിലെ ഹോട്ടൽ അപ്പോൾ തുറന്നിട്ടുപോലുമുണ്ടാകില്ല.

ഒരിക്കൽ ഈ ആസ്ഥാനത്തേക്ക് ദേവരാജനെ കൂട്ടിക്കൊണ്ടുപോ യി. ദേവരാജന് ആ മുറിയിലെ ഏകാന്തത വളരെ ഇഷ്ടമായി. ഇടയ്ക്കിടെ വരും. ഒന്നുരണ്ടു ദിവസം അവിടെ ഉണ്ടാവും. അതിനിടയിൽ എന്റെ കവിതാപുസ്തകശേഖരത്തിൽ നിന്ന് തനിക്കിഷ്ടപ്പെട്ട ഒരു സമാഹാരമെ ടുത്തു, അതിലെ ഒരു കവിത മൂളിമൂളി അതൊരു പുതിയ സംഗീതശില്പ മാക്കും. അക്കൂട്ടത്തിലാദ്യം സ്വരപ്പെടുത്തിയത് ചങ്ങമ്പുഴയുടെ 'ആ

രഹസ്യം' എന്ന കവിതയാണ്. അതുല്യവും തികച്ചും മൗലികവുമായ അത്തരം ഈണങ്ങൾ പിറന്നതിന്റെ കഥ അവിടെത്തുടങ്ങുന്നു.

ജനതാ ട്യൂട്ടോറിയലിലേക്ക് കൂടുതൽ വിദ്യാർത്ഥികൾ വരാൻ തുടങ്ങി. പക്ഷേ, സ്ഥലപരിമിതിമൂലം അവരെയെല്ലാം പ്രവേശിപ്പിക്കാൻ കഴിഞ്ഞില്ല. ഫിസിക്സും ഇംഗ്ലീഷും പഠിപ്പിച്ചിരുന്ന എന്റെ സഹപാഠിയും ഉറ്റസുഹൃത്തുമായിരുന്ന കെ.ശ്രീധരൻ നായർ (പില്ക്കാലത്ത് യൂണിവേഴ്സിറ്റി കോളേജ് ഇംഗ്ലീഷ് പ്രൊഫസർ) തുടങ്ങി പ്രഗത്ഭരായ വേറെ അദ്ധ്യാപകരേയും സോമൻ നായർ തേടിപ്പിടിച്ചുകൊണ്ടുവന്നു. പക്ഷേ, ക്രിസ്മസ് അവധിക്ക് നാട്ടിൽപ്പോയ എനിക്ക് തിരിച്ചുവരാനായില്ല. കെ.പി.എ.സി. ആദ്യത്തെ നാടകംകൊണ്ട് സാമ്പത്തികമായി ക്ഷീണിക്കുകയും പൂർണ്ണ നിഷ്ക്രിയത്വത്തിലേക്ക് നീങ്ങുകയും ചെയ്തിരുന്നു. അതിന്റെ പുനരുദ്ധാരണത്തിനു വേണ്ടി കോടാകുളങ്ങര വാസുപിള്ള എന്ന സാഹസികനായ ചെറുപ്പക്കാരൻ മുന്നോട്ടുവന്നു. എന്റെ ഒരു ബന്ധുകൂടിയായ വാസുപിള്ളച്ചേട്ടന്റെ തറവാട്ടുമുറ്റത്ത് ഒരു പന്തലുയർന്നു-റിഹേഴ്സൽ അവിടെവച്ച്-നടീനടന്മാർക്ക് താമസിക്കാനുള്ള എല്ലാസൗകര്യങ്ങളും തറവാടിന്റെ തെക്കേപ്പുരയിൽ-ഭക്ഷണവും അവിടെത്തന്നെ. അവിവാഹിതനായ വാസുപിള്ളച്ചേട്ടന്റെ അമ്മ മാത്രമേ അവിടെ താമസമുണ്ടായിരുന്നുള്ളൂ. എല്ലാറ്റിന്റേയും സൂക്ഷ്മവും സുവിദഗ്ദ്ധവുമായ മേൽനോട്ടം കേശവൻപോറ്റി സാറിന്.

പിൽക്കാലത്ത് കെ.പി.എ.സി.എന്ന പേരിന്റെ അപരനാമമായിത്തീർന്ന ഒരത്ഭുതവ്യക്തിയാണ് പോറ്റിസാർ. എല്ലാറ്റിന്റെയും പിന്നിൽനിന്ന് കാര്യങ്ങൾ സമർത്ഥമായി മുന്നോട്ടുകൊണ്ടുപോകാൻ കഴിയുന്ന നിസ്വാർത്ഥനായ ബുദ്ധിശാലിയായിരുന്നു അദ്ദേഹം. എൻ.വി.കൃഷ്ണവാര്യരുടെ സതീർത്ഥ്യനും, 'സാഹിത്യശിരോമണി' ബിരുദം നേടിയ ശേഷം മദ്ധ്യതിരുവിതാംകൂറിലെ ഒരു സംസ്കൃതഹൈസ്ക്കൂൾ ഹെഡ്മാസ്റ്ററുമായിരുന്നു. സ്വാതന്ത്ര്യസമരകാലത്ത് കരുനാഗപ്പള്ളി താലൂക്കാഫീസിനുമുന്നിൽ സത്യഗ്രഹമനുഷ്ഠിച്ചിരുന്ന കോൺഗ്രസ് നേതാക്കളെ മുഴുവൻ അറസ്റ്റുചെയ്തകത്താക്കിയപ്പോൾ, സത്യഗ്രഹച്ചങ്ങല മുറിയാതിരിക്കാൻ തന്റെ രാജിക്കത്തെഴുതി മേശപ്പുറത്തുവെച്ചിട്ട് താലൂക്കാഫീസിലേക്ക് പാഞ്ഞെത്തിയ ദേശാഭിമാനിയായ പോറ്റിസാർ പിന്നെ, ഒരു ഉറച്ച കമ്യൂണിസ്റ്റ് പ്രവർത്തകനായി. കെ.പി.എ.സി. അവതരിപ്പിച്ച ശൂദ്രകന്റെ 'മൃച്ഛകടികം' എന്ന സംസ്കൃതനാടകം പരിഭാഷപ്പെടുത്തിയതും അദ്ദേഹമായിരുന്നു. അതിലെയും വേറെചില നാട

കങ്ങളിലെയും ഗാനരചന നിർവ്വഹിച്ചതും അദ്ദേഹമായിരുന്നു. ക്ലാസിക്കൽ സംഗീതത്തിലും വ്യുത്പത്തിയുണ്ടായിരുന്നു.

എല്ലാ ഒരുക്കങ്ങൾക്കും ശേഷം ഏതു നാടകം കളിക്കണമെന്ന ആലോചനയിൽ 'നിങ്ങളെന്നെ കമ്യൂണിസ്റ്റാക്കി' എന്ന് ഏകകണ്ഠമായി തീരുമാനിച്ചു. തോപ്പിൽ ഭാസി അന്ന് അടൂർ ജയിലിലാണ്. സമ്മതം വാങ്ങി. നാടകസംവിധാനത്തിൽ കുറച്ചെങ്കിലും പരിചയമുള്ളത് അഡ്വ. ജി.ജനാർദ്ദനക്കുറുപ്പിനും അഡ്വ. പുനലൂർ രാജഗോപാലൻ നായർക്കുമാണ്. സംവിധാനച്ചുമതല അവരെത്തന്നെ ഏല്പിച്ചു. കുറച്ചൊക്കെ സംഗീതമറിയാമെന്ന് അഭിമാനിച്ചിരുന്ന രാജഗോപാലൻ നായർക്ക് പഴയ ചില പ്രസിദ്ധ കീർത്തനങ്ങളുടെ 'മട്ട്'ഒപ്പിച്ച് പാട്ടെഴുതുക എന്നല്ലാതെ പുതിയതായി സ്വരപ്പെടുത്തുന്നതിനെപ്പറ്റി അനുകൂല അഭിപ്രായമൊന്നും ഉണ്ടായിരുന്നില്ല. ഒന്നാമത്തെ നാടകത്തിനുതന്നെ എന്നോട് പാട്ടെഴുതണമെന്ന് ആവശ്യപ്പെട്ടപ്പോൾ 'ട്യൂൺ' ചെയ്യാൻ ദേവരാജൻ വേണമെന്ന് ഞാൻ ശഠിച്ചു. ഒരു ദിവസം ദേവരാജനെ ഒന്നുകാണാൻ അദ്ദേഹം തയ്യാറായി. ഞാൻ കൂട്ടിക്കൊണ്ട് ചെന്നു. മെലിഞ്ഞു കറുത്ത ഒരു പയ്യൻ മുന്നിൽ വന്നിരിക്കുന്നതുകണ്ടപ്പോൾ, 'ഇയാളെയാണോ ഒ.എൻ.വി. 'കൂടിയേതീരൂ' എന്നു പറഞ്ഞതെന്ന് അദ്ദേഹത്തിനു തോന്നിയിരിക്കാം. പൊടുന്നനെ രാജഗോപാലൻ നായർ പറഞ്ഞു: "ഇയാളുടെ പാട്ടൊന്നു കേൾക്കട്ടെ. ഒന്നു പാട്!" എട്ടാമത്തെ വയസ്സുമുതൽ ഒരു വ്യാഴവട്ടത്തിലേറെ പിതാവായ പരവൂർ ഗോവിന്ദനാശാന്റെ കീഴിൽ സംഗീതം പഠിച്ച ദേവരാജന് ഉദാസീനമായ ആ ആജ്ഞാസ്വരം ഇഷ്ടപ്പെട്ടില്ല. അദ്ദേഹം മിണ്ടാതിരുന്നു. കുറച്ചുകഴിഞ്ഞപ്പോൾ രാജൻ ദേവരാജനോടു ചോദിച്ചു: "എന്താ പാടുന്നില്ലേ?" മറുപടി: "പാടുന്നില്ലെന്നു മനസ്സിലായില്ലേ?" സ്വതേ നല്ല അഹന്തയുള്ള ആളെന്നു പേരുകേട്ട അഡ്വ.രാജഗോപാലൻ നായർ ദേവരാജനെക്കൊണ്ട് സംഗീതം ചെയ്യിക്കുന്നതിനെ ശക്തിയായി എതിർത്തു. ഞാൻ പാട്ടെഴുത്തിൽ നിന്നും പിൻമാറി. തീരുമാനം കാമ്പിശ്ശേരിയേയും മറ്റും അറിയിച്ചിട്ട് സ്ഥലം വിട്ടു. പോറ്റിസാറിന് അത്യധികം കുണ്ഠിതം തോന്നി. തമ്പാനൂരെ സ്വരാജ് ലോഡ്ജിൽ വച്ചുണ്ടായ ആ സംഭവത്തിനുശേഷം ദേവരാജന്റെ പല പാട്ടുകളും പലസമ്മേളനങ്ങളിലൂടെ ജനപ്രീതിയാർജ്ജിച്ചുകൊണ്ടിരുന്ന സാഹചര്യത്തിലാണ് കെ.പി.എ.സി.യുടെ രണ്ടാം നാടകത്തിനുള്ള ഒരുക്കങ്ങൾ. ഇക്കുറി ദേവരാജനെ ഒഴിവാക്കുന്ന പ്രശ്നമില്ല എന്ന് പോറ്റിസാർ പ്രഖ്യാപിച്ചു കഴിഞ്ഞു. കെ.പി.എ.സി.യുടെ ക്യാമ്പിൽ പാർക്കാൻ വിസമ്മതിച്ച് അഭിമാനിയായ ദേവ

രാജൻ ചവറയിലെ എന്റെ വീട്ടിലെ ആ തെക്കിനിപ്പുരയിൽ അമ്മ മുമ്പൊരിക്കൽ എടുത്തുകൊടുത്ത ശ്രുതിപ്പെട്ടിയും വെച്ചിരുന്ന് മൂളിമൂളി രൂപം നല്കിയ പാട്ടുകളാണ് ''നീലക്കുരുവീ...'' ''വെള്ളാരംകുന്നിലേ പൊൻമുളം കാട്ടിലേ...'' ''നമ്മളുകൊയ്യും വയലെല്ലാം...'' ''മൂളിപ്പാട്ടുമായ് തമ്പ്രാൻവരുമ്പം ചൂളാതങ്ങനെ നില്ലെടി മാലേ...'' തുടങ്ങിയ അന്നത്തെ കെ.പി.എ.സി. നാടകഗാനങ്ങൾ. ആ പാട്ടുകൾ കേൾക്കെ കേൾക്കെ രാജഗോപാലൻ നായരുടെ ശുദ്ധമായ സഹൃദയത്വത്തെ പൊതിഞ്ഞുമൂടിയ അഹന്തയുടെ പൊടിപടലം പാറിപ്പോയി. സുലോചനയ്ക്ക്, അവർ സാമാന്യം ഭംഗിയായി അവതരിപ്പിച്ചിരുന്ന എം.എസ്. സുബ്ബലക്ഷ്മിയുടെ ഒരു പാട്ടിന്റെ ഈണത്തിൽ പുതിയൊരു പാട്ടെഴുതിക്കൊടുക്കാൻ ദേവരാജൻ അനുകൂലിക്കുകയും ചെയ്തു. തിരുവനന്തപുരത്ത് ഹിന്ദി സിനിമകൾ പതിവായി പ്രദർശിപ്പിച്ചിരുന്ന ഒരു തിയേറ്ററിന്റെ മുന്നിൽ, ഷോയ്ക്കു മുമ്പ് പുറത്തേയ്ക്കൊഴുകിയെത്തുന്ന നൗഷാദിന്റെയും സി.രാമചന്ദ്രയുടെയും മറ്റും സൃഷ്ടികളായ ഹിന്ദിഗാനങ്ങൾ കേൾക്കാൻ ഞങ്ങൾ ഒരു വലിയ മരത്തിൽച്ചാരി എത്രയോതവണ നിന്നിരിക്കുന്നു. ഒരു നേരിയ കരടുപോലും കലരാത്ത സംഗീതം-അതായിരുന്നു ദേവരാജന്റെ ലക്ഷ്യം.

1952 ലെ മഞ്ഞണിഞ്ഞ ഒരു ഡിസംബർ രാത്രിയിൽ എന്റെ ഗ്രാമത്തിലെ തട്ടാശ്ശേരി മൈതാനത്തെ സുദർശൻടാക്കീസ് നിന്നിരുന്നിടത്ത് 'നിങ്ങളെന്നെ കമ്യൂണിസ്റ്റാക്കി' എന്ന നാടകം ആദ്യമായി അരങ്ങേറി. കാമ്പിശ്ശേരി കരുണാകരൻ എം.എൽ.എ. എന്ന ചെറുപ്പക്കാരൻ മദ്ധ്യതിരുവിതാംകൂറിലെ തകർന്ന നായർതറവാട്ടിലെ വയസ്സൻ കാരണവരെ പുനഃസൃഷ്ടിച്ചു. വിശ്വസ്ത സേവകനായ പപ്പുവായി ഒ.മാധവൻ സൂക്ഷ്മാഭിനയംകൊണ്ടു ശ്രദ്ധേയനായി. സുധർമ്മയുടെ 'നീലക്കുരുവീ...'പാടിക്കൊണ്ടും, ഒരു പച്ച മരച്ചീനി കൊത്തിയരിഞ്ഞുകൊണ്ടുമുള്ള ആ വരവും, തോപ്പിൽ കൃഷ്ണപിള്ളയുടെ മാറ്റത്തിനു വിധേയനായിക്കൊണ്ടിരിക്കുന്ന തലപ്പുലയന്റെ അതുല്യാഭിനയവും കെ.എസ്. ജോർജ്ജിന്റെയും സുലോചനയുടെയും ശക്തിയും മാധുര്യവുമുള്ള ഗാനാലാപവുമൊക്കെക്കൂടി, കാണികൾ പ്രതീക്ഷിച്ചതിനപ്പുറമുള്ളൊരു നിലവാരത്തിലേക്ക് ആ നാടകമുയർന്നു. യവനിക ഉയരുമ്പോഴുള്ള 'ദീപങ്ങൾ മങ്ങി' മുതൽ അവസാനത്തെ പാട്ടുവരെ അത്യപൂർവ്വമായ ശ്രദ്ധകൊണ്ട് ജനങ്ങളാദരിച്ചു. എതിർക്കാനും കൊട്ടകതന്നെ പൊളിക്കാനും ഉദ്ദേശിച്ചു വന്നവർ നാടകത്തിൽ മുഴുകിയിരുന്നു. മദ്ധ്യതിരുവിതാംകൂ

റിലെ ജീവിതത്തിന്റെ ഒരു പരിച്ഛേദമായിരുന്നു ആ നാടകം. തകർന്ന തറവാടുകളുടെ ദാരുണചിത്രങ്ങളും അനന്തദുരിതങ്ങളിൽനിന്നുള്ള കീഴാളരുടെ നവോത്ഥാനത്തിന്റെ മുഴക്കങ്ങളും അതിലുണ്ടായിരുന്നു. തിരികെ എന്റെ വീട്ടിലേക്ക് ദേവരാജനും ഞാനും നിശ്ശബ്ദം നടന്നുപോകുമ്പോൾ നിലാവിന് തെളിച്ചമേറുന്നതായി തോന്നി. ആ രാത്രിയുടെ ഓർമ്മയിൽ പിന്നെയൊരിക്കൽ ഞാനെഴുതി: "എന്റെ ധവള നിശകൾ വീണ്ടും തരൂ..!"

ഞാൻ വീണ്ടും പഠിപ്പിക്കുവാൻ വരുമോ എന്നന്വേഷിച്ച വിദ്യാർത്ഥികളോട് "നിങ്ങളുടെ സാറ് ഒരു നാടക വണ്ടിയിൽക്കയറി നാടുചുറ്റാൻ പോയിരിക്കുന്നു!" എന്ന് സോമൻനായർ കളിമട്ടിൽ പറഞ്ഞു. അതിൽ ശരിയുടെ ഒരംശം ഉണ്ടായിരുന്നു. നാടകവണ്ടിയിൽ പതിവായി കയറേണ്ട ആവശ്യം ഇല്ലാത്തവരായിരുന്നു ഞങ്ങൾ മൂന്നുപേർ-പോറ്റിസാർ, ദേവരാജൻ, ഞാനും. എന്നാൽ ഞങ്ങൾ മലബാറിന്റെ ഉൾപ്രദേശങ്ങൾ ആദ്യമായി കണ്ടത് ആ നാടകവണ്ടിയിൽ കയറിയാണ്. തേയിലത്തോട്ടങ്ങളും മൂന്നാറിലെ തൊഴിലാളികൾ കൂട്ടമായി പാർക്കുന്ന 'ലയ'ങ്ങളും അവരുടെ ദുരിതം പിടിച്ച ജീവിതവുമൊക്കെ ആ നാടകവണ്ടിയിൽ കയറിയാണ് ശരിക്കും കണ്ടത് ('നീലക്കണ്ണുകൾ' എഴുതാനുള്ള പ്രചോദനം അവിടെനിന്നാണ് ലഭിച്ചത്). 'തിരുനാവായയ്ക്കപ്പുറവുമുണ്ടുലോകം' എന്ന ചൊല്ലിന്റെ അർത്ഥം കേരളപ്പിറവിക്കുമുമ്പേ അറിയാൻ കഴിഞ്ഞതും നേട്ടമായി.

അങ്ങനെ ആ വിദ്യാഭ്യാസവർഷത്തിന്റെ ശിഷ്ടഭാഗവും കഴിഞ്ഞുപോയി. അടുത്തകുറി തീർച്ചയായും പ്രവേശനം തരാമെന്ന വാക്കിൽ വിശ്വസിച്ച് വീണ്ടും യൂണിവേഴ്സിറ്റി കോളേജിൽ മലയാളം എം.എ.യ്ക്ക് ചേരാൻ അപേക്ഷ അയച്ചിട്ട് കാത്തിരുന്നു. അഡ്മിഷന്റെ ആദ്യഗഡുവിൽ ഞാനുണ്ടായിരുന്നില്ല. വീണ്ടും പ്രിൻസിപ്പലിനെച്ചെന്നു കണ്ടു. പൊടുന്നനെ അദ്ദേഹത്തിന്റെ ചോദ്യം: "നിങ്ങൾ പഠിക്കാൻ തന്നെയാണോ വരുന്നത്?" പിന്നെ ആ ചോദ്യത്തിനൊരു വിശദീകരണവുമുണ്ടായി. "കോളേജു യൂണിയൻ ചെയർമാനായി തെരഞ്ഞെടുക്കപ്പെട്ടാൽ സമരം നയിക്കാൻ അത് സഹായകമാവും. അങ്ങനെ എസ്.എൻ.കോളേജിൽ നടത്തിയ വിധ്വംസക പ്രവർത്തനങ്ങളെപ്പറ്റി സർവ്വകലാശാലയിൽനിന്നു കിട്ടിയ റിപ്പോർട്ടുകളുടെ അടിസ്ഥാനത്തിലാണ് പ്രവേശനം നിഷേധിക്കാൻ ഞാൻ പ്രേരിതനായത്. തെരഞ്ഞെടുപ്പിൽ മത്സരിക്കില്ലെന്നൊരുറപ്പു തന്നാൽ ഉടനെതന്നെ പ്രവേശനം തരാം." "മത്സരിക്കാതിരിക്കാം. പക്ഷേ, ഞാനൊരു വിദ്യാർത്ഥി പ്രവർത്തകനാണ്. ആ നില

യ്ക്കുള്ള പ്രവർത്തനങ്ങളുണ്ടാകും. സ്ഥാനാർത്ഥികൾക്കുവേണ്ടി വോട്ടു
പിടിക്കുകയാണെങ്കിൽ അത് വിധ്വംസകപ്രവർത്തനമാകുമോ? - എനിക്ക്
മലയാളഭാഷയും സാഹിത്യവും ഔപചാരികമായ രീതിയിൽ പഠിക്ക
ണമെന്നാഗ്രഹമുണ്ട്. ഇളംകുളം സാറിന്റെയും കൃഷ്ണപിള്ള സാറിന്റേ
യുമൊക്കെ ക്ലാസിലിരുന്നു പഠിക്കാൻ മോഹമുണ്ട്..." അങ്ങനെ
ഞാനെന്റെ ഭാഗവും വിശദമാക്കി. അപ്പോൾ "നിങ്ങളുടെ 'ഓണസ്റ്റി'യിൽ
ഞാൻ വിശ്വസിക്കുന്നു. നാളെ പ്രവേശനത്തിനു തയ്യാറായി രക്ഷാ
കർത്താവിനെയും കൂട്ടി വന്നോളൂ'' എന്നായി പ്രിൻസിപ്പൽ.
രക്ഷാകർത്താവ് പ്രായമായ അമ്മയാണെന്നും യാത്രചെയ്യാനൊന്നും
ആവാത്ത ശരീരക്ലേശങ്ങൾ ഉണ്ടെന്നുമറിയിച്ചപ്പോൾ "ഉത്തരവാദപ്പെട്ട
മുതിർന്ന ബന്ധുക്കൾ ആരായാലും മതി" എന്നൊരാശ്വാസവാക്കുകിട്ടി.
കൊല്ലത്തുകാരനും അന്തരിച്ച സിനിമാനടൻ ജയന്റെ ബന്ധുവും, കേര
ളകൗമുദിയിൽ പ്രൂഫ്റീഡറും എം.കെ.കുമാരന്റെ സുഹൃത്തുമായ ശിവ
ശങ്കരപ്പിള്ളസാറെന്നു വിളിക്കുന്ന സർവ്വോപകാരിയായ ഒരു
മാന്യവ്യക്തിയെ രക്ഷാകർത്താവായി ഞാനടുത്ത ദിവസം കൂടെക്കൊ
ണ്ടുപോയി. പ്രിൻസിപ്പലിന്റെ ഉപദേശം കുറെ നീണ്ടതും കടുത്തതുമാ
യപ്പോൾ,'രക്ഷാകർത്താ'വിന് കുറേശ്ശെ ശുണ്ഠിവരുന്നോ എന്നൊരു
സംശയം തോന്നിത്തുടങ്ങി. ഞാനദ്ദേഹത്തിന്റെ ഷർട്ടിന്റെ തുമ്പിൽ പിടി
ച്ചൊന്നു വലിച്ച് ശാന്തനാക്കി. ഹെഡ്ക്ലാർക്കിനെ വിളിച്ച് പ്രിൻസിപ്പൽ
പച്ചക്കൊടി കാട്ടി. അങ്ങനെ കലാലയമുറ്റത്തെ മുത്തശ്ശിമാവിന്റെ
വാത്സല്യം എനിക്കുവേണ്ടി വീണ്ടും തളിർത്തു.

## 8 കലാലയജീവിതവും ജീവിതകലാലയവും

**ക**ടമ്പകൾ ചാടിക്കടന്നുള്ള ഓട്ടം ആയാസ
കരമെങ്കിലും യൗവനത്തിലത് ആവേശകരമാണ്.
ആശിച്ചതുപോലെ മലയാളത്തിൽ ഉപരിപഠനം
നടത്താനുള്ള കാത്തിരിപ്പ് സഫലമായെന്ന
ആഹ്ലാദത്തോടെയാണ് യൂണിവേഴ്സിറ്റി
കോളേജിന്റെ കിഴക്കുഭാഗത്തു തന്നെയുള്ള
പൗരസ്ത്യ ഭാഷാവകുപ്പിലേക്ക് കടന്നുചെന്നത്.
വാത്സല്യമയിയായ കോന്നിയൂർ മീനാക്ഷിയമ്മ
ടീച്ചറായിരുന്നു കുടുംബനാഥ-മുൻവർഷം ഒരപ
കടത്തിലന്തരിച്ച ഡോ.ഗോദവർമ്മസാറിന്റെ ഒഴി
വിൽ. 'ശുഷ്കമായ ഫിലോളജി ക്ലാസു'കളെപ്പറ്റി
ചങ്ങമ്പുഴ ഒരു കവിതയിൽ പരാമർശിച്ചിട്ടുണ്ട്.
ശുഷ്കമായ പുറന്തോടുകളഞ്ഞ് ഉള്ളിൽ കടന്ന
പ്പോൾ രസകരമായ കാമ്പുണ്ടെന്നു മനസ്സിലായി.
കേരളചരിത്രം, ഐതിഹ്യങ്ങളിൽനിന്നും ശാസ
നങ്ങളിൽ നിന്നും ഊറ്റിവലിച്ചെടുത്ത് 'ചരിത്ര'
മായിത്തന്നെ പഠിപ്പിക്കാൻ പ്രതിബദ്ധനായിരുന്ന
ഇളംകുളം സാറിന്റെ പ്രത്യേകത നോട്ടു പറഞ്ഞു
തരില്ലെന്നതായിരുന്നു. മുഴുവൻ ശ്രദ്ധയും അദ്ധ്യാ
പകന്റെ വാക്കുകളിൽ അർപ്പിക്കുകയും അതിൽ
നിന്നാവശ്യമായത് തനിയേ കുറിച്ചെടുക്കുകയും
ചെയ്യാൻ വിദ്യാർത്ഥികളെ പ്രേരിപ്പിക്കുന്ന രീതി

യായിരുന്നു അദ്ദേഹത്തിന്റേത്. "നോട്ടെഴുതിയെടുത്ത് കാണാതെ പഠിച്ചു പാടുന്ന യന്ത്രങ്ങളാകരുതെ"ന്ന് പലപ്പോഴും സാർ ഓർമ്മിപ്പിക്കുമായിരുന്നു. ക്ഷീരനീരങ്ങളിൽനിന്ന് ക്ഷീരം മാത്രം വേർപെടുത്തിയെടുക്കുന്ന 'രാജഹംസരീതി'യോട് സമാനമായ ഒന്ന്. 'പ്രരോദനം' പഠിപ്പിച്ചിരുന്ന ഗുപ്തൻനായർ സാറിന്റെ ക്ലാസുകൾ സംഗീതമധുരങ്ങളായിരുന്നു. എൻ. കൃഷ്ണപിള്ളസാറിന്റെ പാശ്ചാത്യപൗരസ്ത്യ സാഹിത്യ സിദ്ധാന്തങ്ങൾ പഠിപ്പിക്കുന്ന രീതി പില്ക്കാലത്തെനിക്ക് അദ്ധ്യാപനത്തിന്റെ ഉത്തമമാതൃകയായിത്തീർന്നു. അതേപ്പറ്റി വിശദമായി പിന്നീടെഴുതാം. പല മുഖ്യ മലയാളം പുസ്തകങ്ങളുടെയും ഒന്നാംപതിപ്പുകളുടെ വലിയൊരു ശേഖരമുള്ള ലൈബ്രറി ഒരർത്ഥത്തിൽ പ്രഗത്ഭനായ ഒരു നിശ്ശബ്ദാദ്ധ്യാപകനായിരുന്നു. ഞങ്ങളഞ്ചുപേരായിരുന്നു ഒന്നാംവർഷ എം.എ. വിദ്യാർത്ഥികൾ-അവർ പില്ക്കാലത്ത് പ്രശസ്ത കലാലയങ്ങളിൽ പ്രൊഫസർമാരായിത്തീർന്നു. പ്രശസ്ത നിരൂപകൻ പ്രൊഫ.എം.കെ.സാനു അവരിലുൾപ്പെടുന്നു. സീനിയർ എം.എ. ക്ലാസിൽ പ്രശസ്ത കവി പ്രൊഫ. തിരുനെല്ലൂർ കരുണാകരനും മലയാളം ഓണേഴ്സിനു മറ്റൊരു പ്രമുഖ കവി ഡോ. പുതുശ്ശേരി രാമചന്ദ്രനും വിദ്യാർത്ഥികളായിരുന്നു. തുടർന്നുള്ള വർഷം പ്രഖ്യാതകഥാകൃത്ത് എൻ.മോഹനൻ എം.എ. ക്ലാസിലും അന്തർദ്ദേശീയ അംഗീകാരം ലഭിച്ച ചിത്രകാരൻ എ.രാമചന്ദ്രൻ ഓണേഴ്സ് ബാച്ചിലും ചേർന്നു. പില്ക്കാലത്ത് ദാന്തേയുടെ *ഡിവൈൻ കോമഡി*യും കസാൻദ്സാക്കീസിന്റെ *ഒഡീസിയൂസ്-എ മോഡേൺ സിക്വൽ* എന്ന കാവ്യവും പരിഭാഷപ്പെടുത്തിയ കിളിമാനൂർ എ. രമാകാന്തൻ ജൂനിയർ ഓണേഴ്സ് വിദ്യാർത്ഥിയായി അവിടെയുണ്ടായിരുന്നു; എല്ലാവരുടെയും വാത്സല്യഭാജനമായ യുവകവിയായി. ഇംഗ്ലീഷ്-മലയാളം മണിപ്രവാളഭാഷയിൽ ആരെയും ചിരിപ്പിക്കുന്ന കവിതകളെഴുതിയിരുന്ന ഗൗരീശപട്ടം ശങ്കരൻ നായർ സീനിയർ ഓണേഴ്സ് വിദ്യാർത്ഥിയായിരുന്നു. തിരിഞ്ഞു നോക്കുമ്പോൾ അതൊരു സുവർണ്ണകാലമായിരുന്നു; അവിടെ പഠിക്കാൻ കഴിഞ്ഞതെന്റെ സുകൃതവും!

പതിവുപോലെ കോളേജ് യൂണിയൻ തെരഞ്ഞെടുപ്പിന്റെ കാലമായി. സ്വാഭാവികമായും ഞാൻ ചെയർമാൻ സ്ഥാനത്തേക്ക് മത്സരിച്ചാൽ വിദ്യാർത്ഥി ഫെഡറേഷന് അന്നോളം അവിടെ കിട്ടാതിരുന്നത് നേടാമെന്ന് ചിലർ നിർദ്ദേശിച്ചു. പ്രിൻസിപ്പലിനോട് പറഞ്ഞുപോയ വാക്ക് തെറ്റിക്കാതെ തന്നെ ചെയർമാൻ/സെക്രട്ടറി പദവികൾ നമുക്കൊത്തൊരുമിച്ച് ശക്തിയായി പ്രവർത്തിച്ച് നേടാമെന്ന് ഞാൻ പറഞ്ഞപ്പോൾ രണ്ടുപേ

## പോക്കുവെയിൽ മണ്ണിലെഴുതിയത്

രൊഴികെ എല്ലാവരും എനിക്കനുകൂലമായി- വിമതരിലൊരാൾ രൂക്ഷമായി എന്നെനോക്കി തികഞ്ഞ പുച്ഛത്തോടെ പറഞ്ഞു: "ബിരുദകാമുകൻ!" എന്റെ ഉള്ളൊന്ന് പിടയാതിരുന്നില്ല. എങ്കിലും,വിദ്യാർത്ഥി ഫെഡറേഷന് യൂണിവേഴ്സിറ്റി കോളേജിലെ ആദ്യത്തെ യൂണിയൻ ചെയർമാൻ പദവി നേടണമെന്ന വാശി എന്നിൽ കത്തിക്കാളി.

അന്നോളം വിദ്യാർത്ഥിനേതാക്കൾ പലരും അവിടെ ഇംഗ്ലീഷിൽ പ്രസംഗിക്കുന്ന ഒരു കീഴ്വഴക്കം സൃഷ്ടിച്ചിരുന്നു. കെ.ബാലകൃഷ്ണന്റെയും എൻ.ഡി.ജോസിന്റെയും പില്ക്കാലത്ത് ഐ.എ.എസും ഐ.എഫ്.എസും ഒരുപോലെ ഒന്നാം റാങ്കോടെ ജയിച്ച വെങ്കടരമണന്റെയുമൊക്കെ തീപ്പൊരി പ്രസംഗങ്ങൾ അലയടിച്ച കലാലയാങ്കണമാണത്. അവിടെ സ്പീക്കർ സ്ഥാനാർത്ഥിയായി ഞങ്ങൾ നിർത്തിയ തെക്കൻ തിരുവിതാംകൂറുകാരനായ ചരിത്രം എം. എ. വിദ്യാർത്ഥി രാംദാസ് നല്ലൊരു ഇംഗ്ലീഷ് പ്രഭാഷകനായിരുന്നു. നല്ല വാക്കുകൊണ്ടും നല്ല പെരുമാറ്റംകൊണ്ടും ആരെയും ആകർഷിക്കാൻ പോന്ന രാംദാസിനെ നാലു വിദ്യാർത്ഥികൾ കൂടുന്നിടത്തെല്ലാം കൊണ്ടുചെന്ന് ഞാനൊരു പരിചയപ്പെടുത്തൽ നടത്തും. ഒപ്പം ഫെഡറേഷൻ പ്രവർത്തകരുമുണ്ടാവും-രാംദാസിനു കിട്ടുന്ന സ്വീകാര്യത ക്രമേണ വർദ്ധിച്ചുവന്നു. എതിർകക്ഷി പഴയ വിദ്യാർത്ഥി കോൺഗ്രസാണ് - പക്ഷേ, അതിനെ യഥാർത്ഥത്തിൽ നയിച്ചിരുന്നത് ആർ.എസ്.പി. പ്രവർത്തകരായ ചില വിദ്യാർത്ഥികളായിരുന്നു. മുൻവർഷങ്ങളിൽ ഫെഡറേഷൻ സ്ഥാനാർത്ഥികൾ അവിടെ പരാജയപ്പെട്ടിട്ടേയുള്ളൂ. എന്നാൽ ആ വർഷം തെരഞ്ഞെടുപ്പു കഴിഞ്ഞ് വോട്ടെണ്ണിയപ്പോൾ രാംദാസ് പത്തു വോട്ടിന്റെ ഭൂരിപക്ഷത്തിൽ വിജയിച്ചിരിക്കുന്നു! കോളേജിന്റെ പോർട്ടിക്കോവിൽ കൂടിനിന്നവർ വിജയാഘോഷമായി കുറെനേരം മുദ്രാവാക്യം വിളിച്ച് പിരിഞ്ഞുപോയി. നേരം സന്ധ്യയോടടുക്കുന്നു. ബിരുദകാമുകൻ എന്ന പരിഹാസത്തിന് പരിഹാരം കണ്ടതിന്റെ ചാരിതാർത്ഥ്യത്തോടുകൂടി ഞാൻ അവിടെത്തന്നെ നിന്നു. പെട്ടെന്ന് എങ്ങുനിന്നോ പാഞ്ഞുവന്നൊരാൾ എന്റെ നടുവിനൊരു ചവിട്ടും വീഴ്ത്താൻ വേണ്ടി പിടലിക്കൊരു പ്രഹരവും മുന്നോട്ടൊരു ഉന്തും തന്നു. ഞാൻ വീണില്ല. ഉച്ചത്തിൽ മുദ്രാവാക്യങ്ങൾ വിളിച്ചുകൊണ്ട് തിരിഞ്ഞുനിന്നു. തല്ലിയവന്റെ മുഖം ഞാൻ ശരിക്കും കണ്ടു. 'പേട്ട'യിലുള്ള ഒരു ഫുട്ബോൾ കളിക്കാരനാണ്-കാലിൽ ഫുട്ബോൾ കളിക്കാരുടെ പരുക്കൻ ഷൂസുണ്ട്. അയാൾ കൺവെട്ടത്തുനിന്നു പാഞ്ഞുപോയി. പ്രിൻസിപ്പൽ താഴെയിറങ്ങിവന്ന് ഇനിയും അനി

ഷ്ടസംഭവങ്ങൾ ഉണ്ടാവാൻ ഇടനല്കാതെ വേഗം പുറത്തുപോകാൻ ഉപദേശിച്ചു. ഞാൻ നേരെ തെക്കേ ഗേറ്റിലൂടെ പുറത്തിറങ്ങുമ്പോൾ, "എന്തുണ്ടായെടോ?" എന്നു ചോദിച്ചുകൊണ്ട് ധൃതിയിൽ നടന്നുവരുന്നു മുണ്ടശ്ശേരി മാസ്റ്റർ! അന്ന് തിരുക്കൊച്ചി അസംബ്ലിയിൽ എം.എൽ.എ. ആയിരുന്നു മുണ്ടശ്ശേരി മാസ്റ്റർ. നാഷണൽ ബുക്സ്റ്റാളിന്റെ വലതുഭാഗത്ത് അണ്ണാച്ചിയുടെ പെട്ടിക്കടയിലാണ് താംബൂലപ്രിയരായ എം.എൽ.എ.മാരുടെ മുറുക്കാൻ പരിപാടി. മുണ്ടശ്ശേരിമാസ്റ്റർ മുറുക്കിക്കൊണ്ടു നില്ക്കുമ്പോഴാണ് ആരോ പറഞ്ഞ് ആ മർദ്ദനവാർത്ത കേട്ടത്. നിന്ന പാടെ അദ്ദേഹം കോളേജ് ലക്ഷ്യമാക്കി വരികയായിരുന്നു. കണ്ടതോടെ അന്വേഷണങ്ങളായി. "ഒരു ചെറിയ മർദ്ദനശ്രമം, അത്രയേ ഉണ്ടായുള്ളൂ" എന്ന് ഞാൻ കാര്യങ്ങൾ ലഘൂകരിച്ചു. മാസ്റ്റർ അദ്ദേഹം താമസിക്കുന്ന 'പാംലാൻഡ് ഹോട്ടലി'ലേക്ക് എന്നെ കൂട്ടിക്കൊണ്ടുപോയി. "തനിക്കെന്തെങ്കിലും പറ്റിയോ?" എന്ന് സ്വകാര്യമായന്വേഷണം നടത്തി. നടുവേദനയേറിവന്നെങ്കിലും ഒന്നും പറ്റിയില്ലെന്നേ ഞാൻ പറഞ്ഞുള്ളൂ. എങ്കിലും എന്റെ മുഖത്തുനിന്നതു വായിച്ചറിഞ്ഞിരിക്കാം. ചായകുടി കഴിഞ്ഞ് മാസ്റ്റർ എന്റെ താമസസ്ഥലമായ ശാസ്തമംഗലത്തേക്ക് എന്നെ ബസ് കയറ്റിവിട്ടു. താമസം ജ്യേഷ്ഠതുല്യനായ പാഞ്ചേട്ടന്റെ (കെ.എൻ. പങ്കജാക്ഷൻപിള്ള) കൂടെയായിരുന്നു. ഉമ്മറത്തിന്റെ ഇടതുഭാഗത്തൊരു കൊച്ചു മുറിയിൽ. ഒന്നും സംഭവിക്കാത്തതുപോലെ ഞാനവിടെ കിടന്നുറങ്ങി. അല്പം വൈകിയുണർന്നപ്പോൾ, കയ്യിലൊരു പത്രവും നിവർത്തിപ്പിടിച്ച് പാഞ്ചേട്ടൻ നിൽക്കുന്നു; "ഇന്നലത്തെ വിശേഷമൊന്നും പറയാതെ മറച്ചുവെച്ചു അല്ലേ?-" എന്ന പരിഭവത്തോടെ. പാഞ്ചേട്ടൻ എന്തോ വേദനസംഹാരി പുറത്തു പുരട്ടിത്തന്നതാശ്വാസമായി. യൂണിവേഴ്സിറ്റി കോളേജ് യൂണിയന്റെ ചെയർമാനായി ആദ്യമായി ഒരു വിദ്യാർത്ഥി ഫെഡറേഷൻ സ്ഥാനാർത്ഥി ജയിച്ചതിന്റെ മധുരനൊമ്പരം ഏറെക്കാലം ഞാൻ പേറിക്കൊണ്ടുനടന്നു. ഇന്ന് നടുവെല്ലിന് ക്ഷതം പറ്റി നീണ്ട ചികിത്സയ്ക്ക് വിധേയനായി ഞാനിവിടെ കിടക്കുമ്പോൾ ആ രംഗം കൂടെക്കൂടെ ഓർമ്മക്കുറിപ്പായി മനസ്സിൽ തെളിയുന്നു.

സെക്രട്ടേറിയറ്റിനു മുൻഭാഗത്തുണ്ടായിരുന്ന 'സേവിയേഴ്സ്' ലോഡ്ജിൽ ഏതാണ്ട് തട്ടിൻപുറംപോലെ ഒരു മുറിയുണ്ടായിരുന്നു. ഒളിവിൽ പ്രവർത്തിക്കുന്നവർക്ക് അവിടെയാണ് താവളമൊരുക്കാറുള്ളത്. വിദ്യാർത്ഥികൾക്കിടയിലുള്ള പാർട്ടിപ്രവർത്തനത്തിന്റെ മേൽനോട്ടം വഹിക്കുന്ന ഒരു നേതാവ് ഒരിക്കൽ ആ താവളത്തിൽ വന്നിരുന്ന് എന്നെ

വിളിപ്പിച്ചു. ഞാൻ ചെന്നപ്പോൾ, കയ്യിൽ *മാതൃഭൂമി* ആഴ്ചപ്പതിപ്പിന്റെ ഒരു കോപ്പി നിവർത്തിപ്പിടിച്ച് അതിലച്ചടിച്ചുവന്ന എന്റെ 'അനുജത്തി' എന്ന കവിതയിൽ തൊട്ടുകൊണ്ട് ചോദിച്ചു: "ഇതിലെന്താ എഴുതിവെച്ചിരിക്കുന്നത്?" "അതു വ്യക്തമല്ലേ? ഒരു വ്യാഖ്യാനം വേണ്ടല്ലോ-" തുടർചോദ്യം "ഇതിലെന്താ സന്ദേശം?!" "പണത്തേക്കാൾ വലുതാണ് സ്നേഹമെന്നോ മറ്റോ വേണമെങ്കിൽ പറയാം." അതേപ്പറ്റിയെല്ലാമുള്ള മാർക്സിയൻ വീക്ഷണമുൾപ്പെടെ പൗരസ്ത്യ പാശ്ചാത്യ സിദ്ധാന്തങ്ങൾ പഠിച്ചുകൊണ്ടിരുന്ന എനിക്കല്പം ശുണ്ഠിവന്നു. "വിദ്യാർത്ഥി പ്രവർത്തനത്തിന്റെ കാര്യങ്ങൾ വല്ലതുമുണ്ടെങ്കിൽ പറയാം. സാഹിത്യ സിദ്ധാന്തങ്ങൾ നിങ്ങളിൽ നിന്നു പഠിക്കാൻ ഞാൻ നിയുക്തനല്ല" എന്നു പറഞ്ഞു. എന്നെ 'ബിരുദ കാമുകനെ'ന്നധിക്ഷേപിച്ച ആ അതിവിപ്ലവകാരിയുടെ ഗുരുവാണിയാളെന്ന് പിന്നീട് മനസ്സിലായി- രണ്ടുമൂന്നു വർഷം കഴിഞ്ഞ് കോളേജിന്റെ കിഴക്കേ കെട്ടിടത്തിന്റെ ബാൽക്കണിയിൽ നിന്ന് അവിശ്വസനീയമായ ഒരു കാഴ്ചയ്ക്കാണ് എന്റെ മിഴികൾ സാക്ഷിയായത്. സേവിയേഴ്സിലെ ഒളിത്താവളത്തിലിരുന്ന് ശുണ്ഠിപിടിപ്പിക്കുന്ന ആ ചോദ്യങ്ങൾ ചോദിച്ചയാൾ എന്റെ കൺമുന്നിലൂടെ ഒരു തുറന്ന ജീപ്പിൽ വിമോചനസമരജാഥയുടെ വിളംബരക്കാരനായി മൈക്കുമേന്തി ഉച്ചത്തിൽ വിളിച്ചുപറയുന്നു: "ഭാരതകേസരി മന്നത്തു പത്മനാഭൻ ഇതാ- ഇതാ- ഈ വാഹനത്തിനു പിന്നാലെ... " ഞാനയാളെ അത്ഭുതത്തോടെ, അവിശ്വാസത്തോടെ നോക്കിനിന്നു. ചൂട് അസഹ്യമാകുമ്പോൾ നമ്മൾ മഴയെ ഓർത്തുപോകുന്നതുപോലെ, ആ സമയത്ത് ഞാൻ കൃഷ്ണൻ ചെട്ടിയാരെ ഓർമ്മിച്ചുപോയി. കോളേജിന്റെ തെക്കുവശത്തെ കൃഷ്ണാ കഫേയിൽനിന്ന് ഒരുകപ്പ് ചായകുടിച്ച്, മുന്നിലെ മുറുക്കാൻകടയിൽ നിന്ന് സുവിശദമായൊന്നു മുറുക്കി, വളഞ്ഞ ചൂരൽപ്പിടിയുള്ളൊരു കാലൻകുട തോളത്തുതൂക്കി, എല്ലാവർക്കും ഒരു ചിരിയും സമ്മാനിച്ച് എങ്ങോട്ടോ ധൃതിയിൽപ്പാഞ്ഞുപോകുന്ന കൃഷ്ണൻ ചെട്ടിയാർ പാർട്ടിയുടെ സിറ്റിക്കമ്മിറ്റി സെക്രട്ടറിയായിരുന്നു. അന്നൊരുദിവസം അദ്ദേഹം തിരക്കിട്ടു പടിഞ്ഞാറോട്ടു നടക്കാൻ തുടങ്ങുമ്പോൾ ഞാൻ ചോദിച്ചു: "ഇതെന്താ ഇത്ര ധൃതി?" ഒറ്റവീർപ്പിനു ചെട്ടിയാർ പറഞ്ഞു: "ഇന്നു വിമാനത്തിൽ അജയ്ഘോഷ് വരും! പോയി സ്വീകരിച്ചുകൊണ്ടുവരണം." "അതിനു കാറു വേണ്ടേ ചെട്ടിയാരേ! കാറെവിടെ?" "അതേ, അങ്ങോട്ടുമിങ്ങോട്ടുമായാൽ കാറുകൂലി ഒത്തിരിയാവില്ലേ?-വിമാനമെത്താൻ വൈകിയാൽപ്പിന്നെ വെയിറ്റിംഗ് ചാർജ്ജും.. അങ്ങോട്ട് ശംഖുമുഖം വരെ നട

ക്കാനാണോ നമുക്കു പാട്! വിമാനം വരുമ്പോ, എയർ പോർട്ടീന്നൊരു കാറുപിടിക്കും..." ചെട്ടിയാർ വെയിലത്തും കുട തോളിലിട്ടുകൊണ്ട് കാൽനീട്ടിവെച്ചൊറ്റ നടത്തം!- പണ്ടുപഠിച്ച ഒരു കവിതയുടെ വരി ഉരുവിട്ടുപോയി: "May his tribe increase!"

അവിശ്വസനീയമായ, എന്നാൽ രസകരമായ മറ്റൊരു സംഭവംകൂടി പറഞ്ഞാലേ കഥ പൂർത്തിയാവൂ. അജയ്ഘോഷിന് കൊല്ലത്തെ പാർട്ടിയോഫീസിലെത്താൻ എന്നെയും മറ്റൊരു വിദ്യാർത്ഥിയേയും കൂട്ടി ട്രാൻസ്പോർട്ട് ബസിൽ ചെട്ടിയാർ കയറ്റിവിട്ടു. അദ്ദേഹത്തിനുമതായിരുന്നത്രേ ഇഷ്ടം! പക്ഷേ, ഒരു പ്രശ്നം: ആ എക്സ്പ്രസ് ബസ് ആറ്റിങ്ങൽ വിട്ടാൽപ്പിന്നെ കൊല്ലം സ്റ്റാൻഡിലേ നിർത്തൂ. ഞങ്ങൾ കണ്ടക്ടറോട് കാര്യം മന്ത്രിച്ചു. അദ്ദേഹം അജയ്ഘോഷിനെ ആദരവോടും അത്ഭുതത്തോടുമൊന്നു നോക്കിയിട്ട് ഞങ്ങളോട് പതുക്കെപ്പറഞ്ഞു: "മണിയടിക്കാതെ ബസ് പോളേത്തോട്ടിൽ നിർത്തും. നിങ്ങളദ്ദേഹത്തേയുംകൊണ്ടവിടെ ഇറങ്ങിക്കൊള്ളണം.." എല്ലാം അതുപോലെതന്നെ നടന്നു.

കെ.എസ്.ആർ.ടി.സി.യുടെ പച്ചപെയിന്റടിച്ച 'എക്സ്പ്രസ്' കണ്ണൂരിലേക്ക് നീട്ടിയകാലം. പഴയങ്ങാടി എന്ന സ്ഥലത്ത് ഒരു സാംസ്കാരിക സമ്മേളനത്തിൽ പ്രസംഗിക്കാൻ എ.കെ.ജിയുമൊത്ത് ആ ബസിൽ യാത്രചെയ്യാനിടയായി. ആറ്റിങ്ങലെത്തുമ്പോളാണ് പ്രാതൽസമയം. അവിടെ ഒരു ഹോട്ടലിന്റെ തൊട്ടു മുമ്പിൽ ബസ് നിറുത്തി. വെറും പത്തു മിനിട്ട്. ഞങ്ങൾ അകത്തുകയറി ധൃതിയിൽ പ്രാതൽ കഴിച്ചു. എ.കെ.ജി.യെക്കണ്ട് പലരും ആദരപൂർവ്വമെഴുന്നേറ്റ് തൊഴുതു. കൗണ്ടറിലിരുന്നിരുന്നയാൾ ഒക്കെയും ശ്രദ്ധിക്കുന്നുണ്ടായിരുന്നു. എന്നിട്ട് ബില്ലുചോദിച്ചപ്പോൾ അയാൾ തന്നില്ല. എ.കെ.ജി യോടു ഞാൻ കാര്യം പറഞ്ഞു. പുറത്തേക്ക് ഒരു ചുവടുവെച്ചുകഴിഞ്ഞിരുന്ന എ.കെ.ജി.പെട്ടെന്നു തിരിച്ചുവന്ന് കൗണ്ടറിലിരുന്നയാളിനോട് ക്ഷോഭത്തോടെ ബില്ലുതന്ന് പണം വാങ്ങാനാവശ്യപ്പെട്ടു. "രാഷ്ട്രീയക്കാർക്ക് സൗജന്യമായോരോന്നു കൊടുത്ത് ദുശ്ശീലം പഠിപ്പിക്കുന്നോ?" എന്നുച്ചത്തിലൊരു ചോദ്യവും! ബസിലിരുന്നും ഒരു സുഹൃത്തിനോടെന്നപോലെ എ.കെ.ജി. പൊതുകാര്യങ്ങൾ പറഞ്ഞുകൊണ്ടിരുന്നു: "പൂച്ചയായാലും പുലിയായാലും ഒരേ മാർജ്ജാരകുടുംബം തന്നെയാണ്. വർഗ്ഗസ്വഭാവമൊന്നുതന്നെ."

അന്നു പഠിച്ച പൊതുപ്രവർത്തനത്തിന്റെ നല്ലപാഠങ്ങൾ വലിയൊരു പ്രസ്ഥാനത്തോട് കാന്തശക്തിയാലെന്നോണം മനസ്സിനെ വലിച്ചടുപ്പിച്ചു

കൊണ്ടിരുന്നു. പക്ഷേ, "നിന്റെ വഴിയേത്?" എന്ന ചോദ്യത്തിന് ഉത്തരം കണ്ടെത്തിയിരുന്നില്ല. തിരുവിതാംകൂർ സർവ്വകലാശാലയുടെ വിദ്യാർത്ഥി യുവജനോത്സവം ഉദ്ഘാടനം ചെയ്തുകൊണ്ട് ഹരീന്ദ്രനാഥ ചതോപാദ്ധ്യായ ആയിടയ്ക്ക് ചെയ്തൊരു പ്രസംഗം മനസ്സിൽ കൂടെക്കൂടെ മാറ്റൊലികൊള്ളുന്നതായിത്തോന്നി: "പാർലമെന്റിൽ ഞാൻ പ്രതിപക്ഷത്താണ്. അതുകൊണ്ട് ചിലർ പറയുന്നു, ഞാൻ കമ്യൂണിസ്റ്റാണെന്ന്. എന്നാൽ സുഹൃത്തുക്കളേ..! ഞാൻ കമ്യൂണിസ്റ്റല്ല! ഒരു നിശ്ചിത ലക്ഷ്യത്തിലെത്താനുള്ള മഹാപ്രസ്ഥാനത്തിനിടയിൽ ഏതു നിമിഷവും ജീവൻ ബലിനല്കാനുള്ള ധീരത എനിക്കില്ലെന്നിരിക്കെ, ഞാനെങ്ങനെ ഒരു കമ്യൂണിസ്റ്റാവും? പിന്നെ, അവർ പറയുന്നു ഞാനൊരു കമ്യൂണിസ്റ്റ് പ്രചാരകനാണെന്ന്! ഞാനതും നിഷേധിക്കുന്നു. കാരണം 'ഓരോരുത്തരും എല്ലാവർക്കും, എല്ലാവരും ഓരോരുത്തർക്കുംവേണ്ടി, നിലകൊള്ളുന്ന സമൂഹക്രമത്തിലേക്കുള്ള സ്വാഭാവികമായ സാമൂഹിക പരിണാമത്തിന് എന്തിനാണ് പ്രചാരണം? സൂര്യൻ കിഴക്കുദിക്കാൻ പ്രചാരണം വേണോ?- ഫാക്ടറിയിലെ കുഴലൂത്ത് കേട്ടിട്ടാണോ തോട്ടത്തിലെ പൂവിരിയുന്നത്?.." ഇങ്ങനെ പോകുന്ന ആ കാവ്യാത്മക പ്രഭാഷണം 'എന്റെ വഴി' എനിക്കു വ്യക്തമാക്കിത്തരുന്നതിൽ വലിയൊരു പങ്ക് വഹിച്ചിട്ടുണ്ട്. ഒരു തൊഴിലെന്ന നിലയ്ക്ക് അദ്ധ്യാപനവൃത്തിയോടത്രമേലടുപ്പം തോന്നിച്ച 'പണ്ഡിതർസാർ' തുടങ്ങിയവരെപ്പറ്റി ഞാൻ നേരത്തേ പറഞ്ഞിട്ടുണ്ട്. എല്ലാ അദ്ധ്യാപകർക്കും അവരവരുടേതായ നന്മകളുണ്ട്. എന്നാൽ എന്റെ മാതൃകാദ്ധ്യാപകൻ പ്രൊഫ: എൻ.കൃഷ്ണപിള്ളസ്സാറാണ്. ഒരദ്ധ്യാപകനാകാൻ എന്നെ പരോക്ഷമായി പ്രേരിപ്പിച്ച എന്റെ അദ്ധ്യാപകൻ.

ചുട്ടികുത്തി എഴുന്നള്ളുന്ന മാതിരി ചില അദ്ധ്യാപകരുണ്ട്. ക്ലാസിനുള്ളിൽ അച്ചടിഭാഷ സംസാരിക്കുന്നവർ, ട്യൂൺചെയ്തുവെച്ചപോലെ ഗദ്യം പറയുന്നവർ, ഏതു സാധാരണ കവിയേയും 'മഹാപ്രതിഭാശാലി' എന്നൊക്കെ വിശേഷിപ്പിക്കുക ശീലമാക്കിയവർ, ആശാന്റെ 'കരുണ'യും വള്ളത്തോളിന്റെ 'അച്ഛനും മകളും' പോലുള്ള പുതിയകവിതകളും മാമൂൽ രീതിയിൽ പാടി പഴഞ്ചനാക്കുന്നവർ - ഇങ്ങനെയൊക്കെയുള്ളവർ ആടിത്തിമിർക്കുന്ന കളരിയിൽ എൻ.കൃഷ്ണപിള്ളസാർ തീർത്തും വ്യത്യസ്തനായൊരു ഗുരുവായിരുന്നു. സാറിന്റെ ക്ലാസുകളെപ്പറ്റി 'മൃദുലാ f പി ഗഹനഭാവാ' എന്ന് വിശേഷിപ്പിച്ചതാരായിരുന്നുവെന്നോർമ്മയില്ല. പക്ഷേ അതു തികച്ചും അന്വർത്ഥമായിരുന്നു. 'സൗന്ദര്യ

ശാസ്ത്രം'(ഈസ്തറ്റിക്സ്) - അത് പൗരസ്ത്യമായാലും പാശ്ചാത്യമായാലും - കൃഷ്ണപിള്ളസാറിന് കൈക്കുമ്പിളിലെ നെല്ലിക്കയായിരുന്നു. 'ഭഗ്നഭവന'ത്തിന്റെയും 'കന്യക'യുടേയും മറ്റും കർത്താവെന്ന നിലയ്ക്ക് നന്നേ ചെറുപ്പത്തിലേ മലയാളനാടകത്തിന് മാറ്റം കുറിച്ച നാടകകൃത്ത് എന്ന് സുപ്രതിഷ്ഠ നേടിക്കഴിഞ്ഞിരുന്ന അദ്ദേഹത്തിന്, അരിസ്റ്റോട്ടിലിന്റെയും ഐ.എ.റിച്ചാഡ്സിന്റെയും ഭരതന്റെയും ആനന്ദവർദ്ധനന്റെയുമെല്ലാം സാഹിത്യസിദ്ധാന്തങ്ങൾ ഒരു സുഹൃദ്സംഭാഷണരീതിയിൽ സുവിശദമാക്കാൻ കഴിയുമായിരുന്നു. ഇടയ്ക്കിടെ ചില തമാശകൾ സ്വാഭാവികമായും പൊട്ടിവിടരും - അതൊരു നിഷ്കളങ്കമായ പൊട്ടിച്ചിരിയിൽ കലാശിക്കും! യവനരുടെ 'കഥാഴ്സിസ്' വിരേചനമാണ് - നമ്മുടെ വൈദ്യശാസ്ത്രത്തിലെ ചികിത്സാവിധികളിലൊന്ന്. ഉള്ളിൽനിന്ന് വികാരങ്ങളെ പരിപൂർണ്ണമായി ചോർത്തിക്കളയുമ്പോഴുണ്ടാവുന്ന അവസ്ഥ അനുഭവതലത്തിലെത്തിക്കുകയാണത്. നിരപരാധിയായ പാവം ഈഡിപ്പസ്സിന്, സ്വമാതാവിനെ പരിണയിച്ച് സന്തത്യുല്പാദനം നടത്തുക എന്ന നിഷ്ഠുരവിധിയാണ് ഏതോ നിഗൂഢശക്തി കല്പിച്ചതെങ്കിൽ, ഈ നമുക്കുണ്ടാവുന്ന ദുരിതദുരന്തങ്ങളെത്ര നിസ്സാരം!- അസുലഭവും സുഖകരവുമായ ആ അവസ്ഥ അനുഭവിച്ചറിയാൻ ജീവിതത്തിലേക്കുതന്നെ വന്നേ മതിയാവൂ! പക്ഷേ, നാടകം വെറും ജീവിതത്തിന്റെ പകർത്തിയെഴുത്തല്ല! അതിന് കൃഷ്ണപിള്ളസാർ പറയാറ് "നാടകം ജീവിതത്തിന്റെ ഈച്ചയടിച്ചാൻ കോപ്പിയല്ലാ" എന്നാണ്! പണ്ട് പുത്തൻകച്ചേരിയിൽ ഒരു ഗുമസ്തൻ ഏതോ പ്രമാണത്തിന്റെ ശരിപ്പകർപ്പ് (True copy) എടുക്കാൻ നിയുക്തനായി - ശരിപ്പകർപ്പായി - പക്ഷേ, അയാൾക്ക് പരിഭ്രമം തീരുന്നില്ല. ശരിയായ പ്രമാണത്തിന്റെ കാതലായ ഒരു ഭാഗത്ത് ചതഞ്ഞുചത്ത ഒരീച്ച പതിഞ്ഞിരിപ്പുണ്ടായിരുന്നു. അതുപോലൊരു ചത്ത ഈച്ചയെ പതിച്ചുവെയ്ക്കാതെ 'ശരിപ്പകർപ്പ്' എങ്ങനെ 'ശരി'യാവും? - വിവേചനബോധമില്ലാത്ത ശരിപ്പകർപ്പെടുക്കലിനെയാണ് 'ഈച്ചയടിച്ചാൻ കോപ്പി' എന്നു പറയുന്നത്. എന്നിട്ട് അദ്ദേഹം അതിനകം പേരെടുത്ത ചില 'നാടക'ങ്ങളിലെ ഉദാഹരണങ്ങളെടുത്തുകാട്ടാൻ തുടങ്ങിയപ്പോൾ ക്ലാസിൽ കൂട്ടച്ചിരിയായി. അങ്ങനെ പിരിമുറുകിയും അയഞ്ഞും ചിരിയിലലിഞ്ഞും വീണ്ടും പിരിമുറുകിയുമുള്ള ആ അദ്ധ്യാപനശൈലി വിശേഷണങ്ങൾക്കപ്പുറത്തായിരുന്നു.

തീരെ പ്രകടനപരതയില്ലാത്തതായിരുന്നു അദ്ദേഹത്തിന്റെ സ്നേഹവാത്സല്യങ്ങൾ. ഒരു കവിത വായിച്ചിട്ടറിയിക്കുന്ന ഹൃദയം നിറഞ്ഞ അഭി

നന്ദനം പോലും മഞ്ഞിൻമറയിലൊളിച്ചുനില്ക്കുന്ന സൂര്യപ്രകാശം പോലെയായിരിക്കും.

മൂന്നോ നാലോ വർഷങ്ങൾക്കുശേഷം കൃഷ്ണപിള്ള സാർ അവിടെ വകുപ്പദ്ധ്യക്ഷനും ഞാനൊരദ്ധ്യാപകനുമായിക്കഴിഞ്ഞ കാല ത്തുണ്ടായ ഒരു സംഭവം - അധികമാരും അറിയാത്തൊരു സംഭവം - കൂടി ഞാനീയവസരത്തിൽ വെളിപ്പെടുത്തട്ടെ. മലയാളം എം.എ.ക്ലാസിൽ കെ.പി.നാരായണൻ എന്നൊരു മുതിർന്ന വിദ്യാർത്ഥിയുണ്ടായിരുന്നു. മലബാറിലെ പൊന്ന്യത്തുനിന്നോ കതിരൂർ നിന്നോ മറ്റോ വന്ന സൗമ്യനും ശാന്തനുമായ ഒരു വിദ്യാർത്ഥി. ആ വർഷത്തെ ഏറ്റവും നല്ല സ്വഭാവശുദ്ധിയുള്ള വിദ്യാർത്ഥിയായി തെരഞ്ഞെടുക്കപ്പെട്ട്, മെഡൽ നേടിയയാൾ! പരീക്ഷ കഴിഞ്ഞ് പോയതിൽപ്പിന്നെ കാണാൻ കഴിഞ്ഞില്ല. വാചാപരീക്ഷയ്ക്കു വന്നപ്പോഴും കാണാൻ പറ്റിയില്ല. ജയിച്ചു എന്നറി ഞ്ഞു. ഒരു വിദ്യാഭ്യാസ വർഷം കഴിഞ്ഞു - അടുത്തതായി. എല്ലാം പഴ യപടി. പക്ഷേ, കേരളത്തിന്റെ സാമൂഹികരംഗത്ത് ഒരാഘാതം സൃഷ്ടി ച്ചുകൊണ്ട് 'പുല്പള്ളി' സ്റ്റേഷനാക്രമണം ഉണ്ടായി - വർഗ്ഗീസ് രക്ത സാക്ഷിയായി. അജിതയുടേയും ഏറ്റവും അടുത്ത സഹപ്രവർത്തകരു ടേയും വാർത്തകളും ചിത്രങ്ങളുമൊക്കെ പത്രങ്ങളിൽ വന്നുകൊണ്ടി രുന്നു. ആ കൂട്ടത്തിൽ ചിരപരിചിതമായൊരു മുഖം - കെ.പി.നാരായ ണന്റെ!

പത്രവാർത്തകൾ സൃഷ്ടിക്കുന്ന കൊടുങ്കാറ്റ് എത്രകാലത്തേക്കെന്ന് ആർക്കും പ്രവചിക്കുക സാദ്ധ്യമല്ല. 'പുല്പള്ളി'യും കുറെക്കാലം ചുറ്റി യടിച്ച് മന്ദഗതിയിലായി. അങ്ങനെ ഓർക്കാപ്പുറത്ത് ഒരുദിവസം കാലത്ത് ആരുടെയൊക്കെയോ കണ്ണുവെട്ടിച്ച് ഒരാൾ കൃഷ്ണപിള്ളസാറിന്റെ മുറി യിൽ കടന്നുവന്നു - സാക്ഷാൽ കെ. പി. നാരായണൻ. ആ പൂർവ്വവി ദ്യാർത്ഥിയുടെ ഒരു പ്രാകൃതരൂപം! തികഞ്ഞ സമചിത്തതയോടെ സാർ ഊണുകഴിക്കാറുള്ള ചെറിയ തിരശ്ശീലവിരിക്കു പിന്നിൽ നാരായണനെ ഇരുത്തി. ഒരു പരിഭ്രമവും കൂടാതെ കാര്യങ്ങളന്വേഷിച്ചു. ഉദ്ദേശിച്ച 'ഷെൽട്ടർ' കൈവിട്ടുപോയി. ഒരു ചങ്കൂറ്റത്തിലിവിടെയെത്തി. അധികം അകലെയല്ലാത്ത ഒരിടത്തെത്താൻ ഒരു ടാക്സി വേണം-ചെറിയൊരു തുകയും... താൻ ഈ പ്രിയഗുരുക്കന്മാരെ കുഴപ്പത്തിലാക്കുകയാണോ എന്ന കുറ്റബോധം ആ നോട്ടത്തിലും ശബ്ദത്തിലും പ്രകടമായിരുന്നു. കാറ്റൂതിയാൽ ഒടിഞ്ഞുവീണുപോകുന്ന വയൽപ്പൂവുപോലെ നില്ക്കുന്ന ആ ദൈന്യത്തിന് ഒരുരുളച്ചോറോ ഒരിറക്കു വെള്ളമോ ആണ് ഉടനേ

വേണ്ടതെന്ന് സാറിനു തോന്നിയിരിക്കാം. വി.ജെ.ടി. ഹാളിനു തൊട്ടടുത്ത ഹോട്ടലിൽനിന്ന് 'വല്ലതും' വാങ്ങിക്കൊടുത്താൽ പോരെന്നു തോന്നി. അതു കുഴപ്പത്തിനു വഴിവെയ്ക്കാമെന്നും സാറിനോട് ഞാനടക്കം പറഞ്ഞു. പൊടുന്നനെ തന്റെ ചെറിയ ഊൺമേശയ്ക്കരികിലേക്ക് നാരായണനെ ഇരുത്തി മറ നീക്കിയിട്ട് സ്വന്തം അടുക്കുപാത്രം തുറന്ന് വേഗം ഭക്ഷണം കഴിച്ചുകൊള്ളാൻ പറഞ്ഞു. സാഹസികനായ ആ വിപ്ലവകാരി ഊണുകഴിക്കുമ്പോൾ ആ കണ്ണുനിറയുന്നതു കണ്ടു. ഞങ്ങളുടെ വിശ്വസ്തനായ പ്യൂൺ ഗംഗാധരൻപിള്ളയെക്കൊണ്ട് സാറിന്റെ ഒരാവശ്യത്തിനാണെന്നു പറഞ്ഞ് ഒരു ടാക്സി അതിനകം മലയാളം ഡിപ്പാർട്ടുമെന്റിന്റെ കിഴക്കേ തൊടിയിൽ വരുത്തിക്കഴിഞ്ഞു. തികഞ്ഞ ജാഗ്രതയോടെ സാർ തന്റെ ആ പൂർവ്വവശിഷ്യനെ വേണ്ടതെല്ലാം കൊടുത്ത് കാറിൽക്കയറ്റി ഒട്ടകലെനിന്ന് കൈവീശി യാത്രയാക്കിയതിന് ഏകസാക്ഷിയായ ഞാൻ ഒരാശ്വാസനിശ്വാസത്തോടെ സീറ്റിൽ വന്നിരുന്നു. കഴിഞ്ഞ സംഭവത്തെപ്പറ്റി പിന്നീടൊരക്ഷരം ഉരിയാടാതെ സാർ നിസ്സംഗഭാവത്തിലിരിക്കുന്ന ഇരിപ്പുകണ്ടപ്പോൾ ആ സ്ഥാനത്ത് മറ്റു ചിലരായിരുന്നെങ്കിലോ എന്നു ചിന്തിച്ചുപോയി!

## 9 വഴിത്തിരിവുകൾ

**വി**ല്പനസാദ്ധ്യതയുള്ള ഗാനങ്ങൾ റെക്കാഡ് ചെയ്ത് വിപണിയിലിറക്കി പരമാവധി ലാഭംകൊയ്യുക എന്നത് ഗ്രാമഫോൺ കമ്പനിക ളുടെ ബിസിനസ്സാണ്. എന്നാൽ എച്ച്.എം.വി./ കൊളംബിയാ കമ്പനികൾ കെ.പി.എ.സി.ഗാന ങ്ങൾ പ്രത്യേകം റെക്കാഡ് ചെയ്ത് വിപണിയി ലിറക്കിയത് അവയുടെ ജനപ്രീതിയും പ്രചാരവും വർദ്ധിക്കുന്നതിനിടയാക്കി. അങ്ങനെയൊരു പശ്ചാ ത്തലത്തിലാവാം കൈലാസ് നാരായണൻ എന്ന നിർമ്മാതാവ് എന്നെയും ദേവരാജനേയും തന്റെ 'കാലംമാറുന്നു' എന്ന ചിത്രത്തിൽ പാട്ടുണ്ടാ ക്കാൻ ക്ഷണിച്ചത്. എസ്.കെ.പൊറ്റെക്കാട്ടിന്റെ ഒരു ചെറുകഥയെ ആസ്പദമാക്കിയുള്ള തിരക്ക ഥയാണെന്നു കേട്ടപ്പോൾ ഏറെ സന്തോഷം തോന്നി. കാമ്പിശ്ശേരിയും ഒ.മാധവനും ജോർജ്ജും സുലോചനയുമൊക്കെ 'ടീമി'ലുണ്ടെന്നും വന്ന പ്പോൾ അത് 'ആകസ്മികമായ ഒരു ഒത്തുചേര ലാ'യി. എം.എ.പരീക്ഷയുടെ അവസാനദിവസം സന്ധ്യയ്ക്കാണ് ആദ്യഗാനത്തിന്റെ റെക്കാഡിങ്! അഞ്ചുദിവസത്തിനുള്ളിൽ ഒമ്പത് വിഷയങ്ങൾക്ക് മുമ്മൂന്നു മണിക്കൂർ വീതമുള്ള പരീക്ഷ നടക്കു മ്പോൾ, സിനിമാവിചാരമൊന്നും സാദ്ധ്യമല്ലെന്നെ

ല്ലാവർക്കുമറിയാം. ദേവരാജനാണ് പ്രശ്നം പരിഹരിച്ചത്. ആ വർഷത്തെ യൂണിവേഴ്സിറ്റി കോളേജ് മാഗസീനിൽ “ആ മലർപ്പൊയ്കയിലാടിക്കളിക്കുന്നൊരോമനത്താമരപ്പൂവേ...!” എന്നാരംഭിക്കുന്ന ഒരു ഭാവഗീതം ഞാനെഴുതിയിരുന്നു. ‘കഥാസന്ദർഭത്തിനിനി വേറെ പാട്ടുവേണ്ട’ എന്നുപറഞ്ഞ് ദേവരാജനതെടുത്തുകൊണ്ടുപോയി; സ്വരപ്പെടുത്തി; പശ്ചാത്തലസംഗീതമൊരുക്കി; ജോർജ്ജിനെയും സുലോചനയെയും പഠിപ്പിച്ചുകഴിഞ്ഞു. എന്നിട്ട് പരീക്ഷ തീർന്ന് വരാന്തയിലേക്കിറങ്ങുമ്പോൾ, ദേവരാജൻ മുന്നിൽ നില്ക്കുന്നു. കാറും കൊണ്ടുവന്നിട്ടുണ്ട് - നേരെ നേമത്തെ മെരിലാന്റ് റെക്കാഡിങ് സ്റ്റുഡിയോവിലേക്ക്! ഗേറ്റു കടന്നപ്പോൾത്തന്നെ പാട്ടുകേട്ടുതുടങ്ങി - റിഹേഴ്സലാണ്. പിന്നെയെല്ലാം പ്രശസ്ത സൗണ്ട് റെക്കാഡിസ്റ്റ് കൃഷ്ണൻ ഇളമണ്ണിന്റെ നിയന്ത്രണത്തിലായി. പതുക്കെപ്പതുക്കെ റെക്കാഡിങ് കഴിഞ്ഞു. സ്റ്റുഡിയോയുടെ ജാലകങ്ങളെല്ലാം തുറന്നിട്ട്, അതുവഴി പാട്ട് അതിന്റെ പൂർണ്ണരൂപത്തിൽ പുറത്തേക്കൊഴുകിയപ്പോൾ ഏറ്റവുമധികം സന്തോഷിച്ചത് ദേവരാജനായിരുന്നു. കാരണം, ഒരു കലാകാരന്റെ സുദീർഘവും സുവർണ്ണാഭവുമായ സ്വന്തം കർമ്മമേഖലയിലേക്കുള്ള ശുഭകരമായ ചുവടുവെയ്പ്പായിരുന്നു അത്. എന്റെ മനസ്സ് അപ്പോഴും ഏതോ സന്ദിഗ്ധതകളിൽപെട്ടുഴലുകയായിരുന്നു.

ഔഷധച്ചെടികളുടെ ചങ്ങാതിയായിത്തീർന്ന കുട്ടിയോട് അച്ഛൻ പറയുന്നു: “നീ വൈദ്യനാവണ്ട!” ആയില്ല. രാഷ്ട്രീയാദർശങ്ങൾ ആത്മാവിൽ വെളിച്ചം പകർന്നപ്പോഴും ഉള്ളിലിരുന്നാരോ വിലക്കി: ‘രാഷ്ട്രീയപ്രവർത്തകനാവണ്ട!’ അതുമായില്ല. തന്റെ ബാല്യകാലസഖിയായ സംഗീതത്തെ മറ്റൊരാൾ പരിണയിച്ചുകൊണ്ടുപോകുമ്പോൾ അനസൂയനിർമ്മലമായ മനസ്സോടെ മംഗളം നേർന്നു. അപ്പോളെല്ലാം “ഇദം ന മമ”(ഇതെന്റേതല്ല) എന്ന് ഉള്ളിലാരോ മന്ത്രിച്ചുകൊണ്ടിരുന്നു. പിന്നെയൊരിക്കൽ നീയാരാണെന്ന ചോദ്യത്തിനുള്ള വ്യക്തമായ ഉത്തരം ടാഗോറിന്റെ ഒരു പ്രഭാഷണത്തിൽ കണ്ടെത്തി: “അമീ കവി”(“ഞാൻ കവിയാണ്”). ഏതാണ്ടക്കാലത്തുതന്നെ നെരൂദയുടെയും ഈ വാക്കുകൾ മനസ്സിൽ മാറ്റൊലികൊണ്ടു: “ I came here to sing, and sing alone..” സർഗ്ഗവേദനയുടെ സിംഹാസനത്തിലിരുന്ന്, മുന്നിലിരമ്പിയാർക്കുന്ന ജീവിതത്തെ നോക്കിയിരുന്നു പാടുക! എളുപ്പമെന്നു തോന്നാം; പക്ഷേ, അതൊരു വെല്ലുവിളിയാണ്.

പരീക്ഷാഫലം വന്നു. മലയാളം എം.എ.ക്ക് ഒന്നാംക്ലാസിൽ ഒന്നാം

## പോക്കുവെയിൽ മണ്ണിലെഴുതിയത്

റാങ്കോടെ ജയിച്ചു. "മലയാളം പഠിച്ചു എന്നതിന് തെളിവില്ലാത്ത" ഈ വിദ്യാർത്ഥിക്ക് അത് വലിയൊരഭിമാനത്തിനു വകയായി.

ഒരു തൊഴിലിനു പോവുകയാണെങ്കിൽ അതൊരദ്ധ്യാപകന്റേതാവണമെന്ന് അന്നേ തീരുമാനിച്ചിരുന്നു. പക്ഷേ, എനിക്കാരാണ് അദ്ധ്യാപകന്റെ ജോലി തരിക? തന്നെയുമല്ല, മുണ്ടശ്ശേരി മാസ്റ്ററെയും പോൾസാറിനെയുമൊക്കെ നിർദ്ദയം പുറത്താക്കിയ പ്രൈവറ്റ് കോളേജുകളിൽ ജോലിക്കപേക്ഷിക്കാൻ മടിതോന്നി.

തിരുക്കൊച്ചി സംസ്ഥാനരൂപീകരണത്തോടെ എറണാകുളം മഹാരാജാസും ചിറ്റൂർ ഗവൺമെന്റുകോളേജും തിരുവനന്തപുരം യൂണിവേഴ്സിറ്റികോളേജും ഗവൺമെന്റിന്റെ കുടക്കീഴിലായി. മഹാരാജാസിൽ മലയാളം എം.എ.തുടങ്ങി. മൂന്നു തസ്തികകളിൽ നിയമനത്തിനുള്ള അപേക്ഷ ക്ഷണിച്ചുകൊണ്ടുള്ള ഗസറ്ററിയിപ്പുണ്ടായി. അന്നത്തെ രാഷ്ട്രീയസാഹചര്യത്തിൽ ജോലികിട്ടാൻ സാദ്ധ്യതയില്ലെന്നും അപേക്ഷിക്കേണ്ടതില്ലെന്നും പലരും ഉപദേശിച്ചു. എങ്കിലും ഒന്നു പരീക്ഷിക്കാമെന്നു കരുതി അപേക്ഷ അയച്ചു. ഇന്റർവ്യൂവിനു ക്ഷണിച്ചുകൊണ്ടുള്ള മെമ്മോയും വന്നു. എറണാകുളം ദർബാർ ഹാളിൽ വെച്ചായിരുന്നു നിർണ്ണായകമായ ആ ഇന്റർവ്യൂ - വിദഗ്ദ്ധാംഗമായിവന്ന മലയാളം പ്രൊഫസർ ഏതാണ്ടൊരത്ഭുതം കണ്ടെത്തിയതുപോലെ "ടീച്ചിങ് എക്സ്പീരിയൻസ് ഒട്ടുമില്ലേ..? പേരിനെങ്കിലും..?" എന്നു ചോദിച്ചു. അതിനൊട്ടും സൗകര്യമുണ്ടായില്ലെന്നും, എവിടെയെങ്കിലും ട്യൂട്ടറായിരുന്നുകൊണ്ട്, പ്രൈവറ്റായി പരീക്ഷയെഴുതി ജയിച്ചതല്ലെന്നും ക്ലാസിലിരുന്ന് പ്രശസ്തരായ ഗുരുക്കന്മാരുടെ ശിക്ഷണത്തിലഭ്യസിച്ച് പരീക്ഷയെഴുതി, ജയിച്ച ഉടനെതന്നെ ഈ ഇന്റർവ്യൂവിന് വരേണ്ടിവന്നതാണെന്നും വളരെ സൗമ്യനായി ഞാൻ മറുപടി പറഞ്ഞപ്പോൾ, ഔദ്യോഗികാംഗമായ പ്രൊഫ: ടി.സി.ശങ്കരമേനോൻ അർത്ഥവത്തായൊരു മന്ദഹാസത്തോടെ എന്നെ നോക്കി. മലയാളം പ്രൊഫസർ ഉണ്ണുനീലി സന്ദേശത്തിലെ ഒരു പദ്യം ക്ലാസെടുക്കുംപോലെ വിശദീകരിക്കാനാവശ്യപ്പെട്ടു. ഭാഗ്യവശാൽ എനിക്കാ പദ്യം ചിരപരിചിതമായിരുന്നു. അപ്പോൾപ്പിന്നെ, 'ഉണ്ണിച്ചിരുതേവിചരിത'ത്തിലെ 'പുതുമലർക്കാവിൽ വന്റെഴുമിളംകൊടികളും' എന്ന ഭാഗം കൂടി വിശദീകരിച്ചു കേൾക്കട്ടെ എന്നായി. മലയാളത്തനിമയുടെ മനോഹാരിതയുള്ള ആ വാങ്മയശില്പം എനിക്ക് നേരത്തേതന്നെ ഇഷ്ടമായിരുന്നു. അതും കഴിഞ്ഞു. പ്രിൻസിപ്പൽ ടി.സി.ശങ്കരമേനോനെന്ന പണ്ഡിതനെപ്പറ്റി, അദ്ധ്യാപകനെപ്പറ്റി നേരത്തേ വളരെയധികം കേട്ടിരു

ന്നുവെങ്കിലും നേരിട്ടു കാണുന്നതാദ്യമായിട്ടായിരുന്നു. ആ മാന്യത, ആ അന്തസ്സ്, എന്റെ മനസ്സിനെ വല്ലാതെ സ്പർശിച്ചു.

എന്റെ പേര് തെരഞ്ഞെടുക്കപ്പെട്ടവരുടെ കൂട്ടത്തിൽ ഗസറ്റിൽ കണ്ട പ്പോൾ പലർക്കും വിശ്വസിക്കാനായില്ല - എനിക്കുമത് ഒരത്ഭുതമായി ട്ടാണ് തോന്നിയത്. എന്തായാലും കടമ്പകളൊക്കെ കഴിഞ്ഞിരിക്കുന്നു എന്ന വിശ്വാസത്തിലങ്ങനെ നടക്കുന്നതിനിടെ, തെരഞ്ഞെടുക്കപ്പെട്ടവ രിൽ എം. അച്യുതനും എം.കെ.സാനുവും നിയമനം നേടി മഹാരാജാ സിൽ ജോലിയിൽ പ്രവേശിച്ചു എന്നു കേട്ടു. ആയിടയ്ക്കൊരു നട്ടു ച്ചയ്ക്ക് സ്റ്റാച്യൂ ബസ്സ്റ്റാന്റിൽ നില്ക്കുമ്പോൾ, മുമ്പ് ഇന്റർമീഡിയറ്റി നെന്റെ സഹപാഠിയായിരുന്ന പെരുന്താന്നിക്കാരനും സെക്രട്ടേറിയറ്റിലെ ഒരു ജീവനക്കാരനുമായ ശിവശങ്കരൻനായർ ആകസ്മികമായി എന്റെ സമീപത്തേക്ക് ധൃതിയിൽ നടന്നുവന്നു. എന്നിട്ട് പൊടുന്നനെയൊരു ചോദ്യം: "താനൊന്നുമറിഞ്ഞില്ലേ?" എന്താണുദ്ദേശിക്കുന്നതെന്നറിയാതെ ഞാനമ്പരന്നു നിന്നു. പോലീസ് വെരിഫിക്കേഷൻ റിപ്പോർട്ട് വളരെ മോശമായതുകൊണ്ട് എന്നെ നിയമിക്കാനുള്ള പി.എസ്.സി.ശുപാർശ നിരസിക്കാൻ തീരുമാനിച്ചിരിക്കുകയാണെന്ന വർത്തമാനമാണ് ആ സ്നേഹിതനിൽനിന്നറിഞ്ഞത്. പേപ്പറുകളെല്ലാം ഇപ്പോൾ ഉന്നതവിദ്യാ ഭ്യാസ സെക്രട്ടറി, 'അഴിമതിവിരുദ്ധനെ'ന്നു പേരെടുത്ത, സി.കെ.കേര ളവർമ്മയുടെ ഓഫീസിലുണ്ട്. സെക്രട്ടേറിയറ്റിന്റെ മുറ്റത്തെ വഴിയിലൂടെ നടന്നിട്ടുണ്ടെന്നതൊഴിച്ചാൽ, ആ കൂറ്റനെടുപ്പിന്റെ വാലുംതലയുമൊന്നും ഒരു പിടിയുമില്ലാത്ത ഞാൻ അമ്പരന്നു നില്ക്കുന്നതുകണ്ട്, ശിവശങ്ക രൻനായർതന്നെ കൂടെവന്ന് തെക്കേഭാഗത്ത് മുകളിലത്തെ നിലയിലുള്ള ഓഫീസ് ചൂണ്ടിക്കാട്ടിത്തന്നു. "അവിടെ ചെന്നുകയറുന്നിടത്ത് പാരിപ്പ ള്ളിക്കാരൻ ഗോപാലപിള്ള എന്നൊരു 'സ്റ്റെനോ' ഇരിക്കുന്നുണ്ടാവും. അദ്ദേഹത്തോട് കാര്യം പറഞ്ഞാൽ മതി. സെക്രട്ടറിയെ കാണാൻ സൗക ര്യപ്പെടുത്താതിരിക്കില്ല. പിന്നെ, ഒരുകാര്യം: ഈ കാര്യത്തിൽ ആരെ ക്കൊണ്ടും ശുപാർശ പറയിക്കരുത്. ഫലം വിപരീതമാവും!-" ഒരു ദൈവ ദൂതൻ പ്രത്യക്ഷപ്പെടുന്നതുപോലെയായിരുന്നു ശിവശങ്കരൻനായരുടെ വരവ്. ദൗത്യം നിർവ്വഹിച്ചിട്ട്, ദൂതൻ മറയുകയും ചെയ്തു!

ഞാൻ ഉന്നതവിദ്യാഭ്യാസ സെക്രട്ടറി അഴിമതിവിരുദ്ധൻ സി.കെ. കേരളവർമ്മയുടെ മുറിയുടെ വാതുക്കൽ, എന്തോ ടൈപ്പ് ചെയ്തുകൊ ണ്ടിരിക്കുന്ന ഗോപാലപിള്ളയുടെ മുന്നിൽച്ചെന്ന്, എന്നെ സ്വയം പരിച യപ്പെടുത്തി. ഗോപാലപിള്ള എന്നെ പ്രതീക്ഷിരുന്നതുപോലെ തോന്നി.

# 74 പോക്കുവെയിൽ മണ്ണിലെഴുതിയത്

“അദ്ദേഹം ഒരു മീറ്റിങ്ങിലാണ്. എപ്പോൾ ഓഫീസിൽ വരുമെന്ന് പറയാൻ പറ്റില്ല. എന്തായാലും വന്നുകണ്ടിട്ടേ പോകാവൂ.” എന്നിട്ട് ഒരു സ്റ്റൂൾ ചൂണ്ടിക്കാട്ടി അതിലിരുന്നുകൊള്ളാൻ പറഞ്ഞു. താണുമുയർന്നും ആടുന്ന ഒരു ത്രാസിൻതട്ടിലിരിക്കുംപോലെ തോന്നി. ആ കാത്തിരുപ്പ് മണിക്കൂറുകളോളം നീണ്ടു. ഒടുവിൽ അദ്ദേഹം തിടുക്കത്തിൽ വാതിൽകടന്നുവന്ന് നേരെ തന്റെ മുറിക്കുള്ളിലേക്ക് പോയി. മണിയടിച്ച് ഗോപാലപിള്ളയെ അകത്തേക്കു വിളിപ്പിച്ചു. നിമിഷങ്ങൾക്കകം ഗോപാലപിള്ള പുറത്തുവന്ന് എന്നെ ഉള്ളിലേക്ക് പൊയ്ക്കൊള്ളാൻ ആംഗ്യംകാട്ടി. എന്നെ അടിമുടിയൊന്നു നോക്കിയിട്ട്, അദ്ദേഹം ആദ്യം ചോദിച്ചത്, “എങ്ങനെയുണ്ട് പുരോഗമനസാഹിത്യം?!” എന്നാണ്. സംഘർഷത്തിന് അയവുവരുത്താനാവാം. പിന്നെ കാര്യത്തിലേക്ക് കടന്നു. “ഗവർണ്ണർഭരണമാണ് നിലവിലുള്ളത് - മന്ത്രിസഭയും വിദ്യാഭ്യാസമന്ത്രിയുമൊന്നുമില്ല. നിങ്ങളെ രക്ഷിക്കാൻ ഇനി ഗവർണ്ണർ വിചാരിച്ചാലേ സാധിക്കൂ. അതുകൊണ്ട് ഗവർണ്ണർക്ക് ഒരു നിവേദനം ഉടനെ കൊടുക്കുക. കലാരംഗത്തും സാംസ്കാരികരംഗത്തും നിങ്ങൾ പാർട്ടിയെ സജീവമായി സഹായിച്ചിട്ടുണ്ടെങ്കിൽ അത് ഒരു പൗരന്റെ സ്വാതന്ത്ര്യമാണ് - വിധ്വംസകപ്രവർത്തനമോ ക്രിമിനൽ കേസുകളോ ഒന്നും റിപ്പോർട്ട് ചെയ്തിട്ടില്ല. നിങ്ങൾക്ക് അർഹതപ്പെട്ടതെന്ന് പി.എസ്.സി.കണ്ടെത്തിയ തസ്തികയിൽ നിയമിക്കപ്പെടുക എന്ന അവകാശം സംരക്ഷിച്ചു കിട്ടാൻ ഗവർണ്ണറോടപേക്ഷിക്കാൻ ഒരു സ്വതന്ത്രപൗരനെന്ന നിലയ്ക്ക് നിങ്ങൾക്കെല്ലാ അവകാശവുമുണ്ട് - ഉടൻതന്നെ - ഒട്ടും വൈകിക്കരുത് - രാജ്ഭവനിൽപോയി അങ്ങനെയൊരു നിവേദനം കൊടുക്കൂ. സാധാരണഗതിയിൽ അതിവിടെ വരും - അതേ വഴിയുള്ളൂ...” തിടുക്കത്തിൽ ചെയ്യേണ്ട കാര്യം അദ്ദേഹം തിടുക്കത്തിൽത്തന്നെ പറഞ്ഞു നിർത്തി. നിവേദനം കൊടുത്തിട്ട് ഉടനെ വിവരമറിയിക്കണമെന്ന ഗോപാലപിള്ളയുടെ സ്വകാര്യോപദേശവും കേട്ടുമടങ്ങി.

രാജ്ഭവൻ! എങ്ങനെയാണവിടെ ചെന്ന് ഗവർണ്ണറെ നേരിട്ടുകണ്ട് നിവേദനം കൊടുക്കുക? മുമ്പെന്നോ കണ്ട ഒരു ഹിന്ദിസിനിമയിൽ ഒരു കുട്ടി ‘അബ് ദില്ലീ ദൂർ നഹി’ എന്ന് പാടിക്കൊണ്ട് ആ അജ്ഞാതനഗരത്തിലേക്ക് നടക്കുന്ന രംഗം ഓർമ്മവന്നു. റോഡിലേക്കിറങ്ങിയപ്പോൾ കണ്ടുമുട്ടിയത് പാഞ്ചേട്ടനെയാണ്. പാഞ്ചേട്ടനേയും കൂട്ടി പുളിമൂട്ടിലുള്ള ഒരു ടൈപ്പ്റൈറ്റിംഗ് ഇൻസ്റ്റിറ്റ്യൂട്ടിൽ കയറിയിരുന്ന് ഒരു നിവേദനം തയ്യാറാക്കി ടൈപ്പ് ചെയ്തുവാങ്ങി. നേരിട്ടുകണ്ട് കൊടുക്കണമെന്നാണ്

നിർദ്ദേശം. ഒരുകാലത്ത് കൊല്ലത്ത് ദേശാഭിമാനികളായ യുവാക്കൾക്കിടയിൽ പ്രചരിച്ചിരുന്ന 'യുവകേരളം' എന്ന പത്രം നടത്തിയിരുന്ന കെ. കെ.ചെല്ലപ്പൻപിള്ളച്ചേട്ടൻ പുളിമൂട്ടിൽ ഖാദിസ്റ്റോറിനെതിർവശം തന്റെ അനുയായികളോടെന്തോ സംസാരിച്ചുകൊണ്ടുനില്ക്കുന്നതു കണ്ടു. തേടിയവള്ളി കാലിൽച്ചുറ്റിയ ആശ്വാസത്തോടെ ഞങ്ങൾ ചെല്ലപ്പൻപിള്ളച്ചേട്ടന്റെ മുന്നിലേക്ക് നീങ്ങി. കൊല്ലത്ത് 'യുവകേരള'വുമായി സഹകരിച്ചിരുന്ന പത്രപ്രവർത്തകനെന്ന നിലയ്ക്ക് പാഞ്ചേട്ടനും, കേശവൻപോറ്റിസാറിന്റെയും നാഗവള്ളി ആർ.എസ്. കുറുപ്പിന്റെയും 'അടുത്തയാളെ'ന്ന നിലയ്ക്ക് എനിക്കും ചെല്ലപ്പൻപിള്ളച്ചേട്ടനുമായി അടുത്ത സുഹൃദ്ബന്ധമുണ്ടായിരുന്നു. സമുന്നതനായൊരു കോൺഗ്രസ് നേതാവെന്ന നിലയ്ക്ക് രാജ്ഭവനിലൊരു സന്ദർശനമൊരുക്കുക എന്നത് ചേട്ടന് ഒരു പ്രശ്നമായിരുന്നില്ല. ചേട്ടൻ ഞങ്ങളിരുവരേയുംകൂട്ടി രാജ്ഭവന്റെ ഓഫീസിലേക്ക് ഉടൻതന്നെ പോവുകയും, ഗവർണ്ണറുടെ എ.ഡി.സി.യെക്കണ്ട് എന്റെ നിവേദനത്തിന്റെ മുൻകൂർ കോപ്പി ഏല്പിക്കുകയും ചെയ്തു. നേരിട്ട് നിവേദനം നടത്താനുള്ള അനുവാദവും നേടി. അടുത്തദിവസം നിർദ്ദിഷ്ട സമയത്ത് ഞാൻ ചെല്ലുമ്പോൾ "എ.ഡി.സി.കൃഷ്ണൻ" എന്ന ആന്ധ്രാക്കാരൻ ചെറുപ്പക്കാരൻ എന്നെ ഗവർണ്ണർ സാക്ഷാൽ ബി.രാമകൃഷ്ണറാവുവിന്റെ മുന്നിലേക്ക് കൊണ്ടുപോയി. ഗവർണ്ണറുടെ ആദ്യത്തെ ചോദ്യമിതായിരുന്നു: "ഗ്രീക്ക് ട്രാജഡികൾക്ക് മലയാളത്തിൽ പരിഭാഷയുണ്ടോ?"- 'ഈഡിപ്പസ് രാജാവ്' മുതൽ ആയിടയ്ക്ക് പുറത്തുവന്ന സി.ജെ.തോമസിന്റെ ആന്റിഗണിയുൾപ്പെടെ, 'പതിദേവത' എന്ന പേരിൽ വന്ന ഡോ.എസ്.കെ.നായരുടെ 'ആൽസെസ്റ്റിസ്' പരിഭാഷവരെ ഞാൻ എടുത്തുപറഞ്ഞു. ബി. രാമകൃഷ്ണറാവു തെലുഗിൽ ഒരെഴുത്തുകാരനായിരുന്നുവോ? അന്നും ഇന്നും എനിക്കറിയില്ല. പക്ഷേ, അദ്ദേഹത്തിന്റെ ചോദ്യങ്ങൾ സാഹിത്യത്തിലൂന്നിയായിരുന്നു. നിവേദനത്തിൽ പറഞ്ഞ കാര്യങ്ങളെപ്പറ്റി പ്രത്യേകിച്ചൊന്നും പരാമർശിക്കാതെ, I wish you all the best എന്നുമാത്രം പറഞ്ഞദ്ദേഹം സംഭാഷണമവസാനിപ്പിച്ചു. നാടകം ദുരന്തമോ ശുഭാന്തമോ എന്നു വ്യക്തമാവാത്ത ഒരുതരം അസ്വാസ്ഥ്യത്തോടെ, ശാസ്തമംഗലത്തുനിന്നു പിടിച്ച ആ പഴഞ്ചൻ ടാക്സിയിൽ ഞാൻ രാജ്ഭവന്റെ ഗേറ്റ് കടന്ന് പുറത്തേക്ക് പോന്നു.

രണ്ടുദിവസം കഴിഞ്ഞ് ഉന്നതവിദ്യാഭ്യാസ സെക്രട്ടറിയുടെ ഓഫീസിൽ വീണ്ടും പോയി. 'നിഷ്പക്ഷമായ ഒരന്വേഷണം നടത്തി ഉചിത

തീരുമാനമെടുക്കാ'നുള്ള നിർദ്ദേശത്തോടെ എന്റെ നിവേദനം വീണ്ടും ചീഫ് സെക്രട്ടറിക്കും അവിടെനിന്ന് വകുപ്പുസെക്രട്ടറിക്കും മുന്നിൽ എത്തിയിരുന്നു. എന്റെ 'കേസി'ന് വീണ്ടും ജീവൻ വെച്ചിരിക്കുന്നു! പോലീസിന്റെ 'റിവ്യൂ റിപ്പോർട്ടി'ൽ 'പാർട്ടിയുടെ എജ്-പ്രോപ് (എജിറ്റേഷൻ/പ്രോപ്പഗാൻഡാ) വിഭാഗമായ കെ.പി.എ.സി.'എന്ന പരാമർശവും പാർട്ടിയുടെ സംസ്ഥാനസമ്മേളനത്തോടനുബന്ധിച്ചുള്ള സാംസ്കാരിക യോഗത്തിൽ ഞാൻ പ്രസംഗിച്ചു എന്ന തെളിവുഹാജരാക്കലും അവരുടെ നിഗമനങ്ങൾ ദുർബ്ബലമാക്കാനേ ഉപകരിച്ചുള്ളൂ. ഞാൻ പ്രസംഗിച്ച യോഗം ഉദ്ഘാടനം ചെയ്തത് മഹാകവി ജി.ശങ്കരക്കുറുപ്പും കലാപരിപാടി ഉദ്ഘാടനം ചെയ്തത് ഗുരു ഗോപിനാഥുമായിരുന്നു! 'അഴിമതിവിരുദ്ധൻ' എന്ന് നാട്ടുകാർ ചാർത്തിക്കൊടുത്ത വിശേഷണം നൂറുശതമാനം അന്വർത്ഥമെന്നു തെളിയിച്ചുകൊണ്ട് സി.കെ. കേരളവർമ്മ എനിക്കുവേണ്ടി ഒരു ധർമ്മസമരം തന്നെയാണ് നടത്തിയത്. യാതൊരു മുൻപരിചയവുമില്ലാത്ത ഒരു നിസ്സാരവ്യക്തിക്കുവേണ്ടി, തികച്ചും മൂല്യാധിഷ്ഠിതമായ ഒരു സമരം!

എറണാകുളം മഹാരാജാസിൽ ഞാൻ അദ്ധ്യാപകനായി നിയമിക്കപ്പെട്ടു - വിദ്യാഭ്യാസവർഷം അവസാനിക്കാൻ ഇനി കുറച്ചുദിവസമേ ബാക്കിയുള്ളൂ എന്നതിന്റെ പേരിൽ മദ്ധ്യവേനലവധികഴിഞ്ഞ് കോളേജ് തുറക്കുന്ന ദിവസം സർവ്വീസിൽ പ്രവേശിക്കാനായിരുന്നു ഉത്തരവ്! അങ്ങനെ അടുത്ത ജൂൺ 16-നായി എന്റെ ഉദ്യോഗപ്രവേശം - അവിടെയും നിന്നില്ല. ആ വർഷം പടർന്നുപിടിച്ച 'കോണ്ടിനന്റൽ ഫ്ളൂ' (പനി) മൂലം കോളേജുകൾ തുറക്കുന്ന തീയതി ജൂലൈ 1-ാം തീയതിയിലേക്ക് നീട്ടി. കൊല്ലത്ത് കടപ്പാക്കട സ്പോർട്സ് ക്ലബ്ബിന്റെ നേതൃത്വത്തിൽ ഒരു യാത്രയയപ്പ് ഉണ്ടായി. വൈക്കം, പോറ്റിസാർ, കാമ്പിശ്ശേരി, പാഞ്ചേട്ടൻ, ദേവരാജൻ, ഒ.മാധവൻ, ആർ.ഗോപിനാഥൻനായർ എന്ന 'കൊച്ചുഗോപിച്ചേട്ടൻ', കടപ്പാക്കട ലക്ഷ്മണൻ, കെ.ശ്രീധരൻ തുടങ്ങി പലരും ഞാൻ 'കൂട്ടംപിരിഞ്ഞുപോകുന്ന'തിലുള്ള വിഷാദം ആത്മാർത്ഥമായി വെളിപ്പെടുത്തിയ അന്നത്തെ പ്രസംഗങ്ങൾ എന്നെയും വല്ലാതെ വേദനിപ്പിക്കുകയുണ്ടായി.

കണ്ണൂർ സ്വദേശിയായൊരാളിന്റെ വളഞ്ഞമ്പലത്തുള്ള ഓഫീസ് കെട്ടിടത്തിലെ ഒരു മുറിയിൽ എ.കെ.ജി. സുഖമില്ലാതെ കിടക്കുകയാണെന്നറിഞ്ഞിരുന്നു. ഉദ്യോഗത്തിൽ പ്രവേശിക്കും മുമ്പ് എ.കെ.ജിയെ കണ്ടിട്ടാവാം എന്നു കരുതി ഞാനവിടേക്ക് കയറിച്ചെന്നു. വാതിൽക്കൽ

എന്റെ മുഖം കണ്ടപ്പോൾത്തന്നെ "ങാ- അവിടെ നിന്നാമതി, പനി പങ്കു വയ്ക്കണ്ടാ-" എന്ന് എ.കെ.ജി യുടെ ശബ്ദം കേട്ടു. ജോലിയിൽ പ്രവേശിക്കാൻ പോകയാണെന്നു ഞാൻ പറഞ്ഞു: "ങ്ങള് ഒരു നല്ല അദ്ധ്യാപകനായിത്തീരും. എല്ലാ രംഗത്തും വേണം നമുക്ക് ങ്ങളെപ്പോലുള്ള ആൾക്കാര്." എ.കെ.ജിയുടെ ആ വാക്കുകൾ, പെൻഷൻപറ്റി പതിറ്റാണ്ടുകൾ കഴിഞ്ഞ് ഇന്നും എന്റെ കാതിൽ മുഴങ്ങുന്നു.

# 10 മറ്റൊരു കലാലയമുത്തശ്ശി

**എ**ന്റെ ഔദ്യോഗിക ജീവിതത്തിന്റെ ആദ്യ ദിവസം മഹാരാജാസ് കോളേജങ്കണത്തിൽ കാലൂന്നുമ്പോളുണ്ടായ ആദ്യാനുഭവം ഇന്നുമോർത്ത് ഞാൻ ചിരിച്ചുപോകാറുണ്ട്. പരിഷ്കൃതരീതിയിലുള്ള ഷർട്ടും പാന്റുമൊക്കെ ധരിച്ച, തണ്ടും തടിയുമൊക്കെയുള്ള രണ്ടു വിദ്യാർത്ഥികൾ 'വോട്ട് ഫോർ ഡെമോക്രാറ്റ്സ്' എന്ന തലക്കെട്ടുള്ള ഒരു ഇംഗ്ലീഷ് ലഘുലേഖ തന്ന് എന്നെ സ്വീകരിച്ചു. ഒരു വെളുത്ത ഇരട്ടമുണ്ടും മുറിക്കൈയൻ വെള്ള ഷർട്ടും ധരിച്ച്, വളഞ്ഞ പിടിയുള്ള ഒരുചെറിയ കുടയും കയ്യിൽ തൂക്കിയിട്ട് വരുന്ന എന്നെക്കണ്ടിട്ട് 'കുമ്പള'യിൽ നിന്നോ 'കുമ്പളങ്ങി'യിൽ നിന്നോ വരുന്ന ഒരു 'കൺട്രിബോയ്' ആയി അവർക്കു തോന്നിയിരിക്കാം. മറിച്ചൊന്നും ഭാവിക്കാതെ ഞാനാ ലഘുലേഖ വാങ്ങി മലയാളം ഡിപ്പാർട്ടുമെന്റിലേക്ക് നടന്നുപോയി. പൗരസ്ത്യ ഡിപ്പാർട്ടുമെന്റിന്റെ മേധാവിയായ പ്രൊഫ.എ.ചന്ദ്രഹാസനും മലയാളത്തിലെ പി.വി.കൃഷ്ണൻനായർമാഷും സി.എൽ. ആന്റണിമാഷും എനിക്കുള്ള മേശയും ഇരിപ്പിടവുമൊക്കെ കാട്ടിത്തന്നു. കൈയിലെ ലഘുലേഖകൾ ആ മേശപ്പുറത്തേക്ക് വലിച്ചെറിഞ്ഞപ്പോൾ, സി.എൽ.ആന്റണിമാഷ് "ഈ

പൂച്ചെണ്ടു തന്നാണ് കുട്ടികൾ സ്വീകരിച്ചത്, അല്ലേ?" എന്നു ചോദിക്കുന്നതുകേട്ട് എല്ലാവരും പൊട്ടിച്ചിരിച്ചു. പുതുപ്പെണ്ണായി വന്നുകയറിയ ഒരു 'ബാലവധു'വിന്റെ ജാള്യത തോന്നിയെങ്കിലും ഞാനും ചിരിക്കാൻ ശ്രമിച്ചു.

ആദ്യത്തെ ക്ലാസിൽ വൈലോപ്പിള്ളിയുടെ 'ശ്രീരേഖ'യാണ് പഠിപ്പിക്കാൻ കിട്ടിയത്. അതൊരു ഭാഗ്യമായിത്തോന്നി; തിരുവനന്തപുരത്തെ ജനതാ ട്യൂട്ടോറിയലിൽ സരോജിനി നായിഡുവിന്റെ Bangle sellers പഠിപ്പിക്കാൻ കഴിഞ്ഞതും ഒരു ആകസ്മിക ഭാഗ്യമായിരുന്നല്ലോ. ആരൊക്കെയോ എന്തൊക്കെയോ പറഞ്ഞതുകേട്ട് എന്നെക്കുറിച്ച് എന്തൊക്കെയോ ധരിച്ചുവെച്ചിരിക്കുന്ന ഒരു വിദ്യാർത്ഥി വൃന്ദമാണെന്റെ മുന്നിലിരിക്കുന്നതെന്ന ചിന്ത മനസ്സിലൂടെ കടന്നുപോയി. ഭരിക്കുന്ന പാർട്ടിക്കുവേണ്ടി പടപ്പാട്ടും നാടകപ്പാട്ടുകളുമൊക്കെ എഴുതിക്കൊടുത്തതിന് പ്രതിഫലമായി ഉദ്യോഗം കിട്ടി വന്നയാളെന്നോ, ആദരണീയയായ ഒരദ്ധ്യാപികയുടെ മകളെ വിവാഹം കഴിക്കുമെന്ന പ്രതീക്ഷകൊടുത്ത് അനർഹമായി ക്ലാസും റാങ്കുമൊക്കെ നേടിവന്നയാളെന്നോ, പുതിയ വിദ്യാഭ്യാസ മന്ത്രിയുടെ വാത്സല്യപാത്രമെന്ന നിലയ്ക്ക് നിയമനം ലഭിച്ചയാളെന്നോ, പലതരത്തിലുള്ള വിശേഷണങ്ങൾ ഞാൻ വരുംമുമ്പേ എന്നിൽ ചാർത്തപ്പെട്ടിട്ടുണ്ടെന്ന് കേട്ടിരുന്നു. എന്നാലവയെല്ലാം മറന്ന് എന്റെ കർത്തവ്യത്തിലേക്ക് സുഗമമായി പ്രവേശിക്കാൻ എനിക്കു കഴിഞ്ഞു. എന്റെ മുന്നിൽ വൈലോപ്പിള്ളിയുടെ 'പന്തങ്ങൾ' എന്ന കവിത മാത്രം!- അതു പഠിക്കാനിരിക്കുന്ന കുറെ കുട്ടികളും!- സ്വച്ഛശാന്തമായ കടലിനെ നോക്കിനിന്ന് പാടുന്ന ഒരനുഭവമായിരുന്നു ആ ക്ലാസ്!

വ്യക്തിപരമോ, ഗാർഹികമോ, മറ്റേതെങ്കിലും തരത്തിലുള്ളതോ ആയ പ്രശ്നങ്ങൾ മനസ്സിനെ അലട്ടുമ്പോഴും ക്ലാസിൽ പ്രവേശിച്ചാൽ മറ്റെല്ലാം മറന്ന് പാഠ്യവിഷയത്തിൽ വ്യാപരിക്കാനും അതിൽനിന്നൊരാനന്ദം അനുഭവിക്കാനും എന്റെ അദ്ധ്യാപകജീവിതത്തിലുടനീളം എനിക്കു സാധിച്ചിട്ടുണ്ട്. അതിന്റെ നല്ല തുടക്കം മഹാരാജാസിലെ ആ ക്ലാസ് മുറിയിലായിരുന്നു എന്നു ഞാനിന്ന് തിരിച്ചറിയുന്നു.

അരനൂറ്റാണ്ടു മുമ്പുള്ള എറണാകുളം ഇന്നത്തെ കൊച്ചിയോട് താരതമ്യപ്പെടുത്താനാകുംവിധം നഗരപ്പെരുമകളൊന്നും ഉള്ളതായിരുന്നില്ല. 'സൗത്ത്' എന്നും 'നോർത്ത്' എന്നും പറഞ്ഞുപോന്നിരുന്ന രണ്ടു റെയിൽവേ സ്റ്റേഷനുകൾക്കിടയിൽ ഒരളവുചങ്ങലപോലെ നീണ്ടുനിവർന്നു കിടക്കുന്ന 'സെവന്റീഫീറ്റ്' റോഡ് സന്ധ്യകഴിഞ്ഞാൽ പിന്നെ

തിക്കുംതിരക്കുമൊന്നുമില്ലാതെ പ്രായേണ ശാന്തമായിരുന്നു. ഇന്നത്തെ 'സുഭാഷ് പാർക്ക്' അന്ന് 'ഇർവ്വിൻ പാർക്ക്' ആയിരുന്നു. സായാഹ്നങ്ങൾ കുടുംബജീവിതത്തിന്റെ സംഗീതത്താൽ മുഖരിതമാവും. പിന്നെ ചക്രവാകങ്ങളെപ്പോലെ മുഖത്തോടുമുഖം നോക്കിയിരിക്കുന്ന യുവയുഗ്മങ്ങൾ പുൽത്തകിടിയിലങ്ങിങ്ങുണ്ടാവും - കായലോരത്തെ അരമതിലിന്മേൽ വിശ്രമിക്കുന്ന, എവിടെനിന്നൊക്കെയോവന്ന് നങ്കൂരമിട്ട നൗകകളെപ്പോലെ, ചിലരുണ്ടാവും - ചെറുതിൽ ചെറുതായൊരു നൗകയായി ഞാനുമവിടെ കുറേ സന്ധ്യാസമയങ്ങൾ ചെലവഴിച്ചിട്ടുണ്ട്; ചിന്താഭാരങ്ങൾ ഇറക്കിയും കയറ്റിയും.

എറണാകുളം ബോട്ടുജട്ടിയിൽ വൈക്കം മുഹമ്മദ് ബഷീറിനൊരു ബുക്സ്റ്റാളുണ്ടായിരുന്നു. വളരെ വിലപ്പെട്ട ഇംഗ്ലീഷ് പുസ്തകങ്ങൾ, ഉന്നതനിലവാരമുള്ള മലയാളം പ്രസാധകരുടെ പുസ്തകങ്ങൾ, വിലപ്പെട്ട ആനുകാലികങ്ങൾ, ഒക്കെ അവിടെ വില്ക്കാനുണ്ടാവും. ആ ബുക്സ്റ്റാൾ പിന്നെ ഒട്ടുവടക്കുമാറി സാമാന്യം ഭേദപ്പെട്ട ഒരു കെട്ടിടത്തിലേക്കു മാറ്റി. വൈകുന്നേരങ്ങളിൽ സാംസ്കാരിക സമ്മേളനങ്ങൾക്കോ മറ്റു പരിപാടികൾക്കോ പോകാറുള്ളവർ ബഷീറിന്റെ ബുക്സ്റ്റാളിലൊത്തുകൂടും. 'ഭാരവാഹിക'ളെത്തുംവരെ ബഷീറിന്റെ നർമ്മമാസ്വദിച്ചും, കുശലംപറഞ്ഞും അവിടെ പത്തും പലതും തവണയല്ല കഴിച്ചുകൂട്ടിയിട്ടുള്ളത്. ഷെൽഫിലിരിക്കുന്ന പുസ്തകമെടുത്ത് കൗതുകത്തിന് മറിച്ചുനോക്കി തിരികെ അവിടെത്തന്നെ വയ്ക്കുന്നവർ നല്ല എരിവും പുളിയുമുള്ള ശകാരം കേൾക്കേണ്ടിവരും. ഒരിക്കൽ കെ. ദാമോദരനുമൊത്ത് ഞാനവിടെ കയറിച്ചെന്നപ്പോൾ ബഷീർ ദാമോദരന്റെ ചുമലിൽ കൈവച്ച് ചോദിച്ചു: "നമ്മുടെ 'പിക്കാസോ' ഇപ്പോൾ എവിടെയുണ്ടെന്നറിയാമോ?" ദാമോദരൻ വളരെ ഗൗരവത്തോടെതന്നെ പിക്കാസോ ഇപ്പോളെവിടെയുണ്ടാവാനാണ് സാദ്ധ്യതയെന്ന് ഉറക്കെച്ചിന്തിച്ചുതുടങ്ങി. വ്യക്തമായൊരുത്തരം പറയാനാവാതെ ദാമോദരൻ ചോദിച്ചു: "അല്ല, ഇത്ര തിടുക്കത്തിലന്വേഷിക്കുന്നതെന്തിനാണ്?" ബഷീർ സാധാരണമട്ടിൽ പറഞ്ഞു: "ഇന്നലെ ഞാനൊരു പുതിയ ഷെൽഫ് വാങ്ങീട്ടുണ്ട് - നല്ല സ്റ്റൈലൻ!- അതൊന്നു നന്നായി പെയിന്റുചെയ്യണം! -" സ്വതേ ഗൗരവപ്രകൃതിയായ കെ.ദാമോദരൻ പോലും ചിരിച്ചുപോയി. ബഷീർ നല്ലൊരു പാചകക്കാരനായിരുന്നു. കാനൻഷെഡ് റോഡിൽനിന്ന് ഇടത്തോട്ടുതിരിയുന്ന മൂലയ്ക്ക്, ബഷീർ ഒരു മുറിയിൽ താമസിച്ചിരുന്നു. നന്നായി പാചകം ചെയ്യുന്നതിൽ മാത്രമല്ല, ഇഷ്ടപ്പെട്ട ആരെ

യെങ്കിലും ഭക്ഷണത്തിൽ പങ്കാളിയാക്കുന്നതിലും ബഷീർ രസം കണ്ടെത്തിയിരുന്നു. ഒരുദിവസം ബഷീർ എന്നെയും കൂടെക്കൂട്ടി. തന്റെ 'ഗുദാ'മിൽ തിരുവിതാംകൂറിൽ നിരോധിച്ച പല ലഘുലേഖകളും ഭദ്രമായി സൂക്ഷിച്ചിരുന്നതും, പല പാർട്ടിനേതാക്കളും അവിടെവന്ന് വയറു നിറയെ തന്റെ മട്ടൻ ചാപ്സ് കഴിച്ച് 'ജീവൻ നിലനിർത്തി'പ്പോന്നതും മറ്റും തനി ബഷീറിയൻശൈലിയിൽ അദ്ദേഹം വിവരിച്ചു. എന്റെ വിവാഹത്തിനു ക്ഷണിച്ചപ്പോൾ, ബഷീർ "വരില്ല" എന്നുപറഞ്ഞു. ഒരു വിവാഹം കാണാനുള്ള 'സഹനശക്തി'യില്ലെന്നൊരു നിഷ്കളങ്കമായ വിശദീകരണവും. എന്നാൽ വിവാഹം കഴിഞ്ഞ് ഞാൻ പത്നീസമേതം ബഷീറിന്റെ ബുക്സ്റ്റാളിൽ ചെന്നപ്പോൾ, എന്റെ പത്നിക്കു മാത്രമായി അദ്ദേഹം ഒരു പുസ്തകം സമ്മാനിച്ചു. അതിലെ കുറിപ്പിങ്ങനെയായിരുന്നു: "ആദ്യത്തെ കളിയും ചിരിയുമൊക്കെ കഴിഞ്ഞ് ഒ.എൻ.വി. തല്ലാനും ശകാരിക്കാനുമൊക്കെ തുടങ്ങുമ്പോൾ വായിച്ചു രസിക്കാൻ-"

എറണാകുളത്തുവച്ച് മഹാകവി ജി.യുടെ നേതൃത്വത്തിൽ സമസ്ത കേരള സാഹിത്യപരിഷത്തിന്റെ ജൂബിലിസമ്മേളനം നാലഞ്ചുദിവസമാഘോഷിക്കുകയുണ്ടായി. അക്കാലത്ത്-1956-ൽ ആണെന്നാണോർമ്മ - ബഷീറിനെ ആ സമ്മേളനവേദിയിൽ പങ്കെടുപ്പിക്കാൻ പലരും വളരെ ശ്രമിച്ചുനോക്കി. പക്ഷേ, ബഷീർ വഴങ്ങിയില്ല. മാത്രവുമല്ലാ, ബുക്സ്റ്റാളിൽ വച്ച് പല എഴുത്തുകാരുടേയും സാന്നിദ്ധ്യത്തിൽ, ബഷീർ പൊൻകുന്നം വർക്കിയെ കളിയാക്കുകയുമുണ്ടായി: "ആ ശങ്കരക്കുറുപ്പ് പൊൻകുന്നം വർക്കിയെന്ന മഹാ സാഹിത്യകാരനെ പരമവിഡ്ഢിയാക്കിയില്ലേ?-" വർക്കി സാറിന് പുരോഗമനസാഹിത്യത്തെപ്പറ്റിയുള്ള യോഗത്തിലും, സഹകരണസമ്മേളനത്തിലും (സാഹിത്യപ്രവർത്തകസഹകരണസംഘം പ്രതിനിധിയെന്ന നിലയ്ക്ക്) രണ്ടു പ്രസംഗം പരിപാടിയിൽ വച്ചിരുന്നു. തനിക്ക് 'ഡബിൾ റോളു'ണ്ടെന്ന മട്ടിൽ ഒന്നു മിനുങ്ങി നിന്നിരുന്ന വർക്കിസാറിനെപ്പറ്റി ബഷീർ പറഞ്ഞു: "വർക്കിക്ക് രണ്ടു പ്രസംഗമില്ലെന്ന സത്യം ലോകം നാളെ അറിയില്ലേ?-" അങ്ങനെയൊക്കെ ചില വാസനത്തരികൾ കലർന്നതായിരുന്നു എറണാകുളത്തെ ജീവിതം.

എറണാകുളത്തിന്റെ പരിസരങ്ങൾ കേരളചരിത്രവുമായി ബന്ധപ്പെട്ട വിലപ്പെട്ട രേഖകൾ നമ്മുടെ മുന്നിൽ നിവർത്തിയിട്ടതുപോലെയാണ് - ഫോർട്ടുകൊച്ചി, മട്ടാഞ്ചേരി, ഇടപ്പള്ളി തുടങ്ങിയ ഇടങ്ങൾക്ക് പഴമയുടെ മണമുണ്ട്. മഹാരാജാസിലെ ഔദ്യോഗികകാലത്ത് അവിടമൊക്കെ നേരിട്ടുകാണാനും പലതും മനസ്സിലാക്കാനും സാധിച്ചു. ഡച്ച് പാലസിന്റെ

## പോക്കുവെയിൽ മണ്ണിലെഴുതിയത്

'കെയർടേക്കർ' ആയിരുന്ന ഡോ.രാമൻനമ്പൂതിരി എന്റെ സുഹൃത്തും ചരിത്രവിജ്ഞാനത്തിന്റെ ഒരു കലവറയുമായിരുന്നു. കാറ്റിൽ കരിയില പോലെ സ്വന്തമൊരിടമില്ലാതെ പാറി നടന്നിരുന്ന ജൂതന്മാർക്ക് അവരുടെ തനതുരീതിയിൽ പ്രാർത്ഥിക്കാനുള്ള 'സിനഗോഗും', പിന്നെ ജൂതത്തെ രുവുമെല്ലാം നല്കിയ കേരളത്തിന്റെ ഹൃദയവിശാലത പ്രതിഫലിപ്പിക്കുന്നതായിരുന്നു പഴയ കൊച്ചി. ചാൾസ് ഡിക്കൻസിന്റെ നോവലിലെ 'യാർമത്തിനെ'യും 'മത്സ്യഗന്ധിനി'യായ 'കൈവർത്തകന്യക'യെയുമൊക്കെ ഓർത്തു പോയി, അവിടത്തെ കാറ്റേറ്റപ്പോൾ! ആയിടയ്ക്കായിരുന്നു, വൈലോപ്പിള്ളിക്കവിതയ്ക്ക് വിഷയമായിത്തീർന്ന കേരളത്തിലെ യഹൂദന്മാരുടെ ഇസ്രായേലിലേക്കുള്ള മടങ്ങിപ്പോക്കുണ്ടായത്! പോകാൻ കഴിയാത്ത ചിലരുടെ അന്തസ്താപംപോലെ ചില പുരകളിൽനിന്ന് ഏതോ ഗിറ്റാറുകളും വയലിനുകളും തേങ്ങുന്നതുകേട്ടു.

മഹാകവി വള്ളത്തോളിനെ ഞാനാദ്യം കണ്ടത് എന്റെ സ്വന്തം നാട്ടിൽ വച്ചായിരുന്നു. സ്വദേശാഭിമാനി രാമകൃഷ്ണപിള്ള സ്മാരക വായനശാലയുടെ, ഉത്സവപ്രതീതി ജനിപ്പിച്ചൊരു വാർഷിക സമ്മേളനം ഉദ്ഘാടനം ചെയ്തു പ്രസംഗിക്കാനെത്തിയ വള്ളത്തോളിനെ കാണാൻ വിദ്യാർത്ഥിയായ ഞാൻ കാത്തുനിന്നതും, സ്കൂളിൽ വൈകിയെത്തിയതിന് അരസികനായൊരദ്ധ്യാപകൻ എന്നെ ഒരു പീരിയേഡ് മുഴുവൻ ബഞ്ചിന്മേൽ കയറ്റിനിറുത്തിയതും എന്റെ 'വള്ളത്തോൾ സ്മരണ'യുടെ ആമുഖം മാത്രം. അദ്ദേഹത്തിന്റെ മകൻ ബാലചന്ദ്രക്കുറുപ്പിന്റെ എറണാകുളത്തെ വസതിയിൽവച്ചായിരുന്നു അവസാനമായി മഹാകവിയെ കണ്ടത്. വാർദ്ധക്യ സഹജമായ അസുഖങ്ങൾ മൂലം ചികിത്സയും വിശ്രമവും അത്യാവശ്യം സന്ദർശകരെ കാണലുമൊക്കെയായി അദ്ദേഹം ഒരു നെടുങ്കൻ ചാരുകസേരയിൽ നിവർന്നങ്ങനെ കിടക്കുകയാണ്, ഒരു എരിഞ്ഞടങ്ങൽ പോലെ! 'മഹാരാജാ'സിൽ നിന്ന് ഇറങ്ങി എല്ലാ വൈകുന്നേരവും കുറേസമയം ആ സന്നിധിയിൽ ചെന്നിരിക്കുക പതിവായിരുന്നു. 'വയ്പുപല്ല്' ഊരിമാറ്റിവച്ചിരുന്നതുകൊണ്ട് ശബ്ദത്തിനൊരു നേരിയ കുഴച്ചിലുണ്ടെന്നു മാത്രം; അതിഥികളെ തിരിച്ചറിയുന്നതിലും, ഓർമ്മകളയവിറക്കുന്നതിലും ബുദ്ധിമുട്ടൊന്നും തോന്നിയിരുന്നില്ല. വള്ളത്തോൾക്കവിതയുടെ വലിയൊരാരാധകനും, മഹാരാജാസിൽനിന്നു റിട്ടയർ ചെയ്ത അദ്ധ്യാപകനുമൊക്കെയായ ഒരു മാന്യവ്യക്തി പത്നീസമേതം കടന്നുവന്ന് മഹാകവിയെ തൊഴുതിട്ട് അകത്തേക്കു പോകാനൊരുങ്ങുമ്പോൾ വള്ളത്തോൾ ആരോടെന്നില്ലാതെ പറഞ്ഞു: "ഇവളുടെ

മുടികണ്ടിട്ടാ ഞാൻ മഗ്ദലന മറിയത്തിന്റെ കെട്ടഴിഞ്ഞുലഞ്ഞ ആ മുടി വർണ്ണിച്ചത്!" കുലീനയായ, പ്രായമൊട്ടധികമായ, ആ വീട്ടമ്മ ലജ്ജാവനമ്രയായി ഒരു നിമിഷം നിന്നുപോയി! ആ എരിഞ്ഞടങ്ങലിന്റെ അന്തിമിനുക്കത്തിലും, നിഷ്കളങ്കമായ സൗന്ദര്യബോധത്തിന്റെ ഒറ്റനക്ഷത്രമുദിച്ചുനില്ക്കുംപോലെ തോന്നി. ടോൾസ്റ്റോയിയുടെ വസതിയിലെ ഒരു മുറിയിൽ, തന്റെ നോവലുകളിലെ നായികമാരായിത്തീർന്ന ചില വനിതകളുടെ ചിത്രങ്ങൾ കണ്ടത് ഈയവസരത്തിലോർത്തുപോകുന്നു! ഇവിടെയാണെങ്കിൽ സദാചാരപ്പോലീസ് എന്തെല്ലാം കഥകൾ കെട്ടിച്ചമയ്ക്കുമായിരുന്നു!

മുളംകാടുകളും പൂമഴപെയ്യുന്ന മരങ്ങളും ആടുകൾ മേയുന്ന പുൽമേടുകളും ഓടക്കുഴലൂതുന്ന ഇടയബാലകരുമൊക്കെയുള്ള ഒരു സ്വപ്നഭൂമിയായിരുന്നു എനിക്ക് ഇടപ്പള്ളി. ഗന്ധർവകുമാരന്മാരെപ്പോലെ അവിടെ വന്നവതരിച്ച രണ്ടു കവികളാണ് അതിനുത്തരവാദികൾ. ഈ രണ്ടുപേരെയും നേരിട്ടുകാണാൻ കഴിഞ്ഞിരുന്നില്ല എന്നതെന്റെ നിത്യദുഃഖമായിരുന്നു. അതിനൊട്ടൊരു പരിഹാരമായിരുന്നു ആയിടയ്ക്ക് ചങ്ങമ്പുഴയുടെ ഇടപ്പള്ളിയിലെ വീട്ടിൽ പോകാനൊരവസരം ആകസ്മികമായി കൈവന്നത്. സാഹിത്യപ്രവർത്തകസഹകരണസംഘത്തിന്റെ സാരഥികളായ കാരൂരിനും ഡി.സി.ക്കുമൊപ്പം വയലാറും ഞാനുംകൂടി ഒരു സായാഹ്നത്തിലവിടെ എത്തി. ചങ്ങമ്പുഴയുടെ കൃതികളുടെ റോയൽറ്റി വിതരണത്തെപ്പറ്റി ശ്രീദേവിചങ്ങമ്പുഴയും, കവിയുടെ അമ്മയും തമ്മിലെന്തോ ധാരണപ്പിശകുള്ളത് പറഞ്ഞുതീർക്കാനാണ് കാരൂരും ഡി.സി.യും വന്നത്. വയലാറിനും എനിക്കും ഇഷ്ടദേവതയുടെ ആസ്ഥാനത്തേക്കുള്ള ഒരു തീർത്ഥാടനമായി അത്. സംഭാഷണത്തിനിടയിൽ പി.ഭാസ്കരന്റെ "മിഴിനീർ തൂകരുതാരുമീ മണ്ണിൽ- മിളിതശാന്തി തുളുമ്പുമീവിണ്ണിൽ" എന്ന 'പാടുന്ന മൺതരികളി'ലെ വരികളോർത്തുപോയി. ക്ഷയരോഗബാധിതനായി കവി സ്വയം വരിച്ച ഏകാന്തതയിൽ കഴിഞ്ഞ ആ മൂലയ്ക്കു നോക്കിനിന്നപ്പോൾ, ചങ്ങമ്പുഴയുടെ അമ്മ ഞങ്ങളുടെ മുഖഭാവം കണ്ട് പൊടുന്നനെ സ്വന്തം വയറ്റത്ത് കൈവെച്ചു പറഞ്ഞു: "അവൻ ഈ വയറ്റിക്കിടന്നതാ മക്കളേ!" കുറച്ചുനേരം ആരുമൊന്നും മിണ്ടിയില്ല.

കോളേജിനു സമീപംതന്നെയുള്ള 'ബോസ്ബിഗ്' ലോഡ്ജിൽ ഒരു മുറി ഏർപ്പാടാക്കിത്തന്നത്, അന്ന് പ്രഭാത് ബുക്സിന്റെ മാനേജരായിരുന്ന പാനൂർ സ്വദേശിയായ രാജുവേട്ടനായിരുന്നു. നിരന്തരമർദ്ദനമേറ്റ

ശരീരം, മനുഷ്യസ്നേഹം തളിർത്തുനില്ക്കുന്ന മനസ്സ് - അതായിരുന്നു രാജുവേട്ടൻ. എന്റെ ബുദ്ധിമുട്ടുകൾ മനസ്സിലാക്കി, പുസ്തകത്തിന്റെ റോയൽറ്റിയിനത്തിലും മറ്റുമുള്ള തുക കൃത്യമായിത്തന്നു സഹായിക്കുന്നതിനും രാജുവേട്ടൻ നിഷ്കർഷിച്ചിരുന്നു. ബോസ്ബിഗിലെ താമസക്കാരനായ എന്നെ സഹോദരതുല്യം സ്നേഹിച്ചിരുന്ന പി.എം.വർക്കി (വർക്കിച്ചായൻ)യെ എനിക്കൊരിക്കലും മറക്കാനാവില്ല. അദ്ദേഹം എറണാകുളം ജില്ലാ ഡ്രഗ്സ് കണ്ട്രോളറായിരുന്നു. പ്രശസ്തരായ പല ഡോക്ടർമാരുടേയും അടുത്തേക്ക് എന്നെ കൂട്ടിക്കൊണ്ടുപോവുകയും എനിക്ക് നല്ല ചികിത്സയും നല്ല മരുന്നും ലഭ്യമാക്കുന്നതിൽ വളരെ നിഷ്കർഷ പുലർത്തുകയും ചെയ്തിരുന്നു. വർക്കിച്ചായൻ 'ബോസ്ബിഗിൽ'എതിർവശത്തെ മുറിയിലായിരുന്നു താമസിച്ചിരുന്നത്. അധികം സംസാരിക്കുന്ന കൂട്ടത്തിലായിരുന്നില്ല, ഞാൻ പരിചയപ്പെടുമ്പോൾ. എന്റെ മുറിയിൽ ഏതു സമയത്തും കടന്നുവരുന്ന എം.എൻ.ഗോവിന്ദൻനായർ, പോറ്റിസാർ, പൊൻകുന്നം വർക്കി, ദേവരാജൻ, എബ്രഹാം മാടമാക്കൽ (എം.എം.ലോറൻസിന്റെ സഹോദരൻ, പ്രശസ്ത പത്രപ്രവർത്തകൻ, കവി) തുടങ്ങിയവരുമായുള്ള സമ്പർക്കത്തിലൂടെ വർക്കിച്ചായനൊരു കമ്യൂണിസ്റ്റനുഭാവിയായിത്തീർന്നത് വളരെ വൈകിയാണ് ഞാൻപോലുമറിഞ്ഞത്. സ്വന്തം മതത്തിൽത്തന്നെ മറ്റൊരു വിഭാഗത്തിൽപ്പെട്ട ഒരു സഹപ്രവർത്തകയുമായി വർക്കിച്ചായൻ അഗാധമായ സ്നേഹം പുലർത്തിയിരുന്നു. വിവാഹപ്രശ്നം വർക്കിച്ചായനെ വല്ലാതെ അലട്ടിയിരുന്നു. ഒടുവിൽ അടുത്ത ചില ബന്ധുക്കളുടെ സഹകരണമില്ലാതെതന്നെ ആ വിവാഹം നടന്നു. വധുവിന്റെ താലിച്ചരട് പിന്നിൽനിന്ന് മുറുക്കുന്നത് എന്റെ പത്നിതന്നെയാവണമെന്ന് വർക്കിച്ചായന് നിർബ്ബന്ധമായിരുന്നു.

'മഹാരാജാസാ'ണ് എനിക്കെന്റെ ജീവിതപങ്കാളിയെ കാട്ടിത്തന്നത്. ഒരദ്ധ്യാപകനും വിദ്യാർത്ഥിനിയും തമ്മിലുള്ള സ്നേഹബന്ധം ദുർവ്യാഖ്യാനങ്ങൾക്ക് വിധേയമാകാവുന്നതുകൊണ്ട്, അത് വ്യവസ്ഥാപിതമായ രീതിയിൽത്തന്നെ നടക്കണമെന്ന് ഞങ്ങൾക്ക് നിർബ്ബന്ധമുണ്ടായിരുന്നു. മക്കളില്ലാത്ത, എന്നാൽ കുട്ടികളോടു വളരെ വാൽസല്യമുള്ള പി.വി. കൃഷ്ണൻ നായർമാഷെ 'താത: കണ്വൻ' എന്നാണ് പലരും വിളിച്ചിരുന്നത്. മാഷോട് ഞാൻ വിവരം പറഞ്ഞു. എന്റെ ഭാവിശ്വശുരനെ മുമ്പ് ട്രെയിനിംഗ് കോളേജിൽ പഠിപ്പിച്ചിരുന്ന ടി.സി.ബാലകൃഷ്ണമേനോൻമാഷും എന്നെ സഹായിച്ചു. വിവാഹത്തെക്കുറിച്ച് എന്റെ

വീട്ടുകാരും നാട്ടുകാരുമൊക്കെ തീർത്തും വ്യത്യസ്തമായ വീക്ഷണമാണ് പുലർത്തിയിരുന്നത്. അതുകൊണ്ടുതന്നെ ചില വൈഷമ്യങ്ങളൊക്കെ ഉണ്ടാകാതിരുന്നില്ല. ജ്യേഷ്ഠതുല്യരായ പോറ്റിസ്സാർ, പാഞ്ചേട്ടൻ എന്നീ സുഹൃത്തുക്കളുടെ ഇടപെടൽ ആശ്വാസമായി. ഒടുവിൽ, മലയാളം എം.എ.പരീക്ഷയുടെ ഫലമറിഞ്ഞതിനുശേഷം ഏറ്റവുമടുത്തൊരു ദിവസം നിളാതീരത്ത് ദേശമംഗലത്തിനടുത്തുള്ള കൊണ്ടയൂർ എന്ന കുഗ്രാമത്തിൽവെച്ച് ആ വിവാഹം ഇരുഭാഗത്തെയും ബന്ധുമിത്രാദികളുടെ സാന്നിദ്ധ്യത്തിൽതന്നെ നടന്നു.

വിവാഹമുഹൂർത്തം രാത്രിയിലായിരുന്നു. അന്ന് കേരളനിയമസഭാ സ്പീക്കറായിരുന്ന ആർ.ശങ്കരനാരായണൻതമ്പിയും, വിദ്യാഭ്യാസമന്ത്രിയായിരുന്ന മുണ്ടശ്ശേരിമാഷും മറ്റും എന്റെ ഭാഗത്തുനിന്നു വന്നവരിൽപ്പെടുന്നു. ചവറയിലെ ഏറ്റവുമടുത്ത ബന്ധുക്കളും, കുടുംബാംഗങ്ങളെപ്പോലെത്തന്നെയായ പാഞ്ചേട്ടനും ദേവരാജനും പോറ്റിസാറും ഒ. മാധവന്റെ നേതൃത്വത്തിലുള്ള കെ.പി.എ.സി.സംഘവും ഒപ്പമുണ്ടായിരുന്നു. കോഴിക്കോട്ടുനിന്നുവന്ന എൻ.വി.കൃഷ്ണവാരിയരും എസ്.കെ. പൊറ്റെക്കാട്ടും കെ.പി.ഉമ്മറും മറ്റും ചെറുതുരുത്തിയിൽ വന്ന് വരന്റെ സംഘത്തിൽ കൂടി. 'മഹാരാജാസി'ലെ ഏറ്റവുമടുത്ത സുഹൃത്തുക്കളും ഉത്സാഹപൂർവ്വം വന്നെത്തി. അങ്ങനെ ചെറുതുരുത്തി ടി.ബി.യിൽനിന്ന് പുറപ്പെട്ട് വാഹനങ്ങളെല്ലാം കൊണ്ടയൂരിലെ ഗ്രാമീണവായനശാലയുടെ മുന്നിലെത്തി. അവിടം റോഡിന്റെ അറ്റമായിരുന്നു. പിന്നെ, പരന്ന പാടമാണ്-അതിന്റെ വരമ്പിലൂടെ ഗ്യാസ് ലൈറ്റിന്റെ വെളിച്ചത്തിൽ വധൂഗൃഹത്തിലേക്കുള്ള ആ 'കാൽനടജാഥ'യിൽ പങ്കെടുത്തവരിൽ എൻ.വി.യും എസ്.കെ.യും മറ്റും ഒരു 'വിനോദയാത്ര'യുടെ ഉത്സാഹത്തിലായിരുന്നു. കെ.പി.എ.സി. സംഘത്തിനാണെങ്കിൽ ഉൾനാടുകളിൽ അതിലുമേറെ ദൂരം സഞ്ചരിച്ച ശീലമുണ്ടായിരുന്നു. എന്നാൽ എന്റെ നാട്ടുകാരിൽ ചിലരെങ്കിലും മനസാ എന്നോട് മുഷിഞ്ഞിരിക്കണം. തറവാട്ടുമുറ്റത്തെ കല്യാണപ്പന്തലിലെത്തിയപ്പോൾ മുണ്ടശ്ശേരിമാസ്റ്ററുടെ കമന്റുണ്ടായി: "ഭൂമിയുടെ അറ്റത്തുനിന്നാണല്ലോടോ, തന്റെ സ്വയംവരം!" ചിലർ ചോദിച്ചുവത്രേ: "ഗാനമേള ഉണ്ടാവുമോ?"-അതുണ്ടായില്ലെങ്കിലും നാദസ്വരമേളമുണ്ടാവാതിരുന്നില്ല.

വിവാഹം കഴിഞ്ഞ് അധികം വൈകാതെ മഹാരാജാസിനോട് വിടപറയേണ്ടതായിവന്നു. "കാലം കുറഞ്ഞ ദിനമെങ്കിലുമർത്ഥദീർഘം" എന്നു വിശേഷിപ്പിക്കാവുന്ന 'മഹാരാജാസി'ലെ ഔദ്യോഗികജീവിതമ

വസാനിപ്പിച്ച് ഞാൻ തിരുവനന്തപുരത്തേക്കു മടങ്ങി. 1946 ജൂണിലെ ഒരു നനഞ്ഞ പ്രഭാതത്തിൽ ആദ്യമായി കാലുകുത്തിയ യൂണിവേഴ്സിറ്റി കോളേജങ്കണത്തിൽ, ഒരു വ്യാഴവട്ടത്തിനുശേഷം വീണ്ടും ഞാനൊരു അദ്ധ്യാപകനായി കയറിച്ചെല്ലുമ്പോൾ സ്നേഹാദരങ്ങളോടെ എന്നെ ക്ലാസിലേക്ക് എതിരേറ്റുകൊണ്ടുപോയ വത്സലശിഷ്യന്മാരിന്നുമുണ്ട്, കലാകൗമുദി പത്രാധിപർ എം.എസ്. മണിയെപ്പോലെ.

# 11 'ഇപ്റ്റ' എന്ന അനുഭവം

**'നാ**നാത്വത്തിലെ ഏകത്വ'മെന്നും, 'വിപരീതങ്ങളുടെ വിലയന'മെന്നുമൊക്കെ ഇന്ത്യാചരിത്ര ക്ലാസിൽ പഠിച്ചിട്ടുണ്ടെങ്കിലും ആ വിസ്മയം നേരിട്ടനുഭവിച്ചറിഞ്ഞത് 1952-ൽ ബോംബെയിൽ വച്ചു നടന്ന 'ഇപ്റ്റ'വാർഷിക സമ്മേളനത്തിൽ പങ്കെടുത്തപ്പോളാണ്. മദ്ധ്യവേനലവധിയുടെ തുടക്കമായിരുന്നതുകൊണ്ട് സാന്റാക്രൂസിലെ പ്രവിശാലമായ ഒരു സ്കൂൾ മൈതാനത്തായിരുന്നു സംഭവം. പങ്കെടുക്കുന്ന ഓരോ സംസ്ഥാനത്തേയും കലാകാരന്മാർക്ക് പ്രത്യേകം കൂടാരങ്ങൾ (tents) തയ്യാറാക്കിയിരുന്നു. തങ്ങളുടെ താമസസ്ഥലങ്ങളിൽനിന്ന് അഞ്ചുമണിയോടെ കൂടാരത്തിലൊന്നിച്ചുകൂടി അവതരിപ്പിക്കേണ്ട പരിപാടികളെപ്പറ്റിയുള്ള ചർച്ചകൾക്കും പരിശീലനങ്ങൾക്കും ശേഷം ആറുമണിയോടെ പൊതുവേദിയിൽ അന്നത്തെ പരിപാടികളുടെ അരങ്ങേറ്റമായി. ഏറെയും സംഘഗാനങ്ങളും സംഘനൃത്തങ്ങളുമാണ് അവതരിപ്പിച്ചത്. പിന്നെ നാടകങ്ങളും. ഗംഗയിലെയും ബ്രഹ്മപുത്രയിലെയും ഝലംനദിയിലെയും വൈഗയിലെയുമെല്ലാം തോണിക്കാരുടെ പലേ ഭാഷകളിൽ, എന്നാൽ ഒരേ താരസ്വരത്തിലുള്ള പാട്ടുകൾ ഒന്നിച്ചൊരിടത്ത് കേൾക്കുന്ന

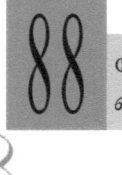

അനുഭവം ഒന്നു വേറെത്തന്നെ. കാശ്മീർ ഇന്ത്യയുടേതല്ലെന്ന വാദത്തെ ചെറുത്തുനില്ക്കുന്ന 'താഴ്‌വരയുടെ വിളി' (The call of the valley) എന്ന നൃത്തനാടകം എത്രമാത്രം ഹൃദയസ്പർശിയായിരുന്നു എന്നു പറയാൻവയ്യ! ഇന്നും ആ നൃത്തനാടകം പ്രസക്തമാണെന്നത് മറ്റൊരു വസ്തുത. കേരളത്തിന്റെ വകയായി അവതരിപ്പിച്ചത്, "തകർന്ന തറവാട്" എന്നു പേരുമാറ്റി ഒരുമണിക്കൂറാക്കി ചുരുക്കിയ 'നിങ്ങളെന്നെ കമ്യൂണിസ്റ്റാക്കി' എന്ന നാടകമായിരുന്നു. അതിലെ പാട്ടുകൾ പല അവസരങ്ങളിലായി അവതരിപ്പിച്ചിരുന്നു; ദേവരാജന്റെ നേതൃത്വത്തിൽ, ജോർജ്ജിന്റെയും സുലോചനയുടെയും മറ്റും ശബ്ദത്തിൽ. ബംഗാളിലെ ഗായകർ ദേശാഭിമാനം തുടിക്കുന്ന രവീന്ദ്രസംഗീതവും ബാവുൽഗീതങ്ങളുമാലപിച്ചു. എം.ബി.ശ്രീനിവാസൻ തമിഴ്നാടിന്റെ "കതിരറുപ്പോം പൊർകതിരറുപ്പോം" എന്നൊരു തമിഴ് കൊയ്ത്തുപാട്ടു പാടിയപ്പോൾ, വേഴാമ്പലുകളുടെ ശബ്ദം അതിലലയടിക്കുന്നതായിത്തോന്നി. സമ്മേളനത്തിന്റെ പ്രധാന നടത്തിപ്പുകാരിലൊരാളായ ബൽരാജ് സാഹ്നി, ഒരു ദിവസം ഏതാനും പ്രതിനിധികളോടായി അപ്രതീക്ഷിതമായി ഒരുകാര്യം പറഞ്ഞു: "ബോംബെയിലെ കലാപബാധിത പ്രദേശങ്ങളിലെ ചില നാൽക്കവലകളിൽ ഇപ്റ്റാ ഗായകസംഘം 'ഇന്ത്യയൊന്നാണെ'ന്ന് വിളംബരഗീതങ്ങൾ പാടാനുദ്ദേശിക്കുന്നു - നമ്മുടെ പെരുമ്പറ ചിഹ്നമായ ബാനറുമേന്തി. ധൈര്യമുള്ളവർക്കെല്ലാം കൂട്ടത്തിൽ ചേരാം. ഏറ്റുപാടാൻ കഴിയുന്നവർക്ക് പ്രത്യേകം സ്വാഗതം..." ആരും പിൻവലിഞ്ഞില്ല. 'ചർച്ച് ഗേറ്റി'നടുത്തുള്ള ഒരു വഴിക്കവലയിലാണാദ്യം പോയത്. പില്ക്കാലത്ത് ഇന്ത്യൻ ചലച്ചിത്രങ്ങളിൽ പ്രശസ്തരായിത്തീർന്ന പലരും ആ സംഘത്തിലുണ്ടായിരുന്നു. മാറോടു ചേർത്തുവച്ച ഒരു ശ്രുതിപ്പെട്ടിയുമായി മുന്നോട്ടുവന്ന് പാട്ടുതുടങ്ങിവച്ചത് സലിൽ ചൗധുരിയായിരുന്നു.

"ദേശ് ഹമാരാ ധർത്തീ അപ്നേ

ഹം-ധർത്തീ-കേ- ലാൽ.." അതേറ്റുപാടാൻ ഒപ്പമുണ്ടായിരുന്ന മുഴുവൻ പേരും! ദിഗന്തങ്ങളിൽ മാറ്റൊലിക്കൊണ്ട ആ പാട്ടുകൾ കേൾക്കാൻ, പ്രകടമായി തിരിച്ചറിയത്തക്കവിധം ഹിന്ദുക്കളും മുസ്ലീങ്ങളും വെവ്വേറെ കൂട്ടംകൂടിനിന്നു. പാടാൻ അറിയാത്ത അഡ്വ.ജി.ജനാർദ്ദനക്കുറുപ്പും ഞാനും അന്ന് ശ്രുതിതെറ്റിച്ചിട്ടുണ്ടാവാം. പക്ഷേ, താളം തെറ്റിയിട്ടില്ല-തീർച്ച-കാരണം അത് ഇന്ത്യയിലെ സാധാരണ പൗരന്റെ ഹൃദയതാളമായിരുന്നു. ബോംബെയിലെ ആ വഴിക്കവലയിലൂടെ പിന്നെയും പലകുറി കടന്നുപോയിട്ടുണ്ട്. അവിടെയെത്തുമ്പോൾ ആരോ പാടുന്ന

തായിതോന്നും: "ദേശ് ഹമാരാ...!" ഇല്ല, അതൊരു തോന്നൽ മാത്രമാണ്. 'ഇന്ത്യ എന്ന വികാരം' അന്യമായിക്കൊണ്ടിരിക്കുന്ന ഒരു തലമുറ പാടുന്നത് മറ്റേതോ പാട്ടുകളാണ്.

'ഇപ്റ്റാ' വാർഷികോത്സവത്തിന്റെ കാലത്ത് ദേവരാജനും ഞാനും താമസിച്ചിരുന്നത് ജുഹു കടപ്പുറത്തെ ഒരു വീട്ടിലായിരുന്നു. വേനലവധിക്ക് കുടുംബം നാട്ടിലേക്ക് പോയതുകൊണ്ട് ഒരു മലയാളി സ്നേഹിതൻ തന്റെ വീട്ടിൽ താമസസൗകര്യമൊരുക്കിത്തന്നതാണ്. അവിടെ ഞങ്ങളെക്കാണാൻ കലാപരിപാടികൾ റിപ്പോർട്ട് ചെയ്യുന്ന ഒരു പത്രപ്രവർത്തകൻ വരുമായിരുന്നു. അദ്ദേഹം 'ക്രോസ്റോഡ്സ്' എന്ന പത്രത്തിലാണെഴുതുന്നത്. പേര് ഡേവിഡ് കോഹൻ (David Cohen). ജന്മനാ യഹൂദനായ ഒരു യുവാവ്. ബ്രിട്ടീഷ് കമ്യൂണിസ്റ്റ് പാർട്ടി നിയോഗിച്ചതനുസരിച്ച് 'ലോകസമാധാനപ്രസ്ഥാന'ത്തിന്റെ പ്രവർത്തനങ്ങളുമായി ബോംബെയിൽ കുറെനാളായി താമസിക്കുന്ന അദ്ദേഹം ഒരു കവിയാണെന്ന സത്യം സംഭാഷണത്തിൽ നിന്ന് ഞങ്ങൾ അരിച്ചെടുത്തതാണ്. അദ്ദേഹം തന്റെ റിപ്പോർട്ടിലൊരിടത്ത് "ഒത്തുനിന്നീ പൂനിലാവും നെൽക്കതിരും കൊയ്യാൻ" എന്ന പാട്ടിന്റെ വരി ആരോ പരിഭാഷപ്പെടുത്തിക്കൊടുത്തത് ഉദ്ധരിച്ചുകൊണ്ട്. 'വ്യത്യസ്തമായൊരു പ്രേമഗാന'മെന്ന് ആ പാട്ടിനെ (പൊന്നരിവാളമ്പിളിയില്) വിശേഷിപ്പിക്കുകയും ചെയ്തിരുന്നു. സംഭാഷണത്തിനിടയിൽ ഡേവിഡ് കോഹനോടതേപ്പറ്റി ഞങ്ങൾ ചോദിച്ചപ്പോൾ അദ്ദേഹം പറഞ്ഞ മറുപടിയിൽ നിരവധി ഇംഗ്ലീഷ് കവിതകൾ ഉദ്ധരിച്ചിരുന്നു. ചിലതൊക്കെ അദ്ദേഹത്തിന്റെ സ്വന്തം രചനകളാണെന്ന് പിന്നീട് വെളിപ്പെട്ടു. സൗഹൃദത്തിന്റെ സ്വാതന്ത്ര്യമുപയോഗിച്ച് ഒരവസരത്തിൽ ഞാൻ ചോദിച്ചു: "താങ്കളൊരു പെൺകുട്ടിയുമായി സ്നേഹത്തിലാണെന്ന് ഞാൻ പറഞ്ഞാൽ നിഷേധിക്കുമോ?" "ഒരു കവിക്ക് മറ്റൊരാളിന്റെ മനസ്സുവായിക്കാൻ കഴിയു"മെന്ന മറുപടി പറയുമ്പോൾ സ്വതേ തുടുത്ത ആ മുഖം ഒന്നുകൂടി തുടുത്തു. 'ഇപ്റ്റാ' പരിപാടികളെപ്പറ്റിയും 'സമാധാനപ്രസ്ഥാന'ത്തെപ്പറ്റിയും മലയാളത്തിലെ പ്രണയകവിതകളെപ്പറ്റിയുമെല്ലാമുള്ള നർമ്മസംഭാഷണങ്ങൾകൊണ്ട് അവിസ്മരണീയമായിത്തീർന്ന ഏതാനും ദിനങ്ങൾക്കുശേഷം, പരസ്പരം യാത്രപറയേണ്ട അനിവാര്യമുഹൂർത്തമായപ്പോൾ ഏറ്റവുമടുത്ത ഒരു ബന്ധുവിനെ പിരിയുന്ന സങ്കടം തോന്നി. യരുശലേം കന്യകയെ വിളിച്ചുപാടുന്ന ശലോമന്റെ പിൻമുറക്കാരിലൊരാൾ സ്വപ്നത്തിൽനിന്നിറങ്ങിവന്ന് കുറെ നേരം അടുത്തിരുന്നിട്ട് പിൻതിരിഞ്ഞു നട

ന്നുമറഞ്ഞതുപോലെ തോന്നി. ഇനി കാണുമെന്ന് കരുതിയില്ല - പക്ഷേ, 'കണ്ടു', അതുമൊരു കാണലായിരുന്നെങ്കിൽ! കുറേ വർഷങ്ങൾക്കു ശേഷം ലണ്ടനിലെ 'ഹൈഗേറ്റ് സിമിത്തേരി' ഒരിക്കൽക്കൂടി സന്ദർശി ക്കാൻ ഞാൻ ഒരു ബന്ധുവുമൊത്ത് അവിടെയെത്തിയതാണ്. കാൾ മാർക്സിന്റെ ശവകുടീരത്തിനു സമീപം തികച്ചും ആകസ്മികമായിട്ടാണ് ആ മാർബിൾഫലകം കണ്ടത്: അതിൽ സുവർണ്ണലിപികളിലിങ്ങനെ കൊത്തിവച്ചിരുന്നു:

IN MEMORY OF A DEAR COMRADE DAVID COHEN

അത്ഭുതവും സങ്കടവുമെല്ലാം കെട്ടിപ്പിണയുന്ന അപ്പോഴത്തെ മാന സികാവസ്ഥ വർണ്ണിക്കാൻ എനിക്കാവുന്നില്ല. ഞാനാ ശവകുടീരത്തിനു മുന്നിൽ ഒരുനിമിഷം ശിരസ്സുകുനിച്ചു നില്ക്കുന്നതുകണ്ട് കൂടെയുണ്ടാ യിരുന്നയാൾ അമ്പരന്നതു സ്വാഭാവികം! ഡേവിഡ് കോഹനെ അറിയാ വുന്നവരായി എന്റെ പരിചയത്തിൽ ഇവിടെ മൂന്നുപേരേ ഉണ്ടായിരുന്നു ള്ളൂ. പി.ഗോവിന്ദപ്പിള്ളയും പി.കെ.വി.യും സലിൽ ചൗധരിയും. അവർക്കു മറിയാവുന്നതിത്രമാത്രം: ബോംബെയിൽ ജോലിനോക്കിയിരുന്ന ഒരു യഹൂദ പെൺകുട്ടിയുമായി കലശലായ പ്രേമത്തിലായിരുന്നു. പക്ഷേ, അവൾ വിശ്വസ്തയായിരുന്നില്ല! ഡേവിഡ് കോഹൻ ദുഃഖിതനായിട്ടാണ് മടങ്ങിപ്പോയത്. ആ മാർബിൾഫലകം സഹപ്രവർത്തകരാണ് സ്ഥാപി ച്ചിരിക്കുന്നത്.

"ഇക്കല്ലറയിൽ ഞാൻ
വച്ചുപോകട്ടെ, യി-
ന്നീ ട്യൂലീപ് പുഷ്പം!
ഇതെൻ ഹൃദയം!-" എന്നു മനസ്സിൽ കുറിച്ചുകൊണ്ട് തിരിച്ചു പോന്നു.

'ഇപ്റ്റാ' സമ്മേളനം എനിക്കു നല്കിയ സന്തോഷത്തിന്റെയും സന്താപത്തിന്റെയും ആ ഓർമ്മ "ക്ഷണികം, പക്ഷേ-" എന്ന സമാഹാ രത്തിലുണ്ട്.

രംഗകലകളെപ്പറ്റി, സംഗീതത്തെപ്പറ്റി, കലാകാരന്മാരുടെ വിശാല സൗഭ്രാത്രത്തെ-(Broad fraternity)പ്പറ്റിയെല്ലാം ചില പുതിയ ധാരണക ളുമായിട്ടാണ് ഞങ്ങൾ തിരികെപ്പോന്നത്. 'നബാന്ന' (നവ+അന്നം) എന്ന നാടകം ബംഗാളി തിയേറ്ററിൽ മാറ്റങ്ങൾ കുറിച്ച ഒന്നാണ്. ഋത്വിക് ഘട്ട ക്കിനെപ്പോലുള്ള സംവിധായകരും, ശംഭുമിത്രയെപ്പോലുള്ള അഭിനേതാ ക്കളുമെല്ലാം ഓരോരോ കാലഘട്ടത്തിൽ 'ഇപ്റ്റ'യുമായി ബന്ധപ്പെട്ടിരു

ന്നവരാണ്. ഏഴാമത് വാർഷികോത്സവത്തിന്റെ മുഖ്യസൂത്രധാരന്മാർ ദേശീയസെക്രട്ടറി നിരഞ്ജൻ സെന്നും, വിവിധതലത്തിൽ വിഖ്യാതനായ ബൽരാജ് സാഹ്നിയുമായിരുന്നു. 1957-ൽ ബൽരാജ് സാഹ്നി കേരളത്തിൽ സംസ്ഥാനാതിഥിയായി ഒരു പര്യടനം നടത്തുകയുണ്ടായി. മടക്കയാത്രയ്ക്കു മുമ്പ് ഒരു പത്രപ്രവർത്തകൻ, മനസ്സിൽ പതിഞ്ഞ കേരളത്തിന്റെ ഒരു സവിശേഷത പറയാമോ എന്നു ചോദിച്ചതിന് 'രണ്ടു സവിശേഷതകൾ' പറയാം എന്നായി ബൽരാജ്. ഒന്ന്: കേരളത്തിലെ വഴിയോരത്തെ ചായപ്പീടികകളിൽ സാധാരണക്കാർക്ക് ചായമാത്രം പോരാ അന്നത്തെ പത്രവാർത്തകളുടെ snacks കൂടിവേണം. രണ്ട്: ഇവിടെ ഒരു 'ഗ്ലാസ് ചായ' അല്ല കടകളിൽ കിട്ടുന്നത്. ഒരു 'മീറ്റർ ചായ'യാണ്. ചായയടിക്കുന്ന രീതി അഭിനയിച്ചു കാണിച്ചുകൊണ്ടാണതു പറഞ്ഞത്.

കൂലംകുത്തിയൊഴുകിയ ഒരു നദി മാറിയ കാലാവസ്ഥയിൽ മെലിഞ്ഞ് മന്ദഗതിയാവുംപോലെ 'ഇപ്റ്റ'യുടെ ഇന്നത്തെ അവസ്ഥയും മാറിപ്പോയിട്ടുണ്ടാവാം. പക്ഷേ 'ഇപ്റ്റ' ചരിത്രത്തിന്റെ ഒരംശമാണ്; ഇന്ത്യൻ സാംസ്കാരിക ചരിത്രത്തിലെ ഒരു സുവർണ്ണകാലത്തെ അതു രേഖപ്പെടുത്തുന്നു.

# 12 എന്നുമൊരു വിസ്മയമായ ദില്ലി

**വി**വിധ ഇന്ത്യൻ ഭാഷകളിലെ കവികളുടെ ഒരു സമ്മേളനം റിപ്പബ്ലിക്ദിനത്തലേന്ന് ദില്ലിയിൽ സംഘടിപ്പിക്കുക എന്ന പരിപാടി ആകാശവാണി തുടങ്ങിവച്ചത് ആയിരത്തിത്തൊള്ളായിരത്തിയമ്പത്തഞ്ച് ജനുവരിയിലാണ്. ആദ്യമായി മലയാളത്തിന്റെ പ്രതിനിധിയായി പങ്കെടുത്തത് 'ജി.'യായിരുന്നു. റേഡിയോയുടെ മുന്നിലിരുന്ന് ജിയുടെ 'സാഗരസംഗീതം' കേട്ടതും, തുടർന്ന് പ്രശസ്ത ഹിന്ദികവിയായ ദിന്കർ അതിനു നല്കിയ പരിഭാഷ കേട്ടിട്ട് സദസ്സ് 'വാഹ് വാഹ്' എന്ന് തുടരെ അഭിനന്ദനഘോഷം നടത്തിയതുമെല്ലാം ഇന്നലത്തെപ്പോലെ ഓർക്കുന്നു.

'ഹാ! വരും, വരുംനൂന-
മദ്ദിന, മെൻനാടിന്റെ
നാവനങ്ങിയാൽ ലോകം
ശ്രദ്ധിക്കും കാലം വരും' എന്ന്

സാഭിമാനം പാടിയ ജി. യാണന്നത്തെ കവികളിൽ ദേശീയശ്രദ്ധ ഏറ്റവുമധികം ആകർഷിച്ചതും. തുടർന്ന വർഷങ്ങളിൽ വൈലോപ്പിള്ളിയും ഇടശ്ശേരിയുമെല്ലാം ആ മഹിതപൈതൃകം നിലനിർത്തി. തൊള്ളായിരത്തി അറുപത്തിനാലിൽ, എനിക്കാ കവിസമ്മേളനത്തിലേക്ക് ക്ഷണം

കിട്ടിയപ്പോൾ ആഹ്ളാദത്തെക്കാളേറെ ഒരമ്പരപ്പാണ് തോന്നിയത്. അങ്ങോട്ടുമിങ്ങോട്ടും ഒരാൾക്കുള്ള തീവണ്ടിക്കൂലിയേ അനുവദിക്കൂ. സർക്കാർ സർവ്വീസിലുള്ളവർക്ക് ഗവൺമെന്റിന്റെ പ്രത്യേകാനുവാദം വേണം. അപേക്ഷകൊടുത്തു. കിട്ടുമോ?- പബ്ലിക്റിലേഷൻസ് ഡിപ്പാർട്ടുമെന്റിലെ അനുഭവസമ്പത്തുള്ള സുഹൃത്ത് എൻ.മോഹനൻ നേരത്തേ തന്നെ ടിക്കറ്റെടുത്തുവയ്ക്കാൻ ഉപദേശിച്ചു. എന്നിട്ട് കോളേജിയറ്റ് എഡ്യൂക്കേഷൻ ഡിപ്പാർട്ടുമെന്റിൽ കയറിയിറങ്ങി. ഒരു ശുപാർശയും കുറിക്കാതെ എന്റെ അപേക്ഷ അവർ സെക്രട്ടേറിയറ്റിലേക്ക് അയയ്ക്കുകയാണുണ്ടായത്. "നാഷണൽ ഇവന്റ്സി"ൽ ഗവൺമെന്റ് ജീവനക്കാരന് പങ്കെടുക്കാൻ പ്രത്യേക കാഷ്വൽലീവ് കൊടുക്കാവുന്നതാണ്. 'കെ.എസ്.ആറി'ൽ വകുപ്പുണ്ട്. പക്ഷേ, 'കവിസമ്മേളനം' നാഷണൽ ഇവന്റ്സിൽ പെടുന്നതായി 'രേഖ'യോ 'മുൻവഴക്കമോ' ഇല്ല. സംസ്ഥാന പുനഃസംഘടനാകാലത്ത് മദിരാശിയിൽനിന്ന് കേരളസെക്രട്ടേറിയറ്റിൽ ചേക്കേറിയ ഒരു ഡപ്യൂട്ടി സെക്രട്ടറി എന്റെ അപേക്ഷ നിരസിച്ചതായി ചുവന്നമഷികൊണ്ട് രേഖപ്പെടുത്തിക്കഴിഞ്ഞിരുന്നു. ഞാനദ്ദേഹത്തെക്കണ്ട്, ആ ദേശീയ കവിസമ്മേളനം സ്പോർട്സ് പോലെതന്നെയോ അതിൽക്കവിഞ്ഞോ ഒന്നാണെന്നും, തുടങ്ങിവച്ചത് പ്രധാനമന്ത്രി ജവഹർലാൽ നെഹ്റുവാണെന്നുമൊക്കെ ബോധിപ്പിച്ചു നോക്കി. ഏതോ ശത്രുവിനെ കാണുന്ന മുഖഭാവത്തോടെ "എന്നെ പഠിപ്പിക്കേണ്ട" എന്നു മാത്രം പറഞ്ഞുനിർത്തി. ഇനി ഏതു വാതുക്കൽ ചെന്നു മുട്ടാൻ!- എന്ന വിഷാദത്തോടെ സെക്രട്ടേറിയറ്റിന്റെ മുകളിലത്തെ നെടുങ്കൻ വരാന്തയിലൂടെ നടക്കുമ്പോൾ, ഞങ്ങൾ 'മാധവണ്ണൻ' എന്നു വിളിക്കുന്ന, പത്രപ്രവർത്തകർക്കിടയിലൊരു കാരണവരായ മാധവൻനായർ "എന്താ ഇവിടെ, പതിവില്ലാതെ?" എന്ന ചോദ്യവുമായി അടുത്തുവന്നു. ഞാൻ കാര്യങ്ങളൊക്കെപ്പറഞ്ഞു. അപ്പോളവിടെ പി.കെ.ജോൺ എന്ന മറ്റൊരു മുതിർന്ന പത്രപ്രവർത്തകൻകൂടി വന്നു.പ്രശ്നം അവരങ്ങേറ്റെടുത്തു. മുകളിലത്തെ നിലയിൽത്തന്നെയുള്ള ഉന്നതവിദ്യാഭ്യാസ സെക്രട്ടറിയുടെ മുറിയിലേക്ക് അവർ എന്നെയും കൂട്ടിചെന്നു. (കൊടുങ്ങല്ലൂർ സ്വദേശിയായ പി.കെ.അബ്ദുല്ല നല്ലൊരു സഹൃദയനുമായിരുന്നു.) ആ കടലാസ് കയ്യോടെ വരുത്തിച്ച്, അതിന്മേൽ അനുമതി നല്കാൻ അദ്ദേഹം കുറിപ്പെഴുതി.

പഠിക്കാനും പഠിപ്പിക്കാനും, സ്വന്തം ഭാഷയെ പ്രതിനിധീകരിച്ച് കവിത വായിക്കാനുമൊക്കെ കടുത്ത കടമ്പകൾ കടക്കേണ്ടിവന്നപ്പോളെല്ലാം,

# 94 പോക്കുവെയിൽ മണ്ണിലെഴുതിയത്

എനിക്കു തുണയായി വന്നവരുടെ കൂട്ടത്തിൽ ഈ പത്രപ്രവർത്തക സുഹൃത്തുക്കളും! തിരികെപ്പോരുമ്പോൾ അവരുടെ സന്മനസ്സിന് സമാധാനം നേർന്നു.

ദില്ലിയിൽ വണ്ടിയിറങ്ങിയപ്പോൾ ആ തിരക്കിനിടയിൽ ഞാൻ തിരഞ്ഞയാളിന്റെ -- എൻ.മോഹനന്റെ ജ്യേഷ്ഠൻ എൻ.ഭാസ്കരകുമാറിന്റെ — ശബ്ദം അരികിൽ കേട്ടു: “യാത്രയൊക്കെ സുഖമായിരുന്നോ ആശാനേ?” ഞങ്ങൾ പരസ്പരം വിളിച്ചിരുന്നതങ്ങനെയായിരുന്നു. ദില്ലി സെക്രട്ടേറിയറ്റിൽ വിദേശകാര്യമന്ത്രാലയത്തിലെ ഒരുദ്യോഗസ്ഥനായിരുന്നു ‘ആശാൻ!’

‘കേരള’മെന്നാലന്ന് ഇടതൂർന്ന പച്ചപ്പായിരുന്നുവെങ്കിൽ ആ പച്ചപ്പ് അന്യമാം ദേശങ്ങളിൽ പടർന്നു കുളിരു പകരുന്നതും, ആന്ധ്രയിലത് മുളകുപാടങ്ങളിലെ അന്തരീക്ഷത്തിനുപോലും എരിവ് പകരുന്നതും കണ്ടുകണ്ടുള്ള ആ യാത്രയുടെ ക്ഷീണമാറും മുമ്പുതന്നെ ഭാസിയുമൊത്ത് ദില്ലിയിൽ ചുറ്റിക്കറങ്ങാൻ പോയി. ഹുമയൂണിന്റെ ശവകുടീരം മുതൽ നിരവധി രാജാക്കന്മാരുടെയും ‘പുണ്യപുരുഷന്മാരു’ടെയും അന്ത്യവിശ്രമ മന്ദിരങ്ങളും, ഉദ്യാനങ്ങളും, പലതരം ശില്പവിദ്യകൾ സമന്വയിച്ച പാശ്ചാത്യ പരിഷ്കൃതിയുടെ ‘കൂറ്റൻ കെട്ടിടങ്ങളു’മൊക്കെ കണ്ട്, “ഇന്ത്യ എന്ന വിസ്മയം” എന്നാരോ പറഞ്ഞതെത്ര ശരിയെന്നോർത്തു.

അന്ന് ‘ശങ്കേഴ്സ് വീക്കിലി’യിൽ കാർട്ടൂണിസ്റ്റായിരുന്ന യേശുദാസനാണ്, താജ്മഹൽ ആദ്യം സന്ദർശിക്കാൻ എനിക്ക് കൂട്ടായി വന്നത്. അന്തരീക്ഷമലിനീകരണംകൊണ്ട് അന്നേ നിറം മങ്ങിക്കൊണ്ടിരുന്ന ആ വെണ്ണക്കൽ മണ്ഡപം കണ്ടപ്പോൾ ദുഃഖമാണുതോന്നിയത്.

“വേണമെനിക്ക് കറുത്തൊരു താജ്മഹൽ,  
വേദനകൾക്കസ്ഥിമാടമാവാൻ”

എന്ന് പിന്നെയുമൊരു സന്ദർശനത്തിനുശേഷമേ എഴുതാൻ കഴിഞ്ഞുള്ളൂ. (‘ആഗ്ര’- ‘ഉപ്പ്’ എന്ന സമാഹാരത്തിൽ). ദില്ലിയിൽ മാത്രമല്ലാ, യമുനാബ്രിഡ്ജിനപ്പുറമുള്ള ഓരോതരി മണ്ണിലും ഐതീഹ്യങ്ങളും ചരിത്രവും ഉറങ്ങിക്കിടക്കുന്നു. ‘ബഹദൂർഷാ’യുടെ രണ്ടു പുത്രന്മാരെ വധിച്ചതോടെ ആ വംശാവലിയറ്റുപോയെന്ന് സമാധാനിക്കാതെ, ബ്രിട്ടീഷുകാർ അതിന്റെ ചെറിയ അടിവേരുകൾകൂടി പിഴുതെറിഞ്ഞു എന്നതാണ് ചരിത്രം; പക്ഷേ, ചരിത്രകാരൻ കാണാത്ത, അല്ലെങ്കിൽ അവഗണിക്കുന്ന സത്യം കവി കണ്ടെത്തുന്നതിനുദാഹരണമായി എന്നുമെന്റെ മനസ്സിൽ കൊത്തിവച്ചതുപോലെ ഒരു കൊച്ചുകവിതയുണ്ട്: വൈലോപ്പിള്ളിയുടെ

'താജ്മഹൽ.' അദ്ദേഹം ആ അത്ഭുതസ്മാരകം കണ്ടിട്ട് തിരിച്ചുപോരാനായി ആഗ്രാ തീവണ്ടിസ്റ്റേഷൻ വരാന്തയിലിരിക്കുമ്പോൾ, 'അരികത്തൊരു ചോലമരത്തിൽ ചേക്കേറുന്ന ചെറുതത്തകൾ കൊഞ്ചുന്നതു കേട്ടു:

"ഞങ്ങളാരെന്നോ മുംതാസ് മഹളിന്നാരോമലാം
പൈങ്കിളിപ്പൂൺപിൻ പരമ്പരയിൽപിറന്നവർ!
ആ മുതുമുത്തശ്ശിതൻ സ്മാരകങ്ങളീ ഞങ്ങൾ,
ആവിധം വെണ്ണക്കല്ലിൻ പ്രേതമന്ദിരമല്ല..."

ആഗ്രയിൽ മിഠായിവിറ്റ്, ഈച്ചയാട്ടിക്കൊണ്ട് ഏതോ തെരുവിലൂടെ അലയുന്ന വിളറിയ ഒരു കന്യകയുണ്ട്- അവളാണ് "മുംതാസിന്റെ സമുചിതസ്മാരകം, കുലദീപം!" എന്ന് കവി പറയുമ്പോൾ, ഇന്ത്യാചരിത്രത്തിലെ ഒരു യുഗാന്ത്യത്തെ അത് ധ്വനിപ്പിക്കുന്നു. താജ്മഹലിൽ അന്ത്യനിദ്രകൊള്ളുന്നവരുടെ കൊച്ചുമക്കളാവാം താജിലേക്കുള്ള കവാടത്തിനടുത്തിരുന്ന് കൊച്ചുകൊച്ചു താജ്മഹൽ രൂപങ്ങൾ വിനോദസഞ്ചാരികൾക്ക് വിറ്റ് ജീവിച്ചുപോരുന്നത്. അവരുടെ കുടുക്കയിൽനിന്നും കൈയിട്ടു വാരുന്ന ചില ചട്ടമ്പികളെയും ഒരു സന്ദർശനവേളയിൽ ഞാൻ കണ്ടിട്ടുണ്ട്- 'ഞാനേതുമറിഞ്ഞില്ലേ' എന്നമട്ടിൽ ആ ചട്ടമ്പികൾക്കു പിന്തുണ നില്ക്കുന്ന പോലീസിനേയും..!

അടുത്തദിവസം ദേശീയ കവിസമ്മേളനത്തിന് നാനാഭാഷക്കാരുടെ ഒരു നല്ല സദസ്സുണ്ടായിരുന്നു. വി.കെ.മാധവൻകുട്ടിയുടെയും ഓംചേരിയുടെയും മറ്റും നേതൃത്വത്തിൽ കുറെയേറെ മലയാളികളും. കവിതയ്ക്കിടയിൽ തനി ഉത്തരേന്ത്യൻ 'മുശായിര'കളുടെ ശൈലിയിൽ 'വാഹ് വാഹ്' പറഞ്ഞ് അവർ എന്നെ പ്രോത്സാഹിപ്പിച്ചുകൊണ്ടിരുന്നു.

അടുത്ത സന്ദർശനം കേന്ദ്രസാഹിത്യ അക്കാദമി അവാർഡു വാങ്ങാൻ 1975-ലായിരുന്നു. പത്നീസമേതനായി ദില്ലിയും ആഗ്രയുമൊക്കെ യഥേഷ്ടം ചുറ്റിക്കറങ്ങിയിട്ടാണ് മടങ്ങിയത്. അടിയന്തിരാവസ്ഥയുടെ പിരിമുറുക്കം എവിടേയുമനുഭവപ്പെട്ടിരുന്നു. പക്ഷേ, തന്നെ സാഹിത്യ അക്കാദമി ചെയർമാനായി തെരഞ്ഞെടുത്തപ്പോൾ, നെഹ്റു പറഞ്ഞ ഉറപ്പ് - അക്കാദമികാര്യങ്ങളിൽ പ്രധാനമന്ത്രി ഇടപെടാൻ ഞാനനുവദിക്കില്ല എന്ന ഉറപ്പ് - ഭാഗ്യവശാൽ ലംഘിക്കപ്പെട്ടിരുന്നില്ല. ബഹുഭാഷാപണ്ഡിതനും, വിഖ്യാത ശബ്ദശാസ്ത്രവിദഗ്ധനുമായ സുനീതികുമാർ ചാറ്റർജിയായിരുന്നു അന്ന് കേന്ദ്രസാഹിത്യ അക്കാദമി

ചെയർമാൻ. അദ്ദേഹത്തിന്റെ കയ്യിൽ നിന്നാണ് അക്കാദമി അവാർഡ് വാങ്ങാനെനിക്ക് നിയോഗമുണ്ടായത്.

1978–ൽ മോസ്കോയിൽ നടന്ന, ടോൾസ്റ്റോയിയുടെ നൂറ്റിയമ്പതാം ജന്മവാർഷിക മഹോത്സവത്തിൽ പങ്കെടുക്കാൻ ആകസ്മികമായിട്ടാണെനിക്ക് ക്ഷണം കിട്ടിയത്. വളരെക്കുറഞ്ഞ ദിനങ്ങൾക്കുള്ളിൽ പാസ്പോർട്ട് എടുത്തുതരാനും മറ്റും സഹൃദയനായ അന്നത്തെ ഡി.ജി.പി. എം.കെ. ജോസഫിന്റെ സഹായമില്ലായിരുന്നെങ്കിൽ ആ അവസരവും എനിക്കു നഷ്ടപ്പെടുമായിരുന്നു. വർഷങ്ങൾക്കുമുമ്പ് ഹെൽസിങ്കിയിൽ വച്ചുനടന്ന ലോകസമാധാന യുവജനോത്സവത്തിൽ പങ്കെടുക്കാൻ കഴിയാതെ പോയത് പോലീസിന്റെ വാശിയേറിയ ഒരു പ്രതികൂല റിപ്പോർട്ട് മൂലമായിരുന്നെങ്കിൽ, ഇക്കുറി സംസ്ഥാനപോലീസിന്റെ തലവൻ സഹായിച്ചിട്ടാണ് അടിയന്തിരപരിഗണനയിൽ പാസ്പോർട്ട് ലഭിച്ചത്!!

കേന്ദ്രസാഹിത്യ അക്കാദമി അധ്യക്ഷൻ പ്രൊഫ. ഉമാശങ്കർ ജോഷിയായിരുന്നു ഇന്ത്യൻ പ്രതിനിധി സംഘത്തിന്റെ നേതാവ്. സൗമ്യമായ മുഖഭാവവും മൃദുവായ ശബ്ദവും സ്നേഹാർദ്രമായ പെരുമാറ്റവും കൊണ്ട് ഒരു ഋഷിയുടെയും കവിയുടെയും സമന്വയമായിരുന്നു അദ്ദേഹം. കൂട്ടത്തിൽ പ്രായംകുറഞ്ഞ അംഗമെന്ന നിലയ്ക്കാവാം, എന്നോട് വളരെ വാത്സല്യം പ്രകടിപ്പിച്ചിരുന്നു.

ഞങ്ങൾക്ക് പോകേണ്ടിയിരുന്ന റഷ്യൻ വിമാനമായ 'എയ്റോഫ്ളോട്ട്' പുറപ്പെടാൻ വൈകിയത് ഒരർത്ഥത്തിൽ ഒരനുഗ്രഹമായി. രാത്രിയുടെ ആദ്യയാമങ്ങൾ കഴിഞ്ഞാണ് വിമാനം ഹിമാലയത്തിനു മുകളിലൂടെ പറന്ന് അപ്പുറമെത്തിയത്. ഒരേ സമയം അസ്തമയത്തിന്റെ ശോണപ്രകാശമൊരു ദിക്കിലും, ചന്ദ്രോദയത്തിന്റെ ധവളപ്രഭ മറ്റൊരു ദിക്കിലും, കാണാനായി– ഒപ്പം, ഗിരിമകുടങ്ങളുടെ നിഴൽച്ചിത്രങ്ങൾ ഹിമവൽ സാനുക്കളിൽ സൃഷ്ടിക്കുന്ന വിസ്മയങ്ങളും! വിമാനത്തിന്റെ 'വിൻഡോസീറ്റ്' എനിക്കുവേണ്ടി ജോഷിജി ഒഴിഞ്ഞുതന്നു, എന്റെ ആർത്തിപെരുത്ത എത്തിനോട്ടം കണ്ടിട്ട്. ദേവതാത്മാവിന്റെ വാങ്മയചിത്രം വരയ്ക്കാൻ കാളിദാസനെ ഏതു വിമാനമാണ് സഹായിച്ചിരിക്കുക? സുമേരു പർവ്വതത്തിന്റെ പാർശ്വങ്ങളിൽ സൂര്യനും ചന്ദ്രനും ഒളിച്ചുകളിക്കുന്ന ചിത്രം വരയ്ക്കാൻ സുകുമാരകവിക്ക് ഏതു ദൃശ്യമാണ് സഹായകമായത്! അങ്ങനെയോരോന്നു ചിന്തിച്ചിരിക്കെ, എയ്റോഫ്ളോട്ട് ഹിമാലയം കടന്നുപോയി - സൂര്യചന്ദ്രന്മാരെവിടെ?- കാണാനില്ല - താഴെ, നിലാവ് പരന്ന സമതലങ്ങൾ മാത്രം!

റഷ്യൻ യാത്രകളിലാദ്യത്തേതായിരുന്നു അത്. തുടർന്ന് ഒരുകുറി കൂടി സോവിയറ്റ് യൂണിയനിലും പിന്നെ പുതിയ റഷ്യയിലും പോയതിന്റെ വർത്തമാനങ്ങൾ മറ്റൊരദ്ധ്യായത്തിലേക്ക് മാറ്റിവയ്ക്കുന്നു. ദില്ലിയിൽ എണ്ണമറ്റതവണ പോയിട്ടുണ്ട്. ചരിത്രത്തിലെ നിരവധി യുഗങ്ങളുടെ ഉദയാസ്തമയങ്ങൾക്ക് സാക്ഷ്യംവഹിച്ച ലോകത്തിലെ ആ പുരാതന നഗരത്തെപ്പറ്റി ഞാനൊരിക്കലെഴുതി:

"ഹേ, ദില്ലീ! പ്രായം മതിക്കുവാനാവാത്തൊ-
രേതോ പുരാതനമാം ദേവദാരു നീ!
തായ്ത്തടിയിൽ നൂറുവട്ടം മഴുവിന്റെ
വായ്ത്തല കൊണ്ടു പരിക്കേറ്റ പാടുകൾ
എങ്കിലും പൊട്ടിച്ചിനയ്ക്കുന്നു പിന്നെയും
അങ്ങിങ്ങു പുത്തൻ പൊടിപ്പുകൾ, ചില്ലകൾ.
.............. ............. ..................
തുഞ്ചത്ത് ചെന്തളിർച്ചോര പതയുന്നു;
നെഞ്ചത്ത് ശ്യാമ ഹരിതമുലയുന്നു;
ചത്തുവീഴുന്നതാരെരെങ്ങെന്നു ചുറ്റിലും
ദൃഷ്ടികളാലേ പരതും കഴുകനും,
കൊത്തിക്കൊറിക്കാനൊരുവക തേടുന്ന
കൊച്ചു കുരീലുമൊരുമിച്ചു പാർക്കുന്ന
ശാഖകൾ!- ചോട്ടിലെപ്പോടുകളിൽ വിഷ-
നാളികൾ, നാഗങ്ങൾ, മുട്ടകൾ കാക്കുന്നു.
ചുറ്റുവട്ടത്തിൽ വിളക്കുമാടങ്ങളും,
കുത്തിനിറുത്തിയ ശൂലകപാലങ്ങൾ,
നഷ്ടവിശ്വാസങ്ങൾതൻ ശേഷപത്രങ്ങൾ,
ഭഗ്നശില്പങ്ങൾതൻ ദൈന്യാവശിഷ്ടങ്ങൾ,
പൊട്ടിപ്പൊളിഞ്ഞ ശവകുടീരങ്ങളും,
നെറ്റിയെഴുത്തുകൾ മായും ശിലകളും...!
ഹേ, ദില്ലി! പ്രായം മതിക്കുവാനാവാത്തൊ-
രേതോ പുരാതനമാം ദേവദാരു നീ...!"

ചരിത്രത്തിലെ ഋതുഭേദങ്ങൾക്കു സാക്ഷിയായി, അതിവൃഷ്ടികളെയും അനാവൃഷ്ടികളെയും അതിജീവിച്ച് ദില്ലി ഇന്നുമൊരു വിസ്മയമായി നില്ക്കുന്നു.

1981-ൽ *ഉപ്പ്* എന്ന കാവ്യസമാഹാരത്തിന് സോവിയറ്റ് ലാന്റ്

## പോക്കുവെയിൽ മണ്ണിലെഴുതിയത്

നെഹ്റു അവാർഡ് കിട്ടിയതിനെ തുടർന്ന് വീണ്ടും ദില്ലി സന്ദർശനം ഉണ്ടായി. അന്തരിച്ച അജയ്ഘോഷിന്റെ പത്നി ലിറ്റോഘോഷ് ആണ് ദില്ലിയിലെ താമസത്തിന്റെയും യാത്രയുടെയുമൊക്കെ ചുമതല വഹിച്ചിരുന്നത്. എനിക്ക് കേരളാഹൗസ് മതി എന്ന് ഞാൻ നേരത്തേ അറിയിച്ചിരുന്നു. സ്റ്റാർഹോട്ടലുകളിലെ വിശിഷ്ട ഭോജ്യങ്ങളെക്കാൾ കേരളഹൗസിലെ അത്താഴമായ കഞ്ഞിയും പയറുമായിരുന്നു എനിക്കിഷ്ടം. അവിടത്തെ ഭക്ഷണശാലയിൽ കഞ്ഞിയും പയറും പപ്പടവും ആസ്വദിച്ചുകഴിക്കുന്ന അകേരളീയനായ ഒരു വ്യക്തിയെ ഒരിക്കൽ കണ്ടു, പരിചയപ്പെട്ടു: സഫ്ദർ ഹഷ്മി! കൂടെവന്ന വ്യക്തി എന്നെ പരിചയപ്പെടുത്തി. കാന്റീനുമുന്നിലെ കോലായിലിരുന്ന് ചിരപരിചിതരെപ്പോലെ കെ.പി.എ.സി. നാടകങ്ങളെപ്പറ്റിയും മറ്റും ഞങ്ങൾ സംസാരിച്ചു പിരിഞ്ഞു- ആ തീപ്പന്തം എന്നെന്നേക്കുമായി എന്നിൽനിന്നകന്നുപോവുകയാണെന്നറിയാതെ.

രണ്ടാമത്തെ സോവിയറ്റ് പര്യടനം കഴിഞ്ഞ് സോവിയറ്റ് എംബസിയിലെ ഒരുദ്യോഗസ്ഥൻ എന്നെ എയർപ്പോർട്ടിൽനിന്ന് സ്വീകരിച്ച് കേരളഹൗസിന്റെ റിസപ്ഷനിൽ കൊണ്ടുവന്നാക്കി. അവിടെ താമസിക്കാൻ വരുന്നവർ ഒരു ഫോറം പൂരിപ്പിച്ചു കൊടുക്കേണ്ടതുണ്ട്. ഞാനെന്റെ ഔദ്യോഗിക മേൽവിലാസം ("യൂണിവേഴ്സിറ്റി കോളേജ് പ്രൊഫസർ") കുറിച്ചിട്ട്, 'ഗവൺമെന്റുദ്യോഗസ്ഥനാണോ?' എന്ന ചോദ്യത്തിന് 'അതേ'എന്നുത്തരമെഴുതി. അതു നോക്കിനിന്ന അപരിചിതനായൊരു ഉദ്യോഗസ്ഥൻ ശുണ്ഠിയെടുത്ത് "ഇതു കളവാണ്" എന്നുറക്കെ വിളിച്ചു പറഞ്ഞു. 'യൂണിവേഴ്സിറ്റി കോളേജ്' എന്ന പേരായിരിക്കാം തെറ്റിദ്ധാരണ ജനിപ്പിച്ചതെന്നു കരുതി ഞാൻ കാര്യംപറഞ്ഞു മനസ്സിലാക്കാൻ ശ്രമിച്ചു. യൂണിവേഴ്സിറ്റി കോളേജ് ഇപ്പോൾ കേരളസർവ്വകലാശാലയുടെ കീഴിലല്ലെന്നും, കേരള ഗവൺമെന്റിന്റെ കീഴിലാണെന്നുമൊക്കെ ഞാൻ പറഞ്ഞത് സർക്കാരുദ്യോഗസ്ഥരായ അതിഥികൾക്കുള്ള ആനുകൂല്യങ്ങൾ കവർന്നെടുക്കാനാണെന്നും മറ്റും അയാൾ ആരോപണമുന്നയിച്ചു. മാത്രമല്ലാ, "നിങ്ങളിവിടെ മുമ്പ് വന്നിട്ടുണ്ടോ? നിങ്ങളെ കണ്ടിട്ടുള്ളതായി ഓർക്കുന്നില്ലല്ലോ!" എന്നുവരെയായി! ക്ഷമയുടെ അതിരു കടന്നനിലയിൽ ഞാൻചോദിച്ചു: "നിങ്ങളാരാണ്? പലകുറി ഇവിടെ വന്നിട്ടുള്ളപ്പോളൊന്നും നിങ്ങളെ കണ്ടിട്ടുള്ളതായി ഞാനുമോർക്കുന്നില്ല! യൂണിവേഴ്സിറ്റി കോളേജ് ഗവൺമെന്റു കോളേജാണോ എന്നറിയാൻ തിരുവനന്തപുരം സെക്രട്ടേറിയറ്റിൽ വിളിച്ചുചോദിച്ചോളൂ! പിന്നെ, എനിക്കിവിടെ ഒരു സൗജന്യവും ആവശ്യമില്ല. ആദരപൂർവ്വം എന്നെ ഇവിടെ

കൊണ്ടാക്കിയ ഒരു വിദേശരാജ്യത്തിന്റെ പ്രതിനിധിയുടെ മുമ്പിൽവച്ച് ഒരിന്ത്യാക്കാരന്റെ അധിക്ഷേപം കേൾക്കേണ്ടിവന്നതിൽ ലജ്ജ തോന്നുന്നു" എന്നു പറഞ്ഞ് ഞാനെന്റെ ജോലികഴിച്ച് മുറിയിലേക്കുപോയി. റിസപ്ഷനിലിരിക്കുന്നയാൾ അയാളെ പേടിക്കുന്നതായി തോന്നി. ആരോ പറഞ്ഞ് എല്ലാമറിഞ്ഞ എം.എൻ.ഗോവിന്ദൻ നായർ എന്റെ മുറിയിലെത്തി: "അയാൾ ഇവിടത്തെ അഡ്മിനിസ്ട്രേറ്ററാ - ഒരു വലിയ കോൺഗ്രസ് നേതാവിന്റെ (പേര് ഞാൻ കുറിക്കുന്നില്ല)- മരുമകനാ- ആ റഷ്യൻ സായിപ്പിതിനൊക്കെ സാക്ഷിയായതാ നാണക്കേട്." 'ജെറ്റ്ലാഗ്' എന്നു പറയാറുള്ള വിമാനയാത്രാക്ഷീണമുണ്ടായിട്ടും ആ നാണക്കേടോർത്ത് കുറേനേരം ഉറങ്ങാതെ കിടന്നു. എന്റെ സ്ഥാനത്ത് ഒരു തമിഴ് കവിയായിരുന്നെങ്കിലോ? - ഹിന്ദിയിലോ ബംഗാളിയിലോ എഴുതുന്ന ഒരു കവിയായിരുന്നെങ്കിലോ? - കേരളത്തിനെതിരെ ദില്ലിയിൽ വളരെ പാരകളുണ്ടെന്ന് മനസ്സിലാക്കാൻ പിന്നെയും അവസരങ്ങളുണ്ടായിട്ടുണ്ട്.

1982-ൽ കേന്ദ്രസാഹിത്യ അക്കാദമിയുടെ ജനറൽ കൗൺസിലിൽ, ഉറൂബിന്റെ ആകസ്മിക മരണംമൂലമുണ്ടായ ഒഴിവിലേക്ക് ഞാൻ തെരഞ്ഞെടുക്കപ്പെട്ടു. പിന്നെയുണ്ടായ പുതിയ ജനറൽ കൗൺസിലിലേക്കും ഞാൻ തെരഞ്ഞെടുക്കപ്പെട്ടു. തകഴിച്ചേട്ടനും സുഗതകുമാരിയും സർവ്വകലാശാലാ പ്രതിനിധിയായി നോവലിസ്റ്റായ ടി.ആർ.ശങ്കുണ്ണിയുമായിരുന്നു മറ്റംഗങ്ങൾ. അടുത്ത ഭരണസമിതിയിലേക്ക് മലയാളത്തിന്റെ പ്രതിനിധിയായി തകഴിച്ചേട്ടൻ എന്നെ നിർദ്ദേശിച്ചു. എതിരുണ്ടായില്ല. 1987-വരെ കേന്ദ്ര സാഹിത്യ അക്കാദമിയുടെ ഭരണനിർവ്വഹണ സമിതിയിൽ അംഗമായിരുന്ന കാലത്ത് രണ്ടുമാസത്തിലൊരിക്കൽ ദില്ലിയിൽ പോകേണ്ടി വന്നിട്ടുണ്ട്. അവാർഡ് സമർപ്പണ സമ്മേളനങ്ങളിലൂടെ കൂടുതൽ ഇന്ത്യൻ എഴുത്തുകാരെ പരിചയപ്പെടാൻ അവസരം കൈവന്നു. 'വിവിധ ഭാഷകളിലെഴുതപ്പെടുമ്പോഴും ഇന്ത്യൻ സാഹിത്യം സാരാംശത്തിലൊന്നാണെന്ന്' മനസ്സിലാക്കാൻ കഴിഞ്ഞു. അതിനിടയിലുമുള്ള വിടവുകളും വിള്ളലുകളും ബോദ്ധ്യപ്പെട്ടിട്ടുണ്ട്; സാഹിത്യ അക്കാദമിയുടെ സ്വാശ്രയത്വം നിലനിർത്താൻ നിത്യജാഗ്രത പുലർത്തേണ്ടതുണ്ടെന്നും.

സംസ്കൃതം ഒരു ഹൈന്ദവ വരേണ്യഭാഷയാണെന്നും ഉറുദു ഒരു മുസ്ലീം ഭാഷയാണെന്നുമുള്ള ധാരണ ഇന്ത്യയിൽ, വിശേഷിച്ച് ഉത്തരേന്ത്യയിൽ, ഇന്നും നിലനില്ക്കുന്നു എന്നതൊരു ദുഃഖസത്യമാണ്. 1993-മുതൽ 1998-വരെ 'ആൾ ഇന്ത്യാ ഫെഡറേഷൻ ഓഫ് പ്രോഗ്രസ്സീവ്

റൈറ്റേഴ്സ്'ന്റെ അദ്ധ്യക്ഷനായി ഞാൻ തെരഞ്ഞെടുക്കപ്പെട്ടത് 1993-ൽ ദില്ലിയിൽ വച്ചായിരുന്നു. ദില്ലി സമ്മേളനം ഉദ്ഘാടനം ചെയ്യാൻ ഞാൻ ക്ഷണിക്കപ്പെടുമ്പോൾ, മുൾക്രാജ് ആനന്ദ് അതിന്റെ രക്ഷാധികാരിയും, ഭീഷ്മ സാഹ്നി, നാംവർസിങ്, ആലിസർദാർ ജെഫ്റി തുടങ്ങിയവർ അതിന്റെ മുഖ്യപ്രവർത്തകരുമായിരുന്നു. ക്ഷണം സ്വീകരിച്ച് നല്ലൊരു പ്രഭാഷണം തയ്യാറാക്കി ചെല്ലാനെന്നെ പ്രേരിപ്പിച്ചത് പി.ഗോവിന്ദപ്പിള്ളയും പി.കെ.വി.യുമായിരുന്നു. എഴുതിത്തയ്യാറാക്കിയ പ്രഭാഷണം ഞാനവരെ വായിച്ചു കേൾപ്പിച്ചിരുന്നു. സദസ്സിലൊരു വിഭാഗം കയ്യടിച്ചഭിനന്ദിക്കുമ്പോൾ മറ്റേവിഭാഗം മൗനം ഭജിക്കുന്നതും മറിച്ചുമുള്ള അനുഭവം എന്തിനെ സൂചിപ്പിക്കുന്നു എന്നാദ്യമെനിക്ക് പിടികിട്ടിയില്ല. എന്നാൽ ആകസ്മികമായൊരു ഘട്ടത്തിൽ, പേർഷ്യനും ഹിന്ദിയും ചേർന്ന 'ഉറുദു', ഇന്ത്യൻഭാഷകളിൽ വച്ച് "ഇമ്മിണി ബല്യ ഒന്നാ"ണെന്ന് ഞാൻ പ്രസ്താവിച്ചപ്പോൾ ഒരുഭാഗത്ത് കയ്യടിയുടെ മേളമായി. ബഷീറിന്റെ "ഇമ്മിണി ബല്യ ഒന്ന്" എന്ന പ്രയോഗത്തെപ്പറ്റി വിശദീകരിച്ചപ്പോൾ കയ്യടി മുറുകി. സദസ്സിലെ ആ വേർതിരിവ് മനസ്സിലാക്കാൻ കഴിഞ്ഞു എന്നല്ലാതെ അതിന്റെ ഗൗരവം അപ്പോൾ പിടികിട്ടിയിരുന്നില്ല. അടുത്തദിവസം കാലത്ത് കേരളഹൗസിൽ മുതിർന്ന ചില ഹിന്ദി-ഉറുദു എഴുത്തുകാർ വന്ന് സംഘടനയുടെ അദ്ധ്യക്ഷ സ്ഥാനത്തേക്ക് ഞാൻ വരുന്നത് ഒരു മത്സരമൊഴിവാക്കാൻ ഉപകരിക്കും എന്നു പറഞ്ഞപ്പോഴാണ് നിജസ്ഥിതി മനസ്സിലാക്കാൻ കഴിഞ്ഞത്. ആ 'ഇമ്മിണി ബല്യ ഒന്ന്' എന്ന പ്രയോഗം എന്നെ ഒരു വിഭാഗത്തിന് അത്രമേൽ സ്വീകാര്യനാക്കിയപ്പോൾ മറുവിഭാഗത്തിന് തെരഞ്ഞെടുപ്പൊഴിവാക്കാനുള്ള വഴിതുറന്നു. അങ്ങനെ 1994 -മുതൽ '98-വരെ ഞാൻ ആ സംഘടനയുടെ അദ്ധ്യക്ഷനായി. ഉത്തരേന്ത്യയിൽ ഝാൻസിമുതൽ ചണ്ഡിഗർ വരെയുള്ള പല സ്ഥലത്തും 'പ്രഗതീശീൽ ലേഖക് സംഘി'ലെ (പുരോഗമനസാഹിത്യസംഘത്തിലെ) ഇന്ത്യൻ എഴുത്തുകാരുമായി കൂടുതൽ അടുത്തു പെരുമാറാനുള്ള അവസരം അങ്ങനെ കൈവന്നു. പാരമ്പര്യത്തെയും ആധുനികതയെയും കൂട്ടിയിണക്കാനുള്ള ശ്രമം എല്ലായിടത്തും ഓരോരോ രീതിയിൽ കണ്ടു. ആയിടയ്ക്ക് കാ.നാ.സുബ്രഹ്മണ്യം The Indian Position എന്നൊരു കവിതയിൽ പരിഹസിച്ചു പറഞ്ഞതുപോലെ

> We are Introduced to the Upanishads by T.S.Eliot
> and to Tagore by Ezra Pound
> and to the Indian tradition by Max Muller

എന്നൊരവസ്ഥ ചിലയിടങ്ങളിലെങ്കിലും കാണാതെയിരുന്നില്ല. പക്ഷേ, പൊതുവേ ഈ എഴുത്തുകാരുന്നയിച്ച ചോദ്യങ്ങൾ പ്രസക്തവും പ്രധാനവുമാണ്: “അതീതകാലത്തെന്നോ ദിനോസറുകളെന്നപോലെ, മനുഷ്യവംശവും ഭൂമിയിൽ നിന്ന് കൂട്ടത്തോടെ കുടിയൊഴിക്കപ്പെടുവാൻ വിധിക്കപ്പെട്ടിരിക്കുന്നുവോ? (ഇതെഴുതുമ്പോൾ എന്റെ മേശപ്പുറത്ത് കിടക്കുന്ന പത്രങ്ങൾ പെഷവാറിലെ പിഞ്ചുകുഞ്ഞുങ്ങൾ വേട്ടയാടപ്പെട്ടതിന്റെ ഞെട്ടിപ്പിക്കുന്ന വർത്തമാനം നിശ്ശബ്ദം പറഞ്ഞുകൊണ്ടിരിക്കുന്നു.) ഭൂമിയിലെ ജീവന്റെ നിലനില്പ് ഒരു പഴങ്കഥയായി മാറുന്നുവോ? മനുഷ്യനെയും ഭൂമിയെയും കൊല്ലാനുള്ള ആയുധങ്ങൾ നിർമ്മിക്കുകയും ക്രയവിക്രയം ചെയ്യുകയും ചെയ്യുന്ന ചില രാഷ്ട്രങ്ങളുടെ ആധിപത്യം നമ്മെ ‘സർവ്വനാശ’(Catastrophy)ത്തിലേക്ക് നയിക്കുമോ? അതോ, സമാധാനപ്രിയരായ, ലോകമെമ്പാടുമുള്ള മനുഷ്യരുടെ ചെറുത്തുനില്പിന്റെ ശബ്ദം നമ്മിലൂടെ ഇനിയുമുച്ചത്തിലുയരുമോ?-” ഈ ചോദ്യങ്ങൾ അലോസരപ്പെടുത്തിക്കൊണ്ടിരിക്കുന്ന, തികച്ചും ‘മാനുഷിക’മായ ഒര സ്വാസ്ഥ്യം കവിയിൽ വളരുക സ്വാഭാവികം. അരാജകവാദത്തെയും അകർമ്മണ്യതയെയും നിഗൂഢമായി നട്ടുപിടിപ്പിക്കാൻ- ചിലർ തോട്ടത്തിൽ ഒളിച്ച് കഞ്ചാവ് കൃഷി നടത്തുംപോലെ - ഉള്ള ശ്രമങ്ങൾ തിരിച്ചറിയപ്പെടാതെ പോകുന്നു എന്ന അവസ്ഥയുമുണ്ട്.

ഇംഗ്ലണ്ടിലെ ന്യൂകാസിലിൽ ഒരു പൊതുവിശ്രമസ്ഥലത്ത്, ആർക്കും പ്രവേശനമില്ലാത്ത ഒരു തോട്ടമുണ്ട് (Alnwick gardens). അന്യജീവികളുടെ സാമീപ്യത്തിൽ ആക്രമോത്സുകമാകുന്ന സഹജസ്വഭാവത്തോടുകൂടിയ ഒരുതരം ചെടികളും വള്ളികളുമാണാ നിരോധിത മേഖലയിൽ തഴച്ചു നില്ക്കുന്നത്. ‘സസ്യം’ എന്ന വാക്കുതന്നെ ‘മൃഗീയത’യ്ക്കെതിർപദമായിട്ടാണ് കരുതപ്പെടുന്നത്. എന്നാൽ ‘സസ്യ’ത്തിനുമുണ്ട് ‘മൃഗീയത’ എന്ന അറിവ് പകരുന്നതാണാ തോട്ടം. സന്താനലബ്ധിക്കും സമ്പൽപ്രാപ്തിക്കും വശീകരണത്തിനും വാജീകരണത്തിനുമെല്ലാം ദൈവത്തിന്റെ അനുഗ്രഹസിദ്ധി അവകാശപ്പെടുന്ന സന്ന്യാസിക്കൂട്ടത്തിന്റെ ആസ്ഥാനങ്ങൾ ഈ തോട്ടംമാതിരിയാണ്. ഇന്ത്യയിൽ അവ വേണ്ടുവോളമുണ്ട്. ദില്ലിയിൽ ജനക്പുരിയിൽ ഭാസ്കരകുമാറിന്റെ ഫ്ളാറ്റിന്റെ ഒരുവശം തുറന്ന മൈതാനമാണ്. അടിയന്തിരാവസ്ഥക്കാലത്ത് അവിടെ എത്രയെത്ര ബലാൽസംഗങ്ങളും കൊലപാതകങ്ങളും നടന്നിരിക്കുന്നു (എം.മുകുന്ദന്റെ ‘ദില്ലി’ എന്ന ചെറുകഥ ആ കറുത്ത അദ്ധ്യായത്തിന്റെ ഒരു ഏടാണ്). ദില്ലിനഗരത്തിന്റെ ഹൃദയഭാഗത്തുള്ള

ബുദ്ധജയന്തി പാർക്ക്, രണ്ടു കുട്ടികളുടെ കൊലപാതകത്തെയും അതിലൊരു പെൺകുട്ടിയുടെ ദാരുണ ബലാൽസംഗത്തെയും ഓർമ്മിപ്പിക്കുന്നു എന്നത് വല്ലാത്തൊരു വൈരുദ്ധ്യംതന്നെയാണ്. 'ദില്ലി! നീ അമീർക്കവിത'*യിലെ മാമ്പൂക്കുലയോ, അതോ, കല്ലറയ്ക്കുള്ളിൽ ശ്വാസം മുട്ടുന്ന മാതള (അനാർ**)പ്പൂമൊട്ടോ?' എന്നു പലപ്പോഴും ആ പുരാതനനഗരത്തോട് ഞാൻ ചോദിച്ചുപോയിട്ടുണ്ട്.

സാഹിത്യം, സംഗീതം/നാടകം, ലളിതകല-എന്നിവയ്ക്കായുള്ള മൂന്ന് അക്കാദമികളുടേയും സംയുക്താസ്ഥാനമായ 'രബീന്ദ്ര ഭവനി'ലെ പ്രവേശനകവാടത്തിൽ സ്ഥാപിച്ചിട്ടുള്ള ടാഗോർപ്രതിമയുടെ മുഖഭാവം മുമ്പു സൂചിപ്പിച്ച അസ്വാസ്ഥ്യത്തിന്റേതാണ്. മോസ്കോയിലെ റൈറ്റേഴ്സ് യൂണിയന്റെ പുരോഭാഗത്തെ ടോൾസ്റ്റോയ് പ്രതിമയുടെ മുഖത്തും അതേ അസ്വാസ്ഥ്യമാണ് കാണാൻ കഴിഞ്ഞത്. ടാഗോർ അശാന്തിയിലിരുന്ന് ശാന്തിക്കായി തപിക്കുമ്പോൾ, യുദ്ധഭൂമിയുടെ ധൂമപടലങ്ങൾക്കിടയിലൂടെ 'അകലെയെങ്ങാനും സമാധാനമുണ്ടോ?' എന്നന്വേഷിക്കുന്നു ടോൾസ്റ്റോയ്!-ഈ സാമ്യം ആകസ്മികമാകാം- അല്ലെങ്കിൽ 'മാനുഷിക'മായതെന്തും എവിടെയും സമാനമാകാം!

ഞാൻ അക്കാദമിയിലുണ്ടായിരുന്ന കാലത്ത് അതിന്റെ അദ്ധ്യക്ഷൻ കന്നട എഴുത്തുകാരനും പ്രശസ്ത ഇംഗ്ലീഷദ്ധ്യാപകനുമായ വി.കെ. ഗോകാക് ആയിരുന്നു. അദ്ദേഹത്തിന്റെ അഭിപ്രായങ്ങൾ പക്ഷപാതരഹിതമായിരുന്നു എന്നു പറഞ്ഞുകൂടാ. സി.വി.രാമൻപിള്ളയുടെ ജന്മശതാബ്ദി അക്കാദമി വേണ്ടതരത്തിലാചരിച്ചില്ല. എന്നാൽ, അദ്ദേഹത്തിന്റെ നൂറ്റിയിരുപത്തിയഞ്ചാം ജന്മവാർഷികം ചരിത്രനോവലിനെക്കുറിച്ചൊരു ദേശീയസെമിനാർ നടത്തി ആചരിക്കണമെന്നൊരു നിർദ്ദേശം ഞാൻ അക്കാദമി ഭരണസമിതിക്ക് സമർപ്പിച്ചു. ഒരു ചർച്ചപോലും നടത്താതെ, അദ്ധ്യക്ഷൻ അത് സാദ്ധ്യമല്ലെന്നുറപ്പിച്ചു പറഞ്ഞു. ഇന്ത്യയിൽ ധാരാളം ഭാഷകളുണ്ടെന്നും, അതിലെല്ലാം അതതു ഭാഷക്കാർക്ക് ആദരണീയരായ എഴുത്തുകാരുണ്ടാവുക സ്വാഭാവികമാണെന്നും അവരുടെയെല്ലാം ജനനമരണ ദിനാചരണങ്ങൾ അപ്രായോഗികമാണെന്നും, ബഡ്ജറ്റിലതിന് തുക കണ്ടെത്താൻ വിഷമമുണ്ടെന്നുമൊക്കെ അദ്ദേഹം സ്കൂൾക്കുട്ടികളെ പഠിപ്പിക്കുംപോലെ പറഞ്ഞുനിർത്തിയപ്പോൾ ഞാനൊരക്ഷരം എതിർവാദം പറയാതെ ഒരു പുസ്തകമെടുത്ത് വായിക്കേണ്ട പുറം

---

* അമീർ ഖുസ്രുവിന്റെ കവിതയിലെ ഒരു പ്രധാന കാവ്യബിംബമാണ് 'മാമ്പൂവ്'

** 'അനാർക്കലി' എന്നാൽ മാതളമൊട്ട്. 'അനാർക്കലി'യുടെ കഥ പ്രശസ്തം.

പ്രത്യേകം നിവർത്തി അദ്ദേഹത്തിന്റെ മുന്നിലേക്ക് നീക്കിവെച്ചു. അക്കാദമി പ്രസിദ്ധീകരണമായ, പി.കെ.പരമേശ്വരൻനായരെഴുതിയ *മലയാള സാഹിത്യചരിത്ര*മായിരുന്നു അത്. സി.വി.രാമൻപിള്ളയെക്കുറിച്ചുള്ള സാമാന്യം ദീർഘമായ വിവരണം തുടങ്ങുന്ന പേജാണ് നിവർത്തിവെച്ചുകൊടുത്തത്. ഭാഗ്യവശാൽ അദ്ദേഹമത് പെട്ടെന്നുവായിച്ച് സി.വി.യുടെ പ്രാധാന്യം മനസ്സിലാക്കി. എന്നാൽ കേരളത്തിലെവിടെയെങ്കിലുംവച്ച് ഒരു ദക്ഷിണേന്ത്യൻ സെമിനാർ നടത്തിയാൽ ചെലവു വഹിക്കാമെന്നായി വി.കെ.ഗോകാക്. ഇന്ത്യൻ ചരിത്ര നോവലിസ്റ്റുകൾക്കിടയിലെ അഗ്രഗാമിയാണ് സി.വി.എന്നിരിക്കെ ഈ 'റീജിയണൽ' സെമിനാർ തീരുമാനമെടുക്കുന്നത് അപമാനകരമാണെന്ന് ഞാൻ തുറന്നുപറഞ്ഞു. ഭരണസമിതിയിലെ കന്നട പ്രതിനിധിയായ ഹാ.മാ.നായിക് ഉൾപ്പെടെ, പലരും എന്നോട് തീർത്തും യോജിച്ചു. ഗോകാക് പെട്ടെന്നയഞ്ഞു. കേരളസാഹിത്യ അക്കാദമിയിൽ വച്ചുനടത്താമെന്നും, പ്രതിനിധികളുടെ യാത്രാച്ചെലവും താമസച്ചെലവും കേന്ദ്രം വഹിക്കണമെന്നുമുള്ള വ്യവസ്ഥയിൽ ദേശീയസെമിനാറിനുതന്നെ തീരുമാനമായി. അതങ്ങനെ നടക്കുകയും ചെയ്തു. അപ്പോൾ, തിരുവനന്തപുരത്ത് ചില 'എഴുത്തുകാർ', 'സി.വി.യുടെ പേരിലൊരു ദേശീയ സെമിനാർ' നടത്താൻ കഴിവില്ലാത്ത എനിക്കെതിരെ ഒരു മർമ്മരപ്രചരണം നടത്തിക്കൊണ്ടിരിക്കയായിരുന്നു. സെമിനാറിൽ പ്രസംഗിക്കവേ, തകഴിച്ചേട്ടൻ സി.വി.യുടെ ഛായാപടത്തിനു മുന്നിൽനിന്ന് "ഈ അതികായന്റെ (Titan) മുന്നിൽ എന്നെപ്പോലുള്ളവർ വെറും 'പിഗ്മി'കളാണെ"ന്ന് പറഞ്ഞത് എതിർത്തവർക്കെല്ലാം മുഖച്ചുളിവുണ്ടാക്കുന്ന മറുപടിയായി. അക്കാദമിയിൽ സ്വന്തം ഭാഷയുടെ അവകാശങ്ങൾ വാദിച്ചു നേടാൻ കഴിയണം. അംഗത്വത്തിന്, നാദസ്വരവിദ്വാന്റെ കുഴലിൽ കോർത്തിട്ടിരിക്കുന്ന മെഡലിന്റെ വിലയല്ല ഉള്ളത്. ഒറിയ, കാശ്മീരി, കന്നട, പഞ്ചാബി, തെലുഗു, തമിഴ് പ്രതിനിധികൾ എന്റെ ഉത്തമസുഹൃത്തുക്കളായിരുന്നു. ഒരു ഭാഷയുടേയും ന്യായമായ അവകാശങ്ങൾ അവഗണിക്കപ്പെടാതിരിക്കാൻ ആരോഗ്യകരമായ ഒരു ഐക്യം ഞങ്ങൾ പുലർത്തിയിരുന്നു.

പുതിയതായി അംഗീകാരം ലഭിച്ച ചില ഭാഷകളിലെ സമ്മാനജേതാക്കളായി വരുന്നവർ താരതമ്യേന അനുഭവപരിചയങ്ങൾ കുറഞ്ഞവരായിരിക്കും. അവരുടെ മറുപടി പ്രസംഗത്തിൽ പക്വതക്കുറവിന്റെ ഫലമായി ഓർത്തോർത്തു ചിരിക്കാനുള്ള ചിലതുണ്ടാവും. ഒരിക്കൽ അത്തരത്തിലൊരു ചെറുപ്പക്കാരൻ അഭിമാനവിജൃംഭിതനായി ഇങ്ങനെ പറഞ്ഞു:

"My language is the sweetest in the world.'' അതിനുശേഷം പ്രസംഗിച്ച സമ്മാനജേതാവ് ഒരു രസികനായിരുന്നു. അയാൾ വളരെ സൗമ്യസ്വരത്തിൽ പറഞ്ഞു: "The sweetest language for me is the language of my sweet- heart. Sorry, I can't share it with you!''

ആദ്യത്തെ റഷ്യൻ യാത്രയിലെന്റെ സഹയാത്രികനായിരുന്നു ഉറുദു നിരൂപകനായ ഡോ.ഖമർ റെയ്സ്. യമുനാബ്രിഡ്ജിനപ്പുറത്തുള്ള ദില്ലിയുടെ പ്രാന്തപ്രദേശങ്ങളിലേക്ക് അദ്ദേഹം എന്നെ കൂട്ടിക്കൊണ്ടുപോയിട്ടുണ്ട്. കതിർമൂത്ത ഗോതമ്പുപാടങ്ങളിൽ കൊയ്ത്തു നടക്കുന്ന കാലം - കാറിൽനിന്നിറങ്ങി ആ പാടവരമ്പിലൂടെ നടന്നു. എനിക്ക് പരിചിതമായ നെല്പാടങ്ങളിൽനിന്ന് വ്യത്യസ്തമായ ആ ദൃശ്യങ്ങളിൽ നിന്നാണ് എന്റെ *കോതമ്പുമണികൾ* രൂപംകൊണ്ടത്. അതിലെ പുതുമണവാളന്റെ വരവ് ഏതാണ്ടൊരു പതിവുകാഴ്ചയാണെന്ന് ഡോ.റെയ്സ് പറഞ്ഞു. കോതമ്പിന്റെ നിറമുള്ള ആ കൊയ്ത്തുകാരിപ്പെൺകിടാവ് ഒരു വ്യക്തിയല്ല, ഒരു വലിയ 'കൂട്ട'ത്തിലൊരുവളാണ്. ചപ്പാത്തിക്കുള്ള മാവും, അതു ചുടാനുള്ള ചാണകവറളിയും ഒരേകൈകൊണ്ട് കുഴയ്ക്കാൻ വിധിക്കപ്പെട്ട ഇന്ത്യൻ ഗ്രാമീണസ്ത്രീകളിലൊരുവൾ!

# 13 'അമൃതി'നായി ആത്മമഥനം

'**സ്വാ**തന്ത്ര്യ'മെന്ന 'അമൃതി'നുവേണ്ടി ആത്മമഥനം നടത്തിയ കവിയാണ് കുമാരനാശാൻ. അദ്ദേഹം 'ദിവ്യകോകില'മെന്ന് അഭിസംബോധനചെയ്ത രവീന്ദ്രനാഥടാഗോറും തുംഗശീർഷനായി നിർഭയമാനസനായി നില്ക്കുന്ന മനുഷ്യനെയാണ്, തന്റെ സ്വാതന്ത്ര്യസ്വർഗ്ഗത്തിലെ പൗരനായി സങ്കല്പിച്ചത്. 1958 നവംബർ 1-ന് കേരളപ്പിറവി വിളംബരം ചെയ്യാൻ തിരുവനന്തപുരം സ്റ്റേഡിയത്തിൽ ചേർന്ന മഹാസമ്മേളനത്തിന്റെ സ്റ്റേജിൽ ഒരേയൊരു കസേരമാത്രമാണ് സംഘാടകർ ഒരുക്കിയിരുന്നത്: ഉദ്ഘാടകനായ ഗവർണ്ണർക്കുവേണ്ടി മാത്രം! വിശിഷ്ടാതിഥിയായി ക്ഷണിക്കപ്പെട്ടിരുന്ന മഹാകവി വള്ളത്തോൾ നേരെ സ്റ്റേജിൽ കയറി നോക്കുമ്പോൾ മുന്നിൽക്കണ്ട ആ ഒറ്റക്കസേരയിൽ ഒരു സംശയവുമില്ലാതെ ആസനസ്ഥനായി! സദസ്സ് ഹർഷാരവം മുഴക്കി. ഉദ്യോഗസ്ഥവൃന്ദം അങ്കലാപ്പിലായി. മഹാകവിയോട് മറ്റുത്തെന്തെങ്കിലും പറയാൻ ആർക്കുണ്ട് ധൈര്യം! രാജ്ഭവനിൽനിന്ന് ഗവർണ്ണർ പി.എസ്.റാവു വന്നെത്താൻ ഇനി നിമിഷങ്ങൾ മാത്രം. അതിനകം കനകക്കുന്നിൽനിന്ന് രാജകീയ പ്രൗഢിയുള്ള മറ്റൊരു കസേര എത്തിച്ച

തിനുശേഷമേ സംഘാടകർക്ക് ശ്വാസം നേരെയായുള്ളൂ. അവർക്ക് മലയാളത്തിന്റെ ഉത്തുംഗശീർഷനായ മഹാകവിയെക്കാൾ ആദരണീയനായിട്ടുള്ളത് ഭരണാധികാരിയാവാം. പക്ഷേ, ഒരു ജനതയ്ക്ക് ശരിയായ തിരിച്ചറിവ് നഷ്ടപ്പെടാൻ പാടില്ല.

കവികുലത്തിൽ വള്ളത്തോളിന് പ്രമുഖരായ അനുയായികളുണ്ടായിട്ടുണ്ട്. കാറ്റിനെപ്പോലെ അലഞ്ഞുതിരിഞ്ഞിരുന്ന പി.കുഞ്ഞിരാമൻനായർ ദില്ലിയിലൊരിക്കൽ വന്നുപോയ കഥയോർത്താണിതു പറയുന്നത്. കേരളത്തിൽനിന്നു ഉത്തരേന്ത്യൻ തീർത്ഥാടനകേന്ദ്രങ്ങളും മുഖ്യ ദേവാലയങ്ങളും സന്ദർശിക്കാനെത്തി പണമില്ലാതെ വിഷമിക്കുന്ന കവിയേയുംകൂട്ടി, ദില്ലിയിൽ വളരെ സ്വാധീനമുള്ള വി.കെ.മാധവൻകുട്ടി അന്ന് റെയിൽവേ മന്ത്രിയായിരുന്ന കമലാപതി ത്രിപാഠിയെ കാണാൻപോയി - കവിയുടെ മുഷിഞ്ഞ വസ്ത്രവും പ്രാകൃതരീതിയുമൊക്കെക്കണ്ട് മന്ത്രിയുടെ ഓഫീസിലുള്ളവർ മുഖംചുളിച്ചുവെങ്കിലും വി.കെ.മാധവൻകുട്ടിയുടെ കൂടെവന്നയാൾ എന്ന നിലയ്ക്ക് അകത്തുകയറ്റിവിട്ടു. കാര്യങ്ങളൊക്കെ ഞാൻ സംസാരിച്ചുകൊള്ളാമെന്നും ഒന്നുംപറയാതെ കൂടെനിന്നാൽമതിയെന്നും മാധവൻകുട്ടി മുൻപേകൂട്ടി കവിയെ ധരിപ്പിച്ചിരുന്നു. കേരളത്തിന്റെ ഏറ്റവും വലിയ കവികളിൽ പ്രമുഖനാണെന്ന് മാധവൻകുട്ടി 'പി'യെ പരിചയപ്പെടുത്തി. ഇന്ത്യയിലെവിടെയും സഞ്ചരിക്കുന്നതിന് ഒരു സൗജന്യ റെയിൽവേ പാസ് അനുവദിച്ചുകിട്ടിയാൽ പരമഭാഗവതനായ ഈ കവിക്കുപകാരമാവുമെന്ന് വിഷയവുമവതരിപ്പിച്ചു. മന്ത്രിയുടെ കൗതുകംപൂണ്ട നോട്ടവും മൗനംപൂണ്ട ഇരിപ്പും കണ്ടപ്പോൾ കവിമുഖത്തുനിന്ന് പൊടുന്നനെ ഒരു വെള്ളച്ചാട്ടംപോലെ ശുദ്ധസംസ്കൃതമൊഴിയുണ്ടായി. "നിസ്വോഹം; നിർദ്ധനോഹം; ഔത്തരാഹ പുണ്യക്ഷേത്രദർശനാർത്ഥമാഗതോഹം; ഭവദനുഗ്രഹാർത്ഥമിദംനിവേദനം സമർപ്പയാമി..." ഇങ്ങനെ നീണ്ടുപോയ ആ സംസ്കൃതഭാഷണം കേട്ട്, സംസ്കൃതപ്രേമിയായ കമലാപതി ത്രിപാഠി സ്തബ്ധനായിരുന്നുപോയി. പിന്നെ, ഉത്തരേന്ത്യയിൽ ഏതു തീവണ്ടിയിലും സഞ്ചരിക്കുവാനുള്ള ഉത്തരവുണ്ടായി. പുറത്തേക്കിറങ്ങുമ്പോൾ, ഓഫീസ് സ്റ്റാഫ് അതിരറ്റ ബഹുമാനത്തോടെ പെരുമാറുന്നതുകണ്ടപ്പോൾ, കവി മാധവൻകുട്ടിയോടു ചോദിച്ചുവത്രേ: "അയാൾ വീണോ?" ഒരു വലിയ കൊമ്പനാനയേയുംകൊണ്ട് പാപ്പാൻ വരുംപോലെ മാധവൻകുട്ടി കവിയേയും കൂട്ടി കേരളാഹൗസിൽ എന്റെ മുറിയിലേക്കാണ് വന്നത്. നടന്നതൊക്കെ മാധവൻകുട്ടി വിവരിക്കുമ്പോൾ, കുഞ്ഞിരാമൻനായർ ഇടംകണ്ണിട്ട് എന്നെ

നോക്കിക്കൊണ്ടിരുന്നു - അതൊരു കൊമ്പന്റെ നോട്ടംതന്നെയായിരുന്നു.
തന്റെ സാമ്രാജ്യത്തിൽ താൻതന്നെയാണ് പ്രജാപതി എന്നു തെളി
യിച്ച കവിയായിരുന്നു വൈലോപ്പിള്ളി. ഞാൻ കേരളസാഹിത്യ അക്കാ
ദമി അംഗമായിരുന്ന ഒരു വ്യാഴവട്ടക്കാലം, തൊട്ടടുത്തുള്ള ദേവസ്വം
ബോർഡ് കോളനിയിൽ വൈലോപ്പിള്ളിയുടെ താമസസ്ഥലത്ത് നിത്യ
സന്ദർശകനായിരുന്നു. തന്റെ കാവ്യജീവിതത്തിലെ അനുഭവങ്ങൾ, പുരാ
വൃത്തങ്ങൾ, ഉറ്റസുഹൃത്തുക്കളെപ്പറ്റിയുള്ള പരിഭവങ്ങൾ, പരാതികൾ,
ജീവിതത്തെയും കവിതയെയുംകുറിച്ചുള്ള നിർഭയമായ നിരീക്ഷണങ്ങൾ
- ഇവയൊക്കെ ഒരു പ്രത്യേക ഈണത്തിൽ പറയുന്നത് കേട്ടുകൊണ്ടി
രിക്കുക രസമായിരുന്നു. ഇടയ്ക്ക് ഒരു കവിതയെടുത്തു മുന്നിൽ വച്ചിട്ട്
- 'നിങ്ങളിതൊന്നു വായിച്ചു കേൾപ്പിക്കൂ' എന്നു പറയും. 'ഓണപ്പാട്ടു
കാരും' 'കൃഷ്ണാഷ്ടമി'യും ഒന്നല്ല, പലതവണ എന്നെക്കൊണ്ട് വായി
പ്പിച്ചിട്ടുണ്ട്. മുന്നറിയിപ്പില്ലാതെ അങ്ങനെ കവിതകേട്ട് രസംപിടിച്ചിരിക്കെ,
ഒരിക്കൽ മുന്നറിയിപ്പില്ലാതെ ഒരാൾ വാതിൽക്കൽ പ്രത്യക്ഷപ്പെട്ടു -
സാക്ഷാൽ തിക്കൊടിയൻ! തൊട്ടുതെക്കേവീട്ടിൽ പാർക്കുന്ന 'മംഗളോ
ദയം' മാനേജർ എം.സി.വാസുദേവനെ കാണാൻ വന്നതാണ് അദ്ദേഹം
- "അപ്പോൾ വൈലോപ്പിള്ളിയിവിടെയാണ് താമസമെന്നറിഞ്ഞു. ഒ.എൻ.
വി.യുമുണ്ടെന്ന് കേട്ടു. ഒന്നു കണ്ടുപോകാമെന്നു കരുതി.." തിക്കൊടി
യൻ പറഞ്ഞുനിർത്തിയില്ല, അതിനുമുമ്പേ വൈലോപ്പിള്ളിയുടെ പരുഷ
മായ മറുപടിയുണ്ടായി: "ഞങ്ങളാരാ? വിഗ്രഹങ്ങളാണോ ഒന്നു കണ്ടു
തൊഴുതുപോകാൻ..?" തിക്കൊടിയൻ ഉരുളയ്ക്കുപ്പേരികൊടുക്കുന്ന ശീല
ക്കാരനാണെന്ന് കേട്ടിട്ടുണ്ട്. ഞാനെഴുന്നേറ്റുചെന്ന് സാന്ത്വനവാക്കുകൾ
പറഞ്ഞു-"കവിതാരസച്ചരട് പൊട്ടിയതുകൊണ്ട് ശുണ്ഠിവന്ന് പറഞ്ഞ
താണ്.- കാര്യമായെടുക്കരുത്" എന്നുപറഞ്ഞ് തിക്കൊടിയനെ യാത്ര
യാക്കി. എന്റെ വാക്കുകൾ കേട്ട് തിക്കൊടിയൻ തണുത്തെങ്കിലും,
വൈലോപ്പിള്ളിയെ ജ്വലിച്ച കൺകൊണ്ടൊരു നോക്കുനോക്കി തിരികെ
പ്പോയി- ഒരിക്കൽ തിരുവനന്തപുരത്ത് എന്റെ വസതിയിൽ വൈലോപ്പി
ള്ളിയെത്തിയിട്ടുണ്ടെന്നുകേട്ട് കുറെ കോളേജ്കുട്ടികൾവന്ന് ഒരു യോഗ
ത്തിനു ക്ഷണിക്കുകയുണ്ടായി. സൗകര്യപ്പെടുകയില്ലെന്ന് സൗമ്യമായിപ്പറ
ഞ്ഞിട്ടും അവർ നിർബ്ബന്ധിച്ചുകൊണ്ടിരുന്നു. പെട്ടെന്നു വൈലോപ്പി
ള്ളിക്കു ശുണ്ഠിവന്നു. "നിങ്ങൾക്ക് കത്രികകൊണ്ട് മുറിച്ചെടുത്ത് കളി
ക്കാനുള്ള വർണ്ണക്കടലാസല്ലാ ഞങ്ങളുടെ സമയം-" വൈലോപ്പിള്ളിയുടെ
കൊള്ളിവാക്കിലും കവിതയുടെ നാളമുണ്ടാവും.

# 108 പോക്കുവെയിൽ മണ്ണിലെഴുതിയത്

*ഒ.എൻ.വി*

അക്കാദമിക്കും, ദേവസ്വംബോർഡ് കോളനിക്കുമിടയിലെ വഴിയോരത്തുവെച്ച് വൈലോപ്പിള്ളിയോട് വിടപറഞ്ഞ് ഞാനൊരു ടാക്സിയിൽകയറി റെയിൽവേസ്റ്റേഷനിലേക്ക് പോകാനൊരുങ്ങുമ്പോൾ, ടാക്സി ഡ്രൈവറെന്നോടു ചോദിച്ചു: “സാറ് ശുണ്ഠിക്കാരനായ ഈ മാഷുമായി ഒരിക്കലും പിണങ്ങാതെങ്ങനെ യോജിച്ചു പോകുന്നു...?” ടാക്സിക്കാരൻ പറഞ്ഞതെത്ര ശരിയെന്നെനിക്കും തോന്നി. പിണങ്ങിയിട്ടില്ലെന്നു മാത്രമല്ലാ, എന്നുമെന്നും ഓർക്കാറുള്ളതും ഓർക്കേണ്ടതുമായ പല നേരുകളും നെഞ്ചുകീറിയെടുത്തെന്നെ കാട്ടിയിട്ടുമുണ്ട്. എൻ.വി.യുടെ നേതൃത്വത്തിലുള്ള കേരളസാഹിത്യസമിതിയുടെ രാമവർമ്മപുരത്തുവെച്ചുള്ള ഒരു സാഹിത്യപഠനക്യാമ്പിന്റെ സമാപനവേളയിലെ കൊച്ചുവർത്തമാനങ്ങൾക്കിടയിൽ, കമ്യൂണിസ്റ്റ് സാഹിത്യസിദ്ധാന്തങ്ങൾ കൊണ്ട് പല എഴുത്തുകാരെയും അടിച്ചിരുത്താറുള്ള ഒരു യുവനിരൂപകൻ (ഇന്നദ്ദേഹം മറുപക്ഷത്തെ ഒരു വക്താവാണ്) ‘വളപ്പൊട്ടുകളും’ ‘വാഗ്ദത്തഭൂമിയും’ മറ്റുമെഴുതിയതിന്റെ പേരിൽ എന്നെ ‘വിപ്ലവവഞ്ചകൻ’ എന്നും ‘ഭീരു’വെന്നും മറ്റും വിളിച്ചധിക്ഷേപിച്ചു. ഞാനന്നത്തെ ചെറുപ്രായത്തിന്റെ ക്ഷോഭത്തോടെ പ്രതികരിക്കുകയുണ്ടായി. രാത്രിവൈകുന്നു - പാതയിൽ വൈദ്യുതിവെളിച്ചവും നിലാവുമുണ്ട് - എങ്കിലും ഒന്നിച്ചു തിരികെപ്പോകാമെന്ന ധാരണയിൽ വൈലോപ്പിള്ളി അക്ഷമം കാത്തുനില്ക്കുകയാണ്. ഞാൻ സംസാരം നിർത്തി അദ്ദേഹവുമൊത്ത് കിലോമീറ്ററകലെയുള്ള പാർപ്പിടങ്ങളിലേക്ക് നടക്കാൻ തുടങ്ങി. പെട്ടെന്ന് എന്റെ ഇടംകൈത്തണ്ടയിൽ മുറുകെപ്പിടിച്ചുനിർത്തി വൈലോപ്പിള്ളി ചോദിച്ചു: “നിങ്ങളെന്തിനാ അയാളോട് ക്ഷോഭിച്ച് മറുപടി പറയാൻ പോയത്? അത് നിങ്ങളുടെ ക്രിയേറ്റീവ് സ്റ്റാമിനയെ ബാധിക്കും. അയാൾ വീട്ടിൽപ്പോയി സുഖമായിക്കിടന്നുറങ്ങും. നമ്മൾ നടക്കുന്ന വഴിനീളെ തുകല് പാകിയിട്ട് നടക്കാൻ പറ്റില്ല. സ്വന്തം കാലിൽ ചെരിപ്പിടുകയേ നിവൃത്തിയുള്ളൂ!-” പല സന്ദർഭങ്ങളും ഇന്നും എന്നെ ആ വാക്കുകൾ ഓർമ്മിപ്പിക്കുന്നു.

മലയാളകവിതയിലെ സമാനതകളില്ലാത്ത ‘പൂതപ്പാട്ടി’ന്റെ കവി ഇടശ്ശേരിയുമായി ഇടപെടാൻ കുറച്ചവസരങ്ങളേ എനിക്ക് കൈവന്നിട്ടുള്ളൂ. പക്ഷേ, ആ അപൂർവ്വാവസരങ്ങൾ എന്നിലുളവാക്കിയത് ഒരു ഗുരുവിനോടെന്നപോലെയുള്ള നിസ്സീമമായ ആദരവാണ്.

“അധികാരം കൊയ്യണമാദ്യം നാം-
അതിനുമേലാകട്ടേ പൊന്നാര്യൻ...” എന്നും

"കുഴിവെട്ടിമൂടുക വേദനകൾ,
കുതികൊൾക ശക്തിയിലേക്കുനമ്മൾ!" എന്നും നമ്മെ ഓർമ്മിപ്പിച്ചുകൊണ്ടിരിക്കുന്ന ആ കവിതകളും ഒപ്പം ഒറ്റഞെട്ടിൽ ഇരുപൂക്കൾ പോലെയുള്ള 'പൂതപ്പാട്ടും' 'കാവിലെപ്പാട്ടും' മറ്റും രചിച്ച ഇടശ്ശേരി ഒരേ സമയം ശക്തിയുടെയും വാത്സല്യത്തിന്റെയും ശാലീനമായ സൗന്ദര്യത്തിന്റെയും കവിയായി നമ്മിൽ ജീവിക്കുന്നു. ഭൗതിക സാഹചര്യങ്ങളോടു പ്രതികരിക്കുന്ന 'തത്ത്വശാസ്ത്രങ്ങൾ ഉറങ്ങുമ്പോൾ', 'കുറ്റിപ്പുറം പാലം' തുടങ്ങിയ കവിതകളെഴുതിയതും ഇതേകവിയാണെന്നോർക്കണം. അവസാനമായി തൃശ്ശൂരെ ഒരു കവിസമ്മേളനം കഴിഞ്ഞ് വടക്കോട്ടുള്ളൊരു വണ്ടിയിൽ അടുത്തടുത്തിരുന്ന് യാത്രചെയ്യുമ്പോൾ ഇടശ്ശേരി സന്ദർഭവശാൽ പറഞ്ഞ ഒരു വാക്യമുണ്ട്, അവിസ്മരണീയമായി: "എനിക്ക് ആരെയും ഭയമില്ല; ആരോടും പകയുമില്ല!" അപൂർവ്വം ചിലർക്കേ അങ്ങനെയൊരവസ്ഥയിലെത്താൻ കഴിയൂ.

ജ്ഞാനപീഠം ലഭിച്ചുവെന്ന് ഒരു വിദേശരാജ്യത്തുവച്ചാണറിഞ്ഞത്. ഹോട്ടൽ മുറിയുടെ വാതിൽക്കൽ നിരന്നുനിന്ന ചാനലുകാരെല്ലാവരോടുമായി എന്റെ പ്രതികരണമറിയിച്ചതിങ്ങനെയാണ്: "ഇത് വാങ്ങാനവസരമുണ്ടാകാതെ നമ്മെ വിട്ടുപോയ വൈലോപ്പിള്ളിയേയും പി.യേയും ഇടശ്ശേരിയേയും ഉറൂബിനേയും പോലുള്ളവരെ ഓർത്തുകൊണ്ട്, ഞാനീ പുരസ്കാരം വിനയപൂർവം സ്വീകരിക്കുന്നു."- എന്റെ ഭാഷ ആദരിക്കപ്പെട്ടു എന്നതാണു പ്രധാനം. ഇക്കുറി അത് എന്നിലൂടെയായി എന്നത് ആഹ്ലാദകരമായ ഒരാകസ്മികതയായിട്ടേ ഞാൻ കരുതിയുള്ളൂ. ഒരു സഭയെ അഭിസംബോധനചെയ്തു സംസാരിക്കുമ്പോൾ ഏറ്റവും കുറച്ചു പറയാനാഗ്രഹിക്കുന്ന പദമാണ് 'ഞാൻ' എന്നത്. എഴുത്തച്ഛന്റെ അറിയാതെ പലപ്പോഴും ഉരുവിട്ടുപോകാറുള്ള വരികളിവയാണ്:

"ആനന്ദചിന്മയഹരേ! ഗോപികാരമണ!
ഞാനെന്നഭാവമതു തോന്നായ്കവേണമിഹ.
തോന്നുന്നതാകിലഖിലം ഞാനിതെന്ന വഴി
തോന്നേണമേ...!"

ആത്മബോധവും ആത്മാഭിമാനവും വേണ്ടെന്നല്ലാ ഇതുകൊണ്ടർത്ഥമാക്കുന്നത്. കൂട്ടത്തിൽപ്പറയട്ടെ, മലയാളത്തിനെന്നും അഭിമാനിക്കാൻ വക നല്കുമായിരുന്ന രണ്ടു കൃതികൾ നമുക്കു ലഭിക്കാതെപോയി എന്നതിൽ എനിക്ക് തീരാത്ത ദു:ഖമുണ്ട്. തകഴിയുടെ തിരുമുഖത്തുനിന്നു കേട്ടതാണതിലൊന്നിന്റെ കഥ- അഞ്ജനാപുത്രനായ ഹനുമാന്റെ കഥ.

മറ്റൊന്ന് 'ഇടനാഴിയുള്ള തീവണ്ടി' എന്നപേരിൽ ഉറൂബ് എഴുതാൻ തുടങ്ങിയ ഒരു നീണ്ട കഥ. കേരളസാഹിത്യ അക്കാദമിയുടെ വരാന്തയിലിരുന്ന് ഒരു രാത്രി വളരെ വൈകുംവരെ ഉറൂബ് പറഞ്ഞുകേൾപ്പിച്ചതാണാ കഥ- ഒന്നിലധികം കുടുംബങ്ങളുടെയും തലമുറകളുടേയും കഥ. മരിക്കുന്നതിനേതാനും ദിവസംമുമ്പ് ആലപ്പുഴ മെഡിക്കൽ കോളേജ് ഹോസ്പിറ്റലിൽ കിടന്ന് തകഴിച്ചേട്ടൻ പറഞ്ഞു: "നമ്മുടെ ആഞ്ജനേയനെ എനിക്കെടുക്കാൻ വയ്യാതായനിയാ!" ഉറൂബാകട്ടെ, ഒരദ്ധ്യായമോ മറ്റോ എഴുതിയപ്പോഴേക്കും മരണം ആ കൈ മരവിപ്പിച്ചുകളഞ്ഞു!

സാഹിത്യപത്രപ്രവർത്തനം എന്നൊന്നുണ്ടെങ്കിൽ, അതിൽ പ്രാതഃസ്മരണീയനായിട്ടുള്ളത് എൻ.വി.കൃഷ്ണവാരിയർ തന്നെയാണ്. *മാതൃഭൂമി* ആഴ്ചപ്പതിപ്പിലെഴുതുക എന്നത് ഏതെഴുത്തുകാരന്റെയും മോഹമായിത്തീർന്ന ഒരു കാലഘട്ടത്തിന്റെ സ്രഷ്ടാവായിരുന്നു എൻ.വി. എല്ലാ എഴുത്തുകാരോടും സമഭാവനയോടെ പെരുമാറും. അതേസമയം നിലവാരമില്ലാത്ത കൃതികൾ നിഷ്കരുണം മടക്കിയയയ്ക്കും. സ്വീകരിക്കുന്നവ എന്നു പ്രസിദ്ധീകരിക്കുമെന്ന് അഭിനന്ദനപൂർവം ഒരു കുറിപ്പെത്തും. അല്പം വാക്കുകൾകൊണ്ടധികം പ്രചോദനം നല്കുന്ന കത്തുകൾ!

പല പുതിയ കഥാകൃത്തുക്കളെയും കണ്ടെത്തിയ പത്രാധിപരായിരുന്നു എൻ.വി. സമസ്തകേരള സാഹിത്യപരിഷത്തിന് മങ്ങലേറ്റകാലത്ത്, കേരളസാഹിത്യസമിതി എന്നൊരു സംഘടന രൂപീകരിച്ച്, പഠനക്യാമ്പുകളും ചർച്ചകളും മറ്റും നടത്തിപ്പോന്നു. എന്നാൽ, എൻ.വി. തിരുവനന്തപുരം 'മാതൃഭൂമി'യിൽ പ്രവർത്തിക്കുന്ന കാലത്ത് പ്രകൃതിസംരക്ഷണസമിതി എന്ന പേരിലൊരു സംഘടനയ്ക്ക് രൂപംനല്കിയത് പില്ക്കാലത്ത് സൈലന്റ് വാലിയെ സംരക്ഷിക്കുന്നതിലും പരിസ്ഥിതിപ്രശ്നം കൈകാര്യം ചെയ്യുന്നതിന് കവികളുടെ കൂട്ടായ്മ രൂപപ്പെടുത്തുന്നതിലും വഹിച്ചപങ്ക് ഇന്ന് ചരിത്രമാണ്. പ്രകൃതി സംരക്ഷണസമിതിയുടെ അദ്ധ്യക്ഷനായി എൻ.വിയും സെക്രട്ടറിയായി സുഗതകുമാരിയും ചുമതലയേറ്റ് ആദ്യം നടത്തിയ കവിസമ്മേളനം ഒരു മഹത്തായ ദൗത്യത്തിന്റെ തുടക്കം കുറിക്കലായിരുന്നു. സുഗതകുമാരിയുടെ "മരത്തിനു സ്തുതി"യും അയ്യപ്പപ്പണിക്കരുടെ "കാടെവിടെ മക്കളേ?"യും കടമ്മനിട്ടയുടെ "കുഞ്ഞേ, മുലപ്പാൽ കുടിക്കരുതും" ഡി.വിനയചന്ദ്രന്റെ "കാടിനു ഞാനെന്തുപേരിടും?" തുടങ്ങിയ കവിതകൾ സദസ്സ് ഹൃദയംകൊണ്ടേറ്റെടുത്ത ആ കവിസമ്മേളനം വി.ജെ.ടി.ഹാൾ സാക്ഷ്യം വഹിച്ച ഒരു

ചരിത്രസംഭവംതന്നെയായിരുന്നു. 'ഭൂമിക്കൊരു ചരമഗീതം' എന്ന കവിത എന്റെ വകയായുമുണ്ടായി. മരത്തിനും കാടിനുമൊക്കെവേണ്ടി കവിത കളെഴുതുന്നവരെ 'മരക്കവികൾ' എന്നു ചിലരധിക്ഷേപിച്ചപ്പോൾ സച്ചി ദാനന്ദനെപ്പോലെ, വിഷ്ണുനാരായണനെപ്പോലെ മുതിർന്ന കവികളും ഞങ്ങൾക്കൊപ്പമുണ്ടായി. സൈലന്റ്‌വാലി, അത്യപൂർവ്വജീനുകളുടെ ദേശീയപാർക്കായി പ്രഖ്യാപിച്ചപ്പോൾ, അത് പ്രകൃതിസംരക്ഷണസമി തിയുടെയും അതിലെ 'മരക്കവി'കളുടെയും നേട്ടമായി എന്നു പറയേ ണ്ടതില്ല. സ്വാതന്ത്ര്യസമരത്തിലെ ഒളിവുപോരാളി, രഹസ്യപത്രപ്രവർത്ത കൻ, മലയാളകവിതയെ കാല്പനികതയുടെ മടുപ്പിൽനിന്ന് കരകയറ്റാൻ ശ്രമിച്ചകവി, പ്രകൃതിസംരക്ഷണസമിതിയുടെ സ്ഥാപകൻ, ഒരു തലമു റയിലെ നിരവധി എഴുത്തുകാരെ വായനക്കാർക്കുമുന്നിൽ അവതരിപ്പിച്ച പത്രാധിപർ, കേരള ഭാഷാ ഇൻസ്റ്റിറ്റ്യൂട്ടിന്റെ സ്ഥാപക പത്രാധിപർ – എന്നിങ്ങനെ 'നിരവധി ദൗത്യങ്ങൾ ഒന്നിച്ചു നിറവേറ്റിയ' എൻ.വി.യാണ് എന്റെ 'നാലുമണിപ്പൂക്കളും' 'വളപ്പൊട്ടുകളും' 'ചോറൂണും' 'നിശാ ഗന്ധി'യും 'കോതമ്പുമണികളു'മെല്ലാം മാതൃഭൂമി ആഴ്ചപ്പതിപ്പിലൂടെ വായനക്കാരുടെ മുന്നിൽ അവതരിപ്പിച്ചത്.

## 14 ഉജ്ജയിനി - സ്വപ്നവും സത്യവും

**ഭോ**പ്പാലിൽ, ഇന്ത്യയിലെ വിവിധ ഭാഷക ളിലെ എഴുത്തുകാരുടെ സംഗമത്തിന് കളമൊരു ക്കുന്ന 'ഭാരത് ഭവനി'ൽ സ്വന്തം കവിതകളവത രിപ്പിക്കാനും, അതിന്റെ അടിസ്ഥാനത്തിൽ ശ്രോതാക്കളുമായി സംവാദത്തിലേർപ്പെടാനും എനിക്കൊരു ക്ഷണം കിട്ടി. ഒരു ഹിന്ദി ദ്വിഭാ ഷിയെ കൂടെക്കൂട്ടിക്കൊള്ളാൻ അനുമതിയും കിട്ടി. അങ്ങനെ എന്റെ പൂർവ്വകാല അദ്ധ്യാപകനും കവിതകളുടെ ഹിന്ദി വിവർത്തകനുമൊക്കെയായ ഡോ. എൻ.ഇ.വിശ്വനാഥയ്യരുമൊത്ത് 1992-ആ ഗസ്ത് ഒടുവിൽ ഭോപ്പാലിലേക്കു പുറപ്പെട്ടു. ഭാരത് ഭവൻ ഡയറക്ടറായിരുന്ന ദയാപ്രസാദ് സിൻഹ സർക്കാർവക 'ഹോട്ടൽ പലാ ഷി'ൽ ഞങ്ങൾക്ക് താമസസൗകര്യം ഏർപ്പാടുചെയ്തി രുന്നു. 'പലാശം' മദ്ധ്യപ്രദേശിന്റെ വൃക്ഷമാണ്. മാരനഖക്ഷതം പോലെ എന്ന് കവികൾ വർണ്ണി ക്കാറുള്ള ആ തുടുത്തപൂക്കൾ പച്ചിലകൾക്കിട യിൽ നിന്ന് പുറത്തേക്കെത്തിനോക്കുന്നത് കൗതു കമുള്ള കാഴ്ചയാണ്.

ആദ്യം ഹിന്ദി പരിഭാഷ, പിന്നെ മലയാളകവി ത - തുടർന്ന് സദസ്സുമായി സർഗ്ഗസംവാദം - ഈ മുറയ്ക്ക് ആ സായാഹ്നപരിപാടി രണ്ടു മണിക്കൂ

റിലേറെ നീണ്ടുപോയി. "മാർക്സിയൻ ദർശനത്തെ ആദരിക്കുന്ന ഒരു കവിക്കെങ്ങനെ ഇത്രയേറെ ഇമേജുകളും സൂചിതകഥകളും ഇന്ത്യൻ ഇതിഹാസങ്ങളിൽ നിന്നും ക്ലാസിക്കുകളിൽ നിന്നും ബൈബിളിൽ നിന്നും മറ്റും സ്വീകാര്യമായിത്തീർന്നു?" എന്ന മാതിരിയുള്ള ചോദ്യങ്ങൾ ചിലരിൽനിന്നുണ്ടായി. മൗലികമായ പല ധാരണപ്പിശകുകളും തിരുത്താനത് സൗകര്യമായി. 'ഭൂമിക്കൊരു ചരമഗീത'ത്തിലെയും 'സൂര്യഗീത'ത്തിലെയും 'വീടുകളി'ലെയും 'ദാവീദിനൊരു ഗീത'ത്തിലെയും മറ്റും ഇമേജുകൾ അവർ പ്രത്യേകം ശ്രദ്ധിച്ചിരിക്കുന്നു എന്നും മനസ്സിലായി. ഭോപ്പാലിലെ പല മലയാളി കുടുംബങ്ങളും ('ഭോപ്പാൽ ദുരന്ത'ത്തിന്റെ ജീവിച്ചിരിക്കുന്ന രക്തസാക്ഷികളും അക്കൂട്ടത്തിലുണ്ടായിരുന്നു) എന്നെക്കാണാൻ വരികയും ആ ദാരുണസംഭവത്തിന്റെ ആറിത്തണുക്കാത്ത ദു:ഖം പങ്കിടുകയുമുണ്ടായി. അടുത്ത ദിവസംതന്നെ അവിടെനിന്ന് 'ഇൻഡോർ എക്സ്പ്രസ്സിൽ' ഉജ്ജയിനിയിലേക്ക് ഞങ്ങൾ യാത്രയായി. ടിക്കറ്റ് എക്സാമിനർ ആവർത്തിച്ചാവശ്യപ്പെട്ടിട്ടും, ടിക്കറ്റെടുക്കാതെ സീറ്റില മർന്നിരിക്കുന്ന ചില യാത്രക്കാർ തങ്ങളുടെ ജനാധിപത്യത്തിലും കയ്യൂക്കുള്ളവൻ കാര്യക്കാരനെന്ന അവസ്ഥയാണുള്ളതെന്ന സത്യം നിശ്ശബ്ദം വിളംബരം ചെയ്യുന്നതായി തോന്നി. തിക്കുംതിരക്കുമില്ലാത്ത ആ പ്ലാറ്റ്ഫോമിൽ കാത്തുനിന്നവർക്ക് ഞങ്ങളെ കണ്ടുപിടിക്കാൻ ഒരു വൈഷമ്യവുമുണ്ടായില്ല. പ്രശസ്ത ഹിന്ദികവിയും ചിരകാലസുഹൃത്തുമായ ശിവമംഗൽസിങ് 'സുമൻ' താൻ സ്ഥാപക വൈസ്ചാൻസലർ ആയിരുന്ന 'വിക്രം' യൂണിവേഴ്സിറ്റിയുടെ അതിഥിമന്ദിരത്തിൽ ഞങ്ങൾക്കൊരു മുറി ഏർപ്പാടുചെയ്തിരുന്നു. അവിടെ അല്പനേരത്തെ വിശ്രമത്തിനു ശേഷം പുരാണപ്രസിദ്ധമായ 'ഉജ്ജയിനി' കാണാനിറങ്ങി.

'ഉജ്ജയിനി' എന്റെ സ്വപ്നനഗരമായിരുന്നു. 'സ്വർഗ്ഗത്തിന്റെ കാന്തിയുറ്റ ഒരു ഖണ്ഡം പോലെ' എന്ന് ആ നഗരത്തെ കാളിദാസൻ തന്റെ മേഘസന്ദേശത്തിൽ വിശേഷിപ്പിച്ചിട്ടുണ്ട്. ശിപ്രാ ('ക്ഷിപ്രാ' എന്നും പറയാറുണ്ട്) നദിയുടെ തീരത്താണ് ഉജ്ജയിനി. അവിടെ ശിപ്രയിലെ തെളിനീർക്കണങ്ങളോടുകൂടിയ കുളിർകാറ്റ് വീശിക്കൊണ്ടിരിക്കുന്നു. കാറ്റിൽ നീർത്താർ മണമുണ്ട്. രാജവീഥികൾക്കിരുപാടും മാനം മുട്ടുന്ന മാളികകളുണ്ട്. അവയുടെ ജാലകങ്ങളിലൂടെ സുന്ദരിമാരുടെ കേശസംസ്കാരധൂപത്തിന്റെ ശ്യാമരേഖകൾ പുറത്തേക്കു വരുന്നതും മട്ടുപ്പാവുകളിൽ മയിലുകൾ ചോടുവയ്ക്കുന്നതുമെല്ലാം കണ്ടുകണ്ട് പോവുക എന്തൊരാനന്ദമാണ്! - പിന്നെ, ശിപ്രാതീരത്തെ മഹാകാലക്ഷേത്രം. സന്ധ്യാ

പൂജയ്ക്കകമ്പടിയായുള്ള പെരുമ്പറയുടെ മന്ദ്രധ്വനി. നേരമിരുളുമ്പോൾ കാമുകസങ്കേതം തേടിപ്പോകുന്ന കാതരനേത്രകൾക്ക് മിന്നൽപ്പിണർകൊണ്ട് വഴികാട്ടണമെന്ന് കവി മേഘത്തോടഭ്യർത്ഥിക്കുന്നു! ഈ ഉജ്ജയിനി കാളിദാസൻ സൃഷ്ടിച്ചതാണ്. ചരിത്രത്തിലും, ഇന്ത്യയുടെ ഭൂപടത്തിലും ഉജ്ജയിനി ഒരു സത്യമാണ്. കാലം അതിന്റെ തിളക്കത്തിന് മങ്ങലേല്പിച്ചിട്ടുണ്ട്. പൊടിപൂശിനില്ക്കുന്ന ഒരുപൂവിനെയാണാ നഗരമെന്നെ ഓർമ്മിപ്പിച്ചത്. എന്നാൽ *മേഘസന്ദേശ*ത്തിലെ കവിയുടെ സൃഷ്ടിയായ ഉജ്ജയിനി ശാശ്വതസൗന്ദര്യത്തിന്റെ നഗരമാണ്.

മൂന്നു പതിറ്റാണ്ടിലേറെ പല ക്ലാസുകളിൽ കാളിദാസകൃതികൾ മാറിമാറി പഠിപ്പിച്ചിട്ടുണ്ട്. സ്ത്രീപുരുഷബന്ധത്തിന്റെ ഉൽക്കൃഷ്ട ഭാവം ഉന്മീലനം ചെയ്യുന്ന പദ്യഭാഗങ്ങൾ വിശദീകരിക്കുമ്പോൾ, ഇത്രയേറെ ഉദാത്തസങ്കല്പങ്ങളുള്ള ആ കവിയെ ആരൊക്കെയോ ഏതെല്ലാമോ ചീത്തക്കഥകളിൽ കുരുക്കിയിട്ടു എന്ന ചിന്ത എന്നെ അസ്വസ്ഥനാക്കിയിട്ടുണ്ട്. ഒരിക്കൽ ഉജ്ജയിനിയിൽനിന്ന് ബഹിഷ്കൃതനായ കാളിദാസൻ (അതെ, മേഘസന്ദേശത്തിലെ ആ 'യക്ഷൻ') രാമഗിരിയിലേക്ക് ഒറ്റയ്ക്ക് നടന്നുപോവുന്നതായും, ഞാൻ പിന്തുടരുന്നതായും ദിവാസ്വപ്നം കണ്ടിരുന്നിട്ടുണ്ട്. അങ്ങനെ, ഒരു ദിവസം 'ഏകാന്തതയുടെ തടവറയിലേക്ക്' എന്ന 'ഉജ്ജയിനി'യിലെ ഒന്നാമദ്ധ്യായമെഴുതി. പിന്നെയാണ് മാളവഗ്രാമവും, കാളിദാസൻ എന്ന യുവാവും, ഉദയനകഥപാടുന്ന ഗ്രാമവൃദ്ധന്റെ ഓമൽസന്തതിയായ 'മാളവിക' (മാളവത്തിന്റെ മകൾ)യുമൊക്കെ കഥാപാത്രങ്ങളായി ഒരു ഇതിവൃത്തം രൂപംകൊണ്ടത്. കഥാബീജം പൊട്ടിമുളച്ച് ഈരിലകളായി രണ്ടദ്ധ്യായങ്ങളായി രൂപംപൂണ്ടു. എഴുതിത്തീർന്ന ഭാഗം അപ്പോഴപ്പോൾ വായിച്ചുകേൾക്കാൻ ഉത്സാഹം കാട്ടിയത് കേശവൻപോറ്റിസാറും, തോപ്പിൽ ഭാസിയുമാണ്. നാടകവായനയ്ക്കിടയിൽ വൈകാരിക മുഹൂർത്തങ്ങളെത്തുമ്പോൾ വിതുമ്പുകയും കണ്ണുനിറയുകയുമൊക്കെ ചെയ്യാറുള്ള ഭാസിയാശാൻ 'ഉജ്ജയിനി'യിലെ ചില സന്ദർഭങ്ങളിൽ കണ്ണുനീരൊഴുക്കുന്നത് ഞാൻ കണ്ടു. സംസ്കൃതപണ്ഡിതനും സഹൃദയനുമായ പോറ്റിസാറിന് ഇത് കെ.പി.എ.സിയിലൂടെ കേളിപ്പെടുത്തണമെന്ന് കലശലായ മോഹമുണ്ടായി. എന്നാൽ, ഇനിയുള്ള ഭാഗം ഉജ്ജയിനിയിൽ പോയിവന്നിട്ടുമതി എന്നെല്ലാവരും അഭിപ്രായപ്പെട്ടു.

'കാക്കയും വന്നു, പനമ്പഴവുംവീണു' എന്നമാതിരി ആ സന്ദർഭത്തിലാണ് ഭാരത്ഭവനിലേക്കുള്ള ക്ഷണം ലഭിച്ചത്. "ഉജ്ജിയിനിയുടെ കവി ഇന്ന് ഞാനാണ്" എന്ന് തമാശയായി പറയാറുണ്ടായിരുന്ന 'സുമൻ'

ശരിക്കുമൊരു 'സുമനസ്സ്' തന്നെയായിരുന്നു. മലയാളസാഹിത്യത്തെപ്പറ്റി ഏറെ മതിപ്പുള്ളൊരു കവി! വിക്രം സർവ്വകലാശാലയുടെ ആദ്യത്തെ വി.സി.യായിരുന്ന അദ്ദേഹത്തോടൊരിക്കൽ ഞാൻ ചോദിച്ചു: "എന്തുകൊണ്ട് ഈ സർവ്വകലാശാല കാളിദാസന്റെ പേരിലായില്ല?" സുമന്റെ ഉത്തരമിതായിരുന്നു: "തൊട്ടടുത്തുതന്നെ കാളിദാസ അക്കാദമി ഉണ്ടല്ലോ-" ക്ലാസിക് നാടകാവതരണത്തിനും, ചിത്രരചനയ്ക്കും നാടകഗവേഷണത്തിനുമെല്ലാം പ്രാധാന്യം നല്കുന്ന, വർഷംതോറും 'കാളിദാസ് സമാരോഹ്' നടത്താറുള്ള ഈ അക്കാദമി ഇന്ന് ഇന്ത്യയിലാകെ പ്രശസ്തമാണ്. 'സുമൻ' തന്നെയാണ് ഇതിന്റെയും അദ്ധ്യക്ഷൻ. കാളിദാസകൃതികളെ ആധാരമാക്കിയുള്ള ചിത്രരചനാമത്സരത്തിനു വന്ന നല്ല കുറെ പെയിന്റിംഗുകളുടെ പ്രദർശനവും കണ്ടു. രവിവർമ്മ മുതൽ നന്ദലാൽബോസും അമൃതാ ഷെർഗിലുമൊക്കെ ആ ചിത്രങ്ങളുടെ രചനാശൈലിയിലൂടെ ഉയിർത്തെഴുന്നേൽക്കുന്നതായി അനുഭവപ്പെട്ടു. തൊട്ടടുത്താണ് 'വിക്രം-വാടിക'- ഒരു പാർക്കാണെങ്കിലും, അതിനു കാളിദാസഭാവനയിലെ ഏതോ തപോവനത്തിന്റെ ഛായ തോന്നി. അമ്മയും അച്ഛനും കുട്ടികളും ചേർന്ന കൊച്ചു ഹരിണകുടുംബങ്ങൾ അവിടെ വിഹരിക്കുന്നു. അവയെ കാണുമ്പോൾ, മാനോടൊത്തു വളർന്ന മുനികന്യകകളും അവിടെവിടെയോ നില്പുണ്ടെന്നു തോന്നും. മയിലുകളുമുണ്ടെന്നാരോ പറഞ്ഞു. അന്നവിടെ കണ്ടില്ല. എന്നാൽ പിറ്റേന്ന് പുലർച്ചയ്ക്ക് അതിഥിമന്ദിരത്തിന്റെ മുകളിൽനിന്നു കണ്ടകാഴ്ച അത്യപൂർവ്വവും അവിസ്മരണീയവുമായിരുന്നു. തളിർത്തുനില്ക്കുന്ന പലാശവൃക്ഷങ്ങളിൽനിന്ന് മയിലുകൾ ഒന്നിനുപിറകെ ഒന്നായി പറന്ന് മറുശാഖിയിലേറുന്നു. ചിറകുവിടർത്തിയല്ലാ, ചിറക് പിന്നോട്ട് കൂർപ്പിച്ചാണവയുടെ പ്രയാണം. മരപ്പൊത്തുകളിൽ നിന്ന് പുറത്തേക്കൊന്നെത്തിനോക്കിയിട്ട്, പെട്ടെന്ന് തല പിൻവലിക്കുന്ന കൊച്ചുതത്തകൾ പുറത്തേക്കൊന്നു ചുറ്റിപ്പറന്ന് തിരിച്ചു പൊത്തിൽവന്നിരിക്കുന്നു. താഴെ വരിനെല്ലിന്റെ ഉമി കുമിഞ്ഞുകൂടിക്കിടക്കുന്നതു കണ്ടില്ല. എങ്കിൽ എല്ലാം കാളിദാസൻ വർണ്ണിച്ചതുപോലെതന്നെയാകുമായിരുന്നു. വനജ്യോത്സ്ന എന്ന മുല്ലവള്ളിയേയും കണ്ടില്ല. എങ്കിലും ഒരുതരം വനലാവണ്യമവിടെ, കവിയുടെ ഉപബോധമനസ്സിന്റെ ചിത്രമാരോ വരച്ചതുപോലെ തങ്ങിനിന്നിരുന്നു.

വിക്രമാദിത്യത്തിന്റെ രഥമോടിയിരുന്ന രഥ്യകളിൽ ഇന്ന് എട്ടോ പത്തോ പേർക്കിരിക്കാവുന്ന കുടുക്കബസുകളാണോടുന്നത്. കുട്ടിക്കാ

ലത്ത്, അത്തരം ചെറിയ മോട്ടോർവാഹനങ്ങൾ കൊല്ലം - ആലപ്പുഴ പാതയിൽ ഓടിയിരുന്നു. ഓട്ടോയും കാറുമൊക്കെ ഇടയ്ക്കിടയ്ക്ക് ഓടുന്നുണ്ട് - എങ്കിലും, കാൽനടയായി ആ വഴിയിലൂടെ സഞ്ചരിക്കാനാണ് ഇഷ്ടം തോന്നിയത്. ഇരുപാടും പുഷ്പിത പലാശവൃക്ഷങ്ങൾ. പലാശത്തിന്റെ ഇല വെള്ളത്തിലിട്ടു തിളപ്പിച്ചാൽ അതിനൊരു തവിട്ടുനിറംവരും. വേഗം മുഷിഞ്ഞുപോകാവുന്ന വെള്ളവസ്ത്രത്തിന് നിറം നല്കാൻ പാവപ്പെട്ടവർക്ക് ഈ പലാശപത്രങ്ങൾ ഉപകരിക്കുമത്രേ.

ശിപ്രയിലെ തെളിനീരിന്റെ ശുദ്ധി നഷ്ടപ്പെടാതെ നാട്ടുകാർ സൂക്ഷിക്കുന്നു. പേരാറിന്റെയും പെരിയാറിന്റെയും പുണ്യം പറയുകയും നമ്മളതിനെ നിരന്തരം മലിനമാക്കിക്കൊണ്ടിരിക്കുകയും ചെയ്യുന്നതോർത്ത് ആത്മനിന്ദതോന്നി. ശിപ്രയുടെ തീരത്ത് കാളിദാസസംസേവിതനായിരുന്ന മഹാകാലന്റെ ക്ഷേത്രമുണ്ട്. മുകളിലത്തെ നിലയിൽനിന്നും താഴത്തെ നിലയിൽനിന്നും ദർശനമാവാം. മുകളിലേക്കുള്ള വഴി ഇടുങ്ങിയതാണെങ്കിലും ഉറച്ച കല്പടവുകളുണ്ട്. പരിസരത്തെ ഉപക്ഷേത്രങ്ങളിലൊന്നിൽ 'ശിപ്രാദേവി'യുണ്ട്. കാളിദാസന് വരംനല്കിയെന്ന് കരുതുന്ന കാളിയുടെ ക്ഷേത്രത്തിലപ്പോൾ സന്ധ്യാപൂജ കഴിഞ്ഞിരുന്നു. പൂജാരിയും കുടുംബവും കുറെയേറെ കുട്ടികളും പ്രവേശനകവാടത്തിന്റെ പാർശ്വഭാഗത്തെ ഉയർന്ന തിണ്ണയിലിരുന്ന് ടി.വി.കണ്ടുരസിക്കുകയായിരുന്നു.

പിന്നെ 'ശിവപ്രിയ'യുടെ മറ്റൊരു ഘട്ടത്തിനടുത്ത് ഭർത്തൃഹരിയുടെ ഗുഹ കണ്ടു. ഉയരംകുറഞ്ഞ കവാടത്തിലൂടെ കല്പടവുകൾ ചവുട്ടിയിറങ്ങി ഗുഹയ്ക്കകം കണ്ടുമടങ്ങുമ്പോൾ തലയ്ക്കൊരു 'തട്ട്' കിട്ടി - ഭർത്തൃഹരി അനുഗ്രഹിച്ചതാണെന്ന് കൂടെവന്നവരിലൊരാൾ പറഞ്ഞു. 'കുനിഞ്ഞതുപോരാ' എന്നോർമ്മിപ്പിച്ചതാണെന്നു മറ്റൊരാളും പറഞ്ഞു. സ്ഥാനമാനങ്ങളുപേക്ഷിച്ച് ധ്യാനമനനങ്ങൾക്കും കാവ്യരചനയ്ക്കുമായി സ്വയം നിയുക്തനായ ഭർത്തൃഹരിയുടെ ഓർമ്മയിൽ ശിരസ്സു കുനിയേണ്ടതുതന്നെയാണ്. പിന്നെ ദേവതാരാധനത്തിന്റെ മുഹൂർത്തമായി. ചുമരിൽ ചാരിവച്ചിരിക്കുന്ന കൂറ്റൻ പെരുമ്പറയിൽ കോലുകൾകൊണ്ട് മുട്ടുന്ന വിളംബിതഗതിയിലുള്ള മന്ദ്രനാദം മായികമായൊരന്തരീക്ഷം സൃഷ്ടിച്ചു. ഞാൻ ചുറ്റും കണ്ണോടിച്ചുനിന്നു. ശിപ്രയുടെ ഓളങ്ങളിൽ നിലാവെളിച്ചത്തിന്റെ നുറുങ്ങുകൾ വീണുകിടക്കുന്നു. അകലെ പടിഞ്ഞാറൊരു കനൽത്തിളക്കം കണ്ടു. ഏതോ പിതൃവനത്തിലെ ചിത കത്തിയമരുന്നതുപോലെ. അല്പനേരം ആ നദീഘട്ടത്തിലെ അസാധാരണമായ അന്ത

രീക്ഷത്തിൽ നിർലീനനായി ഞാൻ ഒറ്റപ്പെട്ടുനിന്നു. ആ പെരുമ്പറയുടെ താളത്തിനൊത്ത് ആരോ ചുവടുവയ്ക്കുന്നമാതിരി. ഇടയ്ക്കിടെ കാറ്റിന്റെ സീൽക്കാരം - ഒട്ടേറെ നാഗങ്ങൾ ഒന്നിച്ച് ഊതുംപോലെ. നിമിഷങ്ങൾ മാത്രം നീണ്ടുനിന്ന തീവ്രമായ ഈ അനുഭവമില്ലായിരുന്നെങ്കിൽ 'ഉജ്ജയിനി'യുടെ പത്താമദ്ധ്യായമെഴുതുവാൻ എനിക്കു കഴിയുമായിരുന്നില്ല - വിശേഷിച്ച് അതിലെ അവസാനഖണ്ഡം:

"ഏതുപെരുമ്പറയിന്മേലുച്ച-
ശ്രുതിയിൽ കാലമളക്കുവതാരോ?
ആദിവിളംബിത താളമനുക്ഷണ-
മാഹാ! ചടുലദ്രുതഗതിയായീ.
തിരുജഡ കാറ്റിലുലഞ്ഞതുപോൽ വട-
തരുവിൽ ചില്ലകളുലയുകയായീ.
................ ..................... ...............
ശിവതേജോമയരൂപമുണർന്നു-
വളർന്നാകാശം നിറയെക്കാൺകെ,
കവി പാടീ: എൻഹൃദയമെടുത്തിടി-
നാദമുതിർക്കും ഡമരുകയാക്കൂ!"

ആത്മസംഘർഷത്തിന്റെ പിരിമുറുക്കത്തിൽ രാജമന്ദിരം വിട്ട് കാളിദാസൻ ചെന്നെത്തിയത് അവിടെയെവിടെയോ ആണെന്ന സങ്കല്പത്തിൽ ഞാനെത്തി. എന്താണ് തെളിവ്? കവിവാക്യത്തിൽത്തന്നെ ഉത്തരം പറയാം: "പ്രമാണമന്തഃകരണ പ്രവൃത്തയഃ"

'മകരരഥ്യ' ഇപ്പോഴുമുണ്ടെന്ന് കേട്ടപ്പോൾ, അവിടെപ്പോകണമെന്ന് ഞാൻ നിർബ്ബന്ധം പിടിച്ചു. കൂടെവന്നവർക്ക് അതുവെറുമൊരു പ്രാന്തഃപ്രദേശം മാത്രമായിരുന്നു. അവിടെ ഒറ്റപ്പെട്ടങ്ങിങ്ങു ചില വീടുകൾ കണ്ടു. ആരുടെയെങ്കിലും പാദസരം കിലുങ്ങുന്നുണ്ടോ? ആരെങ്കിലും കാമുകനെ രസിപ്പിക്കുന്ന ശൃംഗാരഗീതികൾ വീണമീട്ടിപ്പാടുന്നുണ്ടോ? - ഞാൻ വെറുതെ കാതോർത്തവിടെ അല്പനേരം നിന്നപ്പോൾ കൂടെവന്നവർ കഥയറിയാതെ നിന്നു.

'ഉജ്ജയിനി' സന്ദർശിക്കുന്നതിനു മൂന്നുവർഷം മുമ്പ് 'വെറുമൊരാത്മഗതം'- എന്ന കവിതയിൽ ഞാനെഴുതി:

ഗുപ്തകീർത്തി തൻ മണ്ണടിഞ്ഞ മന്ദിരമല്ലാ,
ഉജ്ജയിനിതൻ നടക്കാവിൽ ഞാൻ തിരയുന്നു!
ആടിമേഘത്തെ പ്രേമദൂതിനായ് നിയോഗിക്കും
ഏതോയക്ഷനായ്ത്തീർന്ന കവിതൻ കാല്പാടത്രേ!

# 118 പോക്കുവെയിൽ മണ്ണിലെഴുതിയത്

*ഒ.എൻ.വി*

ആ കവിയുടെ കാല്പാടുകൾ പതിഞ്ഞ മണ്ണിലൂടെ സഞ്ചരിക്കുമ്പോൾ ഞാനോർത്തു: "കാളിദാസനെ ആദരിച്ചെതിരേറ്റ നഗരമാണിത്. ദുഃഖഭാരത്തോടെ, വ്രണിതാഭിമാനത്തോടെ കവിക്ക് ഉപേക്ഷിച്ചുപോവേണ്ടിവന്ന നഗരവുമിതാണ്. അതുകൊണ്ടല്ലേ, രാമഗിരിയിലെ ഏകാന്തതയിലിരുന്നും ഉജ്ജയിനിയെയോർത്ത് അദ്ദേഹം പാടിയത്:"

"ദിവഃ കാന്തിമൽ ഖണ്ഡമേകം!"

1992 ആഗസ്ത് 27-ന് ആ 'തീർത്ഥാടനം' കഴിഞ്ഞ് തിരിച്ചെത്തി, ബാക്കിഭാഗങ്ങൾ കൂടിയെഴുതി ഞാൻ *ഉജ്ജയിനി* പൂർത്തിയാക്കി.

ആദ്യമായി അതിലൊരദ്ധ്യായം, എം.ടിയുടെ താല്പര്യപ്രകാരം ഞാൻ തുഞ്ചൻപറമ്പിലെ ഒരു സമ്മേളനത്തിൽ വായിച്ചു. അന്നുതന്നെ തിരൂരെ ഒരു ഹോട്ടൽമുറിയിലിരുന്ന് മുഴുവൻ കേൾക്കാൻ ഏറെ താല്പര്യമെടുത്ത രണ്ടുപേർക്കായി ഞാൻ വായിക്കുകയുണ്ടായി. എം.ടിയും എം.എം.ബഷീറുമായിരുന്നു ആ ശ്രോതാക്കൾ. വായിച്ചു തീർന്നയുടൻ എം.ടി. 'മാതൃഭൂമി' ആഴ്ചപ്പതിപ്പിൽ ചേർക്കാൻ വേണ്ടി ആ കൈയെഴുത്തു പ്രതി എന്നിൽനിന്നും വാങ്ങി തന്റെ പെട്ടിയിൽ ഭദ്രമായിവച്ചു. അടുത്തൊരു ലക്കം മുതൽ മദനന്റെ വരകളോടെ 'ഉജ്ജയിനി' മാതൃഭൂമി വായനക്കാർക്കു മുന്നിലെത്തി. 'ഞാനിതൊരു സിനിമയാക്കിയിരിക്കും" എന്ന് ഒരാഗ്രഹത്തിന്റെ വെളിപ്പെടുത്തൽപോലെ എം.ടി.പറഞ്ഞുവെങ്കിലും, അത് എന്തുകൊണ്ടോ നടക്കാതെപോയി. ഒരിക്കൽ എം.ടി.യേയും ഹരിഹരനേയും എന്നെയും കൂട്ടി സൂര്യകൃഷ്ണമൂർത്തി ഉജ്ജയിനിയിലേക്ക് പോവുകയുണ്ടായി. എന്നെ സംബന്ധിച്ചിടത്തോളം അത് പഴയ കാഴ്ചകളുടെ ഒരാവർത്തനമായിരുന്നെങ്കിലും പുതുമ നശിക്കാത്തതായിരുന്നു. ഒരു ഏപ്രിൽ ഒന്നാം തീയതിയായിരുന്നു, ആ സന്ദർശനം. ഇൻഡോറിൽനിന്ന് കാറിൽ ഉജ്ജയിനിയിലേക്ക് പോകുമ്പോൾ, ലോകവിഡ്ഢിദിനം ആചരിക്കുന്ന ഒരു സമ്മേളനത്തിന്റെ പോസ്റ്ററുകൾ ചിലയിടങ്ങളിൽ കണ്ടു. അതിലെല്ലാം, ഇരിക്കുന്ന കൊമ്പ് മുറിക്കുന്ന കാളിദാസന്റെ ഹാസ്യചിത്രമുണ്ടായിരുന്നു! ജന്മനാ വിഡ്ഢിയായൊരാൾ, ആകസ്മികമായി ലഭിച്ച ദേവീ പ്രസാദംകൊണ്ട് കവിയായിത്തീർന്നതാണെന്ന അസൂയാലുക്കളുടെ അപവാദങ്ങളുടെ ഇനിയുമറ്റുപോകാത്ത വേരുകളായിരുന്നില്ലേ ആ പോസ്റ്ററുകൾ?

## 15   ടോൾസ്റ്റോയിയുടെ തറവാട്ടിൽ

**മോ**സ്കോയിൽനിന്ന് റോഡുവഴി നാലുമ
ണിക്കൂർ സഞ്ചരിച്ചാലെത്തുന്ന 'തൂള' എന്ന ചെറു
പട്ടണത്തിലാണ് 'യാസ്നായപോല്യാന'-
ടോൾസ്റ്റോയിയുടെ തറവാട്. 'യാസ്നായപോ
ല്യാന' എന്നാൽ 'പ്രശാന്തമായ ശാദ്വലതടം'
എന്നർത്ഥം. തൂളയിൽനിന്ന് മോസ്കോവരെ
ടോൾസ്റ്റോയി സൈക്കിളിൽ സഞ്ചരിച്ചിരുന്നു
എന്നു പറഞ്ഞാൽ ഇന്ന് അവിശ്വസനീയമായി
ത്തോന്നാം. ഈ ദൂരം സഞ്ചരിക്കുവാനുപയോഗി
ച്ചിരുന്ന ആ പഴയസൈക്കിൾ വീടിന്റെ താഴത്തെ
നിലയിൽ ഭദ്രമായി സൂക്ഷിച്ചിട്ടുണ്ട്.- അതിന്റെ
'റിപ്പയറിങ്ങി'നുപയോഗിച്ചിരുന്ന സാമഗ്രികളും.
സൈക്കിൾസവാരിക്കാരുടെ ഒരു സംഘടനതന്നെ
അന്നുണ്ടായിരുന്നു; ടോൾസ്റ്റോയി ആയിരുന്നു
അതിന്റെ പ്രസിഡന്റ്. പത്തൊമ്പതാം നൂറ്റാ
ണ്ടിലെ റഷ്യൻ പ്രഭുക്കളുടെ വാഹനമായ മൂന്നു
കുതിരയെപ്പൂട്ടിയ 'ട്രോയിക്ക'യുടെ ആർഭാടത്തേ
ക്കാൾ, സൈക്കിളിന്റെ എളിമ ഇഷ്ടപ്പെട്ടിരുന്ന
ടോൾസ്റ്റോയ്, പ്രഭു(കൗണ്ട്)ക്കൾക്കിടയിൽ വ്യത്യ
സ്തനായിരുന്നു എന്നതിന് ഇതിൽപ്പരം തെളിവ്
വേണ്ടല്ലോ- സ്വന്തം പത്നിയായ 'പ്രഭ്വി' (കൗണ്ട
സ്)യുടെയും കുടുംബാംഗങ്ങളുടെയും കാര്യത്തി

ലെന്നപോലെയോ, അതിൽക്കവിഞ്ഞോ ഉള്ള ഉൽക്കണ്ഠ തന്റെ കൃഷി ഭൂമിയിലെ പണിക്കാരുടെ കാര്യത്തിലും അദ്ദേഹത്തിനുണ്ടായിരുന്നു. ടോൾസ്റ്റോയി നല്ലൊരു ചെരുപ്പുകുത്തിയുമായിരുന്നു. സ്വന്തം കൈകൊണ്ട് തനിക്കുവേണ്ട തോൽച്ചെരുപ്പുകളുണ്ടാക്കിയിരുന്നയാൾ!- അതിനെല്ലാറ്റിനുമുപരി, റഷ്യയിലെ ഏതൊരു സാധാരണ കൃഷിക്കാരനെയുംപോലെ തന്നെയും തികച്ചും അനാർഭാടമായി ആറടിമണ്ണിലടക്കണമെന്നും, അവിടെ സ്മാരകമണ്ഡപങ്ങളൊന്നും ഉയർത്തരുതെന്നും നിർദ്ദേശിച്ചിരുന്നയാൾ! "ഒരു മനുഷ്യനെത്രയടി മണ്ണുവേണം?" എന്ന ടോൾസ്റ്റോയിയുടെ കഥ ഈയവസരത്തിലോർത്തുപോകുന്നു. ഇതിഹാസതുല്യമായ *യുദ്ധവും സമാധാനവും* രചിച്ച കൈതന്നെയാണ് അവിടെയൊരു മൂലയ്ക്കിരിക്കുന്ന പഴഞ്ചൻ ചെരിപ്പുകളും നിർമ്മിച്ചതെന്ന സത്യം ടോൾസ്റ്റോയി എന്ന മനുഷ്യന്റെ അസാധാരണത്വം നിശ്ശബ്ദം പ്രഖ്യാപിക്കുന്നു.

യാസ്നായ പൊല്യാനയിലേക്കുള്ള പ്രവേശനവഴിയുടെ ഇരുപാടും, 'ക്ലിയോൺ' ചെടികൾ, അഞ്ചുവിരലും നിവർത്തിയ കൈപ്പത്തിപോലുള്ള ഇലകളാട്ടിനില്ക്കുന്നു; അവ നിശ്ശബ്ദം അതിഥികളെ "വരൂ വരൂ" എന്നു വരവേല്ക്കുംപോലെ തോന്നി. ആ പരിസരമാകെ, ഒരു തപോവാടത്തിന്റെ പ്രതീതി ജനിപ്പിക്കാൻപോന്ന 'ഭൂർജതരു'ക്കളെപ്പോലെ, ബിർച്ചുമരങ്ങൾ നിരന്നുനില്ക്കുന്നു. പേരുകൾ പലതാവാം. പക്ഷേ, വൃക്ഷങ്ങൾ വിരിക്കുന്ന പച്ചപ്പും തണലും ഒന്നുതന്നെ. "പാശ്ചാത്യർക്കിടയിലൊരു പൗരസ്ത്യൻ" എന്ന് ടോൾസ്റ്റോയിയെപ്പറ്റി പറയുന്നത്, പുകഴ്ത്തിയായാലും പുച്ഛിച്ചായാലും അതൊരു സത്യം മാത്രം!

ടോൾസ്റ്റോയിയുടേയും പത്നിയായ പ്രഭ്വിയുടേയും വെവ്വേറെയുള്ള കിടപ്പറകൾ, ഒരേ മേൽക്കൂരയ്ക്കു കീഴിൽ സഹവസിച്ച രണ്ട് ജീവിതരീതികളെ പ്രതിനിധീകരിക്കുന്നു. ടോൾസ്റ്റോയിയുടെ എഴുത്തുമുറിയിൽ അന്നാകരീനിനയുടെ സൃഷ്ടിക്കു മാതൃകയായിരുന്ന സുന്ദരിയായ ഒരു കുലീനയുവതിയുടെ ചിത്രം സൂക്ഷിച്ചിരിക്കുന്നു. വോൾനട്ട് മരത്തിന്റെ തടികൊണ്ടുണ്ടാക്കിയ എഴുത്തുമേശയും, അതിന്റെ നരച്ച പച്ചവിരിയും മീതേ പേപ്പർവെയ്റ്റായി വച്ചിരുന്ന പിത്തളകൊണ്ടുള്ള ശ്വാനരൂപവും, ചുവന്ന മാർബിൾക്കട്ടയുമെല്ലാം പഴേപടി സൂക്ഷിച്ചിരിക്കുന്നു. ആ മേശപ്പുറത്താണ് *യുദ്ധവും സമാധാനവും അന്നാകരീനിന*യും പിറന്നുവീണത്. പച്ചനിറത്തിലുള്ള ഒരു സ്ഫടിക ഫലകവും ആ മേശപ്പുറത്തുണ്ടായിരുന്നു. കണ്ടാലൊരു പേപ്പർ വെയ്റ്റുപോലേ, പക്ഷേ, അതിന്മേൽ

റഷ്യൻഭാഷയിലൊരു കുറിപ്പുണ്ട്. ദ്വിഭാഷി അതിങ്ങനെ പരിഭാഷപ്പെടുത്തി:

> വലിയ പുരോഹിതന്മാരും പരീശന്മാരും അങ്ങേയ്ക്ക്
> വിലക്ക് കല്പിച്ചോട്ടെ. പക്ഷേ ഞങ്ങൾക്കേത്രയും
> പ്രിയപ്പെട്ട മഹാനായ അങ്ങയെയോർത്ത് റഷ്യൻ
> ജനത എന്നും അഭിമാനംകൊള്ളും.

(ഓർമ്മയിൽനിന്ന് കുറിക്കുന്നത്.) റഷ്യയിലെ ഒരു പ്രമുഖ ഗ്ലാസ് ഫാക്ടറിയിലെ തൊഴിലാളികൾ സമ്മാനിച്ചതാണാ ഫലകം. 1901-ൽ ടോൾസ്റ്റോയിക്ക് പള്ളിവിലക്ക് കല്പിച്ചപ്പോൾ അദ്ദേഹം പ്രഭുത്വത്തിന്റെ പൊള്ളയായ ആചാരങ്ങളെ തള്ളിപ്പറയുകയും, സാധാരണ കൃഷിക്കാരുടെ മനസ്സിൽ സത്യത്തിന്റെ പ്രകാശം കണ്ടെത്തുകയും, പരിവേഷങ്ങളഴിച്ചുമാറ്റി ക്രിസ്തുമതത്തെ പുനർനിർവ്വചിക്കാൻ ശ്രമിക്കുകയും ചെയ്തു. പള്ളിക്കുറ്റം ചുമത്തിയവർക്ക് ടോൾസ്റ്റോയി മറുപടി എഴുതി:

> ചൈതന്യമായും സ്നേഹമായും, എല്ലാറ്റിനുമുറവിടമായുമുള്ള ദൈവത്തിൽ ഞാൻ വിശ്വസിക്കുന്നു. മനുഷ്യന്റെ യഥാർത്ഥമായ ശ്രേയസ്സ് കുടികൊള്ളുന്നത്, ദൈവഹിതം സാക്ഷാത്ക്കരിക്കുന്നതിലാണ്. ദൈവഹിതമാവട്ടെ, മനുഷ്യർ തമ്മിൽ സ്നേഹമുള്ളവരാവണമെന്നും, അതുകൊണ്ട്, മറ്റുള്ളവർ തങ്ങളോടുചെയ്യാനാഗ്രഹിക്കുന്നത്, അവർ മറ്റുള്ളവരോടു ചെയ്യണമെന്നുമാണ്.

ഒരു സത്യവാങ്മൂലംപോലെ ടോൾസ്റ്റോയി വെളിപ്പെടുത്തിയത്, മതാന്ധർക്ക് മനസ്സിലാക്കാവുന്നതിലപ്പുറമായിരുന്നു. യൂറോപ്പ് ക്രൈസ്തവാദർശങ്ങൾക്ക് അധരസേവമാത്രമാണ് ചെയ്യുന്നതെന്നും, അതിന്റെ ആത്മസത്ത ഇതരമതങ്ങൾ പുലരുന്ന രാജ്യങ്ങളിലേക്കെല്ലാം നീളുന്ന വിശ്വസൗഹൃദമാണെന്നും അദ്ദേഹം കരുതി.തന്റെ വിശ്വാസം തന്റെ ജീവിതത്തിലേക്കും കലാദർശനത്തിലേക്കും പകർത്താനുള്ള ശ്രമത്തിൽ, അന്ത്യനാളുകളിൽ അദ്ദേഹത്തിന് സ്വന്തം പത്നിയിൽനിന്നും, ഭരണകൂടത്തിൽനിന്നും, വിശിഷ്യ പൗരോഹിത്യത്തിൽനിന്നും, എല്ലാറ്റിനുമുപരി റഷ്യൻ പ്രഭുവർഗ്ഗത്തിൽനിന്നും കടുത്ത അപ്രീതിയും എതിർപ്പും നേരിടേണ്ടിവന്നു. തന്റെ പണിക്കാരുടെയും, കൃഷിക്കാരുടെയും നിഷ്കപടമായ മനസ്സുകളിൽ അദ്ദേഹം തന്റെ അഭയം കണ്ടെത്തി. സ്വന്തം കുടുംബത്തിലും, ദാമ്പത്യജീവിതത്തിലും സംഭവിച്ച അന്യവൽക്കരണത്തിനും,

അതുമൂലമുണ്ടായ ആത്മസംഘർഷങ്ങൾക്കും ആ പ്രഭുമന്ദിരം മൂക സാക്ഷിയായി.

ഒടുവിൽ അനിവാര്യമായ ആ വിസ്ഫോടനമുണ്ടായി. നിശ്ശബ്ദമായിരുന്നു അത്. എന്നാൽ തികച്ചും തീവ്രവും സമ്പൂർണ്ണവുമായിരുന്നു. ഒരു രാത്രി എൺപത്തിരണ്ടുകാരനായ ആ വൃദ്ധൻ തന്റെ പത്നിയറിയാതെ, തറവാട്ടിലെ മറ്റാരുമറിയാതെ, ഇരുളിലൂടെ കൊടുംതണുപ്പിലൂടെ, സ്വന്തം ആത്മാവിന്റെ സ്വാതന്ത്ര്യമന്വേഷിച്ച് ക്ഷുദ്രബന്ധങ്ങളിൽനിന്നുള്ള വിമുക്തിയന്വേഷിച്ച്, വീടുവിട്ടിറങ്ങിപ്പോയി. (മഹത്തായ ഈ പലായനം, സഹസ്രാബ്ദങ്ങൾക്കുമുമ്പ്, ഇങ്ങു കിഴക്കുദിക്കിലൊരു രാജകുമാരൻ ദുഃഖസത്യമന്വേഷിച്ചു നടത്തിയ പലായനത്തെ ഓർമ്മിപ്പിക്കുന്നു; സാഹചര്യങ്ങളും അനന്തരഫലങ്ങളും വ്യത്യസ്തമായിരുന്നെങ്കിലും). ഏതു റഷ്യാക്കാരനും അനായാസം തിരിച്ചറിയാൻ കഴിയുന്ന ആ വലിയ മനുഷ്യന് അധികദൂരം അങ്ങനെ സഞ്ചരിക്കാൻ കഴിയുമായിരുന്നില്ല.പോരെങ്കിൽ, അദ്ദേഹം രോഗിയുമായിരുന്നു. ശ്വാസകോശത്തിൽ നീർക്കെട്ടുണ്ടാവുക മൂലം, ആൾത്തിരക്കില്ലാത്ത 'അസ്റ്റപ്പോവാ' റെയിൽവേ സ്റ്റേഷനിൽ ആ യാത്രയവസാനിപ്പിക്കേണ്ടിവന്നു.

1910 നവംബറിലെ ഒരു തണുതണുത്ത പ്രഭാതത്തിൽ, ആ ഗ്രാമീണ റെയിൽവേസ്റ്റേഷനിലെ വെറുമൊരു ബഞ്ചിൽ പനിച്ചും വിറച്ചും ശ്വാസം മുട്ടിക്കിടന്ന രോഗിയായ മനുഷ്യൻ ടോൾസ്റ്റോയിയാണെന്നാദ്യമാരുമറിഞ്ഞില്ല. അറിഞ്ഞതോടെ, ആരാധകരും പത്രപ്രവർത്തകരും സാധാരണക്കാരുമെല്ലാം അവിടേക്ക് പാഞ്ഞെത്തി. വിദഗ്ദ്ധന്മാരായ ഡോക്ടർമാരും വന്നുചേർന്നു. ശുശ്രൂഷാനിരതരായിനില്ക്കുന്നവരുടെ സ്നേഹമസൃണമായ മുഖങ്ങൾ നോക്കി ടോൾസ്റ്റോയി പാടുപെട്ടിങ്ങനെ പറഞ്ഞു:

> അന്ത്യമടുത്തിരിക്കുന്നു. ഈ ലോകത്ത്
> ശുശ്രൂഷയർഹിക്കുന്ന എത്രപേരുണ്ട്.
> എന്നിട്ടും നിങ്ങൾ ഒരു ടോൾസ്റ്റോയിയെ
> മാത്രം ശുശ്രൂഷിക്കുന്നു.... മുഴുമിച്ചില്ല ആ വാക്കുകൾ.

ടോൾസ്റ്റോയിയുടെ പത്നി സോഫിയാ നേരത്തേ എത്തിച്ചേർന്നിരുന്നു. പക്ഷേ, ടോൾസ്റ്റോയിയുടെ അടുത്തേക്ക് ചെല്ലാൻ വളരെ വൈകി മാത്രമാണനുമതി ലഭിച്ചത്. അവർ ഭർത്താവിനരുകിൽ മുട്ടുകുത്തിനിന്ന് കണ്ണീരോടെ പ്രാർത്ഥിച്ചു. മാപ്പപേക്ഷിച്ചു. ടോൾസ്റ്റോയിയുടെ ബോധം കടലിലലിഞ്ഞുതീരുന്ന ഒരു തുരുത്തുപോലെ മാഞ്ഞുമാഞ്ഞുപോയി.

അവസാനം ആ ചുണ്ടിൽനിന്നുതിർന്ന വാക്കുകളീവിധമായിരുന്നു: "എന്തു ചെയ്യണമെന്നെനിക്കറിയില്ല." ദീർഘവും യാതനാപൂർണ്ണവുമായ ആ സത്യാന്വേഷണയാത്ര 1910 നവംബർ 22-ന് അവസാനിക്കുമ്പോൾ, അസ്റ്റപ്പോവായിലെ പുൽമേടുകളിൽ സൂര്യരശ്മികൾ പതിഞ്ഞുതുടങ്ങിയിരുന്നു.

മൃതദേഹംപേറി യാസ്നായ പൊല്യാനയിലേക്കുള്ള വിലാപയാത്ര, ഒരു സാർചക്രവർത്തിക്കും ലഭിച്ചിട്ടില്ലാത്ത തരത്തിലായിരുന്നു. യാസ്നായ പൊല്യാനയിലെത്തിയിട്ടുള്ള അതിഥികൾ വെറും വിനോദസഞ്ചാരികളല്ലെന്നും, ടോൾസ്റ്റോയിയെ കൂടുതൽ മനസ്സിലാക്കാൻ താല്പര്യമുള്ള വിവിധ രാജ്യങ്ങളിലെ എഴുത്തുകാരാണെന്നുമുള്ള ഗൗരവധാരണയോടെയാണ് ഞങ്ങളുടെ ഗൈഡ് കാര്യങ്ങൾ വിവരിച്ചുതന്നത്. 'അലെക്സി സുവോറിൻ' എന്ന പ്രസാധകനെ ഉദ്ധരിച്ചുകൊണ്ട് ആ ഗൈഡ് പറഞ്ഞ ഒരുകാര്യം ഓർക്കുന്തോറും അഭിമാനംതോന്നാറുണ്ട്: "നമുക്ക് റഷ്യയിൽ രണ്ട് സാർ ചക്രവർത്തിമാരുണ്ട്: നിക്കോളസ് രണ്ടാമനും ടോൾസ്റ്റോയിയും!'' ജനങ്ങൾക്കിടയിൽ ടോൾസ്റ്റോയിക്കുണ്ടായിരുന്ന സ്വാധീനത്തിന്റെ ശക്തി അത്രമേൽ നിസ്സീമവും ശക്തവുമായിരുന്നു. ഈ 'കിഴവൻ പ്രഭു'വിനെ അറസ്റ്റുചെയ്തു തടവിൽ പാർപ്പിക്കേണ്ടതാണെന്ന് അധികാരസ്ഥാനത്തിരിക്കുന്നൊരാൾ പ്രസ്താവിച്ചപ്പോൾ "ടോൾസ്റ്റോയിയെ പാർപ്പിക്കാൻ തക്ക വലിപ്പമുള്ളൊരു തടവറ ഇവിടെയിനിയും തീർക്കേണ്ടിയിരിക്കുന്നു" എന്നായിരുന്നു ഒരു സാധാരണക്കാരന്റെ പ്രതികരണം.

ഞങ്ങൾ ടോൾസ്റ്റോയി അന്ത്യവിശ്രമംകൊള്ളുന്നിടത്തേക്കിറങ്ങി. ബാല്യകാലത്ത് തന്റെ ചങ്ങാതികളൊത്തു കളിച്ചിരുന്ന, തൊടിയിലായിരുന്നു ആ അന്ത്യതല്പം. പണ്ട് ആ കളിച്ചങ്ങാതികൾക്ക് തണൽവിരിച്ച ചില മരങ്ങൾമാത്രം സാക്ഷികളോ കാവലാളുകളോ ആയി ഇപ്പോഴും അവിടെയുണ്ട്. ഞങ്ങൾക്കൊപ്പം പ്രൊഫ. ഉമാശങ്കർജോഷി അവിടെ പൂക്കളർപ്പിക്കുമ്പോൾ വികാരാധീനനാവുന്നത് ഞാൻ ശ്രദ്ധിച്ചു.

ടോൾസ്റ്റോയ് ഭവനത്തിനടുത്ത് ഒരു പുസ്തകക്കടയുടെ മുന്നിൽ കുട്ടികളുടെ നീണ്ട ഒരുനിര കണ്ടു. അന്വേഷിച്ചപ്പോൾ, ടോൾസ്റ്റോയ്കൃതികളുടെ കുട്ടികൾക്കുവേണ്ടിയുള്ള സചിത്രപ്പതിപ്പുകൾ നേരത്തേ ബുക്കുചെയ്തവർ അവ വാങ്ങാൻ ക്യൂവിൽ നില്ക്കുകയാണ്. തൊട്ടടുത്ത് മറ്റൊരു കൗണ്ടറിനു മുന്നിൽ മുതിർന്നവരുടെ മറ്റൊരു

'ക്യൂ'വുമുണ്ട്. റഷ്യയുടെ ആത്മാവിനെ ഭരിക്കുന്നത് ടോൾസ്റ്റോയിയെപ്പോലുള്ള എഴുത്തുകാരാണെന്ന് മനസ്സിലാക്കാൻപോന്ന കാഴ്ചകൾ!

മോസ്കോയിലെ ബോൾഷോയ് തിയേറ്ററിലായിരുന്നു മുഖ്യസമ്മേളനം. റഷ്യാക്കാരായ ചില എഴുത്തുകാരും, വിദേശത്തുനിന്നു വന്ന രണ്ടോമൂന്നോ സൗഹൃദ പ്രതിനിധികളും മാത്രമാണ് സംസാരിച്ചത്. സ്റ്റേജിന്റെ ഒരു ഭാഗത്ത് ബ്രഷ്നേവും കോസിജിനും വെറും ശ്രോതാക്കളായിരിക്കുന്നത് കൗതുകമായിത്തോന്നി. ഉമാശങ്കർജോഷി പ്രഭാഷകരിലൊരാളായത്, ഇന്ത്യയോടുള്ള സൗഹൃദാദരങ്ങളുടെ സൂചനയായി. തന്നെയുമല്ല, അന്ന് സോവിയറ്റ് യൂണിയനിലെ ഇന്ത്യൻ അംബാസഡറായിരുന്ന ഐ.കെ.ഗുജ്റാളിനും, ഇന്ത്യൻ സാഹിത്യ പ്രതിനിധികൾക്കും സന്ദർശകഗ്യാലറിയിൽ ഒരു പ്രത്യേക അപ്പാർട്ടുമെന്റ് തന്നെ ഒരുക്കിയിരുന്നു.

പുഷ്കിൻ, ഗോർക്കി, ദസ്തയേവ്സ്കി, മയക്കോവ്സ്കി തുടങ്ങിയവർക്കെല്ലാം ഒന്നോ അതിലധികമോ സ്മാരകങ്ങൾ മോസ്കോനഗരത്തിൽത്തന്നെയുണ്ട്. ലെനിൻഗ്രാദിൽ പണ്ട് ഗോർക്കിയെ തടവിൽ പാർപ്പിച്ചിരുന്ന ഒരു കുടുസ്സു മുറിയുടെ മുന്നിലൂടെ പോയപ്പോൾ, മുമ്പവിടെ തടവുകാരായിരുന്ന ആളെന്ന നിലയ്ക്ക് ഗോർക്കിയുടെ ഒരു ഫോട്ടോ വാതിലിനോടു ചേർന്ന് ചുമരിൽ പതിച്ചിരിക്കുന്നതുകണ്ടു. "എനിക്കീ മുറിയൊന്നു തുറന്നു കാണണ"മെന്ന് ഞാൻ നിർബ്ബന്ധം പിടിച്ചപ്പോൾ, ഗൈഡ് അതു തുറപ്പിച്ചു തന്നു. കുടിവെള്ളം നിറയ്ക്കാനുള്ള ഒരു മൺകൂജയും മൂലയ്ക്ക് ഒരു ഓവറയും കിടക്കാനൊരു പരുക്കൻ പായും ആകാശത്തിന്റെ ഒരുകീറ് മാത്രം കാണാൻ പോന്ന ഒരു കുറിയജാലകവും മാത്രം-കന്യാസ്തീകൾക്കായി നിർമ്മിച്ച ഒരു മഠം രായ്ക്കുരാമാനം തടവറയാക്കി മാറ്റിയതാണത്രേ! ഗോർക്കിയുടെ പടത്തിൽനോക്കിനിന്ന എന്നോട് ആ ഗൈഡ് ചോദിച്ചു: "ഗോർക്കിയെ അറിയാമോ?" ഞാനൊന്നു ചിരിക്കുക മാത്രം ചെയ്തു.

ദസ്തയേവ്സ്കി വിദ്യാർത്ഥിയായിരിക്കെ ഹോസ്റ്റലിൽ ഒരു മൂലയ്ക്കുള്ള മുറിയിലായിരുന്നു താമസിച്ചിരുന്നത്. അദ്ദേഹം കിടന്നു മരിച്ചതും വീടിന്റെ മൂലയ്ക്കുള്ള ഉറക്കറയിലായിരുന്നു. അവിടെ ചുമരിൽ, മരിച്ച സമയം കാട്ടി സൂചികൾ നിശ്ചലമായി നില്ക്കുന്ന ഒരു നാഴികമണിയുമുണ്ട്. "ഇങ്ങനെ മൂലകളോട് അദ്ദേഹത്തിനാഭിമുഖ്യമുണ്ടാവാൻ പ്രത്യേകം കാരണം എന്തെങ്കിലുമുണ്ടോ?"- റഷ്യൻസാഹിത്യത്തിലുള്ള തന്റെ അറിവ് പ്രകടമാക്കുന്നതിൽ തെല്ലൊരഹങ്കാരം ഗൈഡിന്റെ ആ ചോദ്യത്തിലൊളിഞ്ഞിരുന്നതായി തോന്നി. പെട്ടെന്ന് എന്റെ നാവിൻതു

മ്പിലിങ്ങനെയൊരുത്തരമാണുദിച്ചത്. "മനുഷ്യമനസ്സിന്റെ നിഗൂഢമായ ചുറ്റുവഴികളിലൂടെ സഞ്ചരിച്ച ശീലംകൊണ്ടാവാം-" ഉത്തരം അവർക്കിഷ്ടമായെന്നു തോന്നി.

മോസ്കോയിലെയും ലെനിൻഗ്രാദിലെയും ഹൃദയം കവർന്ന കാഴ്ചകളെല്ലാം വിവരിക്കാൻ തുടങ്ങിയാലിതൊരു 'റഷ്യൻ യാത്രാവിവരണ'മായി നീണ്ടുപോകും. അതുകൊണ്ട്, ചരിത്രപ്രസിദ്ധമായ 'ബാറ്റിൽഷിപ്പ് പൊട്ടംകിനെ'പ്പറ്റിയും, 'ഹെർമിറ്റാഷ് മ്യൂസിയ'ത്തെപ്പറ്റിയും 'സുസ്ദൽ' എന്ന സുഖവാസകേന്ദ്രത്തിലെ നാടൻ നൃത്തത്തെപ്പറ്റിയും ലെനിൻ വിപ്ലവത്തിന്റെ അന്ത്യഘട്ടത്തിൽ കഴിഞ്ഞിരുന്ന 'സ്മോൾനി'യെപ്പറ്റിയുമൊക്കെ പറയാനേറെയുണ്ടെങ്കിലും ഞാനവയെല്ലാം ഒഴിവാക്കുന്നു. പക്ഷേ, റഷ്യയുടെ 'ആൻഫ്രാങ്ക്' എന്ന് വിശേഷിപ്പിക്കാവുന്ന 'താനിയാ'യെപ്പറ്റിയും അവളുടെ ഡയറിയെപ്പറ്റിയും രണ്ടുവരി കുറിക്കാതെ വയ്യ!

ലെനിൻഗ്രാദിന്റെ വടക്കേ പ്രാന്തപ്രദേശത്തെ 'രിസ്കാര്യോവാ' എന്ന മഹാശ്മശാനത്തിൽ നാസികൾ കൊന്നൊടുക്കിയ നാലേമുക്കാൽലക്ഷം റഷ്യക്കാരുടെ ജഡങ്ങൾ പലേ നിരകളിലായി സംസ്കരിക്കപ്പെട്ടിരുന്നു. അതിനടുത്തായിട്ടാണ് 'താനിയാ' എന്ന പതിനൊന്നു വയസ്സുകാരിയുടെ ഡയറി ഒരു പാവ്ലിയനിൽ പ്രദർശിപ്പിച്ചിട്ടുള്ളത്. അതിൽ ഓരോദിവസവും മരിച്ചു വീണ തന്റെ ബന്ധുക്കളുടെ എണ്ണം പേരുസഹിതം അവൾ കുറിച്ചുവച്ചിട്ടുണ്ട്. "എല്ലാവരും മരിച്ചു" എന്നെത്തുന്നിടത്ത് ആ കുടുംബദുരന്തം പൂർത്തിയാവുന്നു- ഒടുവിൽ അവളും മരിച്ചു- പക്ഷേ, അതാര് കുറിക്കാനാണ്!!!

ആ ഡയറിക്കുറിപ്പുകൾ നോക്കിനില്ക്കെ, എന്റെ മനസ്സിൽ പീരങ്കികൾ മുഴങ്ങി; പാവപ്പെട്ട കുറെ മനുഷ്യാത്മാക്കൾ പ്രാവുകളായി പറന്നുപൊങ്ങി.- അതിലൊരു കുഞ്ഞുപ്രാവായി 'താനിയയും!'

പിന്നെയും രണ്ടുതവണകൂടി റഷ്യയിൽ പര്യടനം നടത്താനിടയായിട്ടുണ്ട്. 1992 ൽ സോവിയറ്റ് ലാന്റ് നെഹ്റു അവാർഡ് കിട്ടിയപ്പോൾ; 2013 ൽ എന്റെ കവിതകളുടെ റഷ്യൻ പരിഭാഷാഗ്രന്ഥം ഗോർക്കി ഇന്റർനാഷണൽ സെന്ററിന്റെ ആഭിമുഖ്യത്തിൽ പ്രകാശിപ്പിച്ചപ്പോൾ. (രണ്ടാംപതിപ്പ് തിരുവനന്തപുരം ഗോർക്കി ഭവനിൽ വച്ച് 2014 ഡിസംബറിൽ പ്രകാശിപ്പിക്കുകയുണ്ടായി.) സോഷ്യലിസ്റ്റ് വ്യവസ്ഥിതിയിലേക്കുള്ള പ്രയാണം നിലയ്ക്കുന്നതിന്റെ സൂചനകൾ പലതും 1982 ൽ അനുഭവപ്പെട്ടിരുന്നു. ടോൾസ്റ്റോയിയുടെ കൃതികൾ വാങ്ങാൻവേണ്ടി നിന്നിരുന്ന

'ക്യൂ'വിനുപകരം 'ഹാരോൾഡ് റോബിൻസ'നെപ്പോലെയുള്ളവരുടെ കൃതികൾക്കായി റഷ്യൻ യുവാക്കൾ ഡോളർഷോപ്പുകൾക്കു മുന്നിൽ കൈനീട്ടിനില്ക്കുന്നതു കാണാനിടയായി. വിവാഹബന്ധങ്ങളുടെ 'പവി ത്രത' ചോദ്യംചെയ്യുന്നവരുടെ - തുറന്ന ലൈംഗികജീവിതം സ്വാതന്ത്ര്യ ത്തിന്റെ പര്യായമാണെന്നു കരുതുന്നവരുടെ- ഒരു പുതിയവിഭാഗം തല പൊന്തുന്നതായനുഭവപ്പെട്ടു. ഒരുകാതിൽ മാത്രം ഒറ്റവളയം ധരിച്ച്, 'ജീൻസിട്ട്', 'ച്യൂയിംഗം' ചവച്ചുനടക്കുന്ന 'പരിഷ്ക്കൃതി'യുടെ അധിനി വേശം ആത്യന്തികമായി 'രാഷ്ട്രീയ' ലക്ഷ്യത്തോടുകൂടിയാണെന്ന് മന സ്സിലാക്കാത്ത ജനതയ്ക്ക് ഹാ! കഷ്ടം! -എന്നേ പറയേണ്ടു.

2013 ൽ എന്റെ കവിതകളുടെ റഷ്യൻപരിഭാഷയുടെ പ്രകാശനത്തി നായി മോസ്കോയിലെത്തുമ്പോൾ, റഷ്യയുടെ മാറിയ മുഖം കാണാൻ ആകാംക്ഷയും ആശങ്കയുമേറെയുണ്ടായിരുന്നു. എന്നാൽ രാഷ്ട്രീയ മാറ്റങ്ങളെ അതിജീവിക്കുന്ന നന്മകൾ ഇന്നുമവിടെയനുഭവപ്പെട്ടു എന്നത് പറയാതെ നിവൃത്തിയില്ല. ഇന്ത്യൻ ജനതയോടുള്ള സ്നേഹം, ഇന്ത്യൻ സാഹിത്യത്തെക്കുറിച്ചുള്ള മതിപ്പ്, ഇന്ത്യ തങ്ങളെ ഒരിക്കലും ആക്രമി ക്കാത്ത രാജ്യമാണെന്ന വിശ്വാസം- ഇവയെല്ലാം ഇന്നുമവിടെ നിലനി ല്ക്കുന്നു. മോസ്കോ സർവ്വകലാശാലയിലെ 'പുഷ്കിൻ ഗവേഷണവി ഭാഗ'ത്തിലെത്തിയ അദ്ധ്യാപകരും ഗവേഷണ വിദ്യാർത്ഥികളുമായി തുറന്ന സംവാദത്തിലേർപ്പെടാൻ കഴിഞ്ഞതും, റഷ്യൻ പരിഭാഷ സ്വന്ത ശൈലിയിൽ അവർ ചൊല്ലുന്നത് കേൾക്കാൻ കഴിഞ്ഞതിലും കുറച്ചല്ല സന്തോഷമനുഭവപ്പെട്ടത്- നശിക്കാത്ത നന്മകളെ തൊട്ടറിഞ്ഞ സന്തോഷം...

റഷ്യയിൽ പഠിച്ച് എൻജിനീയറിംഗിൽ ഉന്നതബിരുദം നേടി, റഷ്യ ക്കാരിയെ വിവാഹംകഴിച്ചവിടെത്തന്നെ ജീവിക്കുന്ന, ഡോ.ചെറിയാൻ ഈപ്പൻ റഷ്യയിലും ഇന്ത്യയിലും യൂ.കെ.യിലും പല ധർമ്മസ്ഥാപന ങ്ങളുടെയും താങ്ങും തണലുമാണ്. ഏറ്റവുമൊടുക്കത്തെ റഷ്യാസന്ദർശ നത്തിനും, കവിതകളുടെ റഷ്യൻ ഭാഷാന്തരത്തിനും അദ്ദേഹം വഹിച്ച പങ്ക് മറക്കാവതല്ല. പരിഭാഷകനായ റഷ്യൻ കവിക്ക് മലയാളകവിത ശരിക്കും മനസ്സിലാക്കിക്കൊടുക്കുന്നതിന് വേണ്ടതെല്ലാം ഏർപ്പാടു ചെയ്തത് ഡോ.ചെറിയാനാണ്. ഒരു വർഷത്തിനുള്ളിൽ അതിന്റെ രണ്ടാം പതിപ്പ് ഡീലക്സ് എഡിഷനായിട്ടാണ് പുറത്തുവന്നത്. അത്രവേഗം ഒരു രണ്ടാംപതിപ്പോ?-ഡോ.ചെറിയാന്റെ ഭാഷാസ്നേഹവും എന്നോടുള്ള സൗഹൃദവുമാണതിന്റെ പിന്നിൽ.

# 16 മാതൃഭാഷ മരിക്കാതിരിക്കാൻ

**ഒ**രു ജനത മറ്റൊരു ജനതയെ കീഴടക്കു മ്പോൾ, അദൃശ്യവും എന്നാൽ അതിശക്തവുമായ ഒരായുധമായി പ്രവർത്തിക്കുന്നത് കീഴ്പ്പെടുത്തു ന്നവരുടെ ഭാഷയാണ്. സഹജമായ 'ശാരദാലിപി' മാറ്റി, പകരം പേർഷ്യൻ ലിപി സ്വീകരിച്ചതോടെ, കാശ്മീരി ഭാഷയ്ക്കുണ്ടായ അപചയത്തെപ്പറ്റി പ്രശസ്ത കാശ്മീരി സാഹിത്യകാരനായ ഡോ. റഹ്മാൻ റാഫി ഒരിക്കൽ പറയുകയുണ്ടായി. തക ഴിയുടെ നേതൃത്വത്തിലുള്ള ഒരു പ്രതിനിധിസം ഘത്തെ സ്വീകരിച്ചുകൊണ്ട് ആദരണീയനായ മുതിർന്ന കാശ്മീരികവി ദീനാനാഥ് നാദിമും ഇതേ കാര്യമൂന്നിപ്പറഞ്ഞു. ഒരു ഭാഷയെ കൊല്ലുക എന്നാൽ ഒരു ജനതയുടെ സ്വാതന്ത്ര്യത്തെയും കൊല്ലുക എന്നാണർത്ഥം. അതുതന്നെയാണ് ഒരി ക്കൽ മാസിഡോണിയയിൽ സംഭവിച്ചത്. ടർക്കിഷ് മേൽക്കോയ്മക്കാലത്ത് ടർക്കിഷ്ഭാഷയുടെ ആധി പത്യം സ്ഥാപിക്കപ്പെട്ടത്, ക്രൂരമായ ചില നടപടി കളിൽക്കൂടിയായിരുന്നു: മാസിഡോണിയൻ ഭാഷ യിലെഴുതപ്പെട്ടതെല്ലാം ചുട്ടുകളയുക; ആ ഭാഷ യിലെ പുരാരേഖകളും പൊതുസ്ഥലത്തെ എഴു ത്തുകളുമെല്ലാം നശിപ്പിക്കുക, അതു ലംഘിക്കു ന്നവർക്ക് തടവുശിക്ഷവരെ നല്കുക – ഇങ്ങനെ

വംശഹത്യപോലെ തന്നെ ഒരു 'ഭാഷാഹത്യ' നടപ്പിലായിക്കൊണ്ടിരിക്കുന്ന കാലത്ത്, അതിനെ പ്രതിരോധിക്കാൻ ശ്രമിച്ച രണ്ടു ഭാഷാഭിമാനികൾ "മിലാദിനോവ് സഹോദരന്മാർ" എന്നറിയപ്പെടുന്നു. അവരും തടവറയ്ക്കുള്ളിലായി - ഒടുവിൽ രക്തസാക്ഷികളുമായി. മിലാദിനോവ് സഹോദരന്മാർ ഭാഷയുടെ രക്ഷകരെന്ന നിലയ്ക്ക് വാഴ്ത്തപ്പെട്ടു. അവരുടെ സ്മരണയെ ആദരിച്ചുകൊണ്ട്, ഒരു ലോകകാവ്യോൽസവം വർഷംതോറും മാസിഡോണിയൻ ഗവൺമെന്റ് ഏർപ്പെടുത്തുകയും ചെയ്തു. 'വെർദർ' നദീതീരത്ത് 'സ്ട്രുഗാ' എന്ന സ്ഥലത്താണത് നടത്താറുള്ളത്. 1987-ൽ ഞാൻ ഇന്ത്യയെ പ്രതിനിധീകരിച്ച് അതിൽ പങ്കെടുക്കുകയുണ്ടായി. അന്ന് മാസിഡോണിയ യുഗോസ്ലോവിയൻ ഫെഡറൽ റിപ്പബ്ലിക്കിന്റെ ഭാഗമായിരുന്നു. വിവിധ സുഹൃദ്‌രാജ്യങ്ങളിൽനിന്നുമായി എൺപതിലേറെ കവികൾ ആ കാവ്യോൽസവത്തിൽ പങ്കെടുത്തിരുന്നു. ഇന്ത്യയിൽനിന്ന് ഒന്നോ രണ്ടോ കവികളെ മാത്രമേ അയയ്ക്കുന്ന പതിവുള്ളൂ. ഇന്ത്യൻ കൗൺസിൽ ഫോർ കൾച്ചറൽ റിലേഷൻസ് (ഐ.സി.സി.ആർ.)-നാണ് അതിന്റെ ചുമതല. അന്താരാഷ്ട്ര യാത്രച്ചെലവൊഴിച്ച്, മറ്റെല്ലാ ചെലവുകളും ആതിഥേയരാജ്യമാണ് വഹിക്കുക. ദില്ലിയിൽനിന്ന് ബൽഗ്രേഡിലേക്കുള്ള യാത്രയ്ക്കിടയിൽ ഒരു പകൽ മുഴുവൻ റോം വിമാനത്താവളത്തിൽ 'കാത്തിരിക്കലു'ണ്ട്. ആ സമയം പുറത്തിറങ്ങി സിസ്റ്റിൻ ചാപ്പലിലെ വിഖ്യാത പെയിന്റിങ്ങുകളൊന്നു കാണണമെന്ന് മോഹമുണ്ടായിരുന്നു. പക്ഷേ, 'വിസ' യും റോമിൽ താമസ സൗകര്യവും ഏർപ്പെടുത്തിത്തരാമെന്നു പറഞ്ഞ ട്രാവൽ ഏജൻസി അതിനൊന്നും മിനക്കെട്ടില്ല. ആ എയർപ്പോർട്ടിന്റെ നീണ്ട ഇടനാഴിയിലൂടെ അങ്ങോട്ടുമിങ്ങോട്ടും "നടന്നും, നടന്നേറെ തളർന്നും, തളർന്നു തെല്ലിരുന്നും, ഇരുന്നൊന്നു മയങ്ങിയു" മൊക്കെ നീണ്ട നാഴികകൾ ചെലവഴിച്ചിട്ടൊടുവിൽ യുഗോസ്ലേവിയക്കാരുടെ ഒരു കുടുക്കവിമാനത്തിൽ ബെൽഗ്രേഡിൽ ചെന്നിറങ്ങി. സാംസ്കാരികവകുപ്പിലെ ഒരു ഉദ്യോഗസ്ഥൻ കാത്തുനില്പുണ്ടായിരുന്നു. നിമിഷങ്ങൾക്കകം ആ മനുഷ്യനെന്നെയും എന്റെ ബാഗേജും മാസിഡോണിയയിലെ 'സ്കോപ്പിയ' യിലേക്കുള്ള മറ്റൊരു കുടുക്കവിമാനത്തിൽ കുത്തിക്കയറ്റി. സന്ധ്യയോടെ സ്കോപ്പിയയിൽ ചെന്നിറങ്ങിയപ്പോൾ, 'വിശ്വകവികൾക്ക് വിനീതസ്വാഗത'മരുളുന്ന ബാനറോടുകൂടിയ ഒരു സ്റ്റാൾ എയർപ്പോർട്ടിനകത്തുതന്നെ കണ്ടു. അവിടെ റിപ്പോർട്ടു ചെയ്യണമെന്നായിരുന്നു നിർദ്ദേശം. എന്നാൽ ആ സ്റ്റാളിൽ, കുറേ കസേരകളും ഒരു നീണ്ട മേശയും മേശപ്പുറത്ത്

കുത്തിനിറച്ച സിഗരറ്റ്കുറ്റികളെക്കൊണ്ടു വീർപ്പുമുട്ടുന്ന കുറേ ആഷ്ട്രേകളുമല്ലാതെ ഒരു മനുഷ്യനെയും കണ്ടില്ല. ഒട്ടകലെയായി 'എയർപ്പോർട്ട് ഓഫീസർ' എന്ന് ഇംഗ്ലീഷിലും ബോർഡുള്ള ഒരു മുറി കണ്ടു. അവിടെ യൂണിഫോം ധരിച്ചിരിക്കുന്ന സ്ത്രീ എയർപ്പോർട്ട് ഓഫീസറായിരിക്കുമെന്ന എന്റെ ഊഹം തെറ്റിയില്ല. ഞാൻ അവരെ സമീപിച്ച് ഇന്ത്യയിൽനിന്ന് സ്ട്രുഗാ കാവ്യോൽസവത്തിന് വന്നതാണെന്നും ബന്ധപ്പെട്ടവരെയാരെയും കാണുന്നില്ലെന്നും അറിയിച്ചു. പെട്ടെന്നവർ പട്ടണത്തിലേക്കുള്ള എയർപ്പോർട്ട് ബസ് നിർത്താൻ നിർദ്ദേശം നല്കി. ഇന്ത്യയിൽനിന്നുവന്ന കവിയാണെന്നും 'ഗ്രാന്റ് ഹോട്ടലി'ന്റെ മുന്നിലിറക്കണമെന്നും കണ്ടക്ടറോട് അല്പമുച്ചത്തിൽ പറഞ്ഞു. "ഇന്ത്യൻ പൊയറ്റ്" എന്നൊരു മർമ്മരം യാത്രക്കാർക്കിടയിൽനിന്നുയർന്നു. തികഞ്ഞ ആദരവോടെ അവരിൽ ചിലർ എനിക്ക് സീറ്റ് തരപ്പെടുത്തിത്തരികയും പെട്ടിയെടുത്തുവയ്ക്കുകയും ചെയ്തു. ബസ്റൂട്ടിൽനിന്ന് ഒട്ടൊന്ന് വ്യതിചലിച്ച് 'ഹോട്ടൽ ഗ്രാൻഡി'ന്റെ മുന്നിൽത്തന്നെ കണ്ടക്ടർ എന്നെ ഇറക്കുകയും 'റിസപ്ഷനി'ലിരിക്കുന്നയാളിനോട് എന്നെപ്പറ്റി എന്തോ പറഞ്ഞ് തിരികെപ്പോവുകയും ചെയ്തു.

അവർ മുറിയിലെത്തിച്ച ആഹാരം കഴിച്ച് ഞാൻ പൊടുന്നനെ ഗാഢനിദ്രയെ പുണർന്നു. അടുത്ത ദിവസം ഇംഗ്ലീഷ് സംസാരിക്കുന്ന ഒരു ഗൈഡ് വന്ന് എന്നെ സ്കോപ്പിയാ നഗരം കാണാൻ കൂട്ടിക്കൊണ്ടുപോയി. അമ്പത് ഡോളറിനുള്ള ട്രാവൽചെക്ക് മാറിയപ്പോൾ ഒരു വലിയ കെട്ട് ചെക്കോസ്ലേവ്യൻ പേപ്പർ കറൻസി അവർ എന്റെ നേർക്ക് നീട്ടി. ഇത്രയും കൂടെ കൊണ്ടുപോകണോ? - എന്റെ ചോദ്യം കേട്ട് റിസപ്ഷനിലിരുന്നയാൾ സ്ഫുടമായ ഇംഗ്ലീഷിൽ പറഞ്ഞു: "സാരമില്ല-ഇതു മുഴുവൻ ചെലവായിക്കൊള്ളും!" - പഴയ സ്കോപ്പിയയിലെ ചില കാഴ്ചകൾ കാണാൻ ടാക്സി പിടിച്ചതിനുതന്നെ ആയിരത്തിച്ചില്വാനം യുഗോസ്ലേവ്യൻ മണി കൊടുക്കേണ്ടിവന്നു. ഗൈഡിന്റെ വിരലുകൾ അനായാസമായി അതിശീഘ്രം ആ നോട്ടുകളെണ്ണിയെടുത്തു.

'സ്കോപിയാ' പുരാതന യുറോപ്യൻ നഗരങ്ങളിലൊന്നാണ്. ടർക്കിഷാധിപത്യകാലത്ത് ക്രിസ്ത്യൻ ദേവാലയങ്ങൾ മുസ്ലീം മോസ്കുകളേക്കാൾ ഉയർന്നുനില്ക്കുന്നിടങ്ങളിൽ, പള്ളിഗോപുരത്തിലെ കുരിശ് താഴ്ത്തിവച്ചിരുന്നു എന്ന ഒറ്റ ഉദാഹരണംകൊണ്ട്, ആ ആധിപത്യം എത്ര ഭ്രാന്തമായ ഒന്നായിരുന്നു എന്നു മനസ്സിലാവും. ഇന്നവിടെ മതഭിന്നതയുടെ പേരിലുള്ള കുഴപ്പങ്ങളൊന്നുമില്ലെന്നത് ആശ്വാസകര

മായിത്തോന്നി. മാസിഡോണിയൻ ഭാഷ മരിക്കാതിരിക്കാൻ നിർഭയം മരണം വരിച്ച 'മിലാദിനോവ്' സഹോദരന്മാർ ഇരട്ടകളെപ്പോലെ നില് ക്കുന്ന പൊക്കം കുറഞ്ഞ പ്രതിമകൾ ഒരിടത്തു കണ്ടു. ഒരു കോട്ട കെട്ടി യിട്ടുറയ്ക്കാത്തതുകൊണ്ട് ശില്പികളിലൊരാളുടെ പത്നിയെയും ചേർത്തു കെട്ടിയപ്പോൾ കോട്ടയുറച്ചു എന്ന ഐതിഹ്യത്തിനാസ്പദമായ ഇടിഞ്ഞുപൊളിഞ്ഞ കോട്ട ഗൈഡ് എനിക്ക് കാട്ടിത്തന്നു. ഒരാളുടെ വലു പ്പത്തിൽ പൊള്ളയായിക്കിടക്കുന്ന ആ ഭാഗം കണ്ടു എന്നിൽ മുളച്ച കവി തയാണ് 'അമ്മ.' അന്നുതന്നെ ആദ്യവരികൾ ഒരു വടക്കൻപാട്ടുമട്ടിലാണ് എനിക്കു തോന്നിയത്:-

"ഒമ്പതുപേരവർ കല്പണിക്കാർ

ഓരമ്മ പെറ്റവരായിരുന്നു... എന്നിങ്ങനെ. അങ്ങെത്രയോ വിദൂരത യിൽ സ്കോപ്പിയ എന്ന നഗരത്തിലെ കഥയ്ക്ക് നമ്മുടെ വടക്കൻപാട്ടു മട്ടിലുമവതരിക്കാൻ കഴിയുമെന്നതൊരത്ഭുതമല്ല. സമാനമായ ഐതിഹ്യ ങ്ങൾ നമ്മുടെ കുട്ടനാട്ടും ഉണ്ടായിട്ടില്ലേ? കുട്ടനാടൻ പുഞ്ചയിൽ ചിറ കെട്ടിയുറപ്പിക്കാൻ നരബലി നടത്തിയ കഥകൾ നമുക്കും അന്യമല്ലല്ലോ! അഭ്യസ്തവിദ്യയായ ആ യുവഗൈഡ്, ഒരു കവിക്ക് വഴികാട്ടിയായി കൂടെ നടക്കാൻ കഴിഞ്ഞത് തനിക്കു കൈവന്ന ഭാഗ്യമാണെന്ന് പറയുകയു ണ്ടായി. അവളുടെ സന്തോഷാർത്ഥം വഴിയരികിലെ ഒരു കന്റീനിൽ നിന്ന് എനിക്കൊരു 'എക്സ്പ്രസ്സോ കോഫി" കഴിക്കേണ്ടിവന്നു. വീണ്ടും ഒരു പുരാതനനഗരത്തിന്റെ തിരുശേഷിപ്പുകൾ ചിലതുകൂടി കണ്ട് ഹോട്ടലിൽ തിരിച്ചെത്തിയപ്പോൾ ആ നോട്ടുകെട്ടുകളുടെ തിരുശേഷിപ്പും ശോഷി ച്ചിരുന്നു.

ഊണും ഉച്ചയുറക്കവുമൊക്കെ കഴിഞ്ഞ നേരത്ത് ഒരു മാസിഡോ ണിയൻ കവി എന്നെ സ്ട്രുഗയിലേക്ക് കൂട്ടിക്കൊണ്ടുപോകാൻ തന്റെ കാറുമായി വന്നു. ഇംഗ്ലീഷ് സംസാരിക്കാനുള്ള കഴിവ് നന്നെ കമ്മി. എങ്ങ നെയോ ഞങ്ങളന്യോന്യം ഇംഗിതങ്ങൾ വെളിപ്പെടുത്തി. പോകുന്ന വഴി ക്കാണയാളുടെ വസതിയെന്നും അയാളുടെ കുടുംബത്തിന് എന്നെ കാണാൻ താല്പര്യമുണ്ടെന്നും ഞാൻ മനസ്സിലാക്കി. ഒരു മാസിഡോ ണിയൻ കുടുംബം സന്ദർശിക്കുക - എനിക്കുമൊരാശ്വാസമായി തോന്നി. റോഡിൽനിന്നു നേരെ പടികയറിച്ചെല്ലുന്ന ആ വീടിന്റെ മുറ്റത്തിരുവശ ത്തായി രണ്ടു 'ചെറിമരങ്ങൾ' നിറയെ കായ്ച്ചുനില്ക്കുന്നു. വിരുന്നുമു റിയിലും ചെറിപ്പഴങ്ങളും, പേരറിയാത്ത മറ്റു ചില പഴങ്ങളും ഒരു തട്ട ത്തിൽ കാത്തിരിക്കുന്നുണ്ടായിരുന്നു. അഭിഭാഷകയായ കവിപത്നിക്ക്

നന്നായി ഇംഗ്ലീഷ് പറയാനാറിയാം. സ്ട്രുഗായിലേക്കുള്ള ദൂരത്തെപ്പ
റ്റിയും മറ്റും ചില അത്യാവശ്യവിവരങ്ങൾ അവരോടു ചോദിച്ചു മനസ്സി
ലാക്കി. വെള്ളാരങ്കണ്ണും തുടുത്ത കവിളുകളുമുള്ള രണ്ടു കുട്ടികൾ
ഏതോ ബാലചിത്രകഥയിൽനിന്നിറങ്ങിവന്നെന്നപോലെ എന്നെ നോക്കി
കൗതുകം പൂണ്ടിരുന്നു. അവരുടെ ഭാഷയിൽ ആ കുഞ്ഞുങ്ങളെന്നോട്
എന്തൊക്കെയോ പറഞ്ഞു - അത് സ്നേഹത്തിന്റെ ഭാഷയായിരുന്നു.
വീട്ടുകാരി അതിന്റെ വാച്യാർത്ഥം ഇങ്ങനെ പറഞ്ഞുതന്നു: "ഒരു കവിത
ചൊല്ലിക്കേൾപ്പിക്കാമോ?"

"ഈ വല്ലിയിൽനിന്നു ചെമ്മേ - പൂക്കൾ
പോകുന്നിതാപറന്നമ്മേ!" എന്ന കുട്ടിക്കവിത ഞാൻ ചൊല്ലിക്കൊ
ടുത്തു. അർത്ഥവും പറഞ്ഞുകൊടുത്തു. പടിയിറങ്ങുമ്പോൾ ആ കുട്ടി
കൾ കൈവീശിക്കൊണ്ടിരുന്നു; ചെറിമരച്ചില്ലകളും.

ബാബൽ ഗോപുരത്തിൽനിന്നിറങ്ങിവന്ന രണ്ടു മനുഷ്യരെപ്പോലെ,
മൂന്നിലേറെ മണിക്കൂർ ഞങ്ങൾ അടുത്തടുത്തിരുന്നെങ്കിലും മനസ്സു
കൊണ്ടകലെയായിരുന്നു. വാഹനമോടിക്കുന്നയാൾ ഉറങ്ങാതിരിക്കേണ്ട
തെന്റെയും കൂടി ആവശ്യമായതിനാൽ ഞാൻ ഓരോ കവിതകൾ ചൊല്ലി
ക്കൊണ്ടിരുന്നു. ഇടയ്ക്കിടയ്ക്ക് ആ മാസിഡോണിയൻ സുഹൃത്ത് "your
language .....sweet" എന്നൊക്കെ പറയുന്നതുകേട്ടു.

സ്ട്രുഗയിൽ കവികളെ താമസിപ്പിച്ചിരുന്നത് നാലുകെട്ട് രീതിയി
ലുള്ള ഒരു കൂറ്റൻ കെട്ടിടത്തിലായിരുന്നു. നടുവിൽ വിശാലമായൊര
ങ്കണമുണ്ട്. അവിടെ കുറേ പ്ലാസ്റ്റിക് കസേരകളും. അന്തേവാസികൾക്ക
വിടെ കൂടിയിരിക്കാം. സൊറപറഞ്ഞിരിക്കാം. ഗൗരവപൂർണ്ണമായ ആശ
യവിനിമയമാവാം. കൂട്ടത്തിലൊന്നും കൂടാതെ, ഒറ്റയ്ക്ക് മനോരാജ്യത്തിൽ
മുഴുകിയിരിക്കുന്നവരെയും കണ്ടു.

ആദ്യയോഗം തൊട്ടടുത്തുള്ള 'ഹാൾ ഓഫ് പൊയട്രി'യിലായിരു
ന്നു. ആ ഹാളിന്റെ മുകളിലേക്ക് പുറമേനിന്നു കയറിപ്പോകാൻ കോണി
പ്പടികളുണ്ട്. ഒളിമ്പിയൻ മാതൃകയിൽ ഒരു ദീപയഷ്ടിയുമേന്തി ഒരു
യുവാവ് ആ കോണിപ്പടികളിലൂടെ മുകളിലെത്തി. അവിടെയത് നാട്ടിയ
പ്പോൾ താഴെനിന്ന് ഒരു യുവഗായകസംഘം മാസിഡോണിയൻ ഭാഷ
യിലൊരു ഗാനം പാടി. മാസിഡോണിയൻ ഭാഷയും കവിതയും അന
ശ്വരമാണെന്നർത്ഥംവരുന്ന ഒരു ഗാനമാണതെന്ന് എന്റെ ദ്വിഭാഷി പറ
ഞ്ഞുതന്നു. (സ്കൂളിൽ രണ്ടാം ഭാഷയായി ഇംഗ്ലീഷ് പഠിച്ച്, പിന്നെ
ഇംഗ്ലീഷ് സാഹിത്യത്തിൽ ഡോക്ടറേറ്റുവരെ നേടിയ ഡോ.ബ്ലഗോയ്,

പിരിഞ്ഞുപോകുംവരെ എന്റെ ദ്വിഭാഷിയായി കൂടെയുണ്ടായിരുന്നു. കാര്യ
ങ്ങൾ അറിയുന്നതിനും അറിയിക്കുന്നതിനും പിന്നെ എനിക്കൊരു ബുദ്ധി
മുട്ടുമുണ്ടായില്ല.)

'യവനിക ഉയർത്തൽ' (Curtain Raiser) എന്ന ആദ്യയോഗത്തിൽ
ഇന്ത്യ ഉൾപ്പെടെ ഏഴു രാജ്യങ്ങളുടെ പ്രതിനിധികളാണ് പങ്കെടുത്തിരു
ന്നത്.

സദസ്സിന്റെ മുൻനിരയിലൊരു പരിചിതമുഖം കണ്ടു – ഫോട്ടോയിൽ
കണ്ടിട്ടുള്ളതാണ്. അതാരാണെന്ന് ഞാൻ ഡോ.ബ്ലഗോയിയോടു ചോദി
ച്ചു. അത് യൂഗോസ്ലിവയൻ പ്രസിഡണ്ട് 'ലാസർ മൊയ്സോഫ്'
ആണെന്ന് ഡോ.ബ്ലഗോയി പറഞ്ഞപ്പോൾ എനിക്കത്ഭുതം തോന്നി. ഒരു
സാധാരണ ആസ്വാദകനെപ്പോലെ രാജകീയ പരിവാരങ്ങളൊന്നുമില്ലാതെ
ഒരു റിപ്പബ്ലിക്കിന്റെ പ്രസിഡണ്ട്! 'വീടുകൾ' എന്ന കവിതയാണ് ഞാ
നവിടെ വായിച്ചത്. യോഗം കഴിഞ്ഞ് ഹാളിന്റെ ഒരു വശത്തെ മുറിയിൽ
പ്രസിഡണ്ട് കവികളെ സ്വീകരിച്ചു. ഹസ്തദാനം ചെയ്തുകൊണ്ട്
എന്നോടദ്ദേഹം പറഞ്ഞു: "ഒരിന്ത്യൻ കവിക്കുമാത്രമേ തനിക്ക് എവിടെ
യുമൊരു വീടുണ്ടെന്ന് പറയാൻ കഴിയൂ." "എന്റെ രാജ്യത്തിന്റെ പൈതൃ
കത്തിനുള്ള ബഹുമതിയായി ഞാനതു കണക്കാക്കുന്നു," എന്ന് മറു
പടി പറഞ്ഞു.

വെർദാനദിക്കു കുറുകെയുള്ള പാലങ്ങളിലൊന്നിൽ ഗതാഗതം നിറു
ത്തിവച്ചിട്ട്, അതൊരു പ്ലാറ്റ്ഫോമാക്കി, അവിടെനിന്ന് ഉച്ചഭാഷിണികളുടെ
ഒരു നീണ്ടനിരയിലൂടെ അതിദൂരെ കേൾക്കുമാറ് കവികൾ സ്വന്തം കവിത
വായിക്കുന്ന രീതിയിലാണ് ആ കാവ്യോൽസവം ക്രമീകരിച്ചിരുന്നത്.
രണ്ടു ദിവസം! എൺപതിലേറെ കവികൾ ആ പ്ലാറ്റ്ഫോമിൽനിന്ന് ഉദ
യംമുതൽ രാവിന്റെ ആദ്യയാമങ്ങളോളം നീണ്ട ആ ഉൽസവത്തിൽ പങ്കെ
ടുക്കുന്നു; താഴെ നദിയുടെ ഇരുപാടും ബഞ്ചുകളിലിരുന്ന് ശ്രോതാക്ക
ളാസ്വദിക്കുന്നു; ചെറിയ ബോട്ടുകളിൽ വട്ടംകറങ്ങി വേറെയും ശ്രോതാ
ക്കൾ! – അത് കവിതയുടെ 'ഉൽസവം' തന്നെയായിരുന്നു! സ്വന്തം ഭാഷ
മരിക്കാതിരിക്കാൻ രക്തസാക്ഷികളായിത്തീർന്ന ആ സഹോദരന്മാരെ
ആദരിക്കാൻ ഒരു രാഷ്ട്രത്തിന്റെ ആത്മാർപ്പണം!

സ്വന്തം നാട്ടിൽ അവഗണിക്കപ്പെടുന്ന എന്റെ ഭാഷയിൽത്തന്നെ 'ഭൂമി
ക്കൊരു ചരമഗീത'വും 'വീടുകളും' സ്വഭാഷയെ പ്രാണനുതുല്യം
സ്നേഹിക്കുന്ന ഒരു ജനതയ്ക്കുവേണ്ടി ചൊല്ലാൻ കഴിഞ്ഞത് ജീവിത
ത്തിലെ ഒരപൂർവ്വധന്യതയെന്നതിനപ്പുറം ഒന്നും പറയാനില്ല! പീഡിത

മായ ഒരു ദ്വീപരാഷ്ട്രമായ 'സൈപ്രസി'ൽനിന്നു വന്ന ഒരു ഗ്രീക്കുക വയിത്രി 'ഇന്ത്യൻ കവിക്ക്' എന്ന തലക്കെട്ടിൽ എനിക്കെഴുതിത്തന്ന ഒരു ഗ്രീക്കുകവിത (ഇംഗ്ലീഷിലൊരു ഏകദേശവിവർത്തനത്തിനൊപ്പം) മലയാളത്തിന്റെ പേരിൽ എനിക്ക് കൂടുതലഭിമാനിക്കാൻ വകയായി. രണ്ടു വർഷം മുമ്പ് സിങ്കപ്പൂരിൽ മലയാളികളുടെ ഒരു സ്വീകരണയോഗത്തിൽ കുട്ടികളെ മലയാളം പഠിപ്പിക്കാൻ വേണ്ട സംവിധാനമുണ്ടാവണമെന്നു ഞാൻ പറഞ്ഞപ്പോൾ, കേരളത്തിലെ ഒരു കുഗ്രാമത്തിൽനിന്നവിടെയെത്തിയ ഒരു പുതുക്കാശുകാരൻ പരുഷമായൊരു ചോദ്യമെറിഞ്ഞു: "ഞങ്ങളുടെ കുട്ടികളെന്തിന് ആ നിഷ്പ്രയോജനമായ ഭാഷ (useless language) പഠിക്കണം?" - ചോദ്യവും ഇംഗ്ലീഷിലായിരുന്നു.

അന്നു രാത്രി അതിഥിമന്ദിരത്തിലെ അങ്കണക്കൂട്ടായ്മയിൽ, ഇംഗ്ലീഷിൽ കവിത വായിച്ചവരോട് (ഇംഗ്ലണ്ട്, ഐർലൻഡ്, ക്യാനഡ, യു.എസ്, ആസ്ട്രേലിയ തുടങ്ങിയ രാജ്യങ്ങളിൽനിന്നുള്ളവർ) ഒരാൾ പറഞ്ഞു: "നിങ്ങളെല്ലാം ഇംഗ്ലീഷിലാണെഴുതുന്നത്. പക്ഷേ, വായിച്ചുകേട്ടപ്പോൾ വ്യത്യസ്ത ഭാഷകളാണെന്നു തോന്നി.." പെട്ടെന്ന് യു.എസ്-ൽനിന്നു വന്ന കവി പ്രതികരിച്ചു: "Who told you that we all write in English? We write in ENGLISHES". അമേരിക്കക്കാരൻ തന്റെ ഭാഷയുടെ അടിവേര് ഇംഗ്ലണ്ടിലാണെന്നംഗീകരിക്കാൻ തയ്യാറില്ല. അതിസമ്പന്നതയുടെ ധാർഷ്ട്യം!

'സ്ട്രുഗ' യോട് വിടപറഞ്ഞ്, നിളാനദിയെയും ചെറുതുരുത്തിപ്പാലത്തെയും ഓർമ്മിപ്പിക്കുന്ന 'വെർദ' നദിയോടും കാവ്യോൽസവവേദിയായ ആ പാലത്തോടും വിടപറഞ്ഞ് ഞാനുൾപ്പെടെ ഏതാനും കവികൾ 'സ്കോപിയ'യിലെത്തി. അവിടത്തെ യൂണിവേഴ്സിറ്റിയിലെ മാസിഡോണിയൻ സാഹിത്യവിഭാഗത്തിലെ അദ്ധ്യാപകരും ഗവേഷകവിദ്യാർത്ഥികളും ഞങ്ങൾക്കൊരു യാത്രയയപ്പ് ഒരുക്കിയിരുന്നു. ഉദാരമായ യാത്രയയപ്പ് പ്രസംഗമൊക്കെ കഴിഞ്ഞ്, ഏതാനും നിമിഷം മറുപടി പറയാൻ കവികൾ ക്ഷണിക്കപ്പെട്ടു. എന്റെ മറുപടിയിൽ "മഹാനായ അലക്സാണ്ടർ" എന്ന് പതിവുള്ളൊരു പരാമർശമുണ്ടായി. പെട്ടെന്നൊരു ഗവേഷകവിദ്യാർത്ഥി ക്ഷോഭത്തോടെ "അലക്സാണ്ടർ മഹാനാണെന്നാരാണ് പറഞ്ഞത്?" എന്നെന്നോടു ചോദിച്ചു. കൊളോണിയൽ ഭരണകാലത്തെ വിദ്യാഭ്യാസകാലത്ത് അങ്ങനെയാണ് പഠിപ്പിച്ചതെന്നും, പറഞ്ഞുശീലിച്ചതെന്നും ഞാൻ വിശദീകരിച്ചെങ്കിലും എന്റെ വാക്കുകൾ എനിക്കുതന്നെ തൃപ്തികരമായില്ല. അപ്പോൾ ആ വിദ്യാർത്ഥിയോടു ഞാൻ

ചോദിച്ചു. "യുവസ്നേഹിതാ, താങ്കൾ അങ്ങനെ ചോദിക്കാൻ കാരണ മെന്താണ്?" ആ ചെറുപ്പക്കാരൻ എഴുന്നേറ്റുനിന്ന് ഉറച്ച വിശ്വാസത്തോടെ ഒരു മറുചോദ്യം ചോദിക്കുകയാണുണ്ടായത്. "അരിസ്റ്റോട്ടിലിന്റെ മുന്നി ലിരുന്ന് പഠിച്ച് വിജ്ഞാനമാർജ്ജിച്ച ഒരാൾ അധികാരമേറ്റപ്പോൾ ആക്രമ ണോൽസുകനായി നേരെ കിഴക്കോട്ടു പാഞ്ഞത് മഹത്വത്തിന്റെ ലക്ഷ ണമാണോ?" അയാൾ ഒരു നിമിഷം തന്റെ ചോദ്യംകൊണ്ട് എന്നെ നിശ്ശ ബ്ദനാക്കിയെങ്കിലും ഇന്ത്യയുടെ ആത്മാവ് എന്നെ അനുഗ്രഹിച്ചതു പോലെ എനിക്ക് പുതിയൊരു കാര്യം ചോദിക്കാൻ തോന്നി. "അലക്സാ ണ്ടർ തന്റെ ജഡം സംസ്കരിക്കുമ്പോൾ കൈ രണ്ടും മലർത്തിവയ്ക്ക ണമെന്നു നിർദ്ദേശിച്ചതിന്റെ കാരണമെന്താണെന്നറിയാമോ?" അയാൾ എന്തോ ഓർത്തു നില്ക്കെ, ഞാൻ പറഞ്ഞു: "ഞങ്ങൾക്ക് 'സ്പർശചി കിൽസ' എന്നൊന്നുണ്ട്. അലക്സാണ്ടർ ആക്രമിച്ചു എന്നൊക്കെ പറ യുന്നതിന് ഇന്ത്യയുടെ ഒരു കോണിലൊന്നു തൊട്ടു എന്നേ അർത്ഥമു ള്ളൂ. ആ സ്പർശംകൊണ്ട് ഇന്ത്യയുടെ സഞ്ചിതജ്ഞാനത്തിന്റെ ഈടു വയ്പിലെ ഏറ്റവും വിശിഷ്ടമായൊരു ഔഷധത്തിന്റെ വീര്യം അദ്ദേഹ ത്തിലേക്കു പകർന്നു: "ഇദം ന മമ" (ഇതെന്റേതല്ല) എന്ന ബോധം. താൻ കീഴടക്കിയതൊന്നും തന്റേതല്ലെന്ന ബോധം - അത് പരമമായ ജ്ഞാനമാണ്." പൊട്ടക്കണ്ണന്റെ കല്ലേറ് ഫലിച്ചു. "ഇദം ന മമ" എന്നെ ഴുതിയെടുക്കാൻ അവർക്കിടയിൽ മൽസരമായി. ശരിയായി സ്പെല്ലിംഗ് (ഇംഗ്ലീഷിൽ) പറഞ്ഞുകൊടുത്തു. ഓരോ വാക്കിന്റെയും പ്രത്യേകാർത്ഥ വും. വിദ്യാർത്ഥികളിലൊരാൾ തന്റെ പേന (വിലകുറഞ്ഞൊരു മഷിപ്പേ ന) എന്റെ പോക്കറ്റിൽ കുത്തിത്തന്നു. "എന്തിനാണിതെനിക്കു തരുന്നത്? ഇത് നിങ്ങൾക്കൊരത്യാവശ്യസാധനമല്ലേ?" "ഇതെന്റെ ഓർമ്മയ്ക്ക്!" ആ ചോദ്യം ചോദിച്ച വിദ്യാർത്ഥിതന്നെയായിരുന്നു അത്.

സ്കോപ്പിയയിൽനിന്ന് ബെൽഗ്രേഡിലേക്കുള്ള വിമാനം അടുത്ത ദിവസം വെളുപ്പിനാണ്. ഹോട്ടലിൽ താമസിച്ചിരുന്ന കവികൾ ഒട്ടുമിക്ക പേരും സ്ഥലംവിട്ടിരിക്കുന്നു. ഹോട്ടലിൽനിന്ന് രാവെളുക്കുംമുമ്പ് അത്ര നേരത്തേ പോകാൻ ഒരു എയർപ്പോർട്ട്ബസ് വരും. കൂടെവരാനൊന്നു മാരുമില്ല. കൈപ്പെട്ടിയും പ്രധാന പെട്ടിയുമുണ്ട്. ഡോ.ബ്ലഗോയ്ക്ക് എയർപ്പോർട്ടുവരെ കൂടെവന്ന് എന്നെ യാത്രയാക്കണമെന്ന് വളരെ ആഗ്ര ഹമുണ്ട്. പക്ഷേ, ഓരോരുത്തരുടെ ജോലിക്കനുസരിച്ചുള്ള ഓട്ടത്തിനു പോലും 'റേഷൻപെട്രോൾ' തികയാറില്ല. തിരികെ വരാൻ സൗകര്യ ത്തിന് ബസ് വളരെ ചുരുക്കം. ഡോ.ബ്ലഗോയ് മാസിഡോണിയയുടെ

സാമ്പത്തികഞെരുക്കം വരുത്തുന്ന വൈഷമ്യങ്ങളെപ്പറ്റി പറഞ്ഞ് ദുഃഖി തനായി നില്ക്കുന്ന ചിത്രം എന്നെയും വല്ലാതെ വേദനിപ്പിച്ചു. ഞങ്ങൾ പരസ്പരം കെട്ടിപ്പുണർന്ന്, ഹസ്തദാനം ചെയ്ത് വിടപറഞ്ഞു.

ഹോട്ടലിലെ റിസപ്ഷണിസ്റ്റ് ഒരു സഹൃദയനായിരുന്നു. ഞാൻ സ്ട്രുഗയിൽനിന്ന് തിരിച്ചെത്തിയപ്പോൾ "കണ്ടു, കണ്ടു" എന്നുപറ ഞ്ഞാണെന്നെ സ്വീകരിച്ചത്. കാവ്യോൽസവവേദിയിൽ ഞാൻ കവിത വായിക്കുന്നതു ടി.വി.യിൽ കണ്ടു എന്നാണുദ്ദേശിച്ചതെന്നു പിന്നെ മന സ്സിലായി. ബസ്സ്റ്റാന്റിലേക്ക് ലേശം ദൂരമൊക്കെയുണ്ട്. പെട്ടിയും തൂക്കി അവിടെവരെ നടക്കുന്നതോർത്ത് ഞാൻ വിഷമിച്ചുനില്ക്കെ, അയാൾ "ഇവിടെ പോർട്ടർമാരില്ല" എന്ന് നിസ്സഹായനായി പറഞ്ഞു. എങ്കിലും അതിവെളുപ്പിനെഴുന്നേറ്റ് ചുമടുമേറ്റി പടിയിറങ്ങുമ്പോൾ അയാൾ പതുക്കെ കാതിൽ പറഞ്ഞു: "സൂക്ഷിക്കണം, കള്ളന്മാരുണ്ടാവും. പാസ്പോട്ടും ടിക്കറ്റും കോട്ടിന്റെ ഉൾപോക്കറ്റിൽത്തന്നെ വയ്ക്കണം." സന്ദിഗ്ധതയുടെ മുൾവഴികളിലൂടെ സഞ്ചരിക്കുമ്പോൾ ഏതു ദുർബ്ബല ജന്തുവിന്റെയും ഉള്ളിൽ ചുരത്തുന്ന ധൈര്യത്തോടെ ഞാൻ ആ ബസ്സ്റ്റാന്റിലേക്കു നടന്നു. അവിടം വിജനമായിരുന്നു. ഇലയനക്കംപോ ലുമില്ലാത്ത ഭീകരനിശ്ശബ്ദത! ഏതാനും വാരയകലെ രണ്ടുമൂന്നു ടാക്സി കൾ ഏതോ ചത്ത ജന്തുക്കളെപ്പോലെ കിടപ്പുണ്ട്. എയർപ്പോർട്ട് ഫീസ് കൊടുക്കേണ്ട 1000 ദിനാർ കഴിഞ്ഞാൽ പിന്നെ എന്റെ പക്കൽ അധിക മൊന്നും നാണയമില്ല. ഒറ്റയ്ക്കൊരു ടാക്സി പിടിക്കാൻ അതു തികയു കയില്ല. അപ്പോൾ ബസ്സ്റ്റാന്റിലേക്ക് ഒരു സ്ത്രീയും പുരുഷനും വന്നെത്തി. ദമ്പതികളാവണം. ആശ്വാസമായി. 'എയർപ്പോർട്ട് ബസ് വരാ തിരിക്കുമോ?' ഉൽക്കണ്ഠകൊണ്ട് ഞാൻ ചോദിച്ചുപോയി; ഭാഗ്യം! കഷ്ടിച്ച് ഇംഗ്ലീഷറിയുന്നവരാണ്! തീർച്ചയായും വരാതിരിക്കില്ല, വന്നി ല്ലെങ്കിൽ നമുക്ക് ടാക്സി പിടിക്കാമെന്നുകൂടി ആ മാന്യൻ പറഞ്ഞപ്പോൾ ധൈര്യമായി. വൈകാതെ ബസ് മുന്നിൽ വന്നുനിന്നു. കുത്തിനിറച്ച ചാക്കിൽ സ്വയം തിരുകിക്കയറിയ മാതിരി ആ ദമ്പതികളും ഞാനുമെന്റെ പെട്ടിയും....! ഇക്കുറി 'ഇന്ത്യൻ പൊയറ്റ്' എന്നാരും തിരിച്ചറിയാത്തതി നാൽ കുലുങ്ങിക്കുലുങ്ങി മേൽപ്പിടിയിൽ തൂങ്ങിനില്ക്കേണ്ടിവന്നു.

സമയത്തുതന്നെ വിമാനം ബെൽഗ്രേഡിലെത്തി. അവിടെ ഇന്ത്യൻ എംബസിയിലെ ഒരു മലയാളിജീവനക്കാരനെയാണ് എന്റെ കാര്യങ്ങൾ നോക്കാൻ ചുമതലപ്പെടുത്തിയിരുന്നത്. ഉച്ചവരെ ബെൽഗ്രേഡിൽ ചില യിടങ്ങൾ സന്ദർശിച്ചു. ടിറ്റോസ്മാരകമായിരുന്നു പ്രധാനം. പിന്നെ, യുദ്ധ

ക്കെടുതിയുടെ ദൃശ്യങ്ങൾ; ഒടുവിൽ ഒരു സാധാരണ നിരത്തിലേക്ക് അയാളെന്നെ കൊണ്ടുപോയി. അവിടെ നിരത്തിനരികിലെ ഒരു 'മാൻഹോളി'ന്റെ അടപ്പ് സമചതുരത്തിൽ ചങ്ങലകെട്ടി സംരക്ഷിച്ചുനിർത്തിയിരിക്കുന്നതു ചൂണ്ടിക്കാട്ടി അയാൾ പറഞ്ഞു: നാസികളുടെ ബോംബാക്രമണത്തിനിടയിൽ ഈ മാൻഹോൾ തുറന്ന് ഒരു വലിയ ശാസ്ത്രജ്ഞൻ താഴോട്ട് പിടിച്ചിറങ്ങി രക്ഷപ്പെട്ടുനിന്നിട്ടുണ്ട്. ആക്രമണം കഴിഞ്ഞപ്പോൾ പുറത്തേക്കിറങ്ങി ജീവനുംകൊണ്ട് പലായനം ചെയ്തുവത്രേ. അതിന്റെ സ്മാരകമാണ് അടച്ചിട്ടിരിക്കുന്ന മാൻഹോൾ. ആ കാഴ്ചയാണ് പിന്നീട് 'അഭയം' എന്ന കവിതയെഴുതാൻ എനിക്ക് പ്രേരണയായത്.

ഉച്ചതിരിഞ്ഞ് റോമിലേക്കുള്ള വിമാനത്തിൽ എംബസിയിലെ ഒരുദ്യോഗസ്ഥൻ എന്നെ കയറ്റിവിട്ടു. എന്റെ കാര്യങ്ങൾ ശ്രദ്ധിച്ചിരുന്ന ആ ജീവനക്കാരന് ഒരു കൈത്തെറ്റ് പറ്റി. എന്റെ വലിയ പെട്ടി റോമിലേക്കാണയാൾ 'ചെക്ക്-ഇൻ' ചെയ്തത് - നേരേ ദില്ലിയിലേക്ക് ചെല്ലുന്നതിനു പകരം. റോമിൽ എനിക്ക് പുറത്തുപോകാൻ അനുവാദമില്ലാത്തതിനാൽ, പെട്ടി അവിടെനിന്നെടുത്ത് ദില്ലിയിലേക്ക് കയറ്റാൻ എനിക്കു കഴിഞ്ഞില്ല. "ആരും അവകാശപ്പെടാനില്ലാത്ത" ബാഗേജായി അത് റോമിൽ കിടന്നു. ദില്ലിയിലെത്തിയപ്പോൾ അവസാനത്തെ ബാഗും വരുന്നതുവരെ ഞാനവിടെ കാത്തുനിന്നു. താമസസ്ഥലത്തു ചെന്നാൽ ഇട്ടിരിക്കുന്ന പാന്റ് മാറ്റി ഒരു മുണ്ടെടുത്തുടുക്കാനില്ലാത്ത വിഷമസ്ഥിതിയിൽ, 'മിസ്ഡ് ബാഗേജി'നുള്ള പരാതിയെഴുതിക്കൊടുത്തിട്ട് എനിക്കു പുറത്തു കടക്കേണ്ടിവന്നു. കേരളാഹൗസിലെത്തിയപ്പോൾ അതാ, ആപൽബാന്ധവനെപ്പോലെ വി.കെ.മാധവൻകുട്ടി! എനിക്കവശ്യം വേണ്ട മുണ്ടും ചപ്പൽസുമെല്ലാം മാധവൻകുട്ടി എന്നെയും കൂട്ടി കൊണാട്ട് പ്ലേസിൽ പോയി വാങ്ങിച്ചു. കൈപ്പെട്ടി മാത്രം കയ്യിൽ തൂക്കി ഒരു യൂറോപ്യൻ യാത്ര കഴിഞ്ഞ് വരുന്നതുകണ്ട് തിരുവനന്തപുരം വിമാനത്താവളത്തിലെ പരിചിതർക്ക് അത്ഭുതം തോന്നി. എന്റെ പരാതിയെത്തുടർന്ന് കാര്യമായി അന്വേഷണം നടത്തിയിരിക്കുന്നു. നാലഞ്ചു ദിവസം കഴിഞ്ഞ് റോമിൽ നിന്ന് പെട്ടി വന്നുചേർന്നു.

# 17 "ശവകുടീരത്തിൽ നീയുറങ്ങുമ്പൊഴും...."

**ആ**യിരത്തി തൊള്ളായിരത്തി തൊണ്ണൂറ്റി രണ്ടിലാണെന്നാണോർമ്മ-വാഷിംഗ്ടണ്ണിൽ വച്ചു നടന്ന 'ഫൊക്കാന' (ഫെഡറേഷൻ ഓഫ് കേരള അസോസിയേഷൻസ് ഇൻ നോർത്ത് അമേരിക്ക) സമ്മേളനത്തിൽ എം.ടി.വാസുദേവൻ നായരും സുഗതകുമാരിയും വിഷ്ണുനാരായണൻ നമ്പൂതിരിയും കാക്കനാടനും എൻ.ആർ.എസ്. ബാബുവും ഞാനും ഉൾപ്പെട്ട ഒരു സംഘം പങ്കെടുത്തിരുന്നു. അമേരിക്കയിലെ പ്രമുഖ സ്പെഷലിസ്റ്റ് ആശുപത്രികളുമായി ബന്ധപ്പെട്ട പ്രശസ്തനായ ഡോക്ടറും ജീവനു തുല്യം മലയാളത്തെ സ്നേഹിക്കുന്ന സഹൃദയനുമായ ഡോ.എം.വി. പിള്ള (ഞങ്ങൾ സ്നേഹത്തോടെ 'മണി' എന്നു വിളിക്കും)യാണ്, സാഹിത്യകാരന്മാരെ ക്ഷണിച്ചു വരുത്താനും അർത്ഥപൂർണ്ണമായ സാഹിത്യപരിപാടികൾ നടത്താനും മുൻകൈയെടുത്തത്. സമ്മേളനസ്ഥലത്ത് "അമ്മയ്ക്കൊരുമ്മ" എന്നെഴുതി ഒട്ടിച്ച ഒരു കാണിക്കപ്പെട്ടി വച്ചിരുന്നു. പങ്കെടുക്കുന്നവരോരോരുത്തരും ഒരു ഡോളർ ആ പെട്ടിയിൽ നിക്ഷേപിക്കുക. സമാപന ദിവസം പെട്ടി തുറന്ന് കിട്ടുന്ന മൊത്തം തുക കേരളത്തിലെ സർവ്വകലാശാലകളിൽ മലയാളം ഐച്ഛികവിഷ

യമായെടുത്ത് പഠിക്കുന്ന വിദ്യാർത്ഥികൾക്ക് സ്കോളർഷിപ്പായും പുസ്തകം വാങ്ങാനുള്ള സഹായധനമായും മറ്റും വിതരണം ചെയ്യുക - ഇതൊക്കെയാണ് പരിപാടി. പെട്ടി തുറന്നെണ്ണിയപ്പോൾ താൻ പ്രതീക്ഷിച്ചത്ര തുക ഉണ്ടായില്ലെന്നതിൽ ഡോ.പിള്ള ഏറെ ദുഃഖിതനായിരുന്നു. എങ്കിലും അതൊരു നല്ല തുടക്കമായിരുന്നു.

വാൾട്ട് വിറ്റ്മാന്റെയും റോബർട്ട് ഫ്രോസ്റ്റിന്റെയും അമേരിക്കയെ ഇന്നവിടെ അന്വേഷിച്ചിട്ട് കാര്യമില്ലെന്നു തോന്നി. യു.എൻ. ഹെഡ്ക്വാർട്ടേഴ്സിന്റെ അങ്കണത്തിലെ മൂന്നായി മടക്കി തലകീഴായി നിർത്തിയ തോക്കിന്റെ ശില്പമാണെന്നെയവിടെ ഏറ്റവുമധികം ആകർഷിച്ചത്. 'അമേരിക്കയ്ക്ക് സസ്നേഹം' എന്ന കവിത (*ക്ഷണികം, പക്ഷേ*, എന്ന സമാഹാരത്തിൽ) യിൽ ഞാനത് സൂചിപ്പിച്ചിട്ടുണ്ട്.

നയാഗ്രാവെള്ളച്ചാട്ടം ഒരു ലോകാത്ഭുതം തന്നെയാണ് - യു.എസിൽനിന്നും കാനഡയിൽനിന്നും കാണാമെന്നതാണതിന്റെ സവിശേഷത. മറുഭാഗത്തുനിന്നു കാണുമ്പോൾ അത് കൂടുതൽ അത്ഭുതകരമായി തോന്നുമെന്ന് മണി പറഞ്ഞു. എന്തായാലും സുഗതകുമാരിക്ക് അത് നല്ലൊരു കവിതയ്ക്ക് വിഷയമായി. അതു കണ്ടുമടങ്ങുമ്പോൾ കാറിലിരുന്നുതന്നെ സുഗത ആ കവിതയുടെ രചനയിൽ മുഴുകുന്നതു കണ്ടു. തന്റെ അരുമക്കുഞ്ഞുങ്ങളായ മനുഷ്യരെ സന്തോഷിപ്പിക്കാൻ പ്രകൃതിയൊരുക്കിയ ഒരു വലിയ എമ്യൂസ്മെന്റ് പാർക്കിന്റെ ഭാഗമായിട്ടേ എനിക്ക് ആ വെള്ളച്ചാട്ടത്തെ കാണാൻ കഴിഞ്ഞുള്ളൂ. അമേരിക്കയുടെ സ്വാതന്ത്ര്യപ്രതിമയ്ക്ക് കണ്ണില്ലെന്ന് പലരും തമാശ പറയാറുണ്ട്. അമേരിക്ക മറ്റുള്ളവരുടെ സ്വാതന്ത്ര്യത്തിന്റെ നേർക്ക് കണ്ണടയ്ക്കുന്നതിന്റെ സൂചനയല്ലേയത്? എബ്രഹാം ലിങ്കണിന്റെ പ്രതിമയുടെ മുന്നിൽ നിന്നപ്പോൾ ഒരു ഫോട്ടോ എടുക്കണമെന്നു തോന്നി. ചരിത്രത്തിന്റെ ഒരു ദീപ്തബിന്ദുവിൽ കണ്ണുടക്കി നിന്ന അനുഭവം. എന്തായാലും അമേരിക്ക എന്റെ 'പാഥേയ'ത്തിന്റെ ഭാരം വർദ്ധിപ്പിച്ചില്ല.

എന്റെ മടക്കയാത്ര ലണ്ടൻവഴിയാക്കിയത് 'ഹൈഗേറ്റ് സിമത്തേരി'യിലെ കാൾമാർക്സിന്റെ ശവകുടീരം കാണണമെന്ന മോഹംകൊണ്ടായിരുന്നു. ഹീത്രൂ എയർപ്പോർട്ടിൽനിന്ന് നേരേ പോയത് അവിടേക്കാണ്. മദ്ധ്യവയസ്കയായ ഒരു മദാമ്മയായിരുന്നു സിമിത്തേരിയുടെ സൂക്ഷിപ്പുകാരി. എന്റെ കൂടെ വന്ന സുഹൃത്തിന്റെ കയ്യിൽ വീഡിയോ ക്യാമറ കണ്ടതോടെ മദാമ്മയുടെ മട്ടു മാറി. പടമെടുക്കാനൊന്നും പറ്റില്ലെന്നവർ തീർത്തു പറഞ്ഞു. പിന്നെ കുറേ നേരത്തെ അനുനയത്തിനുശേഷം

അവർ സമ്മതം മൂളി. "ഞങ്ങളുടെ നാട്ടിലായതുകൊണ്ടാണ് ഇതിന്നു മിത്ര ഭദ്രമായി സൂക്ഷിക്കപ്പെടുന്ന"തെന്ന് മദാമ്മ ഊറ്റംകൊള്ളുകയും ചെയ്തു!

ഇംഗ്ലണ്ടിൽ താമസിച്ചുകൊണ്ട് ഇന്ത്യയുടെ സ്വാതന്ത്ര്യത്തിനു വേണ്ടിയുള്ള പ്രവർത്തനങ്ങളിൽ മുഴുകി രക്തസാക്ഷികളായിത്തീർന്ന ചിലരുടെ ശവക്കല്ലറകൾ തൊട്ടപ്പുറത്തു കണ്ടു. ഒരു സംഗീതകാരന്റെ ശവകുടീരത്തിനു മീതേ വെണ്ണക്കല്ലിൽ തീർത്ത ഒരു കിന്നര(lyre)ത്തിന്റെ ശില്പവും, ഒരു ബാലികയുടെ കല്ലറയ്ക്കു മീതെ ഒരു മാലാഖ വന്ന തിനെ ചുമലിലേറ്റി നില്ക്കുന്ന ശില്പവും, മലർക്കെ തുറന്നുവച്ച ഒരു പുസ്തകവും തൂലികയും പേറിനില്ക്കുന്ന (ഏതോ എഴുത്തുകാരന്റെ യാവാം) മറ്റൊരു കുടീരവും, സിമിത്തേരിയെ ചൂഴ്ന്നു നില്ക്കുന്ന വിഷാ ദാത്മകതയെ മായ്ച്ചുകളയുന്നതായി തോന്നി.

മാർക്സിന്റെ ആ വലിയ പ്രതിമയുടെ പ്രതിഷ്ഠാശിലയിൽ കൊത്തി വച്ചിരിക്കുന്ന "സർവ്വരാജ്യത്തൊഴിലാളികളേ! സംഘടിക്കുവിൻ!" എന്ന വലിയ അക്ഷരങ്ങൾ നോക്കി നില്ക്കെ, മനസ്സിൽ തെളിഞ്ഞതാണീ വരി കൾ:

"ശവകുടീരത്തിൽ നീയുറങ്ങുമ്പൊഴും
ഇവിടെ നിൻവാക്കുറങ്ങാതിരിക്കുന്നു-"

ഹൈഗേറ്റ് സിമത്തേരി രണ്ടാമത് സന്ദർശിച്ചപ്പോൾ തികച്ചും ആക സ്മികമായി ഡേവിഡ് കോഹന്റെ ശവകുടീരം കണ്ണിൽപ്പെട്ടതിനെപ്പറ്റിയും മറ്റും നേരത്തെ പരാമർശിച്ചിട്ടുണ്ടല്ലോ.

യു.കെ.യുടെ 'ഋതുഭേദങ്ങ'ളെല്ലാം വിവിധ ഘട്ടങ്ങളിലായി ഞാൻ അനുഭവിച്ചറിഞ്ഞിട്ടുണ്ട്. എന്റെ മകൾ മായയും മരുമകൻ മധുവും ആദ്യം ജോലിചെയ്തിരുന്നത് 'ഗ്ലാസ്ഗോ' നഗരത്തിലെ ഒരു ഹോസ്പിറ്റലിലാ യിരുന്നു. ഞാനും എന്റെ പത്നിയും ഒരു മാസത്തിലധികം അവരോ ടൊപ്പം ഗ്ലാസ്ഗോയിൽ താമസിച്ചിട്ടുണ്ട്. 'ഗ്ലാസ്ഗോ' എന്നത് എനിക്ക് തണുപ്പിന്റെ പര്യായമാണ്. അവിടെ കട്ടിക്കമ്പിളിവസ്ത്രം ധരിച്ചുപോലും പുറത്തിറങ്ങി നടക്കാനുള്ള ശ്രമം പരാജയമായി. സഹിക്കാനാവാത്ത ആ തണുപ്പിനെപ്പറ്റി,

"Blow, Blow, thou winter wind!

Thou art not so unkind as mankind!" എന്നൊരു വിലാപം രാത്രി യുടെ ഏകാന്തതയിൽ ഒരു വൃദ്ധസ്വരത്തിൽ കേൾക്കുന്നതായി തോന്നി യിട്ടുണ്ട്. സ്കോട്ട്ലൻഡിലെ മുഖ്യ പുരാതനനഗരമായ എഡിൻബറോ,

അഗ്രം കൂർത്ത മാളികകളുടെ സമുച്ചയംകൊണ്ട് ഒരു പ്രത്യേക വ്യക്തി ത്വമാർജ്ജിച്ചിട്ടുണ്ട്.

റോബർട്ട് ബേൺസിനെ അറിയാത്തവർ പോലും മൂളിനടക്കുന്ന വരി യാണ്,

"My love is a red red red rose" അത് സ്കോട്ടിഷ്യൗവനത്തിന്റെ പ്രേമഗാനപല്ലവിയാണ്. സ്വന്തം നാടായ 'Ayrshire' ൽ നാട്ടുകാർ അദ്ദേ ഹത്തിന്റെ കൂറ്റൻപ്രതിമ സ്ഥാപിച്ച് ചുറ്റും പലതരം റോസാച്ചെടികൾ വളർത്തിയിട്ടുണ്ട്. എരുമകളെ വളർത്തലും പാൽ കറന്നു വില്ക്കലും തൊഴിലാക്കിയിരുന്ന ഒരു കുടുംബത്തിലെ സന്തതിയായിരുന്ന ബേൺസിന്റെ ജനനവും എരുമകളെ കെട്ടിയിരുന്ന ഒരു ഷെഡ്ഡിന്റെ മറ്റൊ രറ്റത്തെ മുറിയിലായിരുന്നു. തങ്ങളുടെ ദേശീയാഭിമാനമായി കണക്കാ ക്കുന്ന ആ കവിയെ സ്കോട്ടിഷ് ജനത ഷേക്സ്പിയറേക്കാൾ ആദരിച്ചു പോരുന്നു എന്നതിന്റെ സാധുത നമുക്ക് വിവാദവിഷയമാവാം; പക്ഷേ, അവർക്കതല്ല!

'ഏവൺ' നദീതീരത്തെ സ്ട്രാറ്റ്ഫോർഡ് - ഷേക്സ്പിയർവസ തിയും മ്യൂസിയവും മറ്റും - ഇന്ന് ഇംഗ്ലണ്ടിലെ ഏറ്റവും വലിയ വിനോദ സഞ്ചാരകേന്ദ്രമാണ്. ഷേക്സ്പിയർ സൃഷ്ടിച്ച കഥാപാത്രങ്ങളുടെ പ്രതി മകളുടെ പ്രദർശനശാലയിലേക്ക് കടക്കുമ്പോൾ, ഒരു മധുപാത്രവുമായി നിങ്ങളെ എതിരേല്ക്കുന്ന 'ബാർഡോൾഫി' ന് ജീവനുണ്ടെന്നേ തോന്നൂ. ഏവൺനദിയുടെ തീരങ്ങൾ പുഷ്പസമൃദ്ധമാണ്. ഷേക്സ്പീരിയൻ കൃതികളിലെ സസ്യങ്ങളെയും ജന്തുക്കളെയും പറ്റി പ്രസക്തമായ വരി കൾ സഹിതം മനോഹരമായി അച്ചടിച്ച കൊച്ചുപുസ്തകങ്ങൾ ചൂടപ്പം പോലെ വിറ്റഴിയുന്നു. കവിതയുടെയും നാടകത്തിന്റെയുമൊക്കെ ശൈലിയും സങ്കേതവുമെല്ലാം എത്രയോ മാറിപ്പോയിരിക്കുന്നു! എന്നാൽ ഷേക്സ്പിയർ ആ വലിയ തണൽമരത്തിന്റെ ചോട്ടിലെ ബഞ്ചിൽ ഇപ്പോഴും പത്നീസമേതനായി ഇരിക്കുന്നതുപോലെ!

ലേക് ഡിസ്ട്രിക്ടിന് ഇന്നും ഒരു ഗ്രാമീണചാരുതയുണ്ട്. വേർഡ്സ്വർത്തും സഹോദരിയും താമസിച്ചിരുന്ന "ഡവ് കോട്ടേജി" ലേക്ക് പോകുമ്പോൾ, വഴിയോരങ്ങളിൽ 'ഡാഫൊഡിൽസ്' പുഷ്പിച്ചുതുടങ്ങി യിരുന്നു. എത്ര ലളിതമാണ് ആ ഭവനം! സാധാരണക്കാരന്റെ സംസാര ഭാഷയിൽനിന്ന് കടഞ്ഞെടുത്ത ഒരു കാവ്യഭാഷയ്ക്കുവേണ്ടി നിലകൊണ്ട 'പ്രകൃതിയുടെ ഓമനപ്പുത്ര'നായ ആ കവിയുടെ അനാർഭാടസുന്ദരമായ ഭവനവും, ചെറിയ തടാകങ്ങളുടെ സമുച്ചയമായ ആ പ്രദേശവും, കവി

സ്മൃതിയെ കറപുരളാതെ ഇന്നും നിലനിർത്തുന്നു. മധുവിധു ആഘോഷിക്കുന്ന പുതുദമ്പതികളാണ് സന്ദർശകരിലധികവും!

ന്യൂകാസിൽ നഗരത്തിലെ ആസ്പത്രികളിലേക്ക് ഔദ്യോഗികമാറ്റമുണ്ടായപ്പോൾ മക്കളുടെ താമസം 'ന്യൂകാസിലി'ലായി – ഒരു 'ഉദ്യാനനഗര'മെന്നാണ് ന്യൂകാസിൽ അറിയപ്പെടുന്നത്. ടൈൻ (tyne) നദിയെ പോഷിപ്പിക്കുന്ന ചെറിയ അരുവികൾ സ്ഫടികകലശങ്ങളിൽ ശുദ്ധജലവുമായി തോഴിമാരെപ്പോലെ നഗരോദ്യാനങ്ങളെ നനയ്ക്കാൻ പായുന്നു. അതിൽ ഒരരുവിയുടെ അരികിലൂടെ ഒരു മാസത്തിലേറെക്കാലം ഞാൻ പുലർകാലവെയിലേറ്റ് നടന്നിട്ടുണ്ട്. എതിരേ മോട്ടോർവാഹനങ്ങൾ വരുമെന്ന ശങ്ക വേണ്ട. അരുവിയിലേക്ക് ചാഞ്ഞുകിടക്കുന്ന ചില വള്ളികളെയും അതിലെ പൂക്കളെയും പതിവിൽകവിഞ്ഞ വലുപ്പമുള്ള പ്രാവുകളെയുമെല്ലാം കണ്ടുകണ്ടങ്ങനെ രണ്ടുനാഴിക നടക്കുമ്പോൾ മനസ്സിനുണ്ടാകുന്ന ലാഘവം, രണ്ടാമത്തെ സന്ദർശനകാലത്ത് ശരീരക്ലേശങ്ങൾ മൂലം വേണ്ടുവോളം അനുഭവിക്കാനായില്ല. മനസ്സിന്റെ ലാഘവത്തിനും ശരീരത്തിന്റെ അനുവാദം വേണമെന്ന അനിവാര്യതയുമായി ഒടുവിൽ നാം പൊരുത്തപ്പെടുന്നു. ന്യൂകാസിലിലെ വസതിക്കുമുന്നിലെ കൊച്ചുപുൽത്തകിടിയും, പാർശ്വഭാഗത്തെ ആപ്പിൾമരവും അതിലെ പഴങ്ങൾ 'കൊത്തിയും കൊത്താതെ' യുമിരിക്കുന്ന പക്ഷികളും ഇന്നെനിക്കന്യമായിരിക്കുന്നു. വെറുമൊരു ലൗകികനായ എന്നെപ്പോലൊരാൾക്ക്, കുറേ ഇന്ദ്രിയാനുഭവങ്ങളുടെ സമഗ്രതയാണ് ജീവിതം. അവ ഓരോന്നായി വെട്ടിക്കുറയ്ക്കുന്നതാരാണ്?

എത്രയോ കവികളുടെയും എഴുത്തുകാരുടെയും മറ്റും സ്മാരകശിലകളിലെ കുറിപ്പുകൾ വായിച്ചും ശില്പചാതുര്യമാസ്വദിച്ചും നടന്നുകണ്ട വെസ്റ്റ്മിനിസ്റ്റർ ആബിയും, വി.കെ.കൃഷ്ണമേനോന്റെ സാഗരഗർജ്ജനങ്ങൾക്കു സാക്ഷിയായ നഗരചത്വരവും ബക്കിംഗ്ഹാം കൊട്ടാരവും പാർലമെന്റ് മന്ദിരവും ഹൈഡ്പാർക്കുമെല്ലാം നിരവധി യാത്രാവിവരണങ്ങളിലൂടെ മലയാളിവായനക്കാർക്കിന്ന് സുപരിചിതമായതുകൊണ്ട് വിവരിക്കുന്നില്ല. ഒരനുഭവം മാത്രം: ട്രാഫാൾഗർ സ്ക്വയറിലെ ഒരു നടപ്പാതയ്ക്കരികിൽ, ഒരച്ഛനും അമ്മയും രണ്ടു കുട്ടികളുമടങ്ങുന്ന ഒരു കുടുംബം "നമ്മുടെ ഹരിതഭൂമിയെ രക്ഷിക്കുക" എന്ന ബാനറിനു മുന്നിൽനിന്ന് അതേ അർത്ഥത്തിലൊരു പാട്ടുപാടുന്നു. കുടുംബനാഥൻ ഒരു കൂറ്റൻ ഗിറ്റാർ മീട്ടിക്കൊണ്ടിരിക്കുന്നു. മുന്നിൽ നിവർത്തിയിട്ട ടവലിൽ, വഴിപോ

ക്കർ ചില്ലറ നാണ്യങ്ങൾ എറിഞ്ഞുപോകുന്നു. പാവപ്പെട്ട ഒരു കുടുംബം നടത്തുന്ന പവിത്രമായ ഒരനുഷ്ഠാനം!

ചന്ദ്രനിൽ ചെന്നാൽ അവിടെയും മലയാളി നടത്തുന്ന ഒരു ചായപ്പീടികയുണ്ടാവും എന്നു പലരും തമാശപറയാറുണ്ട്. എന്തായാലും, ലണ്ടനിൽ മലയാളിയുടെ വക നിരവധി ഹോട്ടലുകളുണ്ട്. പരിപ്പും സാമ്പാറും അവിയലും പപ്പടവുമൊക്കെ ചേർന്ന തനിസസ്യഭക്ഷണമെങ്കിലങ്ങനെ;"മീൻ പൊള്ളിച്ച" തും "കൊഞ്ചുകറി" യുമൊക്കെയുള്ള തനിനാടൻ സസ്യേതരഭക്ഷണമെങ്കിലങ്ങനെ! മെനുബോർഡിൽ, "മീൻപൊള്ളിച്ചതെ"ന്നും മറ്റും ആംഗലലിപിയിൽത്തന്നെ! പരിമിതമായ ഇരിപ്പിടങ്ങൾ മാത്രമുള്ള അത്തരമൊരു ഹോട്ടലിൽ അതിഥിയാകേണ്ടിവന്നു - സായിപ്പന്മാർ അവിടെ വരിവരിയായി നില്ക്കുന്നതു കണ്ടു.

മാഞ്ചസ്റ്റർ യൂണിവേഴ്സ്റ്റിയിൽ പ്രൊഫസറും മായയുടെയും മധുവിന്റെയും സുഹൃത്തുമായ ഡോ.അരുൺ എന്നോട് ഒരിടംവരെ അദ്ദേഹത്തോടൊപ്പം ചെല്ലണമെന്നാവശ്യപ്പെട്ടു. സാറിനതൊരു "പ്ലസന്റ് സർപ്രൈസാ"വണം. അതുകൊണ്ട് മുൻകൂട്ടി ഒന്നും ചോദിക്കരുത് എന്നു പറഞ്ഞാണെന്നെ ഡോ.അരുൺ കൂട്ടിക്കൊണ്ടു പോയത്. യൂണിവേഴ്സിറ്റിക്കടുത്തുതന്നെ നൂറ്റാണ്ടുകൾ പഴക്കമുള്ള ഒരു കെട്ടിടമായിരുന്നു അത്. പുരാരേഖകളും, ദിനപ്പത്രങ്ങളുടെ വലുപ്പത്തിലുള്ള വലിയ പുസ്തകങ്ങളുമൊക്കെ ഭദ്രമായി മരത്തട്ടുകളിൽ സൂക്ഷിച്ചുവച്ചിരിക്കുന്ന 'ചീതാൽ ലൈബ്രറി' (cheetal Library)യാണത്. സന്ദർശകർക്ക് കർശനനിയന്ത്രണമുണ്ട്. ഡോ. അരുൺ എന്നെ ഒരു ലൈബ്രറിയുടെ മുകളിലത്തെ നിലയിലെ വിശാലജാലകത്തിനടുത്തേക്ക് കൊണ്ടുപോയി. അവിടെ വളരെ പഴക്കം തോന്നിക്കുന്ന ഒരു വട്ടമേശയും രണ്ടു കസേരകളും കണ്ടു. അവിടെയായിരുന്നു കാൾമാർക്സ്-എംഗൽസ് രഹസ്യസംഗമങ്ങൾ നടന്നിരുന്നത്. അവിടെവച്ചാണ് *കമ്യൂണിസ്റ്റ് മാനിഫെസ്റ്റോയ്*ക്ക് അന്തിമരൂപം നല്കി അവർ കൈയൊപ്പ് ചാർത്തിയത്. ജാലകത്തിന്റെ ഒരരികിൽ അത്ര പെട്ടെന്നാരും ശ്രദ്ധിക്കാത്ത ഒരിടത്ത് കാൾ മാർക്സിന്റെയും എംഗൽസിന്റെയും ഒരു ചെറിയ ഫോട്ടോയുമുണ്ട്. "ഇതാ, ഈ വട്ടമേശപ്പുറത്താണ് വിശ്വപ്രസിദ്ധമായ ഒരു ചരിത്രരേഖയുടെ പിറവി" - അരുൺ അതു പറഞ്ഞപ്പോൾ ഞാൻ രണ്ടു കൈകളും ആ മേശപ്പുറത്തുവച്ച് നമ്രശീർഷനായി നിന്നു. എനിക്കത് വെറുമൊരു 'പ്ലസന്റ് സർപ്രൈസ്' മാത്രമായിരുന്നില്ലല്ലോ! (എംഗൽസിന്റെ പിതാവ് മാഞ്ചസ്റ്റ

റിലെ ഒരു തുണിമില്ലുടമയും, സമൂഹത്തിൽ വളരെ സ്വാധീനശക്തിയുള്ള ആളുമായിരുന്നു.)

വാക്കിന്റെ ഉടമസ്ഥൻ ശവകുടീരത്തിലുറങ്ങുമ്പോഴും, ഉറങ്ങാതിരിക്കുന്ന ആ വാക്കിന്റെ ഉറവിടത്തിൽ അനപേക്ഷമായി എന്നെ കൊണ്ടെത്തിച്ച ഡോ.അരുണിനോട് എനിക്ക് കടപ്പാടുണ്ട്.

കാൾ മാർക്സിന്റെ ഭവനം കാണണമെന്ന ആഗ്രഹം, എന്റെ ജർമ്മൻ സന്ദർശനവേളകളിലൊന്നും അന്നുവരെ സാധിച്ചിരുന്നില്ല. 2013 ൽ എന്റെ കവിതകളുടെ ഒരു ജർമ്മൻ പരിഭാഷാസമാഹാരം ബർലിനിൽവച്ച് പ്രകാശിപ്പിച്ചിരുന്നു. അതിനോടനുബന്ധിച്ച് അവിടെ പോയപ്പോൾ ഇക്കുറിയെങ്കിലും ട്രയറിൽ പോയി മാർക്സിന്റെ ഗൃഹം കാണണമെന്നുറച്ചു. ബോണിൽനിന്നാണ് പുറപ്പെട്ടത്. 'റെയ്നാർ മാരിയെ ഗോസിം' എന്നൊരു ജർമ്മൻ കവി സ്വന്തം കാറിലാണ് കൊണ്ടുപോയത്. മൂന്നു മണിക്കൂർ വേണ്ടിവരും ട്രയറിലെത്താൻ. പല കാര്യങ്ങളെപ്പറ്റിയും സംസാരിക്കുന്നതിനിടയിൽ ഞാൻ അദ്ദേഹത്തോടു ചോദിച്ചു: “കാൾ മാർക്സിനെ നിങ്ങൾ ജർമ്മൻകാർ ഇന്ന് എങ്ങനെ വിലയിരുത്തുന്നു എന്നു പറയാമോ?” മറുപടി ഇങ്ങനെയായിരുന്നു: “ജർമ്മനി യൂറോപ്പിനു സംഭാവന ചെയ്ത ഏറ്റവും വലിയ ദാർശനികരിലൊരാൾ...” ഞാൻ ചോദ്യം തുടർന്നു: “എന്നാൽ മാർക്സിന്റെ സിദ്ധാന്തങ്ങൾ എന്തേ തിരസ്കരിക്കപ്പെടുന്നു?”- ജർമ്മൻകവി നേരിട്ടൊരുത്തരം തരികയല്ലാ, മറിച്ച് പരോക്ഷമായൊരു മറുചോദ്യം ചോദിക്കയാണ് ചെയ്തത്: “നോക്കൂ-ഇത് ജർമ്മനിയിൽ കിട്ടാവുന്ന ഏറ്റവും നല്ല ബ്രാൻഡിലുള്ള കാറാണ്. ഇതെന്റെ സ്വന്തമാണ്. ഈ റോഡ് ശരിക്കും ഗതാഗതയോഗ്യവുമാണ്. പക്ഷേ, ഈ കാറോടിക്കുന്നതിന് ചില ചിട്ടവട്ടങ്ങളൊക്കെയുണ്ട്;ഗതാഗതനിയമങ്ങളുണ്ട്. അതൊക്കെ തെറ്റിച്ച് ഞാനിത് ഇടത്തോട്ടും വലത്തോട്ടുമൊക്കെ തോന്നിയപോലെ ഓടിച്ചാൽ എന്താവും ഫലം?...” അത്രയൊന്നും ദുരൂഹമല്ലാത്ത അതിന്റെ ഉൾപൊരുളോർത്തുകൊണ്ട് ഞാൻ മിണ്ടാതിരുന്നു.

ട്രയർ ഒരു കൊച്ചുനഗരമാണ്. പഴയ കാലത്തെ വീതി കുറഞ്ഞ പാതകൾ. പാതയോടു ചേർന്നുനില്ക്കുന്ന പഴയ കെട്ടിടങ്ങൾ. നാസികളുടെ ആക്രമണത്തിന്റെ പാടുകൾ സമൃദ്ധമായി പേറിനില്ക്കുന്ന മാർക്സ്ഭവനം വേണ്ടതരത്തിൽ സംരക്ഷിക്കപ്പെടുന്നില്ലെന്നു തോന്നി. ചെന്നുകയറുന്നിടത്തെ 'റിസപ്ഷനി'ൽ വൃദ്ധയായൊരു മദാമ്മ സുസ്മേരവദനയായിരുപ്പുണ്ട്. അവരുടെ തൊട്ടുപിന്നിൽ ഒരു നെടിയ കണ്ണാടി

ക്കൂട്ടിൽ കുറേയേറെ പുസ്തകങ്ങൾ നിരന്നിരിപ്പുണ്ട്. പല ഭാഷകളിലുള്ള കാൾ മാർക്സിന്റെ ജീവചരിത്രങ്ങളാണ് കൂടുതലും. പെട്ടെന്ന് സ്വദേ ശാഭിമാനി രാമകൃഷ്ണപിള്ള മലയാളത്തിലെഴുതിയ *കാൾ മാർക്സിന്റെ ജീവചരിത്രം* എന്റെ കണ്ണിൽ പെട്ടു. ഞാനത് ചൂണ്ടിക്കാട്ടി, "ഇത് എന്റെ ഭാഷയിലുള്ളതാണ്" - മദാമ്മ വളരെ സന്തോഷപൂർവ്വം അതെടുത്തു മറിച്ചുനോക്കി; പിന്നെ എന്റെ മുഖത്തും; അങ്ങനെ മാറിമാറി നോക്കി ക്കൊണ്ടിരുന്നപ്പോൾ അത് ഒക്ടോബർവിപ്ലവത്തിനുമെത്രയോ മുമ്പ് 1912 ൽ എഴുതിയതാണെന്നും മറ്റുമുള്ള വിവരങ്ങൾ ഞാൻ അവരോടു പറ ഞ്ഞു. എന്റെ ഭാഷയെത്ര ശ്രേഷ്ഠമാണെന്നവർക്ക് തോന്നിക്കാണണം. മാർക്സിനെയും ആ ഭവനത്തെയും പറ്റിയുള്ള ഒരു സചിത്ര പുസ്തകം അവരെനിക്കു തന്നു-വില കൊടുത്തിട്ടും വാങ്ങാതെ!

വീടിന്റെ പിന്നിലാണ് അങ്കണം. അതൊരു പുൽമേടുപോലെത്ത ന്നെ. അതിന്റെ ഒരരികിൽ കാൾ മാർക്സിന്റെ ഒരു കൂറ്റൻ അർദ്ധകായ പ്രതിമ. ദില്ലിയിലെ രബീന്ദ്രഭവന്റെ മുന്നിലെ ടാഗോറിന്റെയും, മോസ്കോ യിലെ റൈറ്റേഴ്സ് യൂണിയന്റെ മുന്നിലെ ടോൾസ്റ്റോയിയുടെയും പ്രതി മകളുടെ മുഖത്തെ അസ്വസ്ഥഭാവത്തിനു തമ്മിൽ സാദൃശ്യമുണ്ട്. എന്നാൽ മാർക്സ് ഭവനത്തിന്റെ പിന്നിലെ ആ പ്രതിമയുടെ കണ്ണുക ളിൽനിന്ന് കണ്ണീരൊലിക്കുന്നതുപോലെ തോന്നി. ശില്പി മനഃപൂർവം ചെയ്തതോ? "ഓരോരുത്തരും എല്ലാവർക്കും വേണ്ടി, എല്ലാവരും ഓരോ രുത്തർക്കുംവേണ്ടി" എന്ന തത്ത്വത്തിന്റെ അടിസ്ഥാനത്തിലുള്ള ഒരു സമൂ ഹവ്യവസ്ഥയെ സ്വപ്നംകണ്ട ആ കണ്ണുകളിൽ പൊടിഞ്ഞത് ആനന്ദാ ശ്രുക്കളായിരുന്നില്ല എന്നതെന്തായാലും തീർച്ച.

ആശങ്കയോടു കൂടിയാണ്, ഉന്നതകുലത്തിൽ പിറന്ന പിതൃ സുഹൃ ത്തിന്റെ മകളായ ജെന്നിക്ക് മാർക്സ് ആദ്യ പ്രേമലേഖനം കൊടുത്തത്; അത് വായിച്ചിട്ട് "മോശം! വളരെ മോശം!" എന്ന ജെന്നിയുടെ മറുപടി മാർക്സിൽ ആദ്യമായുണ്ടാക്കിയ നടുക്കവും, അപ്പറഞ്ഞത് തന്റെ കയ്യ ക്ഷരത്തെപ്പറ്റിയാണെന്നറിഞ്ഞപ്പോളുണ്ടായ ആഹ്ലാദവുമെല്ലാം നിറഞ്ഞ ആ സ്നേഹബന്ധത്തിന്റെ ആദ്യകാല സാക്ഷിയാണാവീട്! 'ദാന്തേ'യും 'ഷേക്സ്പിയറു'മെല്ലാം പാരായണം ചെയ്യപ്പെടുന്ന എത്രയോ സൗഹൃദ സദസ്സുകൾക്ക് സാക്ഷിയായതാണാവീട്! ഏറിയ കാലം പ്രവാസികളായി കഴിയേണ്ടിവന്ന ആ ദമ്പതികളെയോർത്ത് വീർപ്പടക്കി നിന്ന വീടാണത്!- പെയ്യാത്ത കണ്ണീർ മേഘങ്ങൾ ഇന്നുമവിടെ തങ്ങിനില്ക്കുന്നു!

മാർക്സിന്റെ ബൃഹദ്ഗ്രന്ഥങ്ങൾപോലും നല്ല കയ്യക്ഷരത്തിൽ പകർത്തിക്കൊടുത്തത് ജെന്നിയാണെന്നത് പ്രസിദ്ധമാണ്. കുഞ്ഞിനു മരുന്നുവാങ്ങാൻപോലും കാശില്ലാതെ മാർക്സ് തന്റെ ഓവർക്കോട്ട് വില്ക്കുന്നതിനും പിഞ്ചോമനകളുടെ മരണത്തിനുമൊക്കെ സാക്ഷിനിന്ന ജെന്നിക്കുവേണ്ടി, മഹാനായ എന്നാൽ അനന്തദുരിതങ്ങളുടെ സഹയാ ത്രികനായ ഭർത്താവിന്റെ അന്തഃസംഘർഷങ്ങൾക്കെല്ലാം പങ്കാളിയായി ജീവിച്ച ജെന്നിക്കുവേണ്ടി, എത്ര കണ്ണീർ വാർത്താൽ മതിയാവും!

മർത്ത്യനെ സ്നേഹിച്ചവാക്കും, തിളങ്ങുന്ന
മുത്തുപോലുള്ള കൈയക്ഷരവും ചേർന്ന
പുത്തനൊരുയുഗശോഭപുലർന്നതിൻ
എത്രകഥകളിവിടെയുറങ്ങുന്നു!

വല്ലാത്തൊരു ഹൃദയഭാരത്തോടെയാണ് മാർക്സിന്റെ ഭവന ത്തിൽനിന്നു തിരിച്ചുപോന്നത്.

## 18 മനുഷ്യനിലേക്ക് എത്ര ദൂരം!

**ആ**ന്ധ്രപ്രദേശിൽ മതപരിവർത്തനം വ്യാപ കമായിരുന്നൊരു കാലഘട്ടത്തിൽ, ക്രിസ്തുമതം സ്വീകരിച്ച ഒരു ദളിത്‌യുവാവായിരുന്നു 'ഖുറം ജോഷ്വാ.' എന്നാൽ അടഞ്ഞ ജയിലിൽനിന്ന് തുറന്ന ജയിലിലേക്കുള്ള മാറ്റംപോലെയാണ് മത പരിവർത്തനമെന്നു മനസ്സിലാക്കാൻ അധികകാലം വേണ്ടിവന്നില്ല. മൗലികമായ സമത്വവും സാഹോ ദര്യവും അവിടെയും അംഗീകരിക്കപ്പെടുന്നില്ലെന്ന അനുഭവജ്ഞാനം അദ്ദേഹത്തെ മതവിമുക്തനാ ക്കി. എല്ലാവർക്കും തുല്യനീതി ലഭിക്കുന്ന, മതാ തീതമായ ഒരു സാമൂഹ്യവ്യവസ്ഥയ്ക്കുവേണ്ടി – അതെ, പുതിയൊരു 'മനുഷ്യ'ന്റെ പിറവിക്കുവേ ണ്ടി- പ്രവർത്തിക്കുന്ന ഒരു പ്രസ്ഥാനത്തിന് അദ്ദേഹം രൂപം നല്കി. നിത്യവൃത്തിക്കുപോലും ഒട്ടേറെ ക്ലേശങ്ങൾ സഹിച്ചുകൊണ്ടിരുന്ന ജോഷ്വ യുടെ ജോലി, നിശ്ശബ്ദചിത്രങ്ങൾ പ്രദർശിപ്പി ക്കുന്ന തിയേറ്ററുകളിലായിരുന്നു. ഓരോ റീലും പ്രദർശിപ്പിക്കുംമുമ്പ് പ്രേക്ഷകരുടെ മുന്നിൽനിന്ന് കാണാൻപോകുന്ന കഥാഭാഗം ലളിതമായും സര സമായും പറഞ്ഞുകേൾപ്പിക്കുക എന്നത് ഉച്ചഭാ ഷിണികളില്ലാതിരുന്ന ആ കാലത്ത് എത്ര ശ്രമക രമായിരുന്നുവെന്ന് ഊഹിക്കാവുന്നതേയുള്ളൂ.

ശ്രദ്ധേയമായ മറ്റൊരു കാര്യം: അദ്ദേഹം വിലക്കുകൾ മറികടന്ന് ഭാഷയിലും സാഹിത്യത്തിലും പ്രാവീണ്യമാർജ്ജിക്കുകയും കവിതാരചനയിലേർപ്പെടുകയും ചെയ്തിരുന്നു എന്നതാണ് കവിതയിൽ ക്ലാസിക്കുകളുടെ രീതിയാണ് അദ്ദേഹം തുടർന്നുപോന്നത് -ദീർഘകാവ്യങ്ങളും മറ്റുമെഴുതി വരേണ്യവർഗ്ഗത്തെ അത്ഭുതപ്പെടുത്തിക്കൊണ്ട് ജീവിതത്തിന്റെ അടിത്തട്ടിൽനിന്നുയർന്നുവന്ന ഖുറം ജോഷ്വാ ആന്ധ്രപ്രദേശിൽ ജാതിമതപരിഗണനയില്ലാത്ത പരിണയങ്ങൾക്കും പന്തിഭോജനത്തിനും സഹവാസത്തിനും മറ്റും നേതൃത്വം നല്കി. ആ തരത്തിലൊരു സമൂഹത്തെ തന്റെ ചുറ്റും വളർത്തിക്കൊണ്ടുവന്നു. അദ്ദേഹത്തിന്റെ മകളെ വിവാഹം കഴിച്ച ബ്രാഹ്മണയുവാവിന്റെ പേര് 'ലവണം' എന്നാണെന്നു കേട്ടപ്പോൾ അതിലൊരു അസാധാരണത്വം തോന്നി. ഉല്പതിഷ്ണുക്കളായ ബ്രാഹ്മണമാതാപിതാക്കളുടെ മകനായ 'ലവണം' ജനിച്ചത് ഗാന്ധിജി ഉപ്പുസത്യഗ്രഹം ആരംഭിച്ച നാളിലായിരുന്നുവത്രേ. അതിൽ പങ്കെടുത്തിട്ട് തിരിച്ചുവന്ന അച്ഛൻ പുത്രനു നല്കിയ പേരാണ് 'ലവണം' എന്നത്! അങ്ങനെ മതാതീതനായ ഒരു പുതിയ മനുഷ്യന്റെ പിറവിക്കുവേണ്ടി ജീവിച്ച ആ കവിയുടെ ജന്മശതാബ്ദിവർഷമായ 1995 ൽ, ആ മാനവികവീക്ഷണം പുലർത്തുന്ന ഏതെങ്കിലുമൊരു ഇന്ത്യൻ കവിയെ 'ഖുറം ജോഷ്വാ പുരസ്കാരം' നല്കി വർഷാവർഷം ആദരിക്കാൻ തീരുമാനമുണ്ടായി. അതിൻപ്രകാരമുള്ള ആദ്യത്തെ അവാർഡ് എനിക്കു നല്കാനാണ് അവർ തീരുമാനിച്ചത്. അതിന്റെ അദ്ധ്യക്ഷനായിരുന്ന ഡോ. സി. നാരായണ റെഡ്ഡി ഒരു സായാഹ്നത്തിൽ എന്നെ ഫോൺ ചെയ്ത് കാര്യമറിയിച്ചു: "കവിതയ്ക്ക് മാത്രമായുള്ള ഇന്ത്യയിലെ ഏറ്റവും വലിയ പുരസ്കാരമാണ് - നിങ്ങൾ നേരിട്ട് ഹൈദരാബാദിൽ വന്ന് അത് സ്വീകരിക്കണം - കവിയും സാമൂഹികപരിഷ്കർത്താവുമായ ഖുറം ജോഷ്വാ ഞങ്ങളുടെ കുമാരനാശാനാണ്. ആശാന്റെ നാട്ടിൽനിന്ന് നിങ്ങളതു വന്ന് ഏറ്റുവാങ്ങണം..." ഡോ. നാരായണറെഡ്ഡിയുടെ "ആശാന്റെ നാട്ടിൽനിന്ന്" എന്ന വാക്കുകൾ ഇവിടെപ്പിറന്ന ഏതു കവിയെയാണ് അഭിമാനഭരിതനാക്കാത്തത്-?എങ്കിലും അഹങ്കാരത്തിന്റെ പൊട്ടോ പൊടിയോ കലരാതെ ആ അഭിമാനം ഞാൻ ഹൃദയത്തിൽ സൂക്ഷിച്ചു.

ഹൈദരാബാദിലെ ടാഗോർഹാളിൽവച്ച് അന്നത്തെ രാഷ്ട്രപതി ശങ്കർദയാൽശർമ്മയാണ് ആദ്യത്തെ ഖുറം ജോഷ്വാ പുരസ്കാരം എനിക്കു സമ്മാനിച്ചത്. ശ്രീ.ലവണം, ജോഷ്വാ വിഭാവനം ചെയ്ത മതാതീതമാനവസമൂഹത്തിന്റെ ഒരു പരിഛേദത്തെ എനിക്ക് പരിചയപ്പെടു

ത്തിത്തന്നു. ഹിന്ദു-മുസ്ലിം-ക്രിസ്ത്യൻ സമുദായത്തിലുള്ളവർ വിവാഹത്തിലൂടെയും ദത്തെടുക്കലിലൂടെയും മറ്റും പരസ്പരം ബന്ധപ്പെട്ട് ഒരേ കുടുംബത്തിലെന്നപോലെ കഴിയുന്നു. ആഹാരം, വസ്ത്രം എന്നിവയിൽ താന്താങ്ങളുടെ "ഇഷ്ടംപോലെ" എന്നതാണ് പ്രമാണം. വ്യത്യസ്ത മതത്തിൽപ്പെട്ടവർ ഒരേ മേൽക്കൂരയ്ക്കു കീഴിൽ താമസിക്കുന്നു എന്ന അറിവ് പുതിയൊരു മനുഷ്യനെ വാർത്തെടുക്കാനാഗ്രഹിക്കുന്നവരെ പ്രചോദിപ്പിക്കത്തക്കതാണ്. എങ്കിലും, യാഥാസ്ഥിതികരായ, കർശനമായി മതാനുഷ്ഠാനങ്ങളെ പിൻതുടരുന്ന പലരുടെയും എതിർപ്പിന്റെ കഥകളും പറഞ്ഞുകേട്ടു. ഇരട്ടനഗരങ്ങളായ ഹൈദരാബാദിലെയും സെക്കൻഡറാബാദിലെയും ജീവിതരീതികളിൽ യഥാക്രമം ഇസ്ലാമികവും പാശ്ചാത്യവുമായ നിറപ്പകിട്ടുകളേറിയിരിക്കുന്നു; പരിസരപ്രദേശങ്ങളിലാകട്ടെ, ഹൈന്ദവവരേണ്യവർഗ്ഗത്തിന്റെ പ്രാഭവവും. ഒരു കൈത്തലത്തിൽ ശിരസ്സുതാങ്ങിക്കിടക്കുന്ന ശ്രീബുദ്ധന്റെ ശിലാവിഗ്രഹം, പൊക്കിൾഭാഗത്ത് ഒരു താമരപ്പൂവ് പൊന്തിച്ചുനിർത്തിയും, തലയ്ക്കലും കാൽക്കലും രണ്ടു ദേവീരൂപങ്ങൾ (ലക്ഷ്മിയും ഭൂമിയും) കൂട്ടിച്ചേർത്തും ശിരസ്സിനുമീതേ പത്തി വിരിച്ച ഒരു പാമ്പിന്റെ രൂപം കോറിവച്ചും, അനന്തശായിയായ വിഷ്ണുവിന്റേതാക്കി മാറ്റിയിരിക്കുന്നത് നഗരത്തിന്റെ പ്രാന്തപ്രദേശത്ത് കണ്ടു. ദൈവങ്ങളെയും മതപരിവർത്തനത്തിനു വിധേയമാക്കുന്ന മനുഷ്യന്റെ ഭ്രാന്തെന്നല്ലാതെന്തു പറയാൻ! ആ ഭ്രാന്തോർത്തിട്ടാണോ, ഹുസൈൻ സാഗർ തടാകമദ്ധ്യത്തിലെ പീഠത്തിൽ പ്രതിഷ്ഠിക്കാൻ കൊണ്ടുപോയ ബുദ്ധന്റെ പൂർണ്ണകായ പ്രതിമ തടാകത്തിന്റെ അഗാധതയിലേക്ക് താണുമാഞ്ഞത്? ബുദ്ധകഥയിൽ അങ്ങനെയുമൊരു പലായനം സങ്കല്പിച്ച് ഞാൻ പിന്നീട് 'പലായനം' എന്ന പേരിൽത്തന്നെ ഒരു കവിതയെഴുതിയിട്ടുണ്ട്. "ജാതിമദിരാന്ധരടിച്ചുതമ്മിലന്തപ്പെടും തനയർ." അന്തമറ്റ സമുദ്രംപോലെ ഇരമ്പിയാർക്കുന്ന ഇന്ത്യയിൽ ഖുറം ജോഷയെപ്പോലെയുള്ളവരുടെ മാനവീകരണപ്രയത്നങ്ങൾ കടലിൽ കായം കലക്കുന്നതുപോലെ വ്യർത്ഥമായിത്തീരുന്നു. -എങ്കിലും നന്മയുടെ ഒരു തരിപോലും വിലപ്പെട്ടതായി കരുതുക.

ഖുറം ജോഷായ്ക്കു മുമ്പും പിമ്പുമായി ഒട്ടേറെ ഉല്പതിഷ്ണുക്കളായ കവികളുടെ മുഖങ്ങൾ എന്റെ മനസ്സിൽ തെളിയുന്നു. സർവ്വകലാശാലാനിലവാരത്തിൽ തെലുഗുഭാഷയും സാഹിത്യവും പാഠ്യവിഷയമാക്കാൻ, മദിരാശി സർവ്വകലാശാല ഭരിച്ചിരുന്ന സായ്പന്മാരുമായി മല്ലിട്ടിരുന്ന വിശ്വനാഥ സത്യനാരായണ! വാർദ്ധക്യംകൊണ്ടവശനായിരുന്ന

അദ്ദേഹത്തെ വീട്ടിൽ ചെന്നു സന്ദർശിക്കുകയായിരുന്നു. എസ്.കെ.പൊറ്റെക്കാട്ടും അഴീക്കോടുമൊക്കെയുള്ള അക്കാദമി പ്രതിനിധി സംഘത്തിലൊരാളായിട്ടാണ് പോയത്. പരിചരണോത്സുകനായി തൊട്ടടുത്തുണ്ടായിരുന്ന മകൻ മടിയിലെടുത്തുവച്ചുകൊടുത്ത വീണ മീട്ടി അദ്ദേഹം തന്റെ ജ്ഞാനപീഠസമ്മാനിതമായ കാവ്യത്തിലെ ചില ഭാഗങ്ങളാലപിച്ചു; അക്ഷരസ്ഫുടതയോടെ, അക്ഷീണസ്വരത്തിൽ. തെലുഗു അദ്ധ്യാപകനായിരുന്ന തന്നെ വെല്ലൂരിലെ ആർട്ട്സ് കോളേജ് പ്രിൻസിപ്പലായി നിയമിച്ചപ്പോൾ, മദിരാശി സർവ്വകലാശാലയ്ക്ക് പച്ചക്കൊടി കാട്ടേണ്ടിവന്നതും മറ്റും യുദ്ധം ജയിച്ച ഒരു വീരഭടനെപ്പോലെ അദ്ദേഹം വിവരിച്ചു. അന്നോളം സായ്പന്മാർ മാത്രം പ്രിൻസിപ്പൽമാരായിരുന്നിടത്ത് ഒരു മലയാളം (പൗരസ്ത്യ ഭാഷകളുടെയാകെ) ഡിപ്പാർട്ട്മെന്റ് തലവനായ എ.ആർ.രാജരാജവർമ്മ പ്രിൻസിപ്പലായി നിയമിക്കപ്പെട്ടതും സമാനമായ മറ്റൊരു സംഭവമല്ലേ?-ആന്ധ്രയിലെ ഒരുതരം ചെറിയ അരി വറുത്തതു കൊറിച്ച്, ഒരു വലിയ കപ്പിലെ ശുദ്ധജലം കുടിച്ച്, ഒടുവിരൊല്പം ചായ കൂടിയായപ്പോൾ സൽകാരം ഗംഭീരമായി! സ്വന്തം ഭാഷയ്ക്കുവേണ്ടി പദമുറച്ചുനിന്ന് പോരാടിയ ആ വീര്യത്തെ പ്രണമിച്ച് തങ്ങൾ യാത്രയായി. 'ശ്രീശ്രീ' എന്നറിയപ്പെടുന്ന ശ്രീരംഗം ശ്രീനിവാസുറാവു തെലുഗുകവിതയുടെ വിപ്ലവചൈതന്യമായിരുന്നു. ആന്ധ്രയിലെ വിപ്ലവപ്രസ്ഥാനത്തിനുണ്ടായ അപചയം അദ്ദേഹത്തെ തളർത്തിക്കളഞ്ഞു. ശ്രീശ്രീയേയും ഒരിക്കൽ ഞാൻ കണ്ടു-ആന്ധ്രയിൽവച്ചല്ലാ; മദിരാശി വുഡ്ലാന്റ് ഹോട്ടലിൽ നമ്മുടെ വയലാറിന്റെ മുറിയിൽ അദ്ദേഹം മൂടിപ്പുതച്ചുകിടക്കുകയായിരുന്നു. ആ കിടപ്പുകണ്ട് വല്ലാത്ത ദുഃഖം തോന്നി.

'ദിഗംബരകവികൾ' എന്ന പേരിൽ പ്രസിദ്ധരായ ആ മൂന്നു കവികളിൽ ഒരാളെ മാത്രമേ കാണാനും കേൾക്കാനും കഴിഞ്ഞുള്ളൂ. അവർ കാലഘട്ടത്തിന്റെ അനിവാര്യതയായി വന്നവരാണ്. ഉസ്മാനിയ യൂണിവേഴ്സിറ്റി ക്യാമ്പസിൽ ഉറുദുകവി മൊഖ്ദൂം മൊഹിയുദീൻ സായാഹ്നങ്ങളിൽ വന്ന് കവിത വായിച്ചിരുന്ന ഒരു മൂല അദ്ദേഹത്തിന്റെ ഒരു ആരാധകൻ എനിക്കു കാട്ടിത്തന്നു - അവിടം 'മൊഖ്ദും കോർണർ' എന്ന പേരിലറിയപ്പെടുന്നു--'വിരസ' (വിപ്ലവരചയിതാലുസംഘമു) കവികൾ, തിരുപ്പതിയിലെയും മറ്റും ഭക്തകവികൾ, കടുത്ത ഫെമിനിസ്റ്റുകൾ, അഷ്ടാവധാനികൾ, ശതാവധാനികൾ - എന്നിങ്ങനെ പല തട്ടകങ്ങളിൽപെട്ട കവികളെ പരിചയപ്പെട്ടു - അവരുടെയെല്ലാം പേരോർക്കുന്നില്ലെങ്കിലും, ഏതു വൈരുദ്ധ്യങ്ങൾക്കുമതീതമായി അവരുയർത്തിപ്പി

ടിക്കുന്നത് ആന്ധ്രജനതയുടെ ആശാനൈരാശ്യങ്ങളാണെന്നു മനസ്സിലായി.

ഞങ്ങളുടെ വാഹനമോടിച്ചിരുന്നത് മലയാളിയായ ഒരു വിമുക്തഭടനായിരുന്നു. വഴിയിൽ കാണുന്ന കാഴ്ചകൾക്ക് മലയാളത്തിൽ വിവരണം തന്നുകൊണ്ടിരുന്നു. അതിരറ്റ വയലേലകളെ മുറിച്ചുനീളുന്ന ഒരു റോഡിലൂടെ പോകുമ്പോൾ, അയാൾ വാഹനം നിറുത്തി അകലെയൊരു ഭാഗത്തേക്കു വിരൽ ചൂണ്ടി -അവിടെ ഒരു വലിയ തണൽമരവും, ഒരു ചെറിയ ബംഗ്ലാവും, മുറ്റത്തൊരു കിണറും വ്യക്തമായി കാണാം. പാടശേഖരത്തിന്റെ ഉടമയായ ജന്മി വല്ലപ്പോഴും വന്നു വിശ്രമിക്കുന്ന ഒരു സങ്കേതമാണത്. ദാഹം സഹിക്കാതെ ഒരു ദളിത് യുവതി ആ കിണറ്റിൽനിന്ന് വെള്ളം കോരിക്കുടിച്ചുപോയി. 'കിണർ തൊട്ടശുദ്ധമാക്കി' യെന്ന കുറ്റം ചുമത്തി ജന്മിയുടെ സേവകർ അവളെ മണ്ണെണ്ണയൊഴിച്ച് തീയിൽ ഹോമിച്ചു! കുറേ വർഷം മുമ്പ് ഇന്ത്യയിലാകെ വാർത്താപ്രാധാന്യം നേടിയ ഒരു സംഭവമായിരുന്നു അത്. ആ ബംഗ്ലാവിനുള്ളിൽവച്ച് അവളെ ബലാൽക്കാരം ചെയ്യാൻ ജന്മിക്ക് അയിത്തവിചാരമൊന്നും പ്രതിബന്ധമായില്ല. മൃഗീയകാമനയുണരുന്നിടത്ത് എന്ത് അയിത്തവിചാരം? എന്നാൽ ആ ബലാൽക്കാരത്തിനു വിധേയയായ പെൺകിടാവ് തളർന്ന് തൊണ്ട വരണ്ടപ്പോൾ, ഇത്തിരി വെള്ളം കോരിക്കുടിച്ചത് കുറ്റമായി! പില്ക്കാലത്ത്, ഇത്തരമൊരു ദുരന്തത്തിനു സാക്ഷിയാകേണ്ടിവന്ന നിസ്സഹായനായൊരു ബാലൻ അതുപോലൊരു കെട്ടിടത്തിന്റെ ജാലകച്ചില്ലിലേക്ക് ഒരു കല്ലു വലിച്ചെറിയുന്നതും ചില്ലുടയുന്നതുമായൊരു ദൃശ്യത്തിലവസാനിക്കുന്ന 'ശ്യാംബെനഗലി' ന്റെ 'അങ്കുർ' എന്ന സിനിമ കണ്ടപ്പോൾ, ആ വലിയ കാഴ്ച ഓർമ്മയിൽ വന്നു.

ഖുറം ജോഷ്വാ പുരസ്കാരവുമായി ആന്ധ്രയോടു വിടപറയുമ്പോൾ ഞാൻ സ്വയം ചോദിച്ചുകൊണ്ടിരുന്നു: "മനുഷ്യനിലേക്ക് ഇനിയുമെത്ര ദൂരം?"

# 19 ഗോയ്ഥേയുടെ നാട്ടിൽ, ബീഥോവന്റെയും

**യൂ**റോപ്പിലെ ഓരോ രാജ്യത്തെ സാഹിത്യവും അതത് രാജ്യത്തിന്റെ പേരിൽ മാത്രമറിയപ്പെട്ടിരുന്ന കാലത്ത്, അതെല്ലാം ചേർന്നുള്ള ലോകസാഹിത്യം എന്ന സങ്കല്പം (Welt Literature) അവതരിപ്പിച്ചത് ജർമ്മൻ കവിയും നാടകകൃത്തുമായ 'ഗോയ്ഥേ' യാണ്. "Welt'എന്നാൽ "World'(വിശ്വം) എന്ന അർത്ഥംതന്നെ. (പ്രമുഖ ജർമ്മൻ വിമാനക്കമ്പനിയായ Luft Hansa യിലെ Hansa നമ്മുടെ 'ഹംസം' എന്ന അർത്ഥത്തിൽ ത്തന്നെ. വായു എന്നർത്ഥമുള്ള Luft കൂടി ചേരുമ്പോൾ അത് 'വായുഹംസം' ആവുന്നു.) കാളിദാസന്റെ ശാകുന്തളത്തിന്റെ ഭാഷാന്തരം വായിച്ചിട്ട് "വസന്താരംഭത്തിലെ പൂക്കളും വസന്താപചയത്തിലെ കനികളും ഒന്നിച്ചുകാണണമെങ്കിൽ - സ്വർഗ്ഗവും ഭൂമിയും ഒന്നിച്ചൊരിടത്തു കാണണമെങ്കിൽ - ശാകുന്തളത്തിലേക്ക് ചെല്ലുക" (ഓർമ്മയിൽനിന്നും കുറിക്കുന്നത്) എന്ന് ധ്വനിസാന്ദ്രമായ കവിതയിലൂടെ പ്രതികരിച്ച കവിയാണ് ഗോയ്ഥേ. ശാകുന്തളം മൂലകൃതി വായിച്ചാസ്വദിക്കാൻ ഗോയ്ഥേ അത്യാവശ്യം സംസ്കൃതം പഠിച്ചു എന്നും കേട്ടിട്ടുണ്ട്. 'വായു ഹംസ'മായ പ്ലെയിൻ വഴി യൂറോപ്പിലേക്കുള്ള വലിയ കവാടമായ

# 152 പോക്കുവെയിൽ മണ്ണിലെഴുതിയത്

ഫ്റാങ്ക്ഫട്ടിൽ ചെന്നിറങ്ങിയ നിമിഷം മുതൽ നഗരത്തിൽത്തന്നെയുള്ള 'ഗോയ്ഥേ ഭവനം' കാണാൻ തിടുക്കമായി. ഗുണ്ടർട്ടിന്റെ സ്മരണോത്സവത്തിൽ പങ്കെടുക്കാനുള്ള കേരളീയസംഘത്തോടൊപ്പം വന്നതുകൊണ്ട്, നാലഞ്ചുദിവസംകൂടി ആഗ്രഹം അടക്കിനിർത്തേണ്ടിവന്നു.

ഡോ. വി.ഐ.സുബ്രഹ്മണ്യം ഉൾപ്പെടെ വിവിധ സർവ്വകലാശാലകളിലെ ഭാഷാശാസ്ത്രവിദഗ്ധർ, മൂർക്കോർത്ത് രാമുണ്ണി, ഡി.സി.കിഴക്കേമുറി, പി.ഗോവിന്ദപ്പിള്ള, പ്രൊഫ:എസ്. ഗുപ്തൻ നായർ, ഡോ.എം. ലീലാവതി, എൻ.പി.മുഹമ്മദ്, ചെമ്മനം ചാക്കോ തുടങ്ങിയവരൊക്കെ ഉൾപ്പെട്ട കേരളപ്രതിനിധികൾക്ക് സ്നേഹനിർഭരമായ സ്വീകരണമാണവിടെ ലഭിച്ചത്. പ്രബന്ധങ്ങളും പ്രഭാഷണങ്ങളും സംവാദങ്ങളുമൊക്കെ ഇംഗ്ലീഷിലായിരുന്നു. ബോൺയൂണിവേഴ്സിറ്റിയിലെ ജർമ്മൻവിഭാഗത്തിന്റെ ആഭിമുഖ്യത്തിൽ മലയാളികളായ എഴുത്തുകാർക്കൊരു സായാഹ്നസ്വീകരണമൊരുക്കിയിരുന്നു. അവിടെ ബീഥോവന്റെ *ആറാംസിംഫണി*യെയും *മൂൺലൈറ്റ് സൊണാറ്റ*യെയും ആസ്പദമാക്കി ഞാനെഴുതിയ കവിതകൾ ഡോ.ഫിൻഡൈസും അദ്ദേഹത്തിന്റെ പത്നി ഡോ. അന്നക്കുട്ടി ഫിൻഡൈസും ജർമ്മനിൽ പരിഭാഷപ്പെടുത്തിയത് മൂലകൃതികളോടൊപ്പം അവതരിപ്പിച്ചിരുന്നു. മലയാളത്തിൽ വായിച്ചുകേൾക്കണമെന്ന് അവർക്കു നിർബ്ബന്ധമായിരുന്നു. 'നിലാവിന്റെ ഗീത' ത്തിൽ എന്റെ സങ്കല്പസൃഷ്ടിയായ ഒരു നുറുങ്ങുകഥയുണ്ട്. അവർക്കത് ഇഷ്ടമായി എന്ന് സദസ്യരിൽ ചിലരുടെ പ്രതികരണത്തിൽനിന്നും മനസ്സിലാക്കാൻ കഴിഞ്ഞു. (വർഷങ്ങൾ കഴിഞ്ഞ്, എന്റെ 65 കവിതകളുടെ ഒരു ജർമ്മൻപരിഭാഷാഗ്രന്ഥം (ഒരു തുള്ളിവെള്ളിച്ചം-EIN TROPFEN LICHT) എന്ന പേരിൽ പ്രസിദ്ധീകരിക്കുന്നതിന്റെ തുടക്കമവിടെയായിരുന്നു എന്നു പറയാം).

കേരള പ്രതിനിധികൾ താമസിച്ചിരുന്ന അതിഥിമന്ദിരത്തിന് പൊതുവായ ഏതാനും ടോയ്‌ലറ്റുകളാണുള്ളത് - ടോയ്‌ലറ്റുകളിൽ ടിഷ്യുപേപ്പറല്ലാതെ വെള്ളം കിട്ടാനുള്ള ഏർപ്പാടില്ല. നമുക്ക് വെള്ളം കൂടാതെ പറ്റില്ലതാനും. അപ്പോഴാണ് ജനൽപ്പടികളിൽ കാര്യത്തിനു പറ്റിയ കുറേയേറെ ഒഴിഞ്ഞ ബിയർകുപ്പികളിരിക്കുന്നതു കണ്ടത്. പുറമേയുള്ള പൈപ്പിൽനിന്ന് ആ കുപ്പികളിൽ വെള്ളമെടുത്ത് ടോയ്‌ലറ്റുകളിലേക്കു പോയി പ്രശ്നപരിഹാരം കണ്ടെത്തി. അടുത്ത ദിവസത്തെ സമ്മേളന ന്യൂസ് ബുള്ളറ്റിനിലെ വലിയ വാർത്ത ഇതായിരുന്നു. "കേരള പ്രതിനിധികൾ ടോയ്‌ലറ്റിലേക്ക് ബിയർകുപ്പികളുമായി പോകുന്നു!"

പ്രതിനിധികൾ കൂട്ടം തെറ്റാതെ ഒരു കാൽനടസംഘമായിട്ടാണ് അത്ര ദൂരെയല്ലാത്ത സമ്മേളനഹാളിലേക്ക് പോവുക. ഹാളിനു മുന്നിലെത്തുമ്പോൾ സംഘാംഗങ്ങളെല്ലാവരുമുണ്ടോയെന്ന് എണ്ണിനോക്കും. ഒരു ദിവസം ഒരാളിന്റെ കുറവു കണ്ടു. അത് പി.ഗോവിന്ദപ്പിള്ളയായിരുന്നു. വഴി തെറ്റിയാൽ സ്റ്റുറ്റ്ഗർട്ടുപോലൊരു കൊച്ചുപട്ടണത്തിൽ ഇംഗ്ലീഷുഭാഷകൊണ്ടു വലിയ ഗുണമൊന്നും ഉണ്ടാവില്ല. എവിടെപ്പോയന്വേഷിക്കുമെന്നറിയാതെ ഓരോരുത്തരും ഓരോ സ്ഥലം ഊഹിച്ചുപറഞ്ഞു. വരുംവഴിക്ക് ഇംഗ്ലീഷ് വാരികകളും മറ്റും തൂങ്ങിക്കിടക്കുന്ന ഒരു ചെറിയ പീടിക കണ്ടിരുന്നു. ഒരു ജർമ്മൻ വളണ്ടിയറെയും കൂട്ടി ഞാനങ്ങോട്ടു പോയി. അതാ, ദൂരെവച്ചേ കണ്ടു: പി.ജി. മറ്റെല്ലാം മറന്ന് ഒരു ഇംഗ്ലീഷ് വാരിക വായിച്ചുകൊണ്ട് നില്ക്കുകയാണ് - പണ്ട്, പുളിമൂട്ടിലെ ഭാസ്കരൻ നായരുടെ പത്രപ്പീടികയ്ക്കു മുമ്പിലെന്നപോലെ!- തിരിച്ചെത്തിയപ്പോൾ, മറക്കാനാവാത്ത മറ്റൊരു രംഗത്തിനും സാക്ഷിയായി - എന്നും സൗകര്യപ്രദമായ ഒരു സമയത്ത്, എല്ലാവർക്കുംവേണ്ടി ഡി.സി. പുറത്തേതെങ്കിലും ടെലിഫോൺബൂത്തിൽ പോയി നാട്ടിലെ പൊതുവാർത്തകളൊക്കെ അന്വേഷിച്ചുവന്ന് എല്ലാവരോടും പറയും. അന്ന് ഡി.സി.വരുന്നവഴിതന്നെ ഉറക്കെപ്പറയുന്നുണ്ടായിരുന്നു: "നമ്മുടെ 'വിലാസിനി' (നോവലിസ്റ്റ് എം.കെ.മേനോനെ ഉദ്ദേശിച്ച്) മരിച്ചുപോയി!"തുടർന്ന് പരേതനെക്കുറിച്ചുള്ള വർത്തമാനങ്ങളായി. എല്ലാം ശ്രദ്ധിച്ചുകൊണ്ടുനിന്നിരുന്ന ഒരു വനിത തൂവാല കടിച്ചുപിടിച്ചുകൊണ്ട് കരച്ചിലടക്കാൻ പാടുപെടുന്നതു കണ്ടു. എല്ലാവരും അത് ശ്രദ്ധിക്കുന്നുണ്ടായിരുന്നു. പക്ഷേ, ആ പ്രത്യേക അവസ്ഥയിൽ അവരോടാരുമൊന്നും ചോദിക്കാൻ മുതിർന്നില്ല. പിന്നെ ഞങ്ങൾ മനസ്സിലാക്കി, അവർ ഒരു പ്രമുഖ ജർമ്മൻ സൈക്യാട്രിസ്റ്റ് ഡോ.റാൽഫ് സ്വീബലിന്റെ മലയാളിയായ പത്നിയാണെന്ന് - 'ആനി പുലിക്കോട്ടിൽ.' ജർമ്മനിയിൽ വർഷങ്ങൾക്കു മുമ്പ് നഴ്സിങ് പഠിക്കാൻ വന്നതാണ്. പ്രേമവിവാഹമായിരുന്നു. വിവാഹാനന്തരം വീട്ടിൽ മലയാളപുസ്തകങ്ങളുടെ ലോകത്ത് കഴിയുന്ന ഒരു വീട്ടമ്മയാണവർ. മലയാളഭാഷ കേൾക്കാനും ആസ്വദിക്കാനും കിട്ടുന്ന ഒരു സന്ദർഭവും അവർ പാഴാക്കുകയില്ല. ആനി സ്വീബൽ, വളരെ വേഗം ഒരു സുഹൃത്തായി മാറി. അല്ല ഒരു കുടുംബാംഗം തന്നെ. എന്റെ ജർമ്മൻ സന്ദർശനത്തിലെല്ലാം നിസ്വാർത്ഥ സേവനങ്ങളുമായി ആനി കൂടെയുണ്ടായിരുന്നു.

'ഗൊയ്ഥേ'യുടെ വീട് സന്ദർശിക്കുക എന്നത് എന്റെ ചിരകാലാഭി

ലാഷമായിരുന്നു. ഫ്റാങ്ക്ഫട്ടിൽ തന്നെയാണത്. പതിവുയൂറോപ്യൻ രീതിയിൽ റോഡിനോടത്ര ചേർന്നാണതിന്റെ മുഖപ്പ്. അങ്കണങ്ങൾ പാർശ്വങ്ങളിലും പിന്നിലും. എന്റെ ഓർമ്മ ശരിയാണെങ്കിൽ ആ വലിയ എടുപ്പിന് മൂന്ന് നിലയുണ്ട്. മേലേയറ്റത്തെ നിലയിലുള്ള ലൈബ്രേറിമുറിയാണെന്നെ ഏറ്റവുമധികം ആകർഷിച്ചത്. അവിടെ വിപുലമായ പുസ്തകശേഖരമുണ്ട്. എന്റെ കണ്ണുകൾ ഒരു പ്രത്യേക പുസ്തകമവിടെയുണ്ടോയെന്ന് തിരഞ്ഞുകൊണ്ടിരുന്നു - കാളിദാസന്റെ *ശാകുന്തളം*. ഗോയ്ഥേയെ വളരെയധികം ആകർഷിച്ച ഒരു നാടകമായതുകൊണ്ടാവണമല്ലോ അദ്ദേഹം പ്രസിദ്ധമായ ആ അഭിനന്ദനപദ്യമെഴുതിയത്. ഗോയ്ഥേ, അതിലെ രതിഭാവം അതിലൗകികമായ തലത്തിൽനിന്ന് അലൗകികമായ തലത്തിലേക്കും, അപക്വതീക്ഷ്ണതയിൽനിന്ന് പരിപക്വകാന്തിയിലേക്കും പരിണമിക്കുന്നതായി നിരീക്ഷിച്ചതിന്റെ ഫലമായിട്ടാണ് അതിലെ ഇമേജുകൾ അങ്ങനെ പിറന്നുവീണത്. (വസന്താഗമപുഷ്പം/വസന്താപചയത്തിലെ കനി, ഭൂമി/സ്വർഗ്ഗം) എന്നിവ) ഭാഗ്യത്തിന് ആ പുസ്തകം, മൂലകൃതിതന്നെ, അവിടെകണ്ടു; അത്ഭുതാഹ്ളാദങ്ങളോടെ ഞാനത് നോക്കിനില്ക്കെ, ലൈബ്രേറിയൻ അതൊന്നു മറിച്ചുനോക്കിക്കൊള്ളാൻ എടുത്തുതന്നു.പല പേജുകളിലും പാർശ്വഭാഗങ്ങളിൽ വ്യാക്ഷേപകചിഹ്നങ്ങളും ജർമ്മൻഭാഷയിൽ കൊച്ചുകൊച്ചു കുറിപ്പുകളും പലതരം മഷിയിൽ കണ്ടു. ആഴത്തിലുള്ള, ആവർത്തിച്ചുള്ള വായനയുടെ തെളിവുകൾ! ആ ഗ്രന്ഥശേഖരത്തിൽ ഗോയ്ഥേയുടെ സങ്കല്പത്തിലുള്ള welt literature ലെ അനർഘരത്നങ്ങൾ പലതുമുണ്ടെന്ന് ലൈബ്രേറിയൻ പറഞ്ഞു; ഒന്നുകൂടി: ആ ലൈബ്രറി നാസികളുടെ ബോംബാക്രമണത്തിൽ കത്തിയെരിഞ്ഞുപോയി. എന്നാൽ പുസ്തകങ്ങൾ മാറ്റിസൂക്ഷിച്ചിരുന്നു. യുദ്ധാനന്തരം ആ നില പഴയപടി പുനർനിർമ്മിച്ചതാണ്. പുസ്തകങ്ങളും പഴയപടി അവിടെത്തന്നെ അടുക്കിവയ്ക്കുകയായിരുന്നു! 'ഹന്ത! ഭാഗ്യം ജനാനാം!' എന്നു നെടുവീർപ്പിട്ടുപോയി!

താഴത്തെ നിലയിലെത്തിയപ്പോൾ ഞാൻ 'കെയർ ടേക്കറെ' സമീപിച്ച് ഒരു സ്വകാര്യാവശ്യമറിയിച്ചു. ഗോയ്ഥേയുടെ *ഫൗസ്റ്റ്* എന്ന നാടകത്തിൽ നായികയായ 'മാർഗരറ്റ്' ഒരു പൂവിറുത്ത് ഓരോ ദലവുമെണ്ണി "അവൻ എന്നെ സ്നേഹിക്കുന്നു" "സ്നേഹിക്കുന്നില്ല" എന്ന് ഇടവിട്ട് പറയുകയും, ഒടുവിലത്തെ ദലമെത്തിയപ്പോൾ 'സ്നേഹിക്കുന്നു' എന്നു പറഞ്ഞു നിർത്തുകയും, മറവിൽനിന്നതു കണ്ട നായകൻ ആഹ്ളാദമത്തനായി നില്ക്കുകയും ചെയ്യുന്ന രംഗമുണ്ട്. (*ശാകുന്തള*ത്തിലെ ഉദ്യാ

നരംഗത്തിനോട് അതിനുള്ള സാദൃശ്യം പ്രസിദ്ധമാണ്.) ആ പൂവിനെ margurite പുഷ്പമെന്ന് ഒരു പരിഭാഷയിലും daisy എന്ന് മറ്റൊന്നിലും പരാമർശിക്കുന്നു. എന്തുമാവട്ടെ, ആ പൂവ് ഒന്നു കാണാനാണ് ഞാനാഗ്രഹം പ്രകടിപ്പിച്ചത്. ഒരു പ്രത്യേക കാലാവസ്ഥയിൽ മാത്രം വിരിയുന്നതാണെന്നും ഇപ്പോൾ അതിന്റെ 'സീസൺ' അല്ലെന്നും അയാൾ പറഞ്ഞു. പിന്നെ അയാൾ എന്റെ പേരും മേൽവിലാസവും കുറിച്ചെടുത്തു. നാട്ടിൽ തിരിച്ചെത്തി ഏതാനും ആഴ്ച കഴിഞ്ഞപ്പോൾ തികച്ചും ആകസ്മികമായി എനിക്ക് വിദേശത്തപാലിലൊരു വലിയ കവർ വന്നു. ബോട്ടണിവിദ്യാർത്ഥികൾ പൂക്കളുടെയും ഇലകളുടെയും മറ്റും 'സ്പെസിമെൻ' സൂക്ഷിക്കുംപോലെ മാർഗരറ്റിന്റെ കടംകഥയ്ക്കുത്തരം നല്കിയ ആ പൂവിന്റെ മാതൃക പതിച്ച ഒരു കട്ടിക്കടലാസായിരുന്നു ആ കവറിൽ! സ്വന്തം ദേശീയകവിയോട് ആ സ്മാരകംസൂക്ഷിപ്പുകാരൻ കാട്ടിയ ആദരവ് നമുക്ക് പാഠമാവേണ്ടതാണ്.

ഗുണ്ടർട്ടിന്റെ സ്വന്തം നാടായ സ്റ്റുഡ്ഗർട്ടിൽ അദ്ദേഹത്തിന്റെ കുടുംബക്കല്ലറയക്കു സമീപത്തുവച്ച് ഒരു പരിപാടിയുണ്ടായിരുന്നു. കേരളീയരായ പ്രതിനിധികളെ അന്നാട്ടുകാർ ആദരിക്കുവാൻ സംഘടിപ്പിച്ച പരിപാടിയായിരുന്നു അത്. ഡി.സി. നിർദ്ദേശിച്ചു - മറുപടിപ്രസംഗത്തിനു പകരം ഞാൻ 'പാഥേയ' മെന്ന കവിത ചൊല്ലിയാൽ മതിയെന്ന്. മൂർക്കോത്തു രാമുണ്ണിയുടെ ഇംഗ്ലീഷ് പരിഭാഷസഹിതം 'പാഥേയം' ഞാൻ ചൊല്ലി-

"വേർപിരിയുവാൻ മാത്രമൊന്നിച്ചുകൂടിനാം
വേദനകൾ പങ്കുവയ്ക്കുന്നു....
വിരിയുന്നു, കൊഴിയുന്നു യാമങ്ങൾ; നമ്മളും
പിരിയുന്നു, യാത്ര തുടരുന്നു...."

അന്ന് ഒപ്പമുണ്ടായിരുന്ന പലരും യാത്ര നിറുത്തി ഓർമ്മയായിരിക്കുന്നു....

ബീഥോവന്റെ ഭവനം കാണണമെന്ന ആഗ്രഹം ആദ്യസന്ദർശനങ്ങളിലൊന്നും സാധിച്ചിരുന്നില്ല. വിശിഷ്ടവിഭവം ഏറ്റവുമവസാനം വിളമ്പുന്നതുപോലെ ജർമ്മനി ആ മധുരോദാരമായ അനുഭവം രണ്ടു വർഷം മുമ്പു മാത്രമാണെനിക്ക് കനിഞ്ഞുതന്നത്.

നടപ്പാതയോടു ചേർന്ന് 'ബീഥോവൻ ഹൗസ്' എന്ന നെറ്റിക്കുറിപ്പും ചാർത്തി ആ കെട്ടിടം രാജകീയപ്രൗഢിയോടെ തലയുയർത്തി നില്ക്കുന്നു - വിശ്വസംഗീത (welt music)ത്തിന് ജർമ്മനി നല്കിയ സംഭാ

വനയുടെ വിളംബരം പോലെ. എട്ടാമത്തെ വയസ്സിൽ ശ്രോതാക്കളെ വിസ്മയിപ്പിച്ച ഒരു സംഗീതപരിപാടിയിൽ ബീഥോവൻ ഉപയോഗിച്ചിരുന്ന 'വയോള' ഒരു ചില്ലുകൂട്ടിനുള്ളിലിരുന്ന്, പാട്ടുനിർത്തിയ പക്ഷിയെപ്പോലെ സന്ദർശകരെ ഉറ്റുനോക്കുന്നു. ബീഥോവന്റെ വിരൽസ്പർശത്താൽ പുളകിതമായ 'പിയാനോ' ഒരു വിധവയുടെ നിശ്ശബ്ദദുഃഖംപോലെ മറ്റൊരിടത്ത്. പിന്നിലെ മുറിക്കുള്ളിൽനിന്ന് ഒരു 'സിംഫണി' ഒഴുകിവരുന്നു. ബീഥോവൻ അപ്പൊഴും പുതുതായൊരു രചനയിൽ ഏർപ്പെട്ടിരിക്കുന്ന പ്രതീതിയാണതുളവാക്കിയത്.

ബാധിര്യം ബാധിക്കുന്നതിനുമുമ്പ്, കാട്ടുപൊന്തകളിൽനിന്നുയരുന്ന കിളിയൊച്ചകൾപോലും ശ്രദ്ധിച്ചുകേൾക്കുകയും ഓർമ്മയുടെ അറകളിൽ സൂക്ഷിക്കുകയും അവയെ പുനഃസംവിധാനം ചെയ്ത്, കേട്ടതിൽനിന്ന് കേൾക്കാത്ത മധുരതരമായ നാദത്തിന്റെ ലോകം സൃഷ്ടിക്കുകയും ചെയ്ത ബീഥോവനോട് പ്രപഞ്ചസ്രഷ്ടാവിനുപോലും അസൂയ തോന്നിയിരിക്കണം! - ഇല്ലെങ്കിൽ, തന്റെ ആസ്വാദകരുടെ ഹസ്തഘോഷവും ഹർഷാരവങ്ങളും കേൾക്കാൻ കഴിയാത്ത അഭിശപ്തമായ അവസ്ഥ ആ കലാകാരന് നല്കുമായിരുന്നുവോ?

കാഴ്ച കേൾവിയും, കേൾവി കാഴ്ചയുമായി മാറിപ്പോകുന്ന ഒരു മായികലോകത്ത് ഞാൻ ചെന്നെത്തിയെന്നു തോന്നി. അദ്ദേഹം കൈകാര്യം ചെയ്തിരുന്ന വാദ്യോപകരണങ്ങൾ ഭംഗിയായി അവിടെ പ്രദർശിപ്പിച്ചിട്ടുണ്ട്. തുളക്കുരുവിവാദ്യമെന്ന് നാം പറയാറുള്ള wind pipe കുറേയെണ്ണം പലേ നീളത്തിലുള്ളവ ഒരപൂർവ്വശില്പത്തിന്റെ സമഗ്രഭംഗി സൃഷ്ടിച്ചുകൊണ്ട് കുത്തിനിർത്തിയിട്ടുണ്ട്.

ബീഥോവന് ഒരു കാമുകിയുണ്ടായിരുന്നു എന്നതിന്റെ തെളിവായി 'അനശ്വരപ്രണയിനിക്ക് ഒരു കത്ത്' (Letter to the Immortal Beloved) എന്ന പേരിൽ ഒരു കവിതാപുസ്തകം അവിടെ വില്പനയ്ക്കുണ്ട് -സംഗീതശില്പിയിൽ ഒരു കാമുകൻ മാത്രമല്ല, ഒരു കവിയുമുണ്ടായിരുന്നു എന്നതിന് തെളിവ്! ആ നീണ്ട കവിത 'അനശ്വരം' മാത്രമല്ല, ഇനിയും എഴുതി മുഴുമിക്കാത്തതാണെന്നും തോന്നി. ബീഥോവന്റെ മരണാനന്തരം ഒരു കടലാസുകൂമ്പാരത്തിനിടയിൽനിന്നു കണ്ടുകിട്ടയതത്രേ കവിതാരൂപത്തിലുള്ള ആ കത്ത്. കാമുകിയുടെ പേരോ, ചുറ്റുപാടുകളോ മനഃപൂർവം മറച്ചുവച്ചതാവാം. അവൾ മറ്റൊരാളിന്റെ വധുവായതുകൊണ്ടാവാം. അതല്ലെങ്കിൽ, സംഗീതത്തെ സർവാത്മനാ സ്വയംവരിച്ച ബീഥോ

വൻ, അവളെ സ്വീകരിച്ച് 'സപത്നി' യാക്കുന്നത് ഒഴിവാക്കിയതാവാം. അതിലൊരിടത്ത്,

"നീ തീർത്തുമെന്റേതല്ലെന്നും
ഞാൻ തീർത്തും നിന്റേതല്ലെന്നുമുള്ള
വസ്തുത തിരുത്താനാവുമോ?" എന്ന വിഷാദചിന്തയുണ്ട്. "തീർത്തും" പരസ്പരം അവകാശപ്പെടാനാവാത്ത ഒരു ബന്ധമാണ വർതമ്മിൽ! ഒരിക്കലും സാക്ഷാത്ക്കാരമടയാൻ കഴിയാത്ത ഒരു സ്നേഹ ബന്ധം! - അത് അവളും താനും മാത്രമറിഞ്ഞാൽ മതി! എങ്കിലും അണ പൊട്ടിയൊഴുകുന്ന ഒരു പ്രണയപ്രവാഹമാണാ കത്ത്.

"എന്റെ ഹൃദയം നിന്നോടു പറയാനുള്ള
കാര്യങ്ങളെക്കൊണ്ട് നിറഞ്ഞിരിക്കുന്നു,
എന്നാൽ വാക്കുകൾ വ്യർത്ഥമാണെന്ന്
ചില നിമിഷങ്ങളിൽ തോന്നിപ്പോകുന്നു.
സന്തോഷവതിയായിരിക്കൂ; എന്റെ
വിശ്വസ്തയായി, എന്റെ ഒരേയൊരു
നിധിയായി, എന്റെ എല്ലാമായിരിക്കൂ-
ഞാൻ നിന്റേതെന്നപോലെ."

"അനശ്വരപ്രണയിനിക്കൊരു കത്തി"ൽ നിന്നാണീ വരികൾ. ലളിതമായ ഈ വാക്കുകളിൽ ആ തീവ്രമായ പ്രണയബന്ധത്തിന്റെ സവിശേഷതകൾ സംക്ഷിപ്തമധുരമായി പ്രകാശിക്കുന്നു - കത്തിനില്ക്കുന്ന സൂര്യരശ്മികൾ കുളിർനിലാവാകുംപോലെ. ജർമ്മൻ സംഗീതജ്ഞർക്കിടയിൽ ആ പ്രണയിനി ആരായിരുന്നു എന്നത് ഇന്നും ഗവേഷണവിഷയമാണ്. ഗൈഡ് ചുമരിലേക്ക് വിരൽ ചൂണ്ടി: അവിടെ സുന്ദരിയായൊരു ബാല്യകാലസഖിയുടെ ചിത്രം ചില്ലിട്ട് ഭദ്രമായി വച്ചിരിക്കുന്നു!

*'തൻപാതിമെയ്യായ്' ഗീതി-
കലയെ വരിച്ചോനേ!
നിൻമനമൊരു നാരീ-
ലാവണ്യംകവർന്നെന്നോ?
അവൾതൻ സ്വരം നിന്നിൽ
സംഗീതമായ് പെയ്തിട്ടോ,
അവളിൽ സംഗീതത്തിൻ

---

* *'ബീഥോവന്റെ അനശ്വരപ്രണയിനി' എന്ന കവിതയിൽനിന്ന് (കടൽശംഖുകൾ എന്ന സമാഹാരത്തിൽ)*

ദേവതാരൂപം കണ്ടോ,
ഉടലിന്നാരോഹാവ-
രോഹങ്ങൾ കാൺകേ കണ്ണാൽ
നുകരും സംഗീതമി-
തെന്നോർത്തോ ഭ്രമിച്ചു നീ?....."

ഒരു നാരായമുന ഭൂർജപത്രത്തിലുരസുന്ന നൊമ്പരം മനസ്സിലപ്പോളനുഭവപ്പെട്ടു.

ജർമ്മനി അതിന്റെ ദേശീയാഭിമാനമായിട്ടാണ് ബിഥോവനെ കാണുന്നത് - ആ ഭവനം എത്ര നിഷ്കർഷയോടെയാണവർ സൂക്ഷിച്ചിരിക്കുന്നതെന്ന് കണ്ടുപഠിക്കേണ്ടതുതന്നെയാണ്. ത്യാഗരാജന്റെ 'തിരുവയ്യാർ' പവിത്രമായൊരു തീർത്ഥാടനകേന്ദ്രമാണെന്ന കാര്യം മറക്കുന്നില്ല - അതിൽപരമൊരാദരവെന്തുണ്ട്? എന്നാൽ സ്വാതിതിരുനാളിന്റെ പേരിൽ നാമെന്തു ചെയ്തു? വിവിധ ഭാഷകളിൽ സംഗീതരചന നടത്തുക മാത്രമല്ല, രാജ്യത്തെ ആധുനീകരിക്കാൻ സ്വന്തം ഭരണകാലത്ത് മഹത്തായ പരിശ്രമങ്ങൾ നടത്തുകകൂടി ചെയ്ത സ്വാതിയുടെ നിത്യാസ്വസ്ഥമായ ജീവിതം 'സ്വാതന്ത്ര്യം തന്നെയമൃതം' എന്ന സത്യത്തിന്റെ സാക്ഷാത്ക്കാരം തന്നെയായിരുന്നില്ലേ? കുറെ പാട്ടുകച്ചേരികൾ കൊണ്ടാദരിച്ചൊതുക്കേണ്ടതല്ലാ ആ മഹത്സ്മരണ - ബീഥോവൻഭവൻ സന്ദർശിച്ചപ്പോൾ അങ്ങനെയുമൊക്കെ ഓർത്തുപോയി.

ഒരു സംഗീതശില്പിയെ സംബന്ധിച്ചിടത്തോളം ശ്രവണേന്ദ്രിയത്തിനുള്ള പ്രാധാന്യം നിർണ്ണായകവും സുസൂക്ഷ്മവുമാണ്. അതു കൊട്ടിയടച്ച ശക്തിയെ തോല്പിച്ചുകൊണ്ട് അന്തരിന്ദ്രിയങ്ങളിൽ ഒരു സംഗീതസാഗരം മുഴുവൻ, ഒതുക്കിവച്ച 'സർഗ്ഗാത്മകത' യുടെ പേരിൽ അഭിമാനവും, തെല്ലൊരഹങ്കാരം തന്നെയും തോന്നിപ്പോയ നിമിഷങ്ങളാണ് 'ബീഥോവൻ ഹൗസി'ൽ കഴിച്ചുകൂട്ടിയത്. സമാനമായൊരഹങ്കാരം നമ്മിലുണർത്തുന്ന മൊസാർട്ടിന്റെ സ്വദേശം ആസ്ട്രിയയിലാണ് - അവിടെ പോകാനുള്ള ആഗ്രഹം സാക്ഷാത്ക്കരിക്കുക എളുപ്പമല്ലായിരുന്നു. എങ്കിലും, ബീഥോവനെ ഓർക്കുമ്പോൾ മൊസാർട്ടിനെയുമോർക്കാതെ വയ്യ! പലപ്പോഴായി ഓർമ്മയുടെ കലവറയിൽ ശേഖരിച്ചുവച്ച സ്വരങ്ങളെ പുനർവിന്യസിപ്പിച്ച് രചിക്കുന്ന സംഗീതശില്പങ്ങളായിരുന്നു ബീഥോവന്റേതെങ്കിൽ, ഒറ്റ മുങ്ങലിൽ കടലിന്റെയാഴത്തിൽ നിന്ന് ആവോളം മുത്തുകൾ വാരി വരുന്ന മാതിരിയുള്ള സൃഷ്ടികളായിരുന്നു മൊസാട്ടിന്റേത് - രണ്ടായാലും, 'പ്രചോദിതസൃഷ്ടി' കൾതന്നെ. (Inspired compositions)

ഇതിന്റെ മറുവശത്താണ് കൗശലപൂർവ്വം കണക്കുകൂട്ടിയുള്ള രചനകൾ (Clever composition). അത്തരം കൗശലങ്ങൾ കാട്ടുന്നവരുടെ പ്രതിനിധിയായിട്ടാണ്, മൊസാർട്ടിനെ സൽക്കരിച്ച് വിഷം കൊടുത്തു കൊന്നു എന്ന കഥയിലെ നായകനായ 'സലീറി' (Salieri) അറിയപ്പെടുന്നത്. സാഹിത്യത്തിലും ഇതിനു സമാന്തരങ്ങൾ ഉള്ളതായി പലരും നിരീക്ഷിച്ചിട്ടുണ്ട്. കവിതയുടെ ശത്രുക്കൾ നിരൂപകരല്ല, കവിയശഃപ്രാർത്ഥികളാണെന്ന് പറയാറുണ്ട്. ഏകാധിപതിയായ ഒരു ഭരണാധികാരി സൂര്യപ്രകാശത്തിനും നികുതി ചുമത്തിയതായി ഒരു കഥയുണ്ട്. വീടുകളുടെ ചില്ലുജാലകങ്ങളിലൂടെപ്പോലും സൂര്യപ്രകാശം അകത്തുകടക്കാതിരിക്കാൻ, താർമഷി പൂശി. അപ്പോൾ, അന്ധകാരത്തെ – ആ ദുർനിയമത്തെയും – പ്രതിരോധിക്കാൻ അന്തേവാസികൾ മെഴുതിരി കൊളുത്തിവച്ചു. - അങ്ങനെ ഒരു ലഘുനാടകമുണ്ട് (ഹരീന്ദ്രനാഥ് ചതോപാദ്ധ്യായയുടേതാണത് എന്നാണോർമ്മ). വൈദ്യുതി വിലക്കപ്പെട്ടാലുടൻ പ്രവർത്തിക്കുന്ന ഒരു 'ഇൻവെർട്ടർ' സ്വാതന്ത്ര്യപ്രേമിയായ ഏതു കലാകാരന്റെയും ഉള്ളിലുണ്ടാവും. ഏകാധിപതികളതറിയുന്നില്ല; അതാണവരുടെ ദുരന്തവും!

# 20 'ശ്രേഷ്ഠഭാഷ' കവികൾ തന്ന പ്രചോദനം

**ക്രാ**ന്തദർശിയായ മഹാകവി കുമാരനാ ശാൻ ഒരിക്കൽ സി.വി.കുഞ്ഞുരാമനോട് പറഞ്ഞ തായി കേട്ടിട്ടുണ്ട്: "എന്റെ കവിത വായിക്കാൻ വിദേശികൾ മലയാളം പഠിക്കുന്ന ഒരു കാലം വരും" എന്ന്. "മറ്റുള്ള ഭാഷകൾ കേവലം ധാത്രി മാർ, മർത്ത്യന്നു പെറ്റമ്മ തൻ ഭാഷതാൻ" എന്ന് വള്ളത്തോൾ അഭിമാനമത്തനായി പാടിയിട്ടുണ്ട്. ഇതൊക്കെ ഏറിയോ കുറഞ്ഞോ എല്ലാ കവിക ളുടെയും കൃതികളിലുണ്ടാവാറുള്ളതല്ലേ?- എന്ന് ചോദിക്കാം. പക്ഷേ, 'മലയാള'ത്തെ സംബന്ധി ച്ചിടത്തോളം ഈ കവിവാക്യങ്ങൾക്ക് ഏറെ പ്രസക്തി കൈവന്നത്, ശ്രേഷ്ഠഭാഷാപദവിക്കു വേണ്ടിയുള്ള പ്രവർത്തനം സജീവമായപ്പോളാണ്. ദ്രാവിഡഭാഷാ കുടുംബത്തിലെ തമിഴ്, കന്നട, തെലുഗ് എന്ന മൂന്നു ഭാഷകൾക്കും 'ക്ലാസിക്' പദവി അംഗീകരിച്ചു നല്കുകയും മലയാളത്തെ പ്രാന്തവല്ക്കരിക്കുകയും ചെയ്തപ്പോളാണ് ചില രുടെയെങ്കിലും കണ്ണുതുറക്കുകയും മറ്റുള്ളവരുടെ കണ്ണുതുറപ്പിക്കാനുള്ള പരിശ്രമം ശക്തിപ്രാപിക്കു കയും ചെയ്തത്- അപ്പോഴും, "മലയാളം അത്ര യ്ക്കങ്ങട്ടുണ്ടോ?" എന്ന് ഇവിടെത്തന്നെ ചില പ്രമാണിമാർ സംശയമുന്നയിച്ച് മാറിനിന്നു.

തങ്ങൾക്കു കിട്ടാനുള്ള പദവികളൊക്കെ കണിശമായും കിട്ടണം; അമ്മയ്ക്ക് കിട്ടാനുള്ളത് മറ്റാരുവേണമെങ്കിലുമെടുത്തോട്ടെ എന്ന മനോഭാവം കേരളീയ സമൂഹത്തിന്റെ ശാപമാണോ എന്നുപോലും തോന്നിപ്പോയ സന്ദർഭങ്ങൾ! നമ്മുടെ മഹാകവികളുടെ വാക്കുകൾ നല്കിയ പ്രചോദനം ചെറുതൊന്നുമല്ല - "എന്റെ നാടിന്റെ നാവനങ്ങിയാൽ ലോകം ശ്രദ്ധിക്കും കാലം വരുമെന്ന" ജി.യുടെ വാക്കുകളും ('അഴിമുഖത്തേക്ക്'എന്ന കവിത) ഇതിനോട് ചേർത്ത് വായിക്കേണ്ടതാണ്.

തമിഴ് സംഘസാഹിത്യത്തിലെ പഞ്ചമഹാകാവ്യങ്ങളിൽ പ്രാതഃസ്മരണീയമായ *ചിലപ്പതികാരം* കേരളീയനായ ഇളങ്കോഅടികൾ (കൊടുങ്ങല്ലൂർ വാണ ചേരൻ ചെങ്കുട്ടുവന്റെ അനുജൻ) എഴുതിയതാണെങ്കിലും അതിന്റെ പൈതൃകപ്പഴമ തീർത്തുമെഴുതിയെടുത്തുകൊള്ളാൻ തമിഴിനു വിട്ടുകൊടുത്തവരാണ് മലയാളത്തിന് 'പഴമ' പോരെന്ന് പറഞ്ഞത്- സംഘകൃതികളിൽ പലതിന്റെയും കർത്താക്കൾ കേരളീയരായിരുന്നു. കവി 'തിരുപ്പൂങ്കുന്റനാർ' തൃശ്ശൂരിനടുത്തുള്ള പൂങ്കുന്നത്തുകാരനായിരുന്നു. എന്നാലും അതെഴുതിയ ഭാഷ തമിഴല്ലേ? എന്നാവും പിന്നത്തെ ചോദ്യം- 'അന്ന് കേരളത്തിലെ കവികളുടെ കാവ്യഭാഷ'യായിരുന്നു അതെന്നും, അതുതന്നെയാണ് അന്നത്തെ "സംഘത്തമിഴെ"ന്നും ശരിയായി വ്യാഖ്യാനിച്ച് കേരളഭാഷയെന്ന നിലയ്ക്കുള്ള മലയാളത്തിന്റെ പൈതൃകപ്പഴമ അംഗീകരിപ്പിക്കാൻ ആരും മുൻകൈയെടുത്തില്ല. പശ്ചിമഘട്ടത്തിനു കിഴക്കുള്ളവർ, ലിപി പരിഷ്കരിക്കുന്നതിലും ഇതരഭാഷകളിൽ നിന്ന് പദങ്ങളും സംജ്ഞകളും സ്വീകരിക്കുന്നതിലും കടുത്ത യാഥാസ്ഥിതിക മനോഭാവം പുലർത്തിയപ്പോൾ, പശ്ചിമഘട്ടത്തിനിപ്പുറമുള്ളവർ (ചേരദേശക്കാർ) വളരെ ഉദാരമായ സമീപനമാണ് സ്വീകരിച്ചത്. അങ്ങനെ സംസ്കൃതം, പാലി, പ്രാകൃതം, മറാത്തി, അറബി, പേർഷ്യൻ, സിറിയക്, ഹീബ്രു, പോർട്ടുഗീസ്, ഡച്ച്, ഫ്റഞ്ച്, ഇംഗ്ലീഷ് ഭാഷകളിലെ നിരവധി പദങ്ങളും സംജ്ഞകളുംകൊണ്ട് മലയാളം സമ്പന്നമായി - അതെ 'സമ്പന്നമായി' എന്നുതന്നെയാണ് പറയേണ്ടത്. ഇതരഭാഷകളിലെ പദങ്ങൾ തത്സമമായിത്തന്നെ എഴുതാൻ പറ്റിയതരത്തിൽ ലിപികളുടെ എണ്ണം വർദ്ധിക്കുകയുണ്ടായി - ദേവനാഗരി ലിപികളെയും കവച്ചുവച്ച്. ഉദാ:- 'നനയുക' എന്നതിലെ 'ന'യുടെ ഉച്ചാരണത്തിൽ മലയാളം പുലർത്തുന്ന വ്യത്യാസം 'വടമൊഴി'യായ സംസ്കൃതത്തിൽ പോലുമില്ല. അവിടെ 'ലളയോരഭേദ'മാണെങ്കിൽ, ഇവിടെ മലയാളത്തിൽ 'വല' വേറെ 'വള'വേറെ. അങ്ങനെ സ്വന്തം വളർച്ചയുടെ വഴിയിൽ മല

യാളം പഴയ തമിഴിൽ നിന്ന് പ്രകടമാംവിധം മാറി എന്നല്ലാതെ അതിന്റെ പൈതൃകപ്പഴമയെ കുറച്ചുകാണുന്നത്, മലയാളത്തെ പ്രാന്തവല്ക്കരിക്കുന്നതിനുള്ള ഒരു 'സൗകര്യ'മായി ത്തീർന്നു ചിലർക്ക്. ക്ലാസിക്കൽ പദവിക്ക് അനിവാര്യമെന്ന് നിർണ്ണയിക്കപ്പെട്ട ലക്ഷണങ്ങളിൽ ഒന്നായ 1500 വർഷത്തെ പഴമ മലയാളത്തിനില്ലെന്നത് ഇവിടുത്തെ ചിലരുടെ ഉപരിപ്ലവ നിരീക്ഷണത്തിന്റെ ഫലമായിരുന്നു: "അത്രയ്ക്കങ്ങട്ടുണ്ടോ മലയാളം?" എന്ന ചോദ്യം "അത്രയ്ക്കല്ല, അതിനപ്പുറവുമുണ്ട്" എന്ന് തെളിവുകൾ നിരത്തി ഇന്ത്യൻ പ്രധാനമന്ത്രിക്കു നല്കുവാൻ വി.എസ്. അച്യുതാനന്ദൻ മുഖ്യമന്ത്രിയും എം. എ.ബേബി വിദ്യാഭ്യാസ സാംസ്കാരികവകുപ്പു മന്ത്രിയുമായിരുന്ന മന്ത്രിസഭ തീരുമാനമെടുത്തു. ഇത് വെറുമൊരു കക്ഷിരാഷ്ട്രീയ പരിപാടിയാവാതിരിക്കാൻ, അന്നത്തെ പ്രതിപക്ഷനേതാവും നിവേദകസംഘത്തിന്റെ കൂടെയുണ്ടാവണമെന്ന് തീരുമാനിച്ചത് ജനാധിപത്യപരമായ മാന്യതയും ഔചിത്യവുമായി. നിവേദക സംഘത്തിൽ ദില്ലിയിൽത്തന്നെ സാംസ്കാരികരംഗത്ത് ശ്രദ്ധേയരായിട്ടുള്ള ശ്രീ. ഓംചേരിയും ശ്രീ കെ. സച്ചിദാനന്ദനും കവിയും പ്രശസ്ത ഭാഷാഗവേഷകനുമായ ഡോ.പുതുശ്ശേരി രാമചന്ദ്രനും അഖിലേന്ത്യാ പ്രശസ്തിയുള്ള കവയിത്രി ശ്രീമതി സുഗതകുമാരിയും ഒരു പഴയ ഭാഷാദ്ധ്യാപകനായ ഞാനും ഉൾപ്പെട്ടിരുന്നു. കേരളസാഹിത്യ അക്കാദമി സെക്രട്ടറി ശ്രീ.പുരുഷൻ കടലുണ്ടി കൺവീനർ ചുമതല വഹിച്ചു. അങ്ങനെ അന്നത്തെ പ്രധാനമന്ത്രിക്ക് നേരിട്ട്, നിവേദനം സമർപ്പിക്കപ്പെട്ടു. എല്ലാവർക്കും വേണ്ടി ആ നിവേദനത്തിന് കാര്യമാത്ര പ്രസക്തമായൊരു വിശദീകരണം ഞാൻ നലകി. നിവേദനത്തിന് പ്രധാനമന്ത്രിയിൽ നിന്നുണ്ടായ തൽക്ഷണപ്രതികരണം വളരെ ആശാവഹമായിരുന്നു. നിവേദനം ഒരു വിദഗ്ദ്ധസമിതിയുടെ പരിഗണനയ്ക്ക് സമർപ്പിക്കുമെന്നും അവരുടെ ശുപാർശയുടെ വെളിച്ചത്തിൽ സാംസ്കാരിക വകുപ്പ് ഉചിതമായ തീരുമാനമെടുക്കുമെന്നും പറഞ്ഞു. സംതൃപ്തിയോടെയും പ്രതീക്ഷയോടെയും നിവേദകസംഘം പുറത്തുവന്നു. മുഖ്യമന്ത്രിയെയും പ്രതിപക്ഷനേതാവിനെയും ഒന്നിച്ചുകണ്ടപ്പോൾ, ഞാൻ പറഞ്ഞു: "നിങ്ങൾ രണ്ടുപേരും ചേർന്നാൽ കേരളം മുഴുവനുമായി. ഇക്കാര്യത്തിൽ കക്ഷിപരിഗണനകൾക്കതീതമായി കേരളീയർ ഒന്നാണെന്ന് തെളിയിക്കണം" - അവർ ചിരിച്ചു. ആദ്യത്തെ വിദഗ്ധസമിതി യോഗത്തിൽ തീരുമാനം അനുകൂലമാവാതിരിക്കാൻ ചിലർ വാശിപിടിച്ചു- ശ്രേഷ്ഠപദവി നിഷേധിക്കാനുള്ള ശുപാർശയാണുണ്ടായത്. അതി

നിടയ്ക്ക് കേരളത്തിൽ മന്ത്രിസഭാ മാറ്റമുണ്ടായി. മാറിയ മന്ത്രിസഭയിലെ മുഖ്യമന്ത്രിയും സാംസ്കാരിക മന്ത്രിയും ശ്രമം തുടരുന്നതിൽ ശുഷ്കാന്തി കാണിക്കയാൽ, ഞങ്ങളിൽ പലരും അതിനുവേണ്ടുന്ന ഒത്താശകളെല്ലാം ചെയ്തു. ആദ്യ വിദഗ്ധസമിതിയോഗത്തിൽ ചില സാങ്കേതിക പ്രതിബന്ധങ്ങൾ ചൂണ്ടിക്കാട്ടിയ ശ്രീ എം.ജി.എസ്.നാരായണൻ തീർത്തും അനുകൂലിച്ചു. തീരുമാനം അനുകൂലമാക്കാൻ ആത്മാർത്ഥമായും പ്രായോഗികബുദ്ധിയോടെയും പ്രവർത്തിച്ച ശ്രീ കെ. ജയകുമാ(മലയാള സർവ്വകലാശാലാ വി.സി.)റിനോട് നാം കടപ്പെട്ടിരിക്കുന്നു. നേരത്തേ കൊടുത്ത നിവേദനത്തിന്റെ പ്രാഗ്‌രൂപം, ശിലാശാസനങ്ങളെയും സാഹിത്യകൃതികളെയും മറ്റും അടിസ്ഥാനപ്പെടുത്തി വിപുലീകരിച്ച് ക്ലാസിക്കൽ പദവിക്കുള്ള അർഹത സ്ഥാപിക്കുന്ന ഒരു ബൃഹദ്‌രേഖ തയ്യാറാക്കുന്നതിന് 'ഇന്റർനാഷണൽ ഇൻസ്റ്റിറ്റ്യൂട്ട് ഓഫ് ദ്രവീഡിയൻ ലിംഗ്വിസ്റ്റിക്സി'ലെ ഡോ.നെടുങ്കുന്നം ഗോപാലകൃഷ്ണനെയാണ് കമ്മിറ്റി ചുമതലപ്പെടുത്തിയത്- ആ ചുമതല സ്തുത്യർഹമായി നിർവ്വഹിക്കാൻ വളരെ ക്ലേശങ്ങൾ സഹിച്ച അദ്ദേഹം ഭാഷാസ്നേഹികളുടെയെല്ലാം അഭിനന്ദനമർഹിക്കുന്നു. അങ്ങനെ ശ്രേഷ്ഠഭാഷാ പദവിക്കുവേണ്ടിയുള്ള ശ്രമം ഒരു സുപ്രഭാതത്തിൽ 'രമണീയപരിണതി'യെ പ്രാപിച്ചു. മുൻ ഗവൺമെന്റിന്റെ കാലത്തെ പരിശ്രമങ്ങളെ പരാമർശിക്കാതെ നിലവിലുള്ള കേരളസർക്കാരിന്റെ നേട്ടമായി വിളംബരം ചെയ്യുന്ന പോസ്റ്ററുകൾ എമ്പാടും പ്രത്യക്ഷപ്പെട്ടപ്പോൾ ദു:ഖം തോന്നി. ശ്രേഷ്ഠഭാഷാ പദവിക്കുവേണ്ടിയുള്ള പരിശ്രമം തുടങ്ങിവച്ചവർ കാട്ടിയ ജനാധിപത്യപരമായ മാന്യതയ്ക്ക് ക്ഷതമേറ്റു. പിന്നെ, "അത്രയ്ക്കുണ്ടോ മലയാളം?" എന്നു ചോദിച്ചവരുൾപ്പെടെ കുറെയേറെപ്പേരെ സ്റ്റേജിൽ നിരത്തിനിർത്തി കസവുനേര്യത് പുതപ്പിക്കുന്ന പരിപാടി പൊടിപൊടിച്ചു!

മലയാളഭാഷയുടെ അന്തസ്സിനും അഭ്യുന്നതിക്കും വേണ്ടി പ്രവർത്തിക്കുന്നവർ 'ഭാഷാഭ്രാന്ത'രാണെന്നും മറ്റുള്ള ഭാഷകളോട് അവർക്ക് ശത്രുതയാണുള്ളതെന്നും കരുതുന്നത് ശരിയല്ല. ഒരു കന്നടവ്യാകരണ ഗ്രന്ഥത്തിന്റെ പ്രാരംഭ പദ്യത്തിലെ ഈ പരാമർശം ഇവിടെ പ്രസക്തമാണ്.

"സർവ്വഭാഷാ സരസ്വതീ-" അതേ, ഭാഷ 'സരസ്വതി'യാണെങ്കിൽ, എല്ലാ ഭാഷകളും സരസ്വതിയാണ്. ഭാഷ ഒരു സാമൂഹികോല്പന്നമാണ്; ഭാഷ ഒരു മാനുഷികോല്പന്നവുമാണ്. ഭാഷാശാസ്ത്രത്തിലെ പ്രാഥമിക പാഠമാണത്. വിന്ധ്യന് തെക്കുവശത്തുള്ളവർക്ക് ഒരു പൊതുഭാഷ

എന്നോ പണ്ടുണ്ടായിരുന്നു. അതിനെയാണ് നാം സൗകര്യത്തിനുവേണ്ടി മൂല(ആദി) ദ്രാവിഡ ഭാഷയെന്ന് വിളിക്കുന്നത്. അതിൽനിന്നുണ്ടായവയാണ് പ്രമുഖ ദ്രാവിഡഭാഷകളായ തമിഴ്, മലയാളം, തെലുഗ്, കർണ്ണാടകം എന്നിവ. അവ തമ്മിൽ പ്രത്യക്ഷത്തിലുള്ള വ്യത്യാസം, ചരിത്രപരവും ഭൂമിശാസ്ത്രപരവുമായ നിരവധി കാരണങ്ങളാൽ കാലാന്തരത്തിലുണ്ടായതാണ്. ജീവിതത്തെപ്പോലെത്തന്നെ ഭാഷയും നിരന്തര പരിണാമത്തിന് വിധേയമാണ്. നെല്ലും പുല്ലും തിരിച്ചറിയാത്തവർക്കേ മേൽസൂചിപ്പിച്ച 'ഭാഷാഭ്രാന്തർ' എന്ന വിശേഷണം ഭാഷയുടെ സ്വാഭിമാനം സംരക്ഷിക്കുന്നവരുടെ മേൽ ചാർത്താൻ കഴിയൂ.

മനുഷ്യരെ കൂട്ടിയിണക്കാൻ ഭാഷയ്ക്ക് കഴിയും. ആശയവിനിമയം തന്നെ ഒരർത്ഥത്തിൽ കൂട്ടിയിണക്കലാണല്ലോ. ഭാഷയുടെ പേരിൽ ഒരു ജനതയെയാകെ കൂട്ടിയിണക്കാനും കഴിയും. അത് മറ്റൊരു ജനതയെ ഭിന്നിപ്പിക്കാനോ അടക്കിഭരിക്കാനോ വേണ്ടിയാവരുതെന്നു മാത്രം. തന്നെയുമല്ലാ മറ്റു ജനതകളുടെ സംസ്കാരത്തിന്റെ സത്തയും സൗരഭവും നമുക്കവരുടെ ഭാഷകളിലൂടെ പകർന്നെടുക്കാം. ഓരോഭാഷയും ആത്യന്തികമായി ഓരോ സംസ്കാരമാണ്. സാഹിത്യം അതിന്റെ ആത്മസുഗന്ധമാണ്. സ്വന്തം ഭാഷയെച്ചൊല്ലിയുള്ള അഭിമാനം ഒരിക്കലും മറ്റൊരു ഭാഷയെ അപമാനിക്കലല്ല. "സർവ്വഭാഷാസരസ്വതീ" എന്ന ആ പഴയ കന്നടകവിയുടെ വാക്കുകൾ, ഭാരതത്തിൽ സങ്കീർണ്ണമായ സാമൂഹികാവസ്ഥയിൽ ഒരു രക്ഷാമന്ത്രംപോലെ മനസ്സിൽ സൂക്ഷിക്കാവുന്നതാണ്.

നാം 'കറുത്തവർ' എന്നു പറയുമ്പോൾ അത് ഒരു ഭൂവിഭാഗത്തിലെ ജനതയുടെ വിശേഷണമായിത്തീരുന്നു; 'വെള്ളക്കാർ' എന്നു പറയുമ്പോൾ മറ്റൊരു ഭൂവിഭാഗത്തിലെ മനുഷ്യരുടേയും. അപ്പോൾ, ഇന്ത്യയുടെ വർണ്ണമേതാണ്? എല്ലാനിറങ്ങളും ചേർന്ന സങ്കീർണ്ണതയാണ്, അല്ലെങ്കിൽ, നിറമില്ലായ്മയാണ്! - 'ഭാവത്തിൻ പരകോടിയിൽ സ്വയമഭാവത്തിൻ സ്വഭാവം' വരുംപോലെ മഴവില്ലിലെ ഏഴുനിറം ചേർന്ന സൂര്യപ്രകാശത്തിന്റെ 'നിറമില്ലായ്മ' യാവാം! അതിനെ- സ്ഫടികസമാനമായ ആ നൈർമ്മല്യത്തെ - ഏതെങ്കിലും ഒരു നിറം പൂശുന്നത്, ഇന്ത്യയുടെ സാംസ്കാരികപ്പഴമയ്ക്കും പെരുമയ്ക്കും എതിരാവും. ഭാഷയുടെ കാര്യത്തിലുമതെ. ഓരോ ഭാഷയും അതിന്റെ സ്വാഭിമാനം നഷ്ടപ്പെടാതെ തന്നെ ഇന്ത്യയുടെ നാവായും ഹൃദയമായും ശബ്ദിക്കണം.

കൽക്കത്തയിലെ ഭാരതീയ ഭാഷാപരിഷത്തിന്റെ 'ഭിൽവാരാ' അവാർഡ് സമർപ്പണം നിർവ്വഹിച്ച 'വിശ്വഭാരതി'യുടെ വി.സി. യായ

'പബിത്ര സർക്കാർ' ഇംഗ്ലീഷിൽ പ്രസംഗിച്ചു തുടങ്ങിയപ്പോൾ, സദസ്സിലുണ്ടായിരുന്ന ചിലർ "ഹിന്ദിയിലോ ബംഗാളിയിലോ സംസാരിക്കൂ" എന്ന് വിളിച്ചു പറഞ്ഞു. പബിത്രസർക്കാർ വഴങ്ങിയില്ല. അദ്ദേഹം ഇംഗ്ലീഷിൽത്തന്നെ തുടർന്നു. എനിക്ക് ഹിന്ദിയോ ബംഗാളിയോ പറയാൻ കഴിയാത്തത് പൊറുക്കണമെന്നപേക്ഷിച്ചു കൊണ്ടാണ് ഞാൻ മറുപടി പ്രസംഗമാരംഭിച്ചത്. അവർക്ക് മനസ്സിലാവില്ലെന്നതുകൊണ്ടാണ് മലയാളത്തിൽ സംസാരിക്കാത്തതെന്നും പറഞ്ഞു. പിന്നെ, ഇംഗ്ലീഷിൽ പറയുന്നതിൽ കുറ്റബോധമില്ലെന്നുകൂടിപറഞ്ഞു. കാരണം: സ്വാമി വിവേകാനന്ദൻ ചിക്കാഗോയിൽ ഇംഗ്ലീഷിൽ സംസാരിച്ചപ്പോൾ ഇന്ത്യയുടെ ആത്മാവിന്റെ ശബ്ദമാവാൻ ഇംഗ്ലീഷിനും കഴിയുമെന്ന് തെളിഞ്ഞതാണ്.- ബംഗാളി ശ്രോതാക്കളുടെ ഹർഷാരവം എനിക്കാശ്വാസമായി. "സഭൈ അറിന്തു പേശുങ്കൾ" എന്ന തിരുവള്ളുവർ മൊഴിയാണ് എനിക്ക് വഴികാട്ടിയായത്.

തമിഴ് പഠിപ്പിക്കുന്ന ഒരു സഹാദ്ധ്യാപകനുണ്ടായിരുന്നു എനിക്ക് - "വടമൊഴി ഒഴിക" എന്നു പറയാൻ ആയിരം നാവായിരുന്നു മൂപ്പർക്ക്. ഒരിക്കൽ അദ്ദേഹം എന്നോടു പറഞ്ഞു, തമിഴ്, വടമൊഴി(സംസ്കൃതം) യിൽ നിന്ന് തീർത്തും വിമുക്തമാണെന്ന്. തമിഴിലെ സർവ്വോത്തമമായ *ചിലപ്പതികാര*ത്തിൽത്തന്നെ വടമൊഴിയുണ്ടെന്ന് ഞാൻ ചൂണ്ടിക്കാട്ടിയപ്പോൾ, അതേതാണെന്ന് തിരിച്ചറിയാനദ്ദേഹത്തിനു കഴിഞ്ഞില്ല. 'അധികാരം' എന്നത് അധികരിച്ചുള്ളത് (pertaining to)എന്ന അർത്ഥത്തിലാണെന്നദ്ദേഹം മനസ്സിലാവാത്തമട്ടിൽ നിന്നു. പിന്നെ ഒട്ടൊന്ന് ആലോചിച്ചിട്ട് പറഞ്ഞു, 'ധി' എന്നത് 'തി'യായിട്ടാണ് തങ്ങൾ പ്രയോഗിക്കുന്നതെന്ന്...! അപ്പോൾ അത് തമിഴായി എന്നാണ് ധാരണ! ഇതിനെയാണ് ഭാഷാഭ്രാന്തെന്നു പറയുക!

"ഏഴുകടലെ"ന്നൊക്കെ നാം പറയുകയും പാടുകയും ചെയ്താലും കടലൊന്നേയുള്ളൂ. മനുഷ്യരാശിയും ഒരേ കടലാണ്. ഭാഷകളും ഒരേ കടലിന്റെ സ്വരഭേദങ്ങളാണ്.

# **21** ആ കൊടി താഴാതിരിക്കട്ടെ!

**ക്ലാ**സിക്കൽ കലകളേയും നാടോടിക്കലക ളേയുംപറ്റി ഗവേഷണം നടത്തുന്നതിൽ തല്പര നായിരുന്നു പ്രസിദ്ധ കമ്യൂണിസ്റ്റ് നേതാവ് പി.സി. ജോഷി– കലാമണ്ഡലത്തിലൂടെ കഥകളിയേയും മോഹിനിയാട്ടത്തെയും പുനരുജ്ജീവിപ്പിച്ച മഹാ കവി വള്ളത്തോളുമായി ഒരഭിമുഖ സംഭാഷണം നടത്താൻ പി.സി.ജോഷി ആഗ്രഹിച്ചിരുന്നു. കാര്യം മുണ്ടശ്ശേരിമാഷോട് പറഞ്ഞു. മാഷ്, വള്ളത്തോ ളിന്റെ മകൻ സി.ഗോവിന്ദക്കുറുപ്പിനെ വിളിച്ച് സമ യവും മറ്റും ഉറപ്പിച്ചിട്ട്, ദ്വിഭാഷിയായി ജോഷിയുടെ കൂടെപ്പോയിവരാൻ എന്നോടാവശ്യപ്പെട്ടു. വള്ള ത്തോൾ പറയുന്നതിന്റെ പരിഭാഷ ഇംഗ്ലീഷിൽ ജോഷിക്കു പറഞ്ഞുകൊടുക്കണം. ജോഷി പറ യുന്നത് ഒരു നോട്ടുബുക്കിൽ വലിയ അക്ഷരത്തി ലെഴുതി വള്ളത്തോളിനെ കാണിക്കണം. ഇതാ യിരുന്നു അഭിമുഖത്തിന്റെ രീതി. ഒരുമണിക്കൂറി ലേറെ നീണ്ടുനിന്ന ആ പരിപാടിയിലൂടെ, ഒട്ടും മങ്ങലേൽക്കാത്ത ഓർമ്മയിൽനിന്ന് കഥകളിയുടെ നവോത്ഥാനത്തിനുവേണ്ടി താനും സുഹൃത്തു ക്കളും ചേർന്ന് കലാമണ്ഡലം എന്ന സ്ഥാപനം പടുത്തുയർത്തിയതിന്റെ ഓരോ ഘട്ടവും വള്ള ത്തോൾ വിവരിച്ചു. ജോഷി എല്ലാം കുറിച്ചെടുത്തു

കൊണ്ടിരുന്നു. ഏറ്റവുമൊടുവിൽ ജോഷി, 'ക്ലാസിക്കൽ കലകളെ സംരക്ഷിക്കുമ്പോൾ ശ്രദ്ധിക്കേണ്ടതെന്തെങ്കിലും ഒരു ഉപദേശരൂപേണ നല്കാൻ' ആവശ്യപ്പെട്ടു. പൊടുന്നനെ ഉണ്ടായ മറുപടി ഇതായിരുന്നു: "നാം അതിന്മേൽ തൊടുന്നത് വല്ല പൊടിയും പറ്റിയിരിപ്പുണ്ടെങ്കിൽ മെല്ലെ തുടച്ചു കളയാനാവണം; അല്ലാതെ നമ്മുടെ കൈയിലെ അഴുക്ക് അതിന്റെ പുറത്ത് പറ്റിക്കാനാവരുത്." ജോഷിക്കതു കേട്ടപ്പോൾ സന്തോഷമായി. അദ്ദേഹമത് നോട്ടുബുക്കിൽ കുറിച്ചിട്ടു- "കലാമണ്ഡലവുമായി ബന്ധപ്പെട്ട് അങ്ങയ്ക്ക് ഇനിയും സാക്ഷാത്ക്കരിക്കാത്തതായി എന്തെങ്കിലും മോഹമുണ്ടോ" എന്ന ഒടുക്കത്തെ ചോദ്യത്തിന് ഒന്നിളകിയാടിയാണദ്ദേഹം മറുപടി പറഞ്ഞത്: "രവീന്ദ്രനാഥടാഗോറിന്റെ വിശ്വഭാരതിയില്ലേ- അതുപോലെ കലാമണ്ഡലം ഒരു സർവ്വകലാശാലയാവണമെന്നൊരു മോഹംകൂടി ഈ വൃദ്ധനുണ്ട്!" ഹൃദയത്തിന്റെ ആഴത്തിൽ നിന്നുദ്ഗമിച്ചതായിരുന്നു ആ വാക്കുകൾ. ആജാനുബാഹുവായ മഹാകവി എഴുന്നേറ്റുനിന്ന് ഹസ്തദാനം ചെയ്ത് ജോഷിയെ യാത്രയാക്കി. അന്നത്തെ അഭിമുഖത്തിലെ ആ ഉപദേശവും മോഹവും എന്നുമെന്നെ പിൻതുടർന്നു പോന്നു. ഭാവിയിൽ അതിന്റെ സാക്ഷാത്കാരത്തിന് ഞാനൊരു ഉപകരണമായിത്തീരുമെന്ന് സ്വപ്നംകാണുകപോലും ചെയ്യാതെ നാല് പതിറ്റാണ്ടുകൾ കഴിഞ്ഞുപോയി. ഈ അഭിമുഖം 1956 ലായിരുന്നു. ഞാൻ കലാമണ്ഡലം ചെയർമാനായത് 1996 ലായിരുന്നു. 2001 ൽ ഞാനവിടെനിന്ന് പടിയിറങ്ങുന്നതിനിടയിൽ, കലാമണ്ഡലം ഒരു കല്പിതസർവ്വകലാശാലയാക്കാൻ നടത്തിയ പരിശ്രമങ്ങൾ കൈവിരലിലെണ്ണാവുന്നവർക്കേ ഇന്നും അറിയാവൂ. കേരളത്തിലെ സാംസ്കാരികവകുപ്പ് മന്ത്രിയുടെ നേതൃത്വത്തിൽ ഭരണതലത്തിലതിനുവേണ്ട ശ്രമങ്ങളാരംഭിച്ചുവെങ്കിലും, കേന്ദ്രസാംസ്കാരിക വകുപ്പിന്റെയും യു.ജി.സി.യുടെയും നടപടി പൂർത്തിയാവും മുമ്പ് ദില്ലിയിൽ ഭരണമാറ്റമുണ്ടായി. കേന്ദ്രത്തിൽ പ്രൊഫ: മുരളീമനോഹർ ജോഷി വകുപ്പുമന്ത്രിയായപ്പോൾ, കോട്ടയത്ത് ഡി.സി.ബുക്സിന്റെ ഒരു പ്രധാനപരിപാടിക്ക് വന്നിരുന്നു. രവി ഡി.സിയുടെ ശ്രമഫലമായി കുറെയധികനേരം അദ്ദേഹവുമായി സംസാരിക്കാൻ എനിക്കവസരം കിട്ടി. ഞാൻ മഹാകവി വള്ളത്തോൾ എന്ന നവോത്ഥാനകവിയെപ്പറ്റിയും, അദ്ദേഹത്തിന്റെ അരുമസന്താനമായ കലാമണ്ഡലത്തെപ്പറ്റിയും, അവിടെനിന്നു പുറത്തുവന്ന അന്താരാഷ്ട്ര പ്രശസ്തിയുള്ള കലാകാരന്മാരെപ്പറ്റിയുമെല്ലാം തൊട്ടടുത്തിരുന്നു സംസാരിച്ചു. എല്ലാംകേട്ട്, 'എനിക്കറിയാം' എന്നദ്ദേഹം ആവർത്തിച്ചുകൊണ്ടിരുന്നു.

ആ മനസ്സലിയുന്നുവോ എന്നു തിരിച്ചറിയാനായില്ലെങ്കിലും, പ്രതീക്ഷയോടുകൂടിയാണ് ഞാൻ കാത്തിരുന്നത്. കുറെ മാസങ്ങൾക്കു ശേഷം ഒരു ദില്ലി സന്ദർശനവേളയിൽ, പാർലമെന്റംഗമായിരുന്ന ശ്രീ. എ.വിജയരാഘവന്റെ കൂടെ യു.ജി.സി. ഓഫീസിൽ പോയി, ഈവക കാര്യങ്ങൾ കൈകാര്യം ചെയ്യുന്ന ഒരു ഉദ്യോഗസ്ഥയെ കണ്ടു; എം.പി. എന്നെ വിശദമായി പരിചയപ്പെടുത്തി. കലാമണ്ഡലത്തിന്റെ കടലാസുകൾ നിരാകരണക്കുറിപ്പുകളോടെ അവർ മേശവലിപ്പിൽ നിന്നെടുത്തുകാട്ടി. അത് തല്ക്കാലം മരവിപ്പിച്ചു വെച്ചിരിക്കുകയാണെന്നും, അനുകൂലമായ ഒരു സന്ദർഭം വരുമ്പോൾ ഉപരിതലത്തിലെത്തിക്കാനാണെന്നുംകൂടി അവർ പറഞ്ഞു. സന്ദർഭവശാൽ, വള്ളത്തോൾ അവരുടെ പിതാവിന്റെ സുഹൃത്തായിരുന്നുവെന്നും, ഒരു സമാധാനദൗത്യസംഘത്തിൽ സോവിയറ്റ് യൂണിയനിലേക്ക് ഒന്നിച്ചവർ പോയിട്ടുണ്ടെന്നുംകൂടി കേട്ടപ്പോൾ, ഞാനവരുടെ പിതാവിന്റെ പേര് ചോദിച്ചു. 'സജ്ജാദ് സഹീർ' എന്നവർ പറഞ്ഞതും, ഞാനറിയാതെതന്നെ എഴുന്നേറ്റുനിന്നവരെ തൊഴുതു. (ശ്രീമതി നസീം ഭാട്ടിയ!- അന്നവർ യു.ജി.സി.യിൽ ഒരു ഉന്നതസ്ഥാനത്തായിരുന്നു. പിന്നീടവർ ഇന്ത്യയിലേതോ സർവ്വകലാശാലയിൽ വൈസ് ചാൻസലറായിപ്പോയി എന്നുകേട്ടു.) "ശരിയായ ആളിന്റെ മുന്നിലേക്കാണല്ലോ ഞാൻ വന്നത്!" എന്ന് പകുതി സ്വഗതമായി പറഞ്ഞുപോയി! പ്രതീക്ഷിച്ചതുപോലെ തന്നെ സംഭവിച്ചു. ഉചിതമായൊരു സന്ദർഭത്തിൽ ശ്രീമതി നസീം ഭാട്ടിയ ഫയൽ 'ഉപരിതല'ത്തിലേക്കുയർത്തി. അതോടൊപ്പം രണ്ടുമൂന്നു കത്തുകൾ കൂടി (കള്ളപ്പേരു വച്ചവയാവണം) ഉണ്ടായിരുന്നു. കലാമണ്ഡലം ചെയർമാൻ കലകളുമായി ബന്ധമൊന്നും ഇല്ലാത്തൊരാളാണെന്നും വെറുമൊരു പാർട്ടിപ്രവർത്തകൻ മാത്രമാണെന്നും, ഭാരിച്ച ശമ്പളം കൊടുത്തവിടെ ഇരുത്തിയിരിക്കുകയാണെന്നും മറ്റും മറ്റും "കോൺഫിഡൻഷ്യലായി" അറിയിക്കുന്ന കത്തുകൾ! മാസാമാസം ഒരു രൂപമാത്രം ശമ്പളം പറ്റിക്കൊണ്ട്, ബാക്കിതുക ഒരു എൻഡോവ്മെന്റിലേക്ക് നിക്ഷേപിച്ചിറങ്ങിപ്പോന്ന എന്നെക്കുറിച്ചുള്ള ആ മൂന്നാമത്തെ ആരോപണം എന്നെ തെല്ലൊന്നു വേദനിപ്പിക്കാതിരുന്നില്ല! ഒടുവിൽ കല്പിത സർവ്വകലാശാലയായി കലാമണ്ഡലം ഉയർത്തിക്കൊണ്ടുള്ള ഉത്തരവ് സെക്രട്ടേറിയറ്റിൽ എത്തി എന്നറിഞ്ഞപ്പോൾ, മഹാകവിയുടെ ആ അഭിമുഖത്തിലെ വാക്കുകളോർത്തുപോയി! നസീം ഭാട്ടിയയെ ഓർത്തുപോയി!- അതിനുവേണ്ടി നിസ്വാർത്ഥസഹായം ചെയ്ത നിരവധിപേരെ ഓർത്തുപോയി! എങ്കിലും, ചുമർച്ചിത്രത്തിന് മിഴിവേകാ

നെന്ന പേരിൽ, പലരുടേയും കയ്യിലെ അഴുക്ക് അതിന്മേൽ പുരളുന്ന തായി കേൾക്കുമ്പോളെല്ലാം വിഷമം തോന്നാറുണ്ട്. ക്ഷമിക്കൂ, ഇനി ഒരല്പം പിറകോട്ടു നടക്കാം- കാലം 1997. ഞാൻ കലാമണ്ഡലം ചെയർമാനായിട്ട് ഏതാനും മാസങ്ങളേ ആയിട്ടുള്ളൂ. ഗവൺമെന്റ് ബഡ്ജറ്റിൽ അനുവദിക്കുന്ന തുകകൊണ്ട് കലാമണ്ഡലത്തിന്റെ വളർച്ചയ്ക്ക് വേണ്ടി ഉദ്ദേശിക്കുന്ന പലതും നടപ്പിലാക്കാൻ ബുദ്ധിമുട്ടനുഭവപ്പെട്ടു തുടങ്ങി. ഞാനൊരു ജ്യേഷ്ഠനെപ്പോലെ സ്നേഹിക്കുകയും ആദരിക്കുകയും ചെയ്തിരുന്ന, ബോംബെയിലെ ഒരു വ്യവസായികൂടിയായ എ.കെ.നായരുമായും സ്നേഹധനനായ മലയാളിസമാജപ്രവർത്തകൻ കെ.എസ്. മേനോനുമായും ചില കൂടിയാലോചനകൾ നടത്തി. എനിക്ക് 'ഇന്ത്യൻ പെർഫോമിംഗ് റൈറ്റ്സ് സൊസൈറ്റി' (ഐ.പി.ആർ.എസ്.)യുടെ ഡയറക്ടർ ബോർഡംഗം എന്ന നിലയ്ക്ക് കൂടക്കൂടെ ബോംബെയിൽ പോകേണ്ടിയിരുന്നു. ബോർഡ് മീറ്റിംഗ് കഴിഞ്ഞാൽ എ.കെ.നായരുടെ വീട്ടിൽ ഒന്നോ രണ്ടോ ദിവസം തങ്ങും- കലാമണ്ഡലത്തിനു വേണ്ടിയുള്ള കൂടിയലോചനകൾ ആ അവസരത്തിലാക്കി. ആലോചനാസംഘത്തിൽ ബോംബെയിലെ മലയാളികളിൽ പ്രബലരായ പി.കെ.രവീന്ദ്രനാഥ് (പ്രശസ്ത പത്രപ്രവർത്തകൻ, ശരത്പവാർ മുഖ്യമന്ത്രിയായിരുന്നപ്പോൾ പ്രസ് സെക്രട്ടറി), വ്യവസായ പ്രമുഖനായ കണ്ണൻ. കെ.ഉണ്ണി. (കഥകളിപ്രിയൻ, പാലക്കാട്ട് സ്വദേശി) തുടങ്ങിയവരും അംഗങ്ങളായി. ഞങ്ങളൊന്നിച്ച് ലീലാപെന്റാ ഹോട്ടലുടമയായ ക്യാപ്റ്റൻ കൃഷ്ണൻനായരുമായി (ആലോചിച്ച്) ചില പരിപാടികൾ ആസൂത്രണം ചെയ്തു. ആണ്ടിലൊരിക്കൽ 'ലീലാ പെന്റ'യിൽ കലാമണ്ഡലത്തിന്റെ വക ഒരു കഥകളി; അതിഥികൾ നേരത്തേ സീറ്റ് റിസർവ്വ് ചെയ്യണം; ബോംബെയിലെ വിവിധ സ്ഥാപനങ്ങളും അഭ്യുദയകാംക്ഷികളും കലാമണ്ഡലത്തിനുള്ള സംഭാവന വടക്കാഞ്ചേരി ട്രഷറിയിലേക്കുള്ള ഡ്രാഫ്റ്റായി കൊണ്ടുവന്ന് ഒരു വലിയ സദസ്സിനെ സാക്ഷിനിർത്തി സംഭാവന ചെയ്യുക. ബോംബെയിലെയും കേരളത്തിലെയും ഗവർണ്ണർമാരെ ആയിരുന്നു ഉദ്ഘാടകരായി ക്ഷണിച്ചത്. 'ലീലാ പെന്റ'വക വലിയ പരസ്യമാണ് അതിന് നല്കിയിരുന്നത്.അനുബന്ധമായി അതാതു ദിവസം പത്രക്കാരോടും കലാമണ്ഡലത്തെപ്പറ്റി സംസാരിക്കുക. ഒരിക്കൽ ഉദ്ഘാടനത്തിനുവന്ന ഡോ. പി.സി. അലക്സാണ്ടർ ഐ.എ.എസ്, മുമ്പ് താൻ കൊല്ലം ശ്രീനാരായണ കോളേജിൽ പൊളിറ്റിക്സ് അദ്ധ്യാപകനായിരുന്നപ്പോൾ ഇന്നത്തെ കലാമണ്ഡലം ചെയർമാൻ അവിടെ തന്റെ പ്രിയവിദ്യാർത്ഥി

യായിരുന്നു എന്നും മറ്റും പറഞ്ഞത് പരിപാടിയുടെ വിജയത്തിന് സഹായകമായി. ഞങ്ങൾ ക്യാപ്റ്റൻ കൃഷ്ണൻ നായരോട് ഒരാവശ്യം പറഞ്ഞിരുന്നു. വിദേശാതിഥികൾക്കുപോലും കളികണ്ടുകൊണ്ടിരിക്കുമ്പോൾ മധുപാനം അനുവദിക്കരുതെന്ന്. ക്യാപ്റ്റനാവട്ടെ അത് സസന്തോഷം അനുവദിക്കുകയും ചെയ്തു. യോഗാവസാനം ലഭിച്ച ഡ്രാഫ്റ്റുകളിലെ തുകകൾ അവിടെവച്ചുതന്നെ കണക്കുകൂട്ടി സദസ്സിനെ അറിയിച്ചു. വിദേശികൾക്കായി ചില നക്ഷത്രഹോട്ടലുകളിൽ നടത്താറുള്ള 'ഇൻസ്റ്റന്റ്' കഥകളിയല്ലാ, ആധികാരികമായ പ്രദർശനമാണിതെന്നുമൊക്കെ അതിഥികൾക്കു മനസ്സിലാക്കിക്കൊടുത്തിരുന്നു. അങ്ങനെ മൂന്നു വർഷങ്ങളിലായി നാല്പത്തി രണ്ടു ലക്ഷം രൂപയാണ് കലാമണ്ഡലത്തിനുവേണ്ടി മുംബൈനഗരം സംഭാവനചെയ്തത്.

ലീലാപെന്റയിലെ പ്രഥമപരിപാടികഴിഞ്ഞ് അടുത്ത പ്രഭാതത്തിൽ മടക്കയാത്രയ്ക്കൊരുങ്ങി നില്ക്കുമ്പോൾ, എ.കെ.നായരുടെ സ്വീകരണമുറിയിൽ ബോംബെയിൽ നിന്നും പ്രസിദ്ധീകരിക്കുന്ന ഒരു മലയാള ദിനപ്പത്രത്തിന്റെ മുൻപേജിൽ വലിയൊരു തലക്കെട്ടു കണ്ടു: "കലാമണ്ഡലത്തിൽ കലാപക്കൊടിയേറ്റം"- വായിച്ചുകഴിഞ്ഞ് ഞാൻ സ്തബ്ധനായി നിന്നുപോയി. എ.കെ.നായർ എന്നെ ആശ്വസിപ്പിച്ചു: "സാരമില്ല, ഇതൊക്കെ കളിയുടെ ഭാഗം ( Part of the game)ആണ്. ഒ.എൻ.വി. പതറാതെ മുന്നോട്ടുപോകൂ!" വള്ളത്തോൾ ജയന്തി ആഘോഷങ്ങൾ കലാമണ്ഡലം വിദ്യാർത്ഥികളും ബഹുജനങ്ങളും ബഹിഷ്ക്കരിക്കുമെന്നും, സമരസമിതി സമാന്തരപുഷ്പാർച്ചനയും കവിയരങ്ങും നടത്തുമെന്നും മറ്റുമായിരുന്നു ആ റിപ്പോർട്ട്. ക്ലാസ് ബഹിഷ്ക്കരിച്ച് ഒരു ദിവസം പോർട്ടിക്കോവിൽ കൂടിനിന്ന് "വള്ളത്തോൾ ഞങ്ങൾക്ക് പുല്ലാണ്! ഒ.എൻ.വി ഞങ്ങൾക്ക് പുല്ലാണ്!, ഭരണസമിതി ഞങ്ങൾക്ക് പുല്ലാണ്!" എന്നിങ്ങനെ മുദ്രാവാക്യം വിളിക്കാൻ നേതൃത്വം നല്കിയ നാലഞ്ചു വിദ്യാർത്ഥികൾ ചെയർമാനെ കണ്ടിട്ട് ക്ലാസിൽ കയറിയാൽ മതിയെന്ന് സെക്രട്ടറി നിർദ്ദേശിച്ചിരുന്നു. കലാമണ്ഡലത്തിന്റെ ഗേറ്ററികിൽ വന്നുനിന്ന് സമരനിർദ്ദേശങ്ങൾ കൊടുത്തിരുന്നവരിൽ മുഖ്യൻ വി.ടി ഇന്ദുചൂഡനായിരുന്നു - അതെ, പണ്ട് ചങ്ങമ്പുഴയ്ക്കും പി.ഭാസ്കരനുമെതിരായി പുരോഗമന സാഹിത്യസമിതി പ്ലാറ്റുഫോമുകളിൽ പ്രസംഗിച്ചിരുന്ന സാക്ഷാൽ ഇന്ദുചൂഡൻതന്നെ! അദ്ദേഹം ഒരുകാലത്ത് ദേശാഭിമാനിയുടെ എഡിറ്റർ ആയിരുന്നു; കലാമണ്ഡലം സെക്രട്ടറിയുമായിരുന്നു. 'ചങ്ങമ്പുഴവധം' കഥകളി ഇനിയും തുടർന്നാൽ ഞങ്ങൾ പരസ്യമായി എതിർക്കുമെന്നൊരിക്കൽ വയലാറും ഞാനും അദ്ദേഹത്തോട് പറയാൻ പ്രേരിതരായിട്ടുണ്ട്.

മുദ്രാവാക്യം വിളിക്കാൻ നേതൃത്വം നല്കിയവർ രക്ഷാകർത്താക്കൾക്കൊപ്പം ചെയർമാന്റെ ഓഫീസിനു പുറത്ത് നേരത്തേതന്നെ ഹാജരായി. അവരിൽ ഏറ്റവും മുതിർന്നത് ഒരു പെൺകുട്ടിയായിരുന്നു. അച്ഛൻ ഒരു പാവം തൊഴിലാളി - കണ്ണൂരിൽ നിന്നാണ് വരുന്നത്. അയാൾ ഉറക്കെ പെൺകുട്ടിയെ ശകാരിച്ചുകൊണ്ടിരുന്നു. സസ്പെൻഷനിൽ കുറയാത്ത എന്തെങ്കിലും ശിക്ഷ പ്രതീക്ഷിച്ചാണ് ആ പെൺകുട്ടിയും നില്ക്കുന്നത്. ആകാവുന്നത്ര ശാന്തനായി സംസാരിക്കണമെന്ന് ഞാനെന്നെത്തന്നെ അനുശാസിച്ചു നിർത്തി കുട്ടിയെ അകത്തു വിളിച്ചു. - എന്നിട്ട് ചുവരിൽ തൂക്കിയിട്ടുള്ള മഹാകവി വള്ളത്തോളിന്റെ ഛായാചിത്രത്തിൽ വിരൽചൂണ്ടിക്കൊണ്ട് ആ കുട്ടിയോടു ഞാൻ ചോദിച്ചു: "ഈ ചിത്രം ആരുടേതാണെന്നറിയാമോ?" അവൾ അറിയാമെന്ന അർത്ഥത്തിൽ തലയാട്ടി. "ആരാ? പേരുപറയൂ" "വ-ള്ള-ത്തോൾ" എന്ന് പതർച്ചയോടെ പറഞ്ഞു. "അദ്ദേഹം തിരൂരെയും മറ്റും അങ്ങാടികളിൽ കാൽനടയായി നടന്ന് ഇരന്നു നേടിയ പണംകൊണ്ടുണ്ടാക്കിയതാണ് ഈ കലാമണ്ഡലം എന്നറിയാമോ? ആ വള്ളത്തോളിനെ 'പുല്ലെ'ന്നു വിളിച്ചത് ശരിയായോ?- എന്നെ വിളിച്ചോളൂ- ഞാനതിലും താഴെ എന്തെങ്കിലുമായാലും വിരോധമില്ല. എന്തായാലും ആ ചിത്രത്തിന്റെ മുന്നിൽ ചെന്നു നിന്ന് രണ്ടു മിനിട്ട് 'ഞാനങ്ങയെ പുല്ലെന്നു വിളിച്ചതു പൊറുക്കണം' എന്ന് മനസ്സിൽ വിചാരിക്കൂ - എന്നിട്ട് ക്ലാസിൽ പൊയ്ക്കോളൂ." ഒരു പെരുമഴ പ്രതീക്ഷിച്ച് ഭയന്നു നില്ക്കെ നാലഞ്ചു മഴത്തുള്ളികൾ മാത്രം പൊഴിഞ്ഞു കണ്ട ആശ്വാസത്തോടെ ആ കുട്ടി തിരിച്ചുപോയി. ഓരോ കുട്ടിയും വലിയ ഭയാശങ്കകളോടെ അകത്തു വരികയും, ആശ്വാസത്തോടെ പുറത്തേക്കിറങ്ങി ക്ലാസിൽ കയറുകയും ചെയ്തു. ഞാനും ഒരു വിദ്യാർത്ഥി സംഘടനാ പ്രവർത്തകനായിരുന്നു. വിദ്യാർത്ഥികളെ കഴിയുന്നത്ര ശിക്ഷിക്കാതെ, അഭിമാനത്തോടെ മുന്നോട്ടുപോകാൻ വഴിയൊരുക്കണമെന്നേ എന്നും ഞാനാഗ്രഹിച്ചിട്ടുള്ളൂ.

വള്ളത്തോൾ സമാധിയിൽ പതിവുപോലെ പുഷ്പാർച്ചന നടന്നു. എല്ലാവർക്കും ഞാൻതന്നെ പൂക്കളെടുത്തുകൊടുത്തു. ഇന്ദുചൂഡനും 'സമാന്തര പുഷ്പാർച്ചന'യ്ക്ക് നാലേനാലുപേരുമായി വന്നു.അവരുടെ കയ്യിലും ഞാൻ പൂക്കളെടുത്തുകൊടുത്തു. അവരും സമാധിയിൽ നിശ്ശബ്ദം പൂക്കളർപ്പിച്ചു മടങ്ങി. സമാന്തരകവിസമ്മേളനം ചെറുതുരുത്തിയിലെ ഒരു പഴയ കെട്ടിടത്തിന്റെ മേൽനിലയിൽ മഹാകവി അക്കിത്തം ഉദ്ഘാടനം ചെയ്യുമെന്നായിരുന്നു അവർ പരസ്യപ്പെടുത്തി

യിരുന്നത്. അക്കിത്തം വന്നു; കലാമണ്ഡലത്തിന്റെ തിരുമുറ്റത്തുവച്ച് എന്റെ അദ്ധ്യക്ഷതയിലുള്ള കവിസമ്മേളനം ഉദ്ഘാടനം ചെയ്തുമടങ്ങി. "ചില നേരങ്ങളിൽ ചില മനിതർ" എന്ന് പറഞ്ഞതുപോലെ മാത്രമേ ഇന്ദുചൂഡന്റെ കാര്യം എന്നും ഞാനെടുത്തിട്ടുള്ളൂ. കലാമണ്ഡലം നേരാംവണ്ണം നയിക്കുന്നതിന് എനിക്ക് സഹായകമായത് സെക്രട്ടറി എൻ.രാധാകൃഷ്ണൻനായരുടെ കാര്യപ്രാപ്തിയും, ഭരണസമിതിയംഗ മായിരുന്ന ഡോ. പി. വേണുഗോപാലന്റെ വിവേകപൂർണ്ണമായ സഹക രണവുമാണ്.

കലാമണ്ഡലത്തിനകത്തും പുറത്തും എന്നും അതൃപ്താത്മാക്കൾ ഉണ്ടായിരുന്നു - കാര്യങ്ങൾ നന്നായി നടന്നുപോകുന്നതിൽ അതൃപ്തി യുള്ളവർ; അസൂയാലുക്കൾ; കഥകളിയിലെയും മോഹിനിയാട്ടത്തി ലെയും ശൈലീവ്യത്യാസങ്ങളെ പക്ഷപാതപരമായി സമീപിക്കുന്നവർ; എന്തെങ്കിലുമൊക്കെ പുരസ്കാരം തരപ്പെടുത്തുന്നതിൽമാത്രം താല്പ ര്യമെടുക്കുന്നവർ. - എങ്കിലും, എല്ലാറ്റിനെയും അതിജീവിച്ച് ആ കൊടി മരത്തിലെ കൊടി താഴാതിരിക്കട്ടെ!

# 22 ആശാൻസ്മാരകങ്ങൾ

**ആ**യിരത്തി തൊള്ളായിരത്തി അമ്പത്തി ആറിൽ ആർ. പ്രകാശത്തിന്റെ ഉത്സാഹത്തിൽ കായിക്കരവച്ച് *വീണപൂവിന്റെ* 49-ാം വാർഷികമാ ഘോഷിക്കുകയുണ്ടായി. അത് പിൽക്കാലത്ത് നട ക്കാറുള്ള നിരവധി ആശാൻകാവ്യോത്സവ ങ്ങൾക്കൊരു മനോഹരമായ മുഖവുരയായി. ഇന്ന് ആശാൻ ജനിച്ച കായിക്കരയും, ബോട്ടപകടത്തിൽ അകാലമൃത്യുവരിച്ച പല്ലന കുമാരകോടിയും, സ്വന്തമായൊരു പുരവച്ച് താമസിച്ച തപോവന തുല്യമായ തോന്നയ്ക്കലും ആശാന്റെ സ്മാരകോ ത്സവങ്ങൾക്ക് അരങ്ങൊരുക്കുന്നു. കേരളത്തിനു പുറത്ത് ചെന്നൈയിലും അന്തരിച്ച എ.കെ.ഗോപാ ലന്റെ പരിശ്രമഫലമായി ആശാൻ സ്മാരകമായി വിദ്യാഭ്യാസസ്ഥാപനങ്ങളും പുരസ്കാര സമർപ്പ ണോത്സവങ്ങളുമൊക്കെയുണ്ട്. ആശാൻ സ്മൃതി നിറഞ്ഞുനില്ക്കുന്നതും അറിയപ്പെടാത്തതുമായ വേറെയും ചില സ്മാരകങ്ങൾ കേരളത്തിനു പുറ ത്തുണ്ടെന്നു മറക്കാനാവാത്ത ഒരു അനുഭവത്തെ മുൻനിർത്തി പറയാൻ ഞാനാഗ്രഹിക്കുന്നു.

എസ്.കെ.പൊറ്റെക്കാട്ടിന്റെ നേതൃത്വത്തിൽ ബംഗാളിലൊരു സാംസ്കാരിക പര്യടനം നട ത്തിയ കേരളസാഹിത്യ അക്കാദമി പ്രതിനിധി

സംഘത്തിൽ ഞാനും ഒരംഗമായിരുന്നു. അന്ന് ആതിഥേയർ മുൻകൂട്ടി നിശ്ചയിച്ചിരുന്ന സ്ഥലങ്ങളും സ്ഥാപനങ്ങളും കൂടാതെ, ഒരിടത്തേക്ക് പോകണമെന്ന് ഞാനാഗ്രഹിച്ചു - "കൽക്കത്തയിലെ ഹിന്ദു കോളേജ്." ബംഗാളിലെ പബ്ലിക് റിലേഷൻസ് ഉദ്യോഗസ്ഥനായ 'മൊണിക് സർക്കാർ' കൂട്ടിക്കൊണ്ടുപോയി. ഒഴിവു ദിവസമായതിനാൽ കോളേജിന്റെ പരിസരമാകെ ശാന്തവും നിശ്ശബ്ദവുമായിരുന്നു. പോർട്ടിക്കോവിലേക്ക് കാലെടുത്തുവെച്ചപ്പോൾത്തന്നെ, വിലക്കപ്പെട്ട വിജ്ഞാനത്തിനായി ദാഹംപൂണ്ടൊരു ചെറുപ്പക്കാരൻ അവിടെയേതോ ക്ലാസുമുറിയിലേക്കു കയറിപ്പോകുന്നത് മനസ്സിൽ കണ്ടു. ഞാനാ നിലംതൊട്ടു നിറുകയിൽ വച്ചു നിമിഷനേരം നിശ്ശബ്ദനായി നിന്നു. എന്താണ് കാര്യമെന്നമ്പേഷിക്കും പോലെ മൊണിക് സർക്കാർ എന്നെ നോക്കി. ആശാനെപ്പറ്റിയും അദ്ദേഹം ഇവിടെവന്ന് പഠിക്കേണ്ടിവന്ന സാഹചര്യത്തെപ്പറ്റിയും ഞാൻ പറഞ്ഞു: "ഞങ്ങൾക്കിത് ഞങ്ങളുടെ മഹാനായ കവിയുടെ സ്മാരകമാണ്." ആശാൻ ടാഗോറിനെക്കുറിച്ചെഴുതിയ 'ദിവ്യകോകില'ത്തിലെ ആദ്യത്തെ നാലുവരികൾ പൊറ്റെക്കാട്ട് സഹജമായ രീതിയിൽ ചൊല്ലി. ഇടയ്ക്ക് പറയട്ടെ - പൊറ്റക്കാട്ടിന് ഏതു കവിതയായാലും നാടൻപാട്ടായാലും തന്റേതായ നീട്ടലും കുറുക്കലുമായൊരു പ്രത്യേക പാരായണ ശൈലിയുണ്ട്. ഒരിക്കൽ, ഹൈദരബാദിലെ ഒരു ഉന്നത മലയാളി ഉദ്യോഗസ്ഥൻ ഞങ്ങൾക്കായൊരുക്കിയ ഒരു സൗഹൃദസംഗമത്തിൽ പൊറ്റെക്കാട്ട് പ്രസിദ്ധമായ ഈ മലയാളം പാട്ട് പാടിയത് ഏതാണ്ടിങ്ങനെയായിരുന്നു:

'വയ്ക്കം കായലിൽൽൽൽ
ഓളം തല്ലുമ്പോൾ......
ഓർക്കും ഞാനെന്റെ മാ.. രാ..നേ..
മാരാ ഭനേ.. വീരാനേ..എൻ
അമ്പുറ്റമണിമാരാഭനേ....."

മാരനെ നീട്ടി മാരാനാക്കുന്നതു കേട്ട് ആ മുക്കുവപ്പെണ്ണ് എന്തിനാണൊരു 'മാരാനെ'യോർത്തു പാടുന്നതെന്ന് ആതിഥേയൻ ചോദിച്ചത് കൂട്ടച്ചിരിക്കിടയാക്കി.

തന്റെ വിഷയത്തിനപ്പുറം ഫ്രഞ്ച് വിപ്ലവത്തെപ്പറ്റിയും വോൾട്ടയർ റൂസോമാരെപ്പറ്റിയുമൊക്കെ പഠിപ്പിച്ചു എന്ന 'കുറ്റ'ത്തിന് ബ്രിട്ടീഷധികൃതർ പുറത്താക്കിയ 'ഡേവിഡ് ഹാരേ' എന്ന അദ്ധ്യാപകന്റെ പ്രതിമ (ശിഷ്യർ സ്ഥാപിച്ചത്) ഒട്ടപ്പുറത്ത് നില്ക്കുന്നത് മൊണിക് സർക്കാർ കാട്ടി

ത്തന്നു. അതിന്മേൽ പടർന്നു കയറിയ ഏതോ കാട്ടുവള്ളിയിലിരുന്ന് പേരറിയാത്തൊരു പക്ഷി മൂളുന്നുണ്ടായിരുന്നു.

ആദ്യമായി പല്ലന കുമാരകോടി സന്ദർശിക്കുന്ന കാലത്ത് ഞാൻ എസ്.എൻ.കോളേജ് വിദ്യാർത്ഥിയായിരുന്നു. സുകുമാർ അഴീക്കോടായിരുന്നു മുഖ്യപ്രഭാഷകൻ. അദ്ദേഹത്തിനും ചെറുപ്പമായിരുന്നു. ഒരു തെരഞ്ഞെടുപ്പിൽ കോൺഗ്രസ് സ്ഥാനാർത്ഥിയായി മൽസരിച്ചതിന്റെ പേരിൽ അദ്ദേഹത്തെ ഒരു കോൺഗ്രസ് നേതാവായി എതിർപക്ഷത്ത് കാണുവാൻമാത്രം അപക്വത എനിക്കന്നുണ്ടായിരുന്നു. പില്ക്കാലത്തെവിടെയോ അഴീക്കോട് ഞങ്ങളുടെ ആദ്യത്തെ കൂട്ടിമുട്ടലിനെ അനുസ്മരിച്ചെഴുതിയിട്ടുണ്ട്. യോഗാനന്തരം സമ്മേളനത്തിന്റെ ചുമതലക്കാരനായ പാണ്ഡവത്ത് ശങ്കരപ്പിള്ളയുടെ (മുൻസ്പീക്കർ ആർ.ശങ്കരനാരായണൻ തമ്പിയുടെ അമ്മാവൻ) പല്ലനയിലുള്ള തറവാട്ടിൽ ഭക്ഷണം കഴിക്കാൻ ഒന്നിച്ചുകൂടിയപ്പോൾ ഞങ്ങളറിയാതെതന്നെ, ഒരു സൗഹൃദച്ചങ്ങല ഞങ്ങളെ ബന്ധിപ്പിച്ചുകഴിഞ്ഞിരുന്നു. പിന്നെ, മരണംവരെ ആ സൗഹൃദം ഏറെ മുറുക്കത്തോടെ അഭംഗുരം നിലനിന്നു. എന്തു വിവരക്കേടും വിഡ്ഢിത്തരവും എഴുന്നള്ളിക്കാൻ ചങ്കൂറ്റം കാട്ടിയിരുന്ന ആ ചെറുപ്പത്തിൽ എന്താണവിടെ പറഞ്ഞതെന്ന് ഇന്നോർമ്മയില്ല. കന്യാകുമാരിയിലല്ല, നമ്മുടെ സൂര്യനുദിച്ചത് കായിക്കര കടലോരത്താണെന്നും അസ്തമിച്ചത് ഈ പല്ലനയാറ്റിലാണെന്നുമൊക്കെ എന്തൊക്കെയോ പറഞ്ഞതായി ഒരു അവ്യക്തസ്മരണ മാത്രം. പിന്നെ ഒരുതവണകൂടി ഞാനവിടെ പോയിട്ടുണ്ട്. അന്ന് പ്രിയകവിക്കുവേണ്ടി പ്രകൃതി ഒരുക്കിയ ആ'ജലസമാധി'യുടെ ശാന്തതയിലും, മനസ്സിലൊരപൂർവ്വാസ്വാസ്ഥ്യം പടർന്നേറുന്നതായി തോന്നി.

ആശാനെപ്പറ്റി 'മാറ്റുവിൻ ചട്ടങ്ങളെ' എന്ന പേരിൽത്തന്നെ ഒരു കവിത നന്നെ ചെറുപ്പത്തിൽ ഞാനെഴുതിയിട്ടുണ്ട്. ആശാൻകവിതയിലെ പ്രയോഗങ്ങൾ പല കവിതകളിലും സൂചിപ്പിച്ചിട്ടുണ്ട്. എന്നാൽ കൂട്ടത്തിലെനിക്കേറെയിഷ്ടം ലളിതമായ ഭാഷയിൽ പിൽക്കാലത്തെഴുതിയ 'പറയൂ' എന്ന ആ കൊച്ചുകവിതയാണ്.

പറയൂ, നിൻഗാനത്തിൽ നുകരാത്ത തേനിന്റെ
    മധുരിമയെങ്ങനെ വന്നൂ,
നിശയുടെ മടിയിൽ നീ വന്നു പിറന്നൊരാ
    നിമിഷത്തിൻ ധന്യതയാലോ?
പരമപ്രകാശത്തിന്നൊരു ബിന്ദുവാരോനിൻ

നിറുകയിലിറ്റിക്കയാലോ?
കരളിലെ ദുഃഖങ്ങൾ വജ്രശലാകയായ്
ഇരുൾകീറിപ്പായുകയാലോ?
പറയൂ, നിൻഗാനത്തിൽ കേൾക്കാത്ത രാഗത്തിൻ
മധുരിമയെങ്ങനെ വന്നൂ?
ഇരുളിന്റെ കൂടാരമാകെ കുലുങ്ങുമാ-
റരിയ പൂഞ്ചിറകുകൾ വീശി
വരുമൊരുഷസ്സിന്റെ തേരുരുൾപ്പാട്ടിന്റെ
ശ്രുതിയൊത്തു പാടുകയാലോ?
കനിവാർന്ന നിൻസ്വരം കണ്ണീരാലീറനാം
കവിളുകളൊപ്പുകയാലോ?
പറയൂ, നിൻഗാനത്തിലാരും കൊതിക്കുമീ
മധുരിമയെങ്ങനെ വന്നൂ?

തോന്നയ്ക്കൽ കുറേയേക്കർ സ്ഥലം കവി വാങ്ങി അവിടെ താപസാശ്രമംപോലൊരു പുരവച്ചു താമസമാക്കി. 'തോന്നയ്ക്കൽ കണ്ട കാഴ്ച' എന്ന പേരിൽ ആ 'ഏകാന്താദ്വയശാന്തിഭൂവി' നെപ്പറ്റി പ്രൊഫ. ജോസഫ് മുണ്ടശ്ശേരി എഴുതിയ ലേഖനം ഒന്നുമതി തോന്നയ്ക്കലിന്റെ പവിത്രതയും പ്രാധാന്യവും മനസ്സിലാക്കാൻ. എൻ.കെ.ദാമോദരൻ അദ്ധ്യക്ഷനായിരുന്ന സ്മാരകക്കമ്മിറ്റിയിൽ ഞാനുമൊരംഗമായിരുന്നു. അന്നു ഞങ്ങൾ നടപ്പാക്കാനാഗ്രഹിച്ച രണ്ടു കാര്യങ്ങളിലൊന്ന്, ആശാൻകവിതകളിലെ ആ മുല്ലയും ഇലഞ്ഞിയും തേൻമാവും അശോകവും ചെമ്പകവുമെല്ലാം കൊണ്ട് തോന്നയ്ക്കൽത്തൊടിയിലൊരു കാനനപ്രകൃതി സൃഷ്ടിക്കണമെന്നതായിരുന്നു. മറ്റൊന്ന്, ഒരു ദിവസം ഉദയാസ്തമകാവ്യപൂജ നടത്തണമെന്നും, കവികൾക്കവിടെ സ്വന്തം കവിത വായിച്ചു സമർപ്പിക്കാനുള്ള വേദിയാവണമെന്നുമാണ്. പില്ക്കാലത്ത് ഭരണച്ചുമതലയേറ്റവർ നല്ലൊരളവിൽ അതിനുവേണ്ട നടപടിയെടുത്തിട്ടുമുണ്ട്. എങ്കിലും ആ 'കാനനപ്രകൃതി' ഇനിയും പൂർണ്ണശോഭമായിട്ടില്ല. ഇന്ത്യൻഭാഷകളിലെ - ക്രമേണ ലോകഭാഷകളിലെയും - ഒരു സംഗമഭൂമിയായി തോന്നയ്ക്കൽ സ്മാരകം മാറ്റുവാൻ നമുക്കു സാധിച്ചെങ്കിൽ! - 1956 ൽ ആർ.പ്രകാശത്തിന്റെ താല്പര്യത്തിൽ, നടന്ന ആ 'വീണപൂവ് വാർഷികാഘോഷം' ഒരർത്ഥത്തിൽ ഈ സ്മാരകങ്ങളുടെ വികാസത്തിനുള്ള തുയിലുണർത്തലായിരുന്നു. മുണ്ടശ്ശേരി മാസ്റ്റർ, എൻ.ഗോപാല

പിള്ളസ്സാർ, കെ.ബാലകൃഷ്ണൻ (കൗമുദി), എന്നിവരോടൊപ്പം യുവകവികളായ വയലാറും പുനലൂർ ബാലനും ഞാനും ഉണ്ടായിരുന്നു. അങ്ങനെ അത് തലമുറകളുടെ സംഗമം കൂടിയായിത്തീർന്നു.

ദേശീയപാതയ്ക്ക് വീതി കൂട്ടാൻ, ആശാന്റെ തൊടിയിൽനിന്ന് കുറെയേറെ സ്ഥലം കേന്ദ്ര പി.ഡബ്ല്യൂ.ഡി. മുറിച്ചെടുക്കുന്നു എന്നു കേട്ടപ്പോൾ അന്ന് എം.പി.യായിരുന്ന വർക്കല രാധാകൃഷ്ണന്റെ നേതൃത്വത്തിൽ ഭരണസിരാകൂടത്തിനു മുന്നിൽ ഒരു പ്രതിഷേധപ്രകടനമുണ്ടായി.

വെട്ടിമുറിക്കരുതീ പുണ്യഭൂമിയെ!
തൊട്ടുനിറുകയിൽവച്ചു പൊയ്ക്കൊള്ളുക!

എന്നാരംഭിക്കുന്ന 'അരുത്' എന്ന കവിത ഒരു പ്രസംഗത്തിനു പകരം ഞാനവിടെ വായിച്ചു. വർക്കല രാധാകൃഷ്ണൻ ഇന്നു നമ്മോടൊപ്പമില്ല. ആശാന്റെ പുണ്യഭൂമിയെ സംരക്ഷിക്കാൻ അദ്ദേഹം കാട്ടിയ, പ്രായത്തെ അവഗണിച്ചുള്ള ആ ആവേശത്തിനു മുന്നിൽ ഞാൻ അഭിമാനത്തോടെ ശിരസ്സുകുനിക്കുന്നു. എന്നാൽ ദേശീയപാതയ്ക്ക് സ്ഥലമെടുക്കാനുള്ള ഉദ്യമം തുടരുന്നതു കാണുമ്പോൾ, ടാഗോറിന്റെയോ സുബ്രഹ്മണ്യഭാരതിയുടെയോ 'കുവേമ്പു'വിന്റെയോ പവിത്രഭൂമിയിലായിരുന്നു ഈ അതിരുകയ്യേറ്റമെങ്കിൽ എന്തു സംഭവിക്കുമായിരുന്നു എന്നോർത്ത് നമ്മുടെ നാടിങ്ങനെയായതിൽ ലജ്ജകൊണ്ട് ശിരസ്സ് കുനിഞ്ഞുപോകുന്നു.

മറുനാടുകളിലും സ്മാരകങ്ങളുള്ള വിരലിലെണ്ണാവുന്ന കവികളേ നമുക്കുള്ളൂ. അക്കൂട്ടത്തിൽ പ്രാതഃസ്മരണീയനായ കവി രബീന്ദ്രനാഥ ടാഗോറാണ്. ഒരുവേള, നോബൽപ്രൈസ് കിട്ടിയിരുന്നില്ലെങ്കിൽ അദ്ദേഹം ഇന്നത്തെപ്പോലെ ലോകമെമ്പാടും അറിയപ്പെടുമായിരുന്നുവോ? - പറയാൻ വയ്യ! എന്തായാലും ഇംഗ്ലണ്ടിലെ 'ഡെവൺ' ദേശത്ത് 'ഡാർട്ടിങ്ടൺ വില്ലേജ്' (Dartington Village) ടാഗോറിന് മറുനാട്ടിലുള്ള ഏറ്റവും വിപുലമായ സ്മാരകമാണ്. നൂറ്റാണ്ടുകൾക്കുമുമ്പ് ഇംഗ്ലണ്ടിലെ പല പ്രഭുക്കളുടെയും ഭൂസ്വത്ത് ഒരു ഗ്രാമത്തോളം പരന്നുകിടന്നിരുന്നു. ഡാർട്ടിങ്ടൺ എന്ന പ്രഭുവും അദ്ദേഹത്തിന്റെ പ്രഭ്വിയും ടാഗോറിന്റെ ആരാധകരായിരുന്നു. അവർ 'വിശ്വഭാരതി' സന്ദർശിച്ചിട്ടുണ്ട്. ടാഗോർ അവരുടെ അതിഥിയായി ഡാർട്ടിങ്ടൺ വില്ലേജിലെ വീട്ടിൽ താമസിച്ചിട്ടുമുണ്ട്. പഴമയുടെ പെരുമ വിളിച്ചോതുന്ന, പാറക്കല്ലുകൾകൊണ്ട് കെട്ടിപ്പടുത്ത അവരുടെ വസതി ഇന്ന് ടാഗോർ സ്മാരകമാണ്. ഡെവൺ യു.കെ.യിലെ ഏറ്റവും പ്രകൃതിമനോഹരമായ ഒരു ദേശമാണെന്ന നിലയ്ക്ക് ടാഗോർ

വളരെ ഇഷ്ടപ്പെട്ടിരുന്നു എന്ന് അതിന്റെ ഭാരവാഹികൾ പറഞ്ഞു. 2012 ലെ ഡാർട്ടിങ്ടൺ ടാഗോർ ഫെസ്റ്റിവലിൽ ഒരു ഇന്ത്യൻകവി എന്ന നിലയ്ക്ക് അവരെന്നെ ക്ഷണിക്കുകയും രണ്ടു ദിവസം ഞാനവിടെ കഴിയുകയുമുണ്ടായി. ഇന്ത്യൻ ക്ലാസിക്കൽ നൃത്തങ്ങളും പ്രസിദ്ധമായ നാടോടിനൃത്തങ്ങളും നാനാശൈലികളിലുള്ള ഭാരതീയചിത്രകലയുമൊക്കെ അവിടെ അഭ്യസിപ്പിക്കുന്നു. ടാഗോർ കൃതികളുടെ വ്യത്യസ്ത പരിപ്രേക്ഷ്യങ്ങളിലുള്ള പഠനങ്ങൾ അവിടെ അവതരിപ്പിച്ച് ചർച്ചചെയ്യുന്നു. ഒരു ഹൈന്ദവമിസ്റ്റിക് കവി എന്നുപോലും അദ്ദേഹം വിലയിരുത്തപ്പെട്ടിട്ടുണ്ടെന്നറിഞ്ഞു. 'നിലയ്ക്കാത്ത ഒരു സ്വാതന്ത്ര്യഗീത' മായി ടാഗോർക്കവിതയെ എടുത്തുകാട്ടാനുള്ള എന്റെ പരിശ്രമത്തിൽ ഇന്ത്യൻ നവോത്ഥാനകവികളുടെ സ്വാതന്ത്ര്യദർശനത്തെപ്പറ്റി പറയേണ്ടതാവശ്യമായി വന്നു. അക്കൂട്ടത്തിൽ ആശാന്റെ

സ്വാതന്ത്ര്യം തന്നെയമൃതം,
സ്വാതന്ത്ര്യം തന്നെ ജീവിതം,
പാരതന്ത്ര്യം മാനികൾക്ക്
മൃതിയേക്കാൾ ഭയാനകം - എന്ന സ്വാതന്ത്ര്യസൂക്തവും *ഗീതാഞ്ജലി*യിലെ 'എവിടെ മനസ്സ് നിർഭയ' മെന്നാരംഭിക്കുന്ന ഗീതവും ഒരേ ഞെട്ടിൽ വിടർന്നവയാണെന്ന അഭിപ്രായം സദസ്യരിൽ ചിലർക്കെങ്കിലും ആശാനെപ്പറ്റി കൂടുതലറിയാൻ പ്രേരകമായെന്നതിൽ സന്തോഷം തോന്നി. തന്റെ സങ്കല്പത്തിലുള്ള സ്വാതന്ത്ര്യസ്വർഗ്ഗത്തിന്റെ സുവിദശമായ ചിത്രമാണ് ടാഗോർ ആ ഗീതത്തിലൂടെ അനാവരണം ചെയ്യുന്നത്. ആശാന്റെ സ്വാതന്ത്ര്യദർശനം ഹിമബിന്ദുവിൽ സൂര്യനെന്നപോലെ ആ ശ്ലോകത്തിൽ പ്രകാശിക്കുന്നു. 'ജനനായകമുറ'യിൽ "നാമെല്ലാരുമിന്നാട്ടു മന്നർ" എന്ന തമിഴ്കവിമൊഴിയും (ഭാരതീദാസന്റേതെന്നാണോർമ്മ) അല്പംകൊണ്ടധികം വെളിപ്പെടുത്തുന്നു.

ശാന്തിനികേതനത്തിൽനിന്നു കൊണ്ടുവന്നു നട്ടുവളർത്തിയ ചെടികളും ഡാർട്ടിങ്ടനിലുണ്ട്. പക്ഷേ, ആ ആമ്രതരുവിന്റെ സന്തതികൾക്കവിടത്തെ മണ്ണ് പത്ഥ്യമായില്ല. ഒരു തേന്മാവിന്റെ അഭാവം മൂലം അവിടെ ഒരു ആമ്രകുഞ്ജമുണ്ടായില്ല - എന്നാൽ, ടാഗോർ തമസിച്ചിരുന്ന മുറി പഴയപടി സൂക്ഷിച്ചിരിക്കുന്നു. അവിടെ ടാഗോറിന്റെ സാന്നിദ്ധ്യമനുഭവപ്പെട്ടു.

# 23 ഒരു തെരഞ്ഞെടുപ്പിന്റെ ബാക്കിപത്രം

**പോയ** വൽസരങ്ങൾ കൊഴിച്ചിട്ട തൂവലു
കൾ ഓർമ്മയുടെ ചരടിൽ ഏതോ സഹജവാസ
നയാൽ      കോർത്തിണക്കുന്നതിനിടയിൽ,
അതിൽനിന്നൊരെണ്ണം മാത്രം എന്തിനുപേക്ഷി
ക്കണം? 1989 ൽ തിരുവനന്തപുരം നിയോജകമ
ണ്ഡലത്തിൽനിന്ന് ലോകസഭയിലേക്ക് ഇടതുപ
ക്ഷസ്വതന്ത്രനായി മത്സരിക്കുകയും പരാജയപ്പെ
ടുകയും ചെയ്തു എന്ന വസ്തുതയ്ക്ക് ഇന്നെന്നെ
സംബന്ധിച്ച് യാതൊരു പ്രാധാന്യവുമില്ല. എന്നി
രുന്നാലും, ആ നാടകത്തിന്റെ അരങ്ങേറ്റത്തിനി
ടയിൽ മനസ്സിലാക്കാനിടയായ ചില കാര്യങ്ങൾ
മാത്രം ഇവിടെ പരാമർശിക്കുന്നു.

വി.എസ്.അച്യുതാനന്ദനും പി.കെ.വാസുദേ
വൻനായരും ചെറുപ്പത്തിലേ എനിക്കടുപ്പമുള്ള
വരും എന്നോടും ദേവരാജനോടും  വളരെ
സ്നേഹം പുലർത്തിയിരുന്നവരുമാണ്. അവർ
രണ്ടുപേരും താന്താങ്ങളുടെ പാർട്ടിക്കുവേണ്ടി
സംയുക്തമായി സ്നേഹപൂർവ്വം നിർബ്ബന്ധിച്ച
പ്പോൾ പാർലമെന്റ് തെരഞ്ഞെടുപ്പിൽ ഇടതുപ
ക്ഷസ്ഥാനാർത്ഥിയാവാൻ ആദ്യമൊന്നറച്ചുനി
ന്നിട്ടാണെങ്കിലും ഒടുവിൽ ഞാൻ സമ്മതിക്കുക
യുണ്ടായി - പ്രചരണത്തിന്റെ ആരംഭം ആശാവ

ഹവും ആവേശപൂർണ്ണവുമായിരുന്നു. മലയാളസിനിമാരംഗത്തെ അതുല്യസംഗീതസംവിധായകൻ ദേവരാജൻ തന്റെ ഇഷ്ടഗായകരെയും കൂട്ടിവന്ന് പ്രചാരണയോഗങ്ങളിൽ പാടി. പ്രൊഫ.സുകുമാർ അഴീക്കോടിനെപ്പോലെയുള്ളവർ കക്ഷിരാഷ്ട്രീയത്തിനതീതരായി എനിക്കുവേണ്ടി നിരവധി യോഗങ്ങളിൽ പ്രസംഗിച്ചു. 'നല്ലവനായ അയൽക്കാരൻ' എന്ന സങ്കല്പത്തിന്റെ ആൾരൂപമായ ശ്രീ. ചെമ്മനം ചാക്കോ, വീൽച്ചെയറിലിരുന്നും വീറോടെ സംസാരിച്ചിരുന്ന തോപ്പിൽ ഭാസി ഇവരൊക്കെ ചെയ്ത പ്രഭാഷണങ്ങൾ ആവേശപൂർണ്ണമായിരുന്നു. ഇ.എം.എസിനെയും നായനാരെയും പി.കെ.വി.യേയും പോലെയുള്ള നേതാക്കൾ സ്വന്തം കക്ഷിയിലെ സ്ഥാനാർത്ഥിക്കു വേണ്ടുന്നതിലുമധികം പ്രാധാന്യത്തോടെ എനിക്കുവേണ്ടി പ്രസംഗിച്ചു. എല്ലാം കൂട്ടിയിണക്കുന്നതിന് സി.വി.ത്രിവിക്രമനെപ്പോലെയുള്ള ചിരകാലസുഹൃത്തുക്കൾ വേണ്ടതെല്ലാം ചെയ്തു. ഏഴു നിയോജകമണ്ഡലങ്ങളിലും എന്റെ പൂർവ്വശിഷ്യനായ പിരപ്പൻകോട് മുരളി എന്നോടൊപ്പം ഉണ്ടായിരുന്നു. താന്താങ്ങളുടെ അസംബ്ലിനിയോജകമണ്ഡലങ്ങളിൽ എം.വിജയകുമാറും നീലലോഹിതദാസും എം.വിശ്വംഭരനുമെല്ലാം ഒപ്പം വന്നു. എന്നാൽ ഈ ഓട്ടത്തിനിടയിലെ വിശ്രമവേളകളിലും മറ്റും ചില കൊച്ചുവർത്തമാനങ്ങൾ കേട്ടു. ജില്ലയിലെ ഒരു ന്യൂനപക്ഷ സമുദായാംഗമായ പാർട്ടിനേതാവിനെ നിർത്തേണ്ടതായിരുന്നു. മുഴുവൻസമയ പാർട്ടിപ്രവർത്തകനായ മറ്റൊരു നേതാവിനെ നിർത്തിയിരുന്നെങ്കിൽ അനായാസം ജയിച്ചേനെ. സ്വന്തം പാളയത്തിൽത്തന്നെ തനിക്കെതിരെ അതൃപ്താത്മാക്കൾ ഉണ്ടെന്ന അറിവ് ഉരുക്കുമനുഷ്യനായ 'അക്കില്ലിസി'നെപ്പോലും തളർത്തുമെന്ന് ഹോമർ പഠിപ്പിച്ചതോർത്തുപോയി - പിന്നെ, ചാലക്കമ്പോളത്തിലും മറ്റും സ്ഥാനാർത്ഥിയെ പൂവാരിയെറിഞ്ഞ് സ്വീകരിക്കുന്ന പരിപാടി എനിക്കാവശ്യമില്ലെന്നു പറഞ്ഞതംഗീകരിക്കപ്പെട്ടില്ല.-വാശിയോടെ വാരിയെറിഞ്ഞ പൂക്കൾ കണ്ണിൽ കുത്തി ഞാനസ്വാസ്ഥ്യം പൂണ്ടുനിന്നതിനെപ്പറ്റി അടുത്ത ദിവസം ഒരു പത്രത്തിലൊരു വാർത്ത വന്നു. 'ഒരു പൂവുകൊണ്ടാൽപോലും മുറിവേല്ക്കുന്ന ഈ ലോലഗാത്രനെങ്ങനെ ജനങ്ങൾക്കുവേണ്ടി പോരാടാൻ കരുത്തുണ്ടാവും!-"

"പാർലമെന്റ് കലാലയമല്ലാ, കവിയരങ്ങുമല്ലാ" എന്ന് മറുപക്ഷം പോസ്റ്ററെഴുതിവച്ചതിനു മറുപടിയായി ചിലിയൻകവി പാബ്ലോ നെരൂദയുടെ രാഷ്ട്രീയപ്രവർത്തനത്തെപ്പറ്റി പ്രഭാഷണവിരുതുകാട്ടിയാണ് ഉച്ചക്കടയിലും ഊരൂട്ടമ്പലത്തിലുമൊക്കെ ചിലർ പ്രചാരണം കൊഴുപ്പിച്ച

തെന്ന് വഴിയേ അറിഞ്ഞു.- ആവേശം തെറ്റായ വഴിയേ പായുന്നു എന്ന റിയാൻ വൈകി- മനസ്സ് ഒരുതരം 'അനാസക്തിയോഗ' ത്തിന് വിധേയ മായിക്കഴിഞ്ഞിരുന്നതിനാൽ, പരാജയം എന്നെ വേദനിപ്പിച്ചില്ലെന്നതാണ് സത്യം. ആയുസ്സിന്റെ വൃക്ഷത്തിൽനിന്ന് ഒരു പാഴിലകൂടി കൊഴിഞ്ഞു പോയി. അത്രമാത്രം.

എന്നെ സാന്ത്വനിപ്പിക്കാൻ വന്ന പി.കെ.വി.യോട് കാര്യങ്ങളൊക്കെ തുറന്നുപറഞ്ഞിട്ട്, "ഇനിയുമെന്നെ സ്ഥാനാർത്ഥിയാക്കരുതെ"ന്നപേക്ഷി ച്ചപ്പോൾ, "ഒ.എൻ.വി. മുൻകൂർ ജാമ്യമെടുക്കുകയാണല്ലോ" എന്ന പി. കെ.വിയുടെ വാക്കുകൾ ഒരു പൊട്ടിച്ചിരിയിലാണവസാനിച്ചത്. പക്ഷേ, ആ ചിരിക്ക് കണ്ണീരിന്റെ നനവുണ്ടായിരുന്നു.

# 24 കടൽക്കരയെ സ്നേഹിച്ച പക്ഷിയെപ്പോലെ

**ഒ**രു കടലോരഗ്രാമത്തിൽ പിറന്നുവെങ്കിലും കടൽ കാണുംമുമ്പ് അതിന്റെ സംഗീതമാണാദ്യ മായി ഞാനനുഭവിച്ചത്! അന്ന് ചവറയിലെ കട ലോരത്ത് നാടൻ മീൻതോണികൾ നിരന്നിരിക്കുന്ന കാഴ്ച കണ്ണിനു കൗതുകമായിരുന്നു. അത്തര മൊരു തോണിയിൽ വലനിറയെ പിടയുന്ന മൽസ്യവുമായി മുക്കുവർ ആവേശത്തോടെ തുഴ ഞ്ഞുവരുന്ന ചിത്രങ്ങൾ എത്രയെങ്കിലും എന്റെ ഓർമ്മയിലുണ്ട്. ഒരിക്കൽ തോണിയുടെ അമരത്ത് ഒരു കടൽകാക്ക ചുറ്റുപാടും ചിറഞ്ഞുനോക്കിയി രിക്കുന്നതു കണ്ടു. തോണി കരയ്ക്കടുത്തപ്പോൾ, വലയിൽനിന്ന് കുടഞ്ഞിട്ട മൽസ്യക്കൂമ്പാര ത്തിൽനിന്ന്, തനിക്കവകാശപ്പെട്ടതെന്ന മട്ടിൽ ഒരു 'കോര്' കോരി ആ കാക്ക അടുത്തൊരു മര ത്തിന്റെ പൊത്തിൽ ചെന്നിരിക്കുന്നതും 'കലപില' കലമ്പുന്ന കുഞ്ഞുങ്ങളെ തീറ്റുന്നതും കണ്ടു. അതുപോലൊരു പക്ഷിയാവാൻ, കടലിനു മീതേ യുള്ള ആകാശത്തെ ചിറകുകൊണ്ടളന്നു പറ ക്കാൻ, ഞാനന്നു മോഹിച്ചിരുന്നു. ആ മോഹം ഇന്ത്യയുടെ പലേ കടൽത്തീരങ്ങളിലേക്കും എന്നെ കൊണ്ടെത്തിച്ചിട്ടുണ്ട്. എന്റെ ഓർമ്മയുടെ കലവറയിൽ അവിടെനിന്നെല്ലാം ശേഖരിച്ച നിര

വധി കടൽശംഖുകളുണ്ട്. ചിലപ്പോൾ പൂമലപോലെയും, തീമലപോലെയുമൊക്കെ കടലിനുമീതേ അന്തിമേഘങ്ങൾ രൂപംകൊള്ളുന്നത് കണ്ട് തുള്ളിച്ചാടുന്ന മുക്കുവക്കിടാങ്ങളെപ്പറ്റി,

"ആണ്ടെയൊരു പൂമല! ഹൈ!
ലോണ്ടെയൊരു തീമല!
പൊന്തിവരും പൂന്തിരകള്
നീന്തിനീന്തിവരുമ്പള്'' എന്നു തുടങ്ങുന്നൊരു കവിത (മാറിയ കൂത്തുകൾ) ആ കൗമാരകാലത്തെഴുതി കെ.ബാലകൃഷ്ണനയച്ചുകൊടുത്തു. അന്ന് അദ്ദേഹമത് കൗമുദിയുടെ ഓണം വിശേഷാൽ പതിപ്പിൽ പ്രാധാന്യത്തോടെ ചേർത്തത് ചർച്ചാവിഷയമായി. അതിലെ ''ആണ്ടെ", "ലോണ്ടെ"പോലുള്ള പ്രയോഗങ്ങളാണ് പലരെയും ചൊടിപ്പിച്ചത്. കൊല്ലം കൊച്ചുപിലാംമൂട് കടപ്പുറത്തെ ഒരു മൽസ്യത്തൊഴിലാളി "ഈ ചന്ദ്രനല്യോ ഞങ്ങളുടെ നാഴികമണി!" എന്ന് അലങ്കാരഭാഷ പ്രയോഗിച്ചത് നേരത്തേ ഞാൻ കുറിച്ചിട്ടുണ്ട്.

കന്യാകുമാരിയിൽ, മുടങ്ങിപ്പോയൊരു കല്യാണത്തിനൊരുക്കിവച്ചിരുന്ന ചമ്പാവരിയും മറ്റു ധാന്യങ്ങളും കറിക്കൂട്ടുകളും കുറിക്കൂട്ടുകളുമെല്ലാം ആരോ വാരിത്തൂവിയപോലെയുള്ള പലതരം മണൽതരികൾ കാണാമെന്ന് പറഞ്ഞുകേട്ടിരുന്നു. നിത്യകന്യകയായി വാഴാൻ തീരുമാനിച്ച ദേവിയാണവിടത്തെ കോവിലിൽ കുടികൊള്ളുന്നതെന്നും മറ്റും കല്പനാമധുരമായ കഥകൾ പലതും കേട്ടിരുന്നു.

സൂര്യൻ അരുണരഥത്തിലെഴുന്നള്ളുന്നതും തിരികെപ്പോകുന്നതും ഒരുപോലെ കാണാൻ കഴിയുന്ന ഭൂമിയിലെ അപൂർവ്വസുന്ദരമായ സമുദ്രതീരം!-ഏകബിന്ദുവിൽ നിന്ന് ഇരുപാടുമായി വികസിക്കുന്ന ഇന്ത്യയെ മനസ്സിലേക്കാവാഹിക്കാൻ വിവേകാന്ദന് ശൈലപീഠമൊരുക്കിയ സാഗരം ആയിരം തിരകളുടെ സങ്കീർത്തനമായി മാറുന്ന സൗന്ദര്യസോപാനം!- "ഭൂമിയിലൊരു സ്വർഗ്ഗമുണ്ടെങ്കിൽ അതിവിടെയാണിവിടെയാണെ"ന്ന് ആ അന്തരീക്ഷത്തിൽ പാടിപ്പറക്കുന്ന ഒരു പക്ഷിയായെങ്കിൽ എന്നു ഞാൻ ആശിച്ചു. ആ കവിതാശകലം കുറിച്ചുവച്ചിരിക്കുന്ന കാശ്മീരിലെ ഉദ്യാനം പോലും എന്നെ അത്രമേലഗാധമായി സ്പർശിച്ചിരുന്നില്ല. കാരണം ആ ഉദ്യാനം രാജപ്രൗഢിയെയാണ് പ്രതിനിധീഭവിക്കുന്നത്. എന്നാൽ, കന്യാകുമാരിയിലെ സാത്വികപ്രഭാവത്തോട് അതിനെയെങ്ങനെ താമരതമ്യപ്പെടുത്താൻ! അവിടെ സൂര്യനുദിച്ചുയരുന്നതു കാണാൻ ഇന്ത്യൻജനതയുടെ ഒരു 'കുറുമുറി' കാത്തുനില്ക്കുന്നു.

എന്നാൽ, അവിടെത്തന്നെ തോളിലും മടിയിലും വിശന്നുമയങ്ങുന്ന കുഞ്ഞുങ്ങളുമായി കരിക്കൊള്ളിപോലെയുള്ള ഒരമ്മ എന്റെ നേർക്ക് കൈനീട്ടുമ്പോൾ, "ഇവരല്ലേ ഇന്ത്യ?" എന്നു ഞാൻ സ്വയം ചോദിച്ചു പോയി. മംഗല്യഹാരത്തിൽ ഇടംതേടാൻ കൊതിക്കുന്ന ജമന്തിപ്പൂക്ക ളെയും ഒപ്പം അന്ധകാരം കണ്ടു പേടിച്ച് ആത്മാഹുതി ചെയ്യുന്ന നിശാ ഗന്ധികളെയുമോർത്ത് കന്യാകുമാരിയിലെ ആൾക്കൂട്ടത്തിൽ ഞാൻ തനിയേ നിന്നിട്ടുണ്ട്.

ചെന്നൈയിലെ 'മറീനാ' കടപ്പുറത്തെപ്പറ്റി ഓർക്കുമ്പോൾ, എം.ബി. ശ്രീനിവാസനെയും ഓർക്കാതെവയ്യ! പതിറ്റാണ്ടുകൾക്കുമുമ്പ് 'മറീന' ഏകാന്തദീപ്തമായി നെടുകെക്കിടക്കുന്ന ഒരു തീരമായിരുന്നു. അവിടെ എം.ബി.എസിനിഷ്ടമായ ഒരു മൂലയുണ്ടായിരുന്നു. ഒരിക്കലത്, ജനപ്രീതി നേടിയ ഒരു പാട്ടിന്റെ ഈറ്റില്ലമായി. അന്ന് പകൽ മുഴുവൻ ഹോട്ടലിലെ മുറിയിലിരുന്ന് പാട്ടുണ്ടാക്കുന്ന പണിത്തിരക്കിലായിരുന്നു. അവിടെനിന്നൊന്നു പുറത്തേക്കിറങ്ങി ശുദ്ധവായു ശ്വസിച്ച് ശരീരവും മനസ്സും നേരെയാവാൻ വേണ്ടിയാണ് മറീനയിലേക്കു പുറപ്പെട്ടത്. അവിടം "ശ്രാന്തമംബരം, നിദാഘോഷ്മളസ്വപ്നാക്രാന്തം' എന്ന അവ സ്ഥയിലായിരുന്നു. എം.ബി.എസിന്റെ 'ഇഷ്ടപ്പെട്ട' ഇടത്തിൽ ചെന്നിരു ന്നു ഞാൻ പാട്ടു പറഞ്ഞുകൊടുത്തു: "ഒരു വട്ടംകൂടി.."എം.ബി.എസ്. തന്റെ ഡയറിയിൽ തമിഴ്ലിപിയിലത് കുറിച്ചെടുത്തു. ഒടുവിൽ "വെറു തേയീമോഹങ്ങളെന്നറിയുമ്പോഴും, വെറുതേ മോഹിക്കുവാൻ മോഹം" എന്നവസാനിപ്പിച്ചപ്പോൾ, എം.ബി.എസ്. എഴുന്നേറ്റുനിന്ന് ഘനഗംഭീര മായ സ്വന്തം ശബ്ദത്തിൽ സമുദ്രാഭിമുഖമായി നിന്നു പാടി. പിന്നെ, അവിടെയിരുന്നുതന്നെ അതിന്റെ ഈണം ചിട്ടപ്പെടുത്തി. മറീനാക്കടപ്പു റത്ത് എന്റെ പാട്ട് ഒരു പക്ഷിയെപ്പോലെ പറന്നുനടന്നു.

പിന്നെയും മൂന്നോ നാലോ സന്ദർഭങ്ങളിൽ ഞാൻ മറീനയിൽ മറ്റു ചില സുഹൃത്തുക്കളുമായി പോയിട്ടുണ്ട്. കടലയും ചോളപ്പൊരിയും വില്ക്കുന്നവരുടെ വിളികളും, ആളുകളുടെ ഉറക്കെയുള്ള വർത്തമാനവും കുട്ടികളുടെ ഒച്ചവയ്ക്കലുമെല്ലാം ചേർന്നൊരു ശബ്ദകോലാഹലം (ca-cophony) ശ്വാസംമുട്ടിക്കുന്നതായി തോന്നി. ആ 'എം.ബി.എസ്. കോർണർ' ആൾത്തിരക്കുകൊണ്ട്, ഈച്ചയാർക്കുന്ന ചക്കരത്തുണ്ടു പോലെ കാണപ്പെട്ടു. ചിലമ്പൂരിയെറിയാൻ തുടങ്ങുന്ന കണ്ണകിയുടേ തുൾപ്പെടെ, തമിഴകത്തിന്റെ അഭിമാനമായ പലരുടെയും പ്രതിമകൾ

അവിടെ നിരന്നുനില്ക്കുന്നത് ദേശപ്പെരുമയുടെ നിശ്ശബ്ദവിളംബരംതന്നെയാണ്.

'മുംബൈ'യിലെ 'ജൂഹു' കടൽത്തീരത്തെ സായാഹ്നങ്ങളെപ്പറ്റി സ്മരിക്കുമ്പോൾ ഡേവിഡ് കോഹൻ എന്ന ആ വിദേശചങ്ങാതിയും ദേവരാജനുമൊത്തവിടെ വിഹരിച്ച നാളുകൾ പുനർജ്ജനിക്കുന്നു. അതുകൊണ്ടുതന്നെ, ജൂഹു കടൽത്തീരം എന്നിൽ ഗൃഹാതുരത്വമുണർത്തുന്നു. പിന്നെ, ഇന്ത്യൻപെർഫോമിങ് റൈറ്റ് സൊസൈറ്റി (ഐ.പി.ആർ.എസ്) യുടെ ആദ്യവർഷങ്ങളിൽ യോഗം ചേർന്നിരുന്നതും, തെക്കേയിന്ത്യയിൽനിന്നുള്ള ഡയറക്ടർമാർ താമസിച്ചിരുന്നതും ജൂഹുവിലെ ഏതെങ്കിലും ഹോട്ടലിലായിരുന്നു. കടൽക്കരയിലെ കാഴ്ചകൾ കണ്ടു പലപ്പോഴും നിന്നിട്ടുണ്ട്. മധുവിധു ആഘോഷിക്കുന്നവരുടെ, അലങ്കരിച്ച ചെറിയ കുതിരപ്പുറത്തുള്ള ഉല്ലാസസവാരിയും കുട്ടികളുടെ ബലൂൺപറത്തലും വടിപിടിച്ചുനടന്ന് വാർദ്ധക്യത്തെ വരുതിയാലാക്കാനുള്ള ചിലരുടെ പാടുപെടലുമൊക്കെ ചേർന്ന്, ജൂഹു കടൽക്കര വൈരുദ്ധ്യങ്ങളുടെ സമന്വയമാണ്. കൂനകൂടിക്കിടക്കുന്ന കടലാസുകൂടുകളും അവയ്ക്കുചുറ്റും ചിതറിക്കിടക്കുന്ന നിലക്കടലത്തോടുകളും പൊട്ടിയ ബലൂണുകളും ഒഴിഞ്ഞ ഐസ്ക്രീംകപ്പുകളുംകൊണ്ട് മലിനമെങ്കിലും, തേനീച്ചക്കൂടുപോലുള്ള ഫ്ളാറ്റുകളിൽ താമസിക്കുന്നവർക്കവിടം സ്വർഗ്ഗമാണ്.

1498 ൽ ഗാമ വന്നിറങ്ങിയ കോഴിക്കോട്ടെ കാപ്പാട് കടപ്പുറത്ത് ഒരിക്കലേ ഞാൻ പോയിട്ടുള്ളൂ. അപ്പോൾ ഉച്ചതിരിഞ്ഞ നേരമായിരുന്നുവെങ്കിലും കണ്ണിലിരുട്ട് മൂടുന്നതായിട്ടാണ് തോന്നിയത്. 'കാപ്പാട്' - നാം വായിച്ചുമറിച്ചുകളഞ്ഞ ചരിത്രത്തിലെ ഒരേടായി അവശേഷിക്കുന്നു; ഇനിയും പഠിക്കാത്ത ഒരേട് അധിനിവേശദുരാഗ്രഹത്തിന്റെ കാല്പാടാണവിടെ പതിഞ്ഞത്.

'ചന്ദ്രഭാഗ' ഒഡിഷയിലെ മനോഹരമായ ഒരു കടൽക്കരയാണ്. പ്രശസ്ത കവി ജയന്ത് മഹാപാത്ര എഡിറ്റ് ചെയ്തിരുന്ന ഉന്നതനിലവാരമുള്ള ഒരു മാസികയ്ക്ക് അദ്ദേഹം 'ചന്ദ്രഭാഗ' എന്നാണ് പേരിട്ടിരുന്നത്. ഒഡിഷയിലെ എന്റെ യാത്ര പലപ്പോഴും കൊണാർക്കിലെ സൂര്യക്ഷേത്രവും പുരിയിലെ ജഗന്നാഥക്ഷേത്രവും പിന്നെ ഭുവനേശ്വരിലെ 'കേദാരഗൗരീ' പോലുള്ള ചില 'മന്ദിര'ങ്ങളും കാണുന്നതോടെ പര്യവസാനിക്കാറാണ് പതിവ്. ദുഃഖിതരും പീഡിതരുമായ സ്ത്രീകൾ അവരുടെ സങ്കടഭാരം കേദാരഗൗരിയുടെ തിരുമുമ്പിലിറക്കിവയ്ക്കുന്നു. ക്ഷേത്രത്തൊടിയിലെ ഒരു വൃക്ഷഛായയിലിരുന്ന്, അകത്തേക്ക് പോകുന്നവരുടെ

മുഖത്തെ 'വ്യാകുലത' ഞാൻ ശ്രദ്ധിച്ചിട്ടുണ്ട്. വ്യാകുലമാതാക്കൾ; വ്യാകുലവധുക്കൾ; എന്തിന് - സ്ത്രീയെന്നാൽ അവിടെ 'വ്യാകുലത'യുടെ പര്യായംതന്നെ. - 'പുരി'യിലെപ്പോഴും ഉത്സവാന്തരീക്ഷംതന്നെ. 'കൊണാർക്കി' ലെ രതിശില്പങ്ങൾ, രതിഭാവത്തിന്റെ പരകോടിയിലെ 'വിരതി' അനുഭവപ്പെടുത്തുന്നു. കുറേക്കൂടി സഞ്ചരിച്ചാലെത്തുന്ന 'ചന്ദ്രഭാഗ' കടൽത്തീരം മനുഷ്യൻ മനോഹരമായി കെട്ടിപ്പൊക്കുന്ന മണൽക്കൊട്ടാരങ്ങൾ കാറ്റോ തിരയോ തട്ടി നിമിഷംകൊണ്ട് തകരുന്ന കാഴ്ച കാട്ടിക്കൊണ്ടിരിക്കുന്നു. തിരകളിൽ നാറാണത്തുഭ്രാന്തന്റെ ചിരി മുഴങ്ങുന്നു. കേരളത്തിലെ ഒരു കടൽക്കരയാണെന്നേ തോന്നൂ; പക്ഷേ, 'ചന്ദ്രഭാഗ' സാർവ്വലൗകികമായ ചില തത്ത്വങ്ങൾ ആ മണലിലെഴുതുന്നു. മണൽശില്പങ്ങൾ നിർമ്മിക്കുന്നതിൽ കൃതഹസ്തരായ കുറേ യുവാക്കൾ അവിടെ ക്ഷേത്രഗോപുരങ്ങളുടെയും കോട്ടകളുടെയും കൊട്ടാരങ്ങളുടെയുമൊക്കെ കൊച്ചുകൊച്ചു മാതൃകകൾ മണലിൽ തീർത്തുവയ്ക്കുന്നു. നിമിഷങ്ങൾക്കകം അവ തകർന്നടിയുന്നു! പിന്നെയും സഞ്ചാരികൾ വരുന്നു. ശില്പികളുടെ സൃഷ്ടിയും കടൽത്തിരയുടെ സംഹാരവും തുടർന്നുകൊണ്ടിരിക്കുന്നു. "പുനരപിജനനം, പുനരപിമരണം." ഇതെല്ലാം കണ്ട് അവിടെ ഏതോ പക്ഷി പാടുന്നുവോ? - ഇല്ല, എന്റെ ആഗ്രഹം തോന്നിച്ചതാവണം...

വിന്ധ്യഹിമാലയങ്ങളും സഹ്യനും എനിക്കെന്നുമൊരത്ഭുതമാണ്. എ.ആർ.രാജരാജവർമ്മയുടെ *മലയവിലാസം* മുതൽ സുഗതകുമാരിയുടെ *പശ്ചിമഘട്ടം* വരെയുള്ള കാവ്യങ്ങൾ സഹ്യനെ സ്വന്തം തറവാടുപോലെ കണക്കാക്കാനെന്നെ പ്രേരിപ്പിച്ചിട്ടുണ്ട്. സഹ്യന്റെ താഴ്വരയിൽ നീലക്കുറുഞ്ഞി പൂത്തിറങ്ങിയതിന്റെ ദൃശ്യം സൗന്ദര്യാനുഭൂതിയേക്കാൾ, വിസ്മയാതിരേകമാണെന്നിലുളവാക്കിയിട്ടുള്ളത്. എന്നാൽ എന്തിനെന്നറിയാതെ ഞാൻ കടൽക്കരകളെ സ്നേഹിച്ചുപോകുന്നു. അന്തിക്ക് മാല കോർത്തപോലെ പറന്നുപോകുന്ന കൊറ്റികളെ നോക്കിയിരിക്കാൻ ഞാനിഷ്ടപ്പെടുന്നു-അവയിലൊന്നാകാനും!

# 25 ജീവിതമേ! നന്ദി!

**ജീ**വിതം എനിക്കു തന്നതിനും തരാത്തതി നുമെല്ലാം നന്ദി പറഞ്ഞുകൊണ്ട് സുമാർ 45 വർഷം മുമ്പ് ഞാനൊരു കവിതയെഴുതിയിട്ടുണ്ട്. ഒരു കൊച്ചുഗ്രാമത്തിന്റെ മടിത്തട്ടിൽനിന്ന് പറന്നു പറന്ന് ലോകത്തിന്റെ പല കോണുകളിലും ചെന്നെത്താനും 'ലോകാനുരാഗ'മാണേറ്റവും വലിയ മതമെന്ന് മനസ്സിലാക്കാനും എന്റെ ചിറ കുകൾക്ക് കരുത്തുതന്ന ആരുടെയൊക്കെയോ കാരുണ്യത്തിന് നന്ദി പറയാതെ വയ്യ! അതോ ടൊപ്പം എതിർദിശയിൽ വീശി ഈ ചിറകുകൾ തളർത്താൻ ശ്രമിച്ചവർക്കും സ്നേഹത്തോടെ തന്നെ നന്ദി പറയാൻ ഞാനാഗ്രഹിക്കുന്നു.

മനുഷ്യൻ 'മണ്ണിന്റെ ഉപ്പാ'യലിയുന്ന ഒരു വാഗ്ദത്തഭൂമി തേടിപ്പോയ സംഘത്തിൽ ഞാനു മുൾപ്പെട്ടിരുന്നു. കാലുകൾ തളർന്നപ്പോൾ, "എവി ടെയാ വാഗ്ദത്തഭൂമി?" എന്ന് അക്ഷമനായ ഒരു കുട്ടിയെപ്പോലെ ഉറക്കെ ചോദിച്ചുപോയിട്ടുണ്ട്. ചിലർ ആശ്വസിപ്പിച്ചു; ചിലർ 'അവനെ ക്രൂശിക്ക!'എന്നാക്രോശിച്ചു - ചിലർ അവനിൽ സത്യമുണ്ടെന്ന് കണ്ടെത്തി - എല്ലാവർക്കുമൊരു പോലെ ഞാൻ നന്ദി പറയുന്നു. "ഞാൻ - ഞാൻ മാത്രമാണ് ശരി" എന്ന മൂഢവിശ്വാസത്തിന്റെ

അത്താണിയിൽ ഞാനൊരിക്കലും ചുമടിറക്കിയിട്ടില്ല. 'തീസിസി'നൊപ്പം 'ആന്റിതീസിസ്' ഉണ്ടാവുന്നത്, പനിനീർപുഷ്പത്തിനൊപ്പം മുള്ളുകളു മുണ്ടാവുന്നതുപോലെയാവാം; മുള്ളുകൾ പൂവിന്റെ കാവലാളായെന്നും വരാം. എന്നാൽ, ക്ഷീരമുള്ളൊരകിടിൻ ചുവട്ടിൽനിന്നും ചോരകുത്തി യെടുക്കുന്നവരുടെ കുത്തുവാക്കുകൾ - ചിലപ്പോൾ വിപരീതലക്ഷണ യിലുള്ള 'പരിതോഷണ'ങ്ങൾപോലും - ഇന്നെന്നെ ക്ഷോഭിപ്പിക്കുന്നി ല്ല. വർഷങ്ങൾക്കുമുമ്പ് വൈലോപ്പിള്ളി ഉപദേശിച്ചതുപോലെ നടക്കുന്ന വഴി മുഴുവൻ തുകൽ പാകുന്ന പാഴ്‌വേലയ്ക്കു പോകാതെ, ഞാൻ സ്വന്തം കാലിൽ തോൽച്ചെരിപ്പിട്ടു നടക്കുന്നു.

ഇതൊരാത്മകഥയല്ല, അങ്ങനെയൊന്നെഴുതാൻ വേണ്ട വലിപ്പവു മെനിക്കില്ല. കാലത്തേ വന്ന്, ഇരുണ്ട കരിയിലകളടിച്ചുവാരി, കുഞ്ഞുപൂ ക്കളെ വിളിച്ചുണർത്തി, ഇലകൾക്ക് 'ഇങ്കു കുറുക്കി' കൊടുത്ത്, ഈറൻവിരികളെല്ലാമുണക്കി, ക്ഷീണിച്ചുപടിയിറങ്ങുന്ന പോക്കുവെയിൽ മണ്ണിലെഴുതിപ്പോകുന്ന സ്നേഹക്കുറിപ്പുകൾ മാത്രം.

അനുബന്ധം 1

## കേരള സർവ്വകലാശാലയുടെ ഓണററി ഡി ലിറ്റ് ബിരുദം സ്വീകരിച്ചുകൊണ്ട് ചെയ്ത പ്രസംഗം

എന്റെ മാതൃസർവ്വകലാശാല എനിക്ക് ഓണററി ഡി ലിറ്റ് ബിരുദം നല്കുന്ന ഈ നല്ല വേളയിൽ സുദീർഘവും ക്ലേശപൂർണ്ണവുമായ ഒരു യാത്രയുടെ സാഫല്യം ഞാനറിയുന്നു. ഈ ബഹുമതി എനിക്ക് നല്കാൻ തീരുമാനിച്ചവരുടെ സൗഹൃദവും സൗമനസ്യവും ഞാൻ തിരിച്ചറിയുന്നു. മത്സ്യം അതിനെ ജീവിപ്പിക്കുന്ന ജലരാശിയോടെന്നപോലെ, എന്റെ ഭാഷ സംസാരിക്കുന്ന ജനരാശിയോടാകെ ഞാൻ കടപ്പെട്ടിരിക്കുന്നു. ആ വലിയ ജനസഞ്ചയത്തിന്റെ ചെറിയൊരു പരിച്ഛേദമായ ഈ സദസ്സിനെ ഞാനെന്റെ നന്ദിയും കടപ്പാടും അറിയിക്കുന്നു.

ഏതു ഭാഷയും ചെറുതോ വലുതോ ആയ ഒരു സമൂഹത്തിന്റെ സൃഷ്ടിയാണ്. 'വെളിച്ചമുണ്ടാവട്ടെ!' എന്ന കല്പനയ്ക്ക് പിന്നാലെ വെളിച്ചമുണ്ടായെന്ന 'ഉല്പത്തിക്കഥ'യിലെപ്പോലെ ആ സൃഷ്ടി പൊടുന്നനെ സംഭവിക്കുന്നതല്ല. മറിച്ച് നിരന്തരമായ പരിവർത്തനങ്ങളിലൂടെ പരിണമിച്ചുണ്ടാകുന്നതാണ്. ആ പരിണാമകഥയിലൂടെ നാം കണ്ടെത്തുന്നതിതാണ്; ഭാഷ ഒരു ജനതയുടെ ചരിത്രത്തെയും സംസ്കാരത്തെയും അടയാളപ്പെടുത്തുന്നു. കേരളീയൻ സ്വന്തം ചരിത്രവും സംസ്കൃതിയും ഭാഷയുമെല്ലാം ഒരു മറുനാടൻ സർവ്വകലാശാലയുടെ മേൽനോട്ടത്തിലല്ലാ പഠിക്കേണ്ടതെന്ന ആവശ്യകതാബോധത്തിൽ നിന്നാണ് കേരളസർവ്വകലാശാലയുടെ പ്രാഗ്രൂപമായ തിരുവിതാംകൂർ സർവ്വകലാശാലയുണ്ടായത്. അത് ഇന്നത്തെ കേരളസർവ്വകലാശാലയാവാൻ വഴിയൊരുക്കിയത് 'കേരളപ്പിറവി' എന്ന ചരിത്രസംഭവമാണ്. കേരളത്തിന്റെ സ്വത്വസ്ഥാപനത്തിനുള്ള നാനാമുഖവും സുദീർഘവുമായൊരു യത്നത്തിന്റെ രമ്യപരിണതിയായിരുന്നു അത്. സർവ്വകലാശാലാതലത്തിൽ മലയാളം പഠിപ്പിക്കാൻ

പോന്ന അടിസ്ഥാനഗ്രന്ഥങ്ങളുണ്ടോ എന്ന ചോദ്യത്തിന്, വ്യാകരണാലങ്കാരാദി ശാസ്ത്രങ്ങളിലാകെ ലക്ഷണഗ്രന്ഥങ്ങളുണ്ടാക്കി മേശപ്പുറത്തുവച്ച എ ആർ രാജരാജവർമ്മ എന്ന ആ വലിയ ആചാര്യനെ ആദരപൂർവ്വം ഞാൻ ഈയവസരത്തിൽ അനുസ്മരിക്കുന്നു. പതിറ്റാണ്ടുകൾക്കുശേഷം ആദ്യകേരളനിയമസഭയിൽ കേരളസർവ്വകലാശാലയ്ക്ക് രൂപം നല്കിക്കൊണ്ടുള്ള ബില്ലവതരിപ്പിച്ച അന്നത്തെ വിദ്യാഭ്യാസമന്ത്രിയും എനിക്ക് ഗുരുകല്പനുമായ മുണ്ടശ്ശേരിമാസ്റ്ററെ ഈയവസരത്തിൽ ഞാൻ സാദരം അനുസ്മരിക്കുന്നു.

സൂര്യനുകീഴിലുള്ള യാതൊന്നും ഒരു സർവ്വകലാശാലയ്ക്ക് അന്യമാവാൻ പാടില്ല. കലയും ശാസ്ത്രവും ഇവിടെ പരസ്പരമകന്നുകഴിയുന്ന രണ്ട് സംസ്കാരങ്ങളല്ലാ; രണ്ടു ലോകങ്ങളുമല്ല. മറിച്ച് ടാഗോർ 'വിശ്വഭാരതി'ക്ക് നെറ്റിക്കുറി ചാർത്തിയ ആ സൂക്തമർത്ഥമാക്കുംപോലെ, ഇവിടം എല്ലാ പക്ഷികൾക്കും ഏക നീഡമാണ്. ഇവിടെ അറിവോ അനുഭൂതിയോ കൂടുതൽ വരേണ്യമെന്ന തർക്കമില്ല. അവ പാരസ്പര്യത്തിന്റെ പരമശോഭയോടെ സഹവർത്തിക്കുന്നു. നിരന്തരമായ മാറ്റങ്ങളിലൂടെ മനുഷ്യൻ സ്വയം നിർമ്മിച്ചുകൊണ്ടിരിക്കുന്നു. അത് വിശ്വവ്യാപകമായ ഒരു പ്രക്രിയയാണെന്നിരിക്കെ, നമുക്കും അതിൽ പങ്കാളികളാകാതെവയ്യ! ഇന്ത്യയിൽത്തന്നെ താരതമ്യേന ഒരു ചെറിയ ഭാഷാവിഭാഗമായ കേരളീയർക്ക് അറിവിന്റെയും അനുഭൂതിയുടെയും ചക്രവാളങ്ങളിലേക്ക് പ്രയാണം ചെയ്യാനുള്ള കൗതുകവും കരുത്തും എന്നും ഉണ്ടായിരുന്നു എന്നതിനെ സാക്ഷ്യപ്പെടുത്തുന്ന എത്രയോ കൃതികളുണ്ട്. വാനനിരീക്ഷണപഠനമായ *ലഘുഭാസ്കരീയ*വും അർത്ഥശാസ്ത്രപുരസ്കൃതമായ *ഭാഷാകൗടലീയ*വും ഡച്ചുകാർ ഒരു വിദഗ്ധനെത്തന്നെ കടത്തിക്കൊണ്ടുപോയി എഴുതിച്ച ഔഷധസസ്യനിഘണ്ടുവായ *ഹോർത്തൂസ് മലബാറിക്കസും* അവയിൽ ചിലതുമാത്രം. വിക്തർ യൂഗോയും, ടോൾസ്റ്റോയിയും ദസ്തയേവ്സ്കിയും മറ്റും മലയാളിമനസ്സിലേക്ക് മലയാളത്തിലൂടെത്തന്നെ കടന്നുവന്ന കാലത്ത് ഭാരതീയ ഭാഷകളിൽ പലതിലും അതൊരപൂർവ്വതയായിരുന്നു. വൈജ്ഞാനികവും സാംസ്കാരികവുമായ ചക്രവാളങ്ങളിലേക്ക് പറന്നുയരാൻ വായന ചിറകുമുളപ്പിച്ച ഭാരതീയരിൽ മലയാളി എന്നേ മുൻപന്തിയിലാണ്. ഇത് ചരിത്രമാണ്. ഈ ചരിത്രത്തിന്റെ സ്രഷ്ടാവും സാക്ഷിയുമായിരുന്നിട്ടുള്ള നമ്മുടെ മാതൃഭാഷയ്ക്ക്, നമ്മുടെ ഉന്നതവിദ്യാഭ്യാസരംഗത്ത് അർഹിക്കുന്ന മാന്യത ഇനിയും കൈവന്നിട്ടില്ലെന്ന ചിന്ത നമ്മെ വ്യാകുലപ്പെടുത്താൻ പോന്ന

താണ്. ഓർമ്മിപ്പിക്കട്ടെ - ഈ സർവ്വകലാശാലയുടെ സ്ഥാപനകാലത്ത് പ്രഖ്യാപിക്കപ്പെട്ട ലക്ഷ്യങ്ങളിലൊന്ന് അതായിരുന്നു.

പ്രാചീനഭാരതത്തിന്റെ ധൈഷണികസമ്പത്തായ വേദോപനിഷത്തുകളും ഇതിഹാസങ്ങളും ദർശനങ്ങളുമെല്ലാം, ഉപനയനം കഴിച്ച് ഉപവീതം ധരിച്ച ഒരു വിഭാഗത്തിന്റെ സ്വകാര്യസ്വത്താക്കപ്പെട്ടതിനെ ശാന്തമായും ധീരമായും പ്രതിരോധിച്ച മദ്ധ്യകാലനവോത്ഥാനത്തിന്റെ നായകരായ നമ്മുടെ ആദ്യകാലകവികൾ മിക്കവരും ജന്മം കൊണ്ട് അവർണ്ണരായിരുന്നു. "ഊഴിയിൽ ചെറിയവർക്കറിയുവാൻ" വേണ്ടിയാണവരെഴുതിയത്. അവരിൽ എഴുത്തച്ഛനെ നമ്മുടെ ഭാഷയുടെ കുലപതിയായി നാം ആദരിക്കുന്നു. സ്വാതന്ത്ര്യത്തിലേക്ക് വഴിതെളിച്ച പുതിയ നവോത്ഥാനത്തിന്റെ പുലർവെട്ടം വീണ വഴികളിലൂടെ നമ്മെ നയിക്കാൻ ശ്രീനാരായണഗുരുവിനെയും ചട്ടമ്പിസ്വാമികളെയും പോലെയുള്ള ഗുരുവര്യന്മാരിവിടെ ഉണ്ടായി. അവർ തോറ്റിവിട്ട "ഇരുട്ടുകീറുന്ന വജ്രസൂചി"കളിവിടെ ഉണ്ടായി. "സ്വാതന്ത്ര്യം തന്നെയമൃതം" എന്ന് ഈ സർവ്വകലാശാലയുടെ പ്രവേശന കവാടത്തിൽ നിന്നുകൊണ്ട് അനശ്വരനായൊരു കവി ഇന്നും നമ്മെ ഓർമ്മിപ്പിച്ചുകൊണ്ടിരിക്കുന്നു. ജനവിരുദ്ധമായി ചട്ടങ്ങൾ വ്യാഖ്യാനിച്ച് തീർപ്പ് കല്പിക്കുന്നവരോട് ഇനിയും തളരാത്ത കൈവിരൽ ചൂണ്ടി "മാറ്റുവിൻ ചട്ടങ്ങളെ!" എന്ന് കവിയുടെ മുഴങ്ങുന്ന മൗനം ഓരോ നിമിഷവും ഓർമ്മിപ്പിച്ചുകൊണ്ടേയിരിക്കുന്നു. ഇന്ത്യയിൽ സ്വന്തം വളർത്തുനായ്ക്കളുടെ കല്യാണം 'രാജകീയ'മായാഘോഷിച്ച് നാട്ടുരാജാക്കന്മാർ വാണരുളിയകാലത്ത്, 'അന്ത്യജരെ'ന്നധിക്ഷിപ്തരായവർക്ക് അമ്പലനട തുറന്നു കൊടുത്ത, ഈ സർവ്വകലാശാലയുടെ സ്ഥാപകൻ കൂടിയായ മഹാരാജാവിന്റെ പ്രതിമ ഈ തിരുമുറ്റത്ത് മറ്റൊരു ചരിത്രസാക്ഷ്യമായി നില്ക്കുന്നു. ഇതെല്ലാം ഉദ്ബുദ്ധമായൊരു ജനസഞ്ചയത്തിന്റെ സംസ്കൃതിയെ രേഖപ്പെടുത്തുന്നു.

ഒരു മലയാളിയായിരിക്കുക എന്നതുതന്നെ ഒരാളെ, സഹിഷ്ണുതയിലും സമന്വയത്തിലുമൂന്നിയ ഒരു വലിയ സാംസ്കാരികപൈതൃകത്തിന് ഉടമയാക്കുന്നു എന്ന് ആത്മപ്രശംസാശങ്ക കൂടാതെ പറയാൻ കഴിയുന്ന ഒരു കാലമുണ്ടായിരുന്നു. നാനാദിക്കുകളിൽ നിന്ന് കാറ്റും വെളിച്ചവും കടന്നുവരാൻ ജാലകങ്ങൾ തുറന്നിട്ട കേരളം വീണ്ടും ഭ്രാന്താലയമാവുകയാണോ എന്ന ആശങ്കയുടെ കാർമേഘം നമുക്കുമീതെ ഉരുണ്ടുകൂടുന്നു. വിശ്വമാനവൻ എന്ന സങ്കല്പത്തിന് ആഗോളീകരണത്തെ സ്വയം വരിക്കുന്നവൻ എന്ന് അർത്ഥവിപര്യയം വന്നുചേർന്നുകൊണ്ടിരിക്കുന്നു.

"പണത്തിനു മീതേ പരുന്തും പറക്കുകയില്ല" എന്ന പഴമൊഴിയുള്ള ഈ നാട്ടിൽ, പണം തന്നെ പരുന്തായി നമ്മുടെ തലക്ക് മീതേ പറന്നു വട്ടം കറങ്ങുകയും നാം അതിനെ കണ്ടു കൈകൂപ്പുകയും ചെയ്യുന്നു. ഈ ഭാവവിപര്യയങ്ങളെപ്പറ്റി സാധാരണക്കാർക്കും ബോദ്ധ്യപ്പെടുത്തിക്കൊടുക്കാനുള്ള കടമ അഭ്യസ്തവിദ്യരായി ഈ മതിലകം വിട്ടുപുറത്തുപോകുന്നവർക്കുണ്ട്. ഇംഗ്ലീഷുകാരിവിടെ സ്ഥാപിച്ച സർവ്വകലാശാലകൾ, ഇംഗ്ലീഷ് കൈകാര്യം ചെയ്യാനറിയുന്ന ഒരിന്ത്യൻ സമൂഹത്തെ വാർത്തെടുക്കുക മാത്രമല്ല ചെയ്തത്, സമത്വത്തിനും സാഹോദര്യത്തിനും സ്വാതന്ത്ര്യത്തിനും വേണ്ടി ദാഹിക്കുന്ന യുവത്വത്തെക്കൂടി സൃഷ്ടിക്കുകയുണ്ടായി. സ്വാതന്ത്ര്യത്തിന് വംഗഭാഷയിലെ വാക്കുപയോഗിച്ചു പറഞ്ഞാൽ 'സ്വാധീനത'യ്ക്കു വേണ്ടിയുള്ള ദാഹത്തെ സർവ്വകലാശാലാവിദ്യാഭ്യാസം പ്രോജ്ജ്വലിപ്പിക്കുകയുണ്ടായി. ഇന്ത്യയുടെ ധൈഷണികമായ വിശിഷ്ടപൈതൃകവും പാശ്ചാത്യമായ വിചാരവിപ്ലവങ്ങളും ചേർന്ന് സൃഷ്ടിച്ച പരിവർത്തനങ്ങളുടെ കഥകളാണ് കാലത്തിന്റെ ചുവരിൽ ദേശീയ നവോത്ഥാനം കുറിച്ചിട്ടത്. ഒരിക്കൽക്കൂടി ആ ചുവരെഴുത്തുകൾ പുതിയ തലമുറയെ ചൂണ്ടിക്കാട്ടുവാനുള്ള പ്രബുദ്ധതയും പ്രതിബദ്ധതയും മുതിർന്ന തലമുറയ്ക്കുണ്ടാവണം.

> "എങ്ങു മനുഷ്യനു ചങ്ങല കൈകളി-
> ലങ്ങെൻ കയ്യുകൾ നൊന്തീടുകയാ-
> ണെങ്ങോമർദ്ദനമവിടെ പ്രഹരം
> വീഴുവതെന്റെ പുറത്താകുന്നു;
> എങ്ങെഴുന്നേല്പാൻ പിടയും മാനുഷ-
> നവിടെജ്ജീവിച്ചീടുന്നൂ ഞാൻ..."

എന്ന് കവി (എൻ വി കൃഷ്ണവാരിയർ) പാടിയത് മലയാളത്തിലാണെങ്കിലും, അതിന്റെ പൊരുൾ സാർവ്വദേശീയമാണ്; ഏതു ദേശത്തെയും ഉദ്ബുദ്ധനായ പൗരനുണ്ടായിരിക്കേണ്ട വീക്ഷണമാണത്. ഒരു വലിയ യുദ്ധം ജയിച്ചശേഷം, അനാഥജന്മങ്ങളുടെ ആക്രന്ദനം കേട്ട് "ഇനി ഞാൻ യുദ്ധം ചെയ്യുകയില്ലെ"ന്ന് വിളംബരം ചെയ്ത മഹാനായ അശോകന്റെ ഇനിയും പൂർണ്ണമായി മാഞ്ഞിട്ടില്ലാത്ത ശിലാരേഖകൾ ഒറീസയിലെ ധൗളിയിലുണ്ട്. പക്ഷേ, അതിനരികിലൂടൊഴുകുന്ന 'ദയ' എന്ന നദി വറ്റി വരണ്ടുകൊണ്ടിരിക്കുന്നു; നമ്മുടെ ഉള്ളിലെന്നതുപോലെ... കേരളത്തിന്റെ

നിളയും പേരാറും വരണ്ടുണങ്ങുമ്പോൾ, നമ്മുടെ സംസ്കാരത്തിന്റെ വിശാലതടങ്ങളാണ് വന്ധ്യമാവുന്നതെന്ന തിരിച്ചറിവ് നമ്മുക്കുണ്ടാവട്ടെ! നമുക്ക് നമ്മുടെ സംസ്കൃതിയെ, നമ്മുടെ 'സ്വാധീനത'യെ, നമ്മിലെ വിശ്വമാനവികതയെ കണ്ണിലെ കൃഷ്ണമണിപോലെ കാത്തൂസൂക്ഷിക്കാം.

ഒരു സ്വകാര്യാനുഭവം പങ്കുവച്ചുകൊണ്ടെന്റെ വാക്കുകൾ ഉപസം ഹരിക്കാം:

മഹാനായ അലക്സാണ്ടർ ദാർശനികനായ ഗുരുവിന്റെ മുന്നിലിരുന്ന് പഠിപ്പ് പൂർത്തിയാക്കിയിട്ട് ചക്രവർത്തിയായിത്തീർന്നപ്പോൾ വലിയ സൈന്യസന്നാഹവുമായി കിഴക്കൻ രാജ്യങ്ങളാക്രമിക്കാൻ പുറപ്പെടുക യാണുണ്ടായത്. ആ 'മഹാ'ന്റെ സ്വന്തം മാസിഡോണിയയിലെ പുരാതന നഗരമായ 'സ്കോപ്പിയാ'യിലെ സർവ്വകലാശാലാങ്കണത്തിൽ വച്ച് എന്റെ 'വീടുകൾ' എന്ന കവിത വായിക്കാനെനിക്കവസരമുണ്ടായി.

"എവിടെയുമെനിക്കൊരു വീടുണ്ട്- പിരമിഡുകൾ
എഴുന്നേറ്റു പോം മട്ടിലീയൊട്ടകങ്ങളും,
ഇളകാത്ത കുറ്റനാമൊട്ടകം മാതിരി
പഴയൊരിപ്പിരമിഡുമാർന്ന മരുഭൂമിയിൽ
കുരിശിലൊരു കാപ്പിരിക്രിസ്തുമരിച്ചുയിർ-
ത്തെഴുന്നേല്ക്കുമിരുളാണ്ട ഭൂഖണ്ഡസീമയിൽ
പാതിരാസൂര്യന്റെ നാടുകളിൽ മർത്ത്യന്റെ
ജാതകം മാറ്റിക്കുറിക്കുമിടങ്ങളിൽ,
മഞ്ഞുരുകി മന്ദാകിനികളാകും ദിക്കിൽ,
നെഞ്ഞുരുകിയടിമകൾ മടയ്ക്കും തടങ്ങളിൽ,
ഉഴുതിട്ട മണ്ണിൽ നവധാന്യം വിതച്ചു വേർ-
പ്പുതിരുവോർ കതിർ കൊയ്തു പാടും നിലങ്ങളിൽ,
ആകാശചുംബിക, ളഴുക്കിന്റെ ചേരിക-
ളധോലോകവും ചേർന്നതാം മഹാനഗരികളിൽ,
അദ്രിമകുടങ്ങളിൽ, സമുദ്രത്തിലെ ദ്വീപ-
വൃത്തങ്ങളിൽ, ദേശദേശാന്തരങ്ങളിൽ,
എവിടെയുമെനിക്കൊരു വീടുണ്ട്, ഞാനുമുണ്ട്."

എന്നു നീളുന്ന ആ കവിത കേട്ടിട്ട്. "ഒരു ഇന്ത്യൻ കവിക്കു മാത്രമേ എവിടെയുമെനിക്കൊരു വീടുണ്ടെന്ന് പറയാൻ കഴിയൂ" എന്ന് ആതിഥേ

യരുടെ അഭിനന്ദനമുണ്ടായി. "എന്റെ നാടിനുള്ളതാണീ അഭിനന്ദനം" എന്ന് ഞാനവരോട് പറഞ്ഞു. സ്കോപ്പിയാ യൂണിവേഴ്സിറ്റിയിൽ വച്ച് ലഭിച്ചതും, മനസ്സിൽ ഏറെനാളായി സൂക്ഷിക്കുന്നതുമായ ആ അഭിനന്ദ നം, ഇന്നീയവസരത്തിൽ എന്റെ മാതൃസർവ്വകലാശാലയുടെ സോപാന ത്തിൽ സാഹ്ലാദം സമർപ്പിച്ചുകൊള്ളട്ടെ!

നന്ദി നമസ്കാരം...

അനുബന്ധം 2

## 2007 ലെ എഴുത്തച്ഛൻ പുരസ്കാരം സ്വീകരിച്ചു കൊണ്ട് ചെയ്ത പ്രഭാഷണം

മലയാളകവിതയുടെ കുലപതിയായ എഴുത്തച്ഛന്റെ പേരിലുള്ള ഈ പുരസ്കാരം എന്റെ കാവ്യജീവിതയാത്രയിൽ എനിക്കു ലഭിക്കുന്ന ഏറ്റവും വിശിഷ്ടമായ പാഥേയമാണ്. ഇതെനിക്കു നല്കുന്നവരുടെ സ്നേഹസൗഹൃദങ്ങളെയും സൗമനസ്യത്തെയും തിരിച്ചറിഞ്ഞുകൊണ്ട് നന്ദിപൂർവ്വം ഞാനിതേറ്റു വാങ്ങുന്നു. 'ഈ ബഹുമതിക്ക് നീയെന്തു പകരം നല്കും?" എന്ന് ഞാൻ എന്നോടുതന്നെ ചോദിക്കുന്നു. എന്നും ഈ ചോദ്യത്തിന് ഒരുത്തരമേ എനിക്കു കണ്ടെത്താനായിട്ടുള്ളൂ. "ഒരു കവിയായിരിക്കാൻ ശ്രമിക്കാം." വേണമെങ്കിൽ അല്പം കൂടി വിശദമാക്കാം. "സ്വന്തം ഉൽക്കണ്ഠകളാലും ഉത്തമബോദ്ധ്യങ്ങളാലും നയിക്കപ്പെടുന്ന ഒരു കവിയായിരിക്കാം." അത്രമാത്രം.

അരണി കടഞ്ഞ് അഗ്നിയുണ്ടാവുംപോലെ, ഓരോ കാലത്തെയും മനുഷ്യാവസ്ഥയും കവിഭാവനയും തമ്മിലുരസിയുണ്ടാവുന്നതാണ് മഹിതമായ ഏതു കാവ്യവും ഈ പാരസ്പര്യമോർത്തുകൊണ്ട് പറയട്ടെ, എന്റെ പൂർവ്വികരായ കവികളിലൂടെ ഞാൻ കണ്ടെത്തുന്നത് മാനുഷ്യകത്തിന്റെ മുന്നോട്ടുള്ള പ്രയാണത്തിന്റെ ഓരോരോ ഘട്ടങ്ങളെയാണ്. അവർ പിന്നിട്ടുപോയ വഴികളെയാണ്. അവർ അവശേഷിപ്പിച്ചുപോയ പൈതൃകത്തെയാണ്, നമ്മുടെ സംസ്കാരത്തെയും അതിന്റെ ചരിത്രത്തെയുമാണ്. ഇതിന്റെ പേരിൽത്തന്നെ എന്റെ പൂർവ്വകാലകവികളോടും ഞാൻ കടപ്പെട്ടിരിക്കുന്നു. അവരുടെ മഹാസൗഭ്രാത്രത്തിലൊരംശമാണ് ഞാനെന്നോർക്കുമ്പോൾ, എന്റെ 'ലഘുത്വ'വും 'ഗുരുത്വം' കൈവരിക്കുന്നു. സമുദ്രത്തിന്റെ ഓരോ തുള്ളിയിലും സമുദ്രത്തിന്റെ ഉപ്പ് ഉണ്ടാവുംപോലെ.

അതതു കാലത്തെ കാട്ടാളത്തത്തോട് "അരുതെ"ന്നുറക്കെപ്പറയാൻ വാല്മീകിയാണാദ്യം പറഞ്ഞുതന്നത്. അതിന്റെ ഫലമാണ് എന്റെ കൗമാരചാപല്യമായ 'കവിയും കാട്ടാളനും' എന്ന കവിതപോലും. പിന്നെ വ്യാസൻ ഭീഷ്മരിലൂടെ പറഞ്ഞുതന്നു. "ന മാനുഷാൽ ശ്രേഷ്ഠതരം ഹി കിഞ്ചിത്" (മനുഷ്യനേക്കാൾ ശ്രേഷ്ഠതരമായൊന്നുമില്ല) എന്ന്. "കര ച്ചിലിനെ പിൻതുടരുന്ന കവി"യായി വാല്മീകിയെ ചൂണ്ടിക്കാട്ടിത്തന്ന കാളിദാസൻ, എന്തും പരീക്ഷിച്ച് സ്വയം വിലയിരുത്തണമെന്നും പരപ്ര ത്യയനേയബുദ്ധിയാവരുതെന്നും കൂടി മുന്നറിയിപ്പു തന്നു.

ഒരു മാതൃകാ റിപ്പബ്ലിക്കിനുവേണ്ടി കവിയെ പുറത്തുനിർത്തണമെന്ന നിഗമനത്തിലെത്തിയ പ്ലേറ്റോയ്ക്കല്ല, എല്ലാ പക്ഷിക്കും ഒരേ കൂടായി ത്തീരുന്ന ലോകത്തെ സ്വപ്നം കാണാൻ പഠിപ്പിച്ച മനീഷിക്കാണെന്റെ മനസ്സ് ശിഷ്യപ്പെട്ടത്. "നിർഭയമായ മനസ്സുമായി ശിരസ്സുയർത്തിപ്പിടിച്ചു" നടക്കാൻ കഴിയുന്നിടത്താണ് "സ്വാതന്ത്ര്യത്തിന്റെ സ്വർഗ്ഗ"മെന്നും "പാര തന്ത്ര്യം മൃതിയേക്കാൾ ഭയാനകമാണെന്നും" "ഏതു പരിവർത്തനവും സ്നേഹസുന്ദരപാതയിലൂടെയാവുകയാണ് അഭികാമ്യമെന്നും" "തത്ത്വ ശാസ്ത്രങ്ങൾ ഉറങ്ങിപ്പോയാൽ ജീവിതം അതിന്റെ വഴിക്കു പോകു"മെന്നും "അധികാരം കൊയ്യാതെ, പൊന്നാര്യൻ കൊയ്യാനാവി ല്ലെന്നു"മെല്ലാം പറഞ്ഞുതന്നത് പോയകാലത്തെ കവികളാണ്. അവരുടെ കൂട്ടത്തിൽ "പല ദേശത്തിൽ പല പല ഭാഷയിൽ" പാടിയവരുമുണ്ട്. ആലസ്യത്തിൽനിന്നെന്നെ വിളിച്ചുണർത്തി "ഈ തെരുവിലെ രക്തം കാണൂ" എന്ന് നെരൂദ ഇപ്പോഴും പറഞ്ഞുകൊണ്ടിരിക്കുന്നു. മതിലുക ളെല്ലാം തകർത്തുകൊണ്ട് മാനവികതയുടെ മഹിതസുന്ദരമായ ലോക ത്തേക്ക് കുതിച്ചുകയറാൻ പണിപ്പെടുന്ന മനുഷ്യന്റെ രക്തം വീഴുന്നിട ത്തേക്കെല്ലാം അത് കൈ ചൂണ്ടുന്നു. തടവറയിൽ കഴിയുന്ന തന്നിൽ ഹൃദയത്തിന്റെ നേർപകുതിഭാഗം മാത്രമേയുള്ളൂവെന്നും മറുപാതി വിമോ ചനത്തിനായി പോരാടുന്നവരുടെ വിദൂരനഗരങ്ങളിലേക്ക് പാഞ്ഞുപോ വുകയാണെന്നും നാസിം ഹിക്മത്ത് പറയുമ്പോൾ ഒരു ഡോക്ടർക്കും രോഗനിർണ്ണയം ചെയ്ത് ചികിത്സിക്കാനാവാത്ത ഒരുതരം ഹൃദ്രോഗം സ്വാതന്ത്ര്യത്തെ സ്നേഹിക്കുന്ന കവിക്ക് ജന്മനാ വിധിക്കപ്പെട്ടിരിക്കുന്നു എന്ന സത്യം ഞാൻ മനസ്സിലാക്കുന്നു. ആ ഹൃദ്രോഗം ശമിക്കുമ്പോൾ, കവി മരിക്കുന്നു എന്നു കൂടി അത് ധ്വനിപ്പിക്കുന്നു. "സ്നേഹത്തെക്കുറു തിക്കഴികിൽ നൂറാവൃത്തി ചത്തീടുവിൻ!" എന്നു പാടിയ ആശാനും "എന്റെ സ്നേഹത്തിനു വേണ്ടി ഞാനെന്റെ ജീവിതത്തെ ബലി

നല്കാം" എന്നു പാടിയ ഹങ്കറിയിലെ സാൻദോർ പെറ്റോഫിയും ഒരേ സൂര്യന്റെ രണ്ടു രശ്മികളായി എന്നിലെത്തുന്നു.

സംസ്കൃതത്തിന് "ദേവഭാഷ" എന്ന പര്യായം ചാർത്തിക്കൊടുത്തവർ ഇവിടത്തെ വെറും മനുഷ്യരോട് "ഇത് നിനക്കുള്ളതല്ലാ." എന്നും "ഇതിലെഴുതപ്പെട്ടതൊന്നും നീ തൊട്ടശുദ്ധമാക്കരുത്" എന്നുമാവാം ഉദ്ദേശിച്ചത്. അതൊരു വിലക്കായിരുന്നെങ്കിൽ ആ വിലക്കിനെ ഉല്ലംഘിച്ച കവികൾ ഇന്ത്യയിലുണ്ടായി - ജ്ഞാനേശ്വർ, നാമദേവൻ, പമ്പൻ, കമ്പർ, നന്നയ്യ, തിക്കണ, സരളാദാസ്, ചൈതന്യ തുടങ്ങി നമ്മുടെ തുഞ്ചത്തെഴുത്തച്ഛൻവരെയുള്ള, വിവിധ ഭാരതീയഭാഷകളിലെഴുതിയ ഋഷിതുല്യരായ കവികൾ. സ്വർഗ്ഗഗംഗയെ ഭൂമിയിലേക്കാവാഹിച്ച്, മരിച്ച ആയിരങ്ങളെ ഉജ്ജീവിപ്പിച്ച ഭഗീരഥനെപ്പോലെ, അഗ്നി കവർന്ന് മനുഷ്യർക്കു നല്കിയ പ്രൊമിത്യൂസിനെപ്പോലെ ആദരണീയരാണവർ. ഇന്ത്യയുടെ ആദ്ധ്യാത്മികദർശനസമ്പത്ത് സാമാന്യജനങ്ങൾക്ക് പകർന്നുകൊടുക്കാനുള്ള ധീരമായ ആ പ്രസ്ഥാനത്തിന്റെ അങ്ങേത്തലയ്ക്കൽ പതിമൂന്നാം നൂറ്റാണ്ടിന്റെ അന്ത്യപാദത്തിൽ ജീവിച്ചിരുന്ന അല്പായുസ്സായ ജ്ഞാനേശ്വർ എന്ന മറാത്തി കവിയുണ്ട്. ഏതു ഭാഷയും ഒരു മാനുഷികോല്പന്നമാണെന്ന ശാസ്ത്രീയ വീക്ഷണത്തെ നിരാകരിക്കുന്ന വിശ്വാസമായിരുന്നു സംസ്കൃതം ദൈവസൃഷ്ടിയാണെന്നത്. "ദൈവമാണ് സംസ്കൃതത്തെ സൃഷ്ടിച്ചതെങ്കിൽപ്പിന്നെ പ്രാകൃതം തിരുടന്മാരിൽനിന്നുണ്ടായതാണോ?" എന്ന ചോദ്യമുയർന്ന കാലത്ത്, *ജ്ഞാനേശ്വരി* എന്ന പ്രസിദ്ധമായ ഭഗവത്ഗീതാഭാഷ്യത്തിലൂടെയാണ് ജ്ഞാനേശ്വറിന്റെ സഫലമായ പ്രതിരോധമുണ്ടായത്. സമകാലീനനായ നാമദേവൻ ഭാഗവത പ്രസ്ഥാനത്തിലെ പ്രമുഖ കവിയാണ്. സംസ്കൃതാനഭിജ്ഞരായ സാമാന്യജനതയിൽ സ്വാഭിമാനം പ്രോജ്ജ്വലിപ്പിക്കുവാനും ദാർശനികമായ ഉണർവ്വ് ഉളവാക്കുവാനും നാമദേവനുകഴിഞ്ഞു. ആർ ഡി റാനഡേ ജ്ഞാനേശ്വറിന്റെ കാലഘട്ടത്തെ "The Age of Spiritual Democracy" എന്നും വിശേഷിപ്പിക്കുകയുണ്ടായി. സാംസ്കാരികമായ ഏത് അധിനിവേശത്തെയും ചെറുത്തുനില്ക്കാൻ ഇന്ത്യയുടെ ആത്മാവിനെ (The Indian Psyche) ശക്തിപ്പെടുത്തണമെന്ന പൊതുവായ ലക്ഷ്യമാണന്നത്തെ കവികൾക്കുണ്ടായിരുന്നത്. ആ കവിപരമ്പരയിലാണ്, പതിനാറാം നൂറ്റാണ്ടിൽ ജീവിച്ചിരുന്ന തുഞ്ചത്തെഴുത്തച്ഛന്റെ സ്ഥാനം. എഴുത്തച്ഛനു മുമ്പും ഇതിഹാസകഥാനുഗാനങ്ങൾ ഇവിടെ ഉണ്ടായിട്ടുണ്ടെങ്കിലും കവിത "ആത്മീയമായ ജനാധിപത്യ"ത്തിനുവേണ്ടിയുള്ള സർഗ്ഗാ

ത്മകമായ അന്വേഷണമായി മാറിയത് തുഞ്ചന്റെ തിരുനാരായത്തുമ്പിലൂടെയാണ്.

ജനാധിപത്യമെന്നു കേൾക്കുമ്പോൾ "ജനങ്ങൾക്കു വേണ്ടി ജനങ്ങൾ തിരഞ്ഞെടുക്കുന്ന ജനങ്ങളുടെ ഗവൺമെന്റ്" എന്ന നിർവ്വചനമാണ് നമ്മുടെ ഓർമ്മയിൽ വരുന്നത്. ആ നിർവ്വചനം പാശ്ചാത്യരുടേതാണെങ്കിലും ജനാധിപത്യം തികച്ചുമൊരു പാശ്ചാത്യ സങ്കല്പമാണെന്ന ധാരണ ശരിയല്ല. മാത്രമല്ല, അതിനൊരു ആത്മീയതലം കൂടിയുണ്ടെന്ന ധാരണ പാശ്ചാത്യചിന്തയ്ക്ക് അന്യമാണ്;

ഒരുപക്ഷേ, അവർക്കതൊരത്ഭുതംതന്നെയാവാം. എന്നാൽ, ആ അത്ഭുതം സൃഷ്ടിച്ചത് ആദ്യനവോത്ഥാനശില്പികളായിത്തീർന്ന ഋഷിതുല്യരായ കവികളും ആചാര്യന്മാരുമായിരുന്നു. അവരിലേറെയും അവർണ്ണരായിരുന്നു; ശൂദ്രരായിരുന്നു. അവരിൽ സ്ത്രീകളും ഉണ്ടായിരുന്നു. ലാൽദേയെപ്പോലെ, അക്കമഹാദേവിയെപ്പോലെ. ഉർവ്വരമായ നിലങ്ങളിൽ വിതയും വിളവെടുപ്പുമായിക്കഴിഞ്ഞിരുന്ന കൃഷിക്കാരായിരുന്നു ആ നവോത്ഥാനഗംഗയുടെ ഉറവിടം - Agriculture എന്ന പാവപ്പെട്ട അമ്മയുടെ വരിഷ്ഠസന്താനമായി പിറന്നതാണ് Culture. ഒരു ഗ്രാമീണമാതാവിന്റെ സുന്ദരിയായ മകളെ ഏതോ രാജകുമാരൻ മോഷ്ടിച്ചുകൊണ്ടുപോകുന്ന കഥയും, അവളെ വീണ്ടെടുക്കുന്നതിന്റെ വീരഗാഥകളും നമുക്കു പരിചിതമാണ്. അതുപോലെയൊന്നാണിവിടെ സംഭവിച്ചതും. സംസ്കാരകേദാരത്തിലെ ഏറ്റവും വിലപ്പെട്ട കതിർമണികൾ കൊയ്തെടുത്ത് തങ്ങളുടെ ഇല്ലവും വല്ലവും മാത്രം നിറച്ചവരിൽ നിന്ന് അതിന്റെ യഥാർത്ഥ ഉടമകൾക്ക് വീണ്ടെടുത്തുകൊടുക്കാനുള്ള ധർമ്മപ്രചോദിതമായ പ്രവർത്തനങ്ങളായിരുന്നു നവോത്ഥാനകവികളും ആചാര്യന്മാരും നടത്തിയത്; എഴുത്തച്ഛനുമതെ. വർണ്ണാശ്രമവ്യവസ്ഥ കെടുത്തിയ കേരളീയ ജനതയുടെ ഐക്യവും അന്തശ്ചൈതന്യവും വീണ്ടെടുക്കാനുള്ള സർഗ്ഗാത്മക പ്രവർത്തനമായിരുന്നു എഴുത്തച്ഛന്റേത്.

"ഏഴുകടലോടി വന്ന പട്ടി"നെപ്പറ്റിയും "ഏഴു കടൽ താണ്ടിവന്ന മുത്തി"നെപ്പറ്റിയും നമ്മുടെ പഴയ പാട്ടുകളിൽ പറയുന്നുണ്ട്. ഓരോരോ കാലത്ത് കടലിനക്കരെയുള്ള ഏതൊക്കെയോ നാടുകളുമായുള്ള വാണിജ്യബന്ധങ്ങളും സാംസ്കാരികവിനിമയങ്ങളെയും ആ പാട്ടുകൾ സാക്ഷ്യപ്പെടുത്തുന്നു. പടിഞ്ഞാറ് റോം, ഈജിപ്ത് തുടങ്ങിയ രാജ്യങ്ങളിൽ നിന്നും കിഴക്ക് ചൈനയിൽനിന്നും നമ്മുടെ പ്രാചീനതുറമുഖങ്ങളിൽ വന്നടുത്ത നൗകകൾ, ഇവിടെനിന്ന് കയറ്റിക്കൊണ്ടുപോയത് നമ്മുടെ

വിലപ്പെട്ട സുഗന്ധദ്രവ്യങ്ങളായിരുന്നു. പകരം തന്നുപോയത് പൊൻനാ
ണ്യങ്ങൾ മാത്രമല്ല, കിഴക്കിന്റെ നേർമ്മയേറിയ പട്ടും കൂറ്റൻ ഭരണികളും
പടിഞ്ഞാറിന്റെ തിടവും തിളക്കവുമുള്ള മുത്തും. അങ്ങനെ വിശിഷ്ടമായ
പലതുമായിരുന്നു. അത് വിപണനം മാത്രമായിരുന്നില്ല. ഒരർത്ഥത്തിലൊരു
സാംസ്കാരികവിനിമയം തന്നെയായിരുന്നു. ആ രാജ്യാന്തരബന്ധങ്ങളിൽ
അധിനിവേശമോഹത്തിന്റെ മുള്ളും മുനയുമൊന്നും അന്നുണ്ടായിരുന്നി
ല്ല. എന്നാൽ 1498 ൽ കാപ്പാട് കടപ്പുറത്ത് ഗാമ വന്നിറങ്ങിയപ്പോൾ, ആ
നാവികന്റെ രൂപത്തിൽ ഇവിടെ കാൽകുത്തിയത് അധിനിവേശമോഹ
മെന്ന ദുർഭൂതമായിരുന്നു. പാശ്ചാത്യശൈലിയിൽ പറഞ്ഞാൽ മറ്റൊരാ
ളിന്റെ പാൽക്കട്ടി കവർന്നെടുക്കാനുള്ള' നീചവാസനയായിരുന്നു. ആദ്യം
അധികാരം കൊയ്തെടുത്താലേ, നമ്മുടെ പൊന്നാര്യൻ കൊയ്തുകൊ
ണ്ടുപോകാനാവൂ എന്ന് ഇടശ്ശേരിക്കും മുമ്പേ അറിഞ്ഞവരായിരുന്നു
ഗാമയും പിൻഗാമികളും. സാമൂതിരിയും കൊച്ചിരാജാവും വേണാട്ടരചനും
അവരുടെ പിന്നിലോ കീഴിലോ ആയി നിരവധി കൂറുകളും സ്വരൂപങ്ങളും
പല തുണ്ടുകളാക്കി അധികാരം നടത്തിപ്പോന്ന കേരളത്തിലാണ് പറങ്കി
കൾ അധിനിവേശത്തിന് വളക്കൂറുള്ള നിലങ്ങൾ കണ്ടെത്തിയത്. "തമ്മി
ലടിപ്പിച്ച് ഇടപെടുക; വിഭജിച്ച് ഭരിക്കുക" എന്ന തന്ത്രം ഇവിടത്തെ അന്തഃ
ഛിദ്രത്തിൽ നിന്നവർ കടഞ്ഞെടുത്തതാണ്. കേരളത്തിന്റെ സ്വത്വപര
മായ ഏകീകരണവും ശാക്തീകരണവുമെന്നത് പരോക്ഷമായ പ്രതിരോ
ധമായിരുന്നു. എഴുത്തച്ഛൻ നിർവ്വഹിച്ചതും മറ്റൊന്നായിരുന്നില്ല.

    "മുമ്പോട്ടുകാലം കടന്നുപോയീടാതെ
    മുമ്പേ സ്മൃതികളാൽ കോട്ടകെട്ടി
    വൻപാർന്നനാചാരമണ്ഡലച്ഛത്രരായ്
    നമ്പൂരാർ വാണരുളി"യിരുന്ന

അന്നത്തെ കേരളം, ആഴ്വാഞ്ചേരിതമ്പുരാനെ താങ്ങിനിന്ന ഒരു താമ
രയായിരുന്നു. ഏതു ശ്രീരാമനെയും വരുതിക്കു നിർത്താൻ കഴിയുന്ന
വസിഷ്ഠന്മാരായിരുന്നു അവർ. ഒരൊറ്റയക്ഷരം ആ ഭൂദേവന്മാർക്കെതിരെ
പറയാതെ, ഇടയ്ക്കൊക്കെ ഒരു സ്തുതിപുഷ്പമെറിഞ്ഞുകൊടുത്തുകൊ
ണ്ട്, അവർ സ്വകാര്യമായി വച്ചനുഭവിച്ച വിലപ്പെട്ട ചിലത് മലയാളിയുടെ
പൊതുസ്വത്താക്കി മാറ്റുകയാണ് എഴുത്തച്ഛൻ ചെയ്തത്. സ്നേഹസു
ന്ദരപാതയിലൂടെ ആ കവികുലപതി നടത്തിയ പരിവർത്തനത്തിന്റെ
ഉൾപ്പൊരുളുകൾ നാം മറന്നുകൂടാ.

## പോക്കുവെയിൽ മണ്ണിലെഴുതിയത്

കാവ്യഭാഷയെ സംബന്ധിച്ചും എഴുത്തച്ഛൻ എന്ന പെരുന്തച്ചന്റെ പണിപ്പുരയിൽനിന്ന് കണക്കു പഠിച്ചവരാണ് പില്ക്കാല കവികൾ.

"പുളിയിലനേർകരമുണ്ടു മടക്കി
പൂവുനിറച്ചാളമ്മാളു" എന്ന നാടൻ പദവിന്യാസരീതി തനിക്കേറെ പത്ഥ്യമെന്നുപറഞ്ഞ വൈലോപ്പിള്ളി,

"നഷ്ടവസന്തസ്ഥലികളിൽനിന്നു സ-
മൃദ്ധ വസന്തതടങ്ങളിലേക്കിള-
വറ്റുപറക്കും പക്ഷികൾ പോലിരു-
സന്ധ്യതൊടുക്കും താരകൾ പോലെ..."

എന്നു മലയാളത്തിന്റെ തനിമ നഷ്ടപ്പെടാതെ സംവേദനക്ഷമമായ സംസ്കൃതപദങ്ങളെ സമന്വയിച്ചുകൊണ്ട് പുതിയ പൊലിമ തോറ്റിയത് എഴുത്തച്ഛന്റെ കണക്ക് ശരിക്കും പഠിച്ചിട്ടുതന്നെയാണ്.

ഖനിയിൽനിന്നെടുത്ത സ്വർണ്ണവും അഗ്നിയിലുരുക്കിയാണ് പത്തര മാറ്റിന്റെ ശുദ്ധി കൈവരിക്കുന്നത്. ഉദാത്ത ദുഃഖങ്ങളുടെ അഗ്നിയിലാണ് കവിമനസ്സ് ശുദ്ധിതേടുന്നത്. "ആഴ്വാഞ്ചേരിസനാഥമായ' അന്നത്തെ കേരളത്തിലെ ചാതുർവർണ്യം കല്പിച്ച വിധിനിഷേധങ്ങൾ എഴുത്തച്ഛന്റെ മനസ്സിൽ കൊളുത്തിയ ദുഃഖങ്ങൾ നമ്മുടെ അനുമാനങ്ങൾക്കതീതമല്ല. പരിത്യജിക്കപ്പെടുന്ന ഭൂമിപുത്രിയുടെയായാലും അപമാനിക്കപ്പെടുന്ന സ്ത്രീത്വത്തിന്റെയായാലും ചതിക്കപ്പെടുന്ന ധർമ്മത്തിന്റെയായാലും രാജനീതി പുലർത്താൻ വേണ്ടി നിസ്സംഗം ധർമ്മനീതി ലംഘിക്കാൻ വിധിക്കപ്പെട്ടവന്റെയായാലും, ദുഃഖങ്ങൾ ആ നാരായത്തുമ്പിലുടൊഴുകിവന്നത് സുഗേയവും സുഗമ്യവുമായി ഒരു ജനതയ്ക്കാകെ അനുഭവപ്പെട്ടു. എന്നാൽ ആ വരികൾക്കിടയിൽ എഴുത്തച്ഛന്റെ ആത്മാവിൽ നിന്നടർന്നു വീണ കണ്ണീർത്തുള്ളികളുണ്ട്. തന്റെ നാടിന്റെ അഭിശപ്തമായ അന്തഃഛിദ്രത്തിനൊരൗഷധം അന്വേഷിക്കുന്ന കവിയുടെ ഉൽക്കണ്ഠകളും ആകുലതകളുമുണ്ട്. അദ്ദേഹം ഇന്നു ജീവിച്ചിരുന്നെങ്കിലോ? തനിക്ക് സ്നാനസുകൃതം തന്ന പുഴ മരിക്കുന്നതിന്റെ ദുഃഖം, ഒരു പെരുവഴിയമ്പലവും കാണാത്ത പാന്ഥന്റെ ദുഃഖം, നിഷാദൻ നാഗരികനായി ഒരു പക്ഷിയെയല്ല, കാടിനെത്തന്നെ കൊല്ലുന്ന ദുഃഖം, ഇനിയും നിലയ്ക്കാത്ത പെൺജന്മദുഃഖങ്ങൾ അങ്ങനെ എത്രയെത്ര ദുഃഖങ്ങൾ ഏറ്റുവാങ്ങി പാടുവാൻ വിധിക്കപ്പെട്ടവനായേനെ. അധികാരത്തിനുവേണ്ടിയുള്ള ആക്രാന്ത

ത്തോടെ രാമനെയും കരുവാക്കി ചൂതുകളിക്കുന്നവർ കേൾക്കാൻ, രാമന്റെ മൊഴികളിലൂടെ ആചാര്യൻ പറയുന്ന ഈ വാക്കുകൾ ഇന്നേറെ പ്രസക്തമാണ്.

"രാജ്യത്തെ രക്ഷിപ്പതിന്നുമതിയവൻ;
രാജ്യമുപേക്ഷിപ്പതിന്നു ഞാനും മതി." ഈ വരികളിന്നു വനരോദനമാണ്.

"വൈശികതന്ത്രത്തിൽനിന്ന് ആദ്ധ്യാത്മരാമായണത്തിലേക്കും 'ചന്ദ്രോത്സവ'ത്തിൽ നിന്ന് മഹാഭാരതത്തിലേക്കുമുള്ള ദൂരം മുഴുവൻ മലയാളകവിതയെ കൈക്കുപിടിച്ചു നടത്തിയത് മുക്കുവത്തരുണിയിൽ വ്യാസനെന്നപോലെ ചക്കാലത്തരുണിയിൽ പിറന്ന എഴുത്തച്ഛനായിരുന്നു.

സ്വാതന്ത്ര്യം കിട്ടിയിട്ട് അറുപത് വർഷമായിരിക്കുന്നു. ഈ കാലയളവിലും സ്വാതന്ത്ര്യത്തിനു നേരെയുണ്ടായ അതിക്രമങ്ങൾക്കതിരില്ല. അടിയന്തിരാവസ്ഥ എന്ന പേരിൽ നമ്മുടെ സ്വാതന്ത്ര്യം ശ്വാസം മുട്ടിക്കഴിഞ്ഞതും കവിത പ്രതിരോധമുഖത്തുനിന്നതും നമുക്കറിയാം. 'നാവടക്കൂ, പണിയെടുക്കൂ" എന്ന അനുശാസനത്തെ ചെറുത്തുകൊണ്ട് മലയാളകവിതയിൽ ഒരു 'നാവുമരം' തന്നെയുണ്ടായതും "ഞാനൊരു വെറും സൗന്ദര്യാത്മകകവി" എന്നു പറഞ്ഞ വൈലോപ്പിള്ളി കാർട്ടൂൺ കവിതകളെഴുതിയതും ഇന്ന് ചരിത്രം. ഉമാശങ്കർ ജോഷിയെപ്പോലുള്ള വന്ദ്യവയോധികനായൊരു കവി മൗനത്തേയും പ്രതിഷേധമാക്കി മാറ്റി. സ്വാതന്ത്ര്യാനന്തരഭാരതത്തിന്റെ ചരിത്രത്തിലെ ആ അശാന്തിപർവ്വം സ്വാതന്ത്ര്യം നിതാന്തജാഗ്രതയോടെ സംരക്ഷിക്കപ്പെടേണ്ടതാണെന്ന് നമ്മെ പഠിപ്പിച്ചു. അധിനിവേശം എവിടെയായാലും മനുഷ്യത്വരഹിതവും സ്വാതന്ത്ര്യത്തെ ധ്വംസിക്കുന്നതുമാണ്. ഗ്ലോബലൈസേഷന്റെ പേരിലും മറ്റും ഇന്നത്തെ ഇന്ത്യയിൽ വളർന്നുവരുന്ന പല ധാരണകളും ശീലങ്ങളും നമ്മുടെ സ്വത്വത്തെ കാർന്നുനശിപ്പിക്കുംവിധമാണെന്നു പറയാതെ വയ്യ! കൊളോണിയൽ ഇന്ത്യയിൽ ജനങ്ങൾക്ക്, വിശേഷിച്ച് യുവജനങ്ങൾക്ക്, 'ഇന്ത്യ' എന്നതൊരു വികാരമായിരുന്നു. എന്നാൽ സ്വാതന്ത്ര്യം കൈവന്നശേഷം, "ഇന്ത്യ വിട്ടുപുറത്തുപോവുക" എന്നത് യുവാക്കളുടെ സ്വപ്നമോ അഭിനിവേശമോ ആയി മാറിയിരിക്കുന്നു. അതങ്ങനെ മാറ്റിയെടുത്തത് മുഖംമൂടിവച്ച അധിനിവേശമോഹത്തിന്റെ തന്ത്രമാണ്. ആധുനിക ദേശീയകവിത ഇന്ത്യ എന്ന വികാരത്തിന്റെ ഈ എരിഞ്ഞടങ്ങലിനെ തിരിച്ചറിയുവാനും, തീക്ഷ്ണമായി പ്രതികരിക്കാനും ബാദ്ധ്യസ്ഥ

മാണ്. എങ്കിലും സാധാരണ പൗരന്റെ ഹൃദയത്തിൽ ഇന്ത്യയെന്ന വികാരം കെട്ട കനലിന്റെ നനഞ്ഞ ചാരമായി മാറുന്നുവോ എന്ന സംശ യംപോലും പേടിപ്പെടുത്തുന്നതാണ്.

> "കരളിന്റെയുള്ളിൽ കനലെരിവീല!
> കനലിരുന്നേടം മലിനമാക്കിക്കൊ-
> ണ്ടവിടെയുണ്ടിപ്പോളൊരുപിടിച്ചാരം!
> നനഞ്ഞിരുണ്ടതാമൊരു പിടിച്ചാരം!"

എൻ വി പതിറ്റാണ്ടുകൾക്കു മുമ്പേ ചൂണ്ടിക്കാട്ടിയ ഈ കറുത്ത സത്യം ഇന്ത്യയിലെ പല ഭാഷകളിലെയും കവികൾ താന്താങ്ങളുടെ ശൈലിയിൽ വിളിച്ചുപറഞ്ഞിട്ടുണ്ട്.

പ്രണയകവിതകൾ പോലും ഇന്ന് രക്തക്കറ പുരണ്ടതാകുന്നു. പ്രേമം ഇവിടെ red red rose അല്ലാതായിരിക്കുന്നു. അധിനിവേശം തന്റെ പ്രിയ പ്പെട്ട കാശ്മീരിനെ "A country without a Post Office" ആക്കിയിരി ക്കുന്നു എന്ന് അഞ്ചുവർഷം മുമ്പ് അന്തരിച്ച 'ആഗാഷാഹിദ് അലി' വില പിക്കുകയുണ്ടായി. തന്റെ കവിതയിൽ ആകാശത്തിന്റെ ഒരു കീറ് നീലി മയും ഭൂമിയിലെ ഇത്തിരി പച്ചയും കാത്തുസൂക്ഷിക്കുന്ന ഷീമസ് ഹേയ്നിക്ക് സ്വീഡിഷ് അക്കാദമി സമ്മാനം നല്കിയതിൽ നമുക്ക് സന്തോ ഷമേയുള്ളൂ. എന്നാൽ, അടിയേറ്റ് ചതഞ്ഞിഴയുന്ന കരിഞ്ചേരയെപ്പോലെ യായ ചാലിയാറിനെ കണ്ട് മനംനൊന്ത് പാടിയ കുഞ്ഞിരാമൻനായരെ പ്പോലൊരു കവിയെ അറിയാൻ സ്വീഡിഷ് അക്കാദമി ഇനിയും വളർന്നി ട്ടില്ല.

എത്രയെത്ര അധിനിവേശങ്ങളെയും സംസ്കാരഹത്യകളെയും നമു ക്കഭിമുഖീകരിക്കേണ്ടിവന്നിട്ടില്ല! എത്രയെത്ര കരൾ പിളർക്കും കാല ങ്ങളെ നാം കടന്നുപോയിട്ടില്ല! എന്നിട്ടും നമ്മുടെ നാഗരികത, അതിന്റെ സങ്കീർണ്ണതകളോടും അനന്തവർണ്ണരാജിയോടും കൂടി അതിജീവിച്ചുനി ല്ക്കുന്നു. നമ്മുടെ കവിതയും സ്വത്വാഭിമാനവും അതിൽ നിർണ്ണായക മായ പങ്കുവഹിച്ചിട്ടുണ്ട് - ബംഗാളിൽ രാജാക്കന്മാരെയും നവാബുമാ രെയും ചതുരംഗക്കരുക്കളാക്കി വെള്ളക്കാർ ചൂതുകളിച്ച് ജനങ്ങളെ ദ്രോഹിച്ച കാലത്ത്, അധികാരചിഹ്നങ്ങളുടെ നേർക്ക് ഉദാത്തമായ ഉദാ സീനത ഭാവിച്ച ബാവുൽഗായകർ അവരുടെ പാട്ടിലൂടെ അതിജീവനം തേടുകയും, മതാതീതമായ മാനവികതയുടെ അനന്തവിഹായസ്സിലേക്ക് പറന്നുയരുകയുമായിരുന്നു. അവരിൽ ചിലർ എഴുതാനറിയാത്തവർ പോലുമായിരുന്നു. എന്നാൽ, ആ വാമൊഴിക്കവിതകളിൽ ജീവിതത്തെ

ക്കുറിച്ചും സ്വാതന്ത്ര്യത്തെക്കുറിച്ചുമൊരു ദർശനമുണ്ടായിരുന്നു. ഇന്ത്യ യിലെ നാടോടിക്കവിയിൽപ്പോലും ഒരു ദാർശനികനും ഏതു ദാർശനിക നിലും ഒരു കവിയുമുണ്ടായിരുന്നു എന്നു പറഞ്ഞാലത് ആലങ്കാരിക മായ ഒരു ചൊല്ലല്ല! ഗാമയുടെ കപ്പലിനെ കൈകാട്ടി വിളിച്ചത് തീരത്തെ "തെങ്ങുകളുടെ വിഡ്ഢിത്ത'മെന്ന് അതേ പേരിലുള്ള ഒരു കവിതയിൽ ചങ്ങമ്പുഴ പറയുന്നു. ആ തെങ്ങുകളെത്തന്നെയാണ് ഗാമയുടെ കൂട്ടർ ഒരിക്കൽ വെട്ടിവെട്ടിവീഴ്ത്തിയതെന്ന് ചരിത്രം ചൂണ്ടിക്കാട്ടുന്നു. അനർഹരെ വിളിച്ചുകയറ്റുന്നതാപത്താണെന്ന് കവിതയും ചരിത്രവും കൂട്ടിവായിക്കുമ്പോൾ നാം തിരിച്ചറിയുന്നു. ആ തിരിച്ചറിവ് നല്കുന്നത് ഓർമ്മകളാണ് – ഓർമ്മകളില്ലാതായാൽ അത് മേധാക്ഷയമെന്ന രോഗ മാണ് – മേധാക്ഷയമുള്ളവർ പാർക്കുന്ന വീട്ടിൽ ആർക്കും കയറി എന്തും കവർന്നുപോകാൻ കഴിയും – അതിനാണ് അന്യാധീനപ്പെടുക എന്ന് പറയുന്നത്. അത് പാരതന്ത്ര്യമാണ്. ജീവാധാരമായ കവചകുണ്ഡലങ്ങൾ ഇരന്നുവാങ്ങാൻ ഇന്ദ്രൻ പോലും വരുമെന്നും ജീവിതപങ്കാളിയായ സ്ത്രീരത്നത്തെ അപഹരിക്കാൻ കപടഭിക്ഷുക്കൾ വരുമെന്നും നമ്മുടെ കുലപതിയുടെ കവിതതന്നെ നമ്മെ ഇന്നും ഓർമ്മിപ്പിക്കുന്നു. കവിത ഓർമ്മയും ഓർമ്മിപ്പിക്കലുമാണ്. – ഓർമ്മ നഷ്ടപ്പെട്ടവന്റെ സ്വത്തും സ്വത്വ വുമെല്ലാം അന്യാധീനപ്പെട്ടുപോകുന്നു എന്ന ഓർമ്മ നമുക്കുണ്ടാവട്ടെ!

നന്ദി നമസ്കാരം.

അനുബന്ധം 3

# ജ്ഞാനപീഠപുരസ്കാരം സ്വീകരിച്ചു കൊണ്ട് ചെയ്ത പ്രഭാഷണം

**ഈ** വിശിഷ്ടപുരസ്കാരത്തിനെന്നെ തെരഞ്ഞെടുത്ത ഭാരതീയ ജ്ഞാനപീഠസമിതിക്ക് ആദ്യമേ തന്നെ എന്റെ ഹൃദയം നിറഞ്ഞ കൃതജ്ഞത പ്രകാശിപ്പിക്കുന്നു. ബഹുമാനപ്പെട്ട ഇന്ത്യൻ പ്രധാനമന്ത്രിയിൽ നിന്നിതേറ്റുവാങ്ങാൻ കഴിഞ്ഞത് ഒരധികബഹുമതിയായി ഞാൻ കരുതുന്നു. അതിലഭിമാനിക്കുന്നു. ആഹ്ലാദിക്കുന്നു. എന്റെ ജീവിതത്തിലെ സംഭവബഹുലമായ നിരവധി വർഷങ്ങൾ കഴിച്ചുകൂട്ടിയ ഈ പുരാതന നഗരിയിൽ എന്നെ സ്നേഹിക്കുന്ന പ്രിയജനങ്ങളുടെ സാന്നിദ്ധ്യത്തിൽ ഈ പുരസ്കാരസമർപ്പണച്ചടങ്ങ് നടത്താനേറെ ഉത്സാഹിച്ച കേരള ഗവൺമെന്റിനോട് വിശിഷ്യ, ബഹു. മുഖ്യമന്ത്രിയോടും ബഹു. സാംസ്കാരിക വകുപ്പു മന്ത്രിയോടും ഞാനേറെ കടപ്പെട്ടിരിക്കുന്നു.

ഭാരതീയ സാഹിത്യമെന്നാൽ, ഭാരതീയ ഭാഷകളിലെഴുതപ്പെടുന്ന സാഹിത്യമാണെന്ന സങ്കല്പനത്തിലാണ് ജ്ഞാനപീഠസമിതി ഊന്നൽ നല്കുന്നത്. ഇന്ത്യനിംഗ്ലീഷ് സാഹിത്യം മാത്രമാണ് ഇന്ത്യയുടെ സാഹിത്യമെന്ന സങ്കല്പത്തെ ഇത് നിരാകരിക്കുന്നു. ഭാരതത്തിലെ ഏതു പ്രാദേശിക ഭാഷയിലെഴുതുന്ന കവിയേയും ഭാരതീയ കവിയായി പരിഗണിക്കേണ്ടതാണ്; കാരണം, ഭാരതീയകവിതയുടെ പൊതുധാരയിലതു അലിഞ്ഞു ചേരുന്നു. എന്നാൽ നിർഭാഗ്യമെന്നു പറയട്ടെ, ഇന്ത്യയിലെ കവികളുടെ ശബ്ദം അവരുടെ ഭാഷയുടെ അതിർത്തിക്കപ്പുറത്തേക്ക് അപൂർവ്വമായി മാത്രമേ പോകാറുള്ളൂ. ഇന്ത്യൻ കവിതയുടെ ഈടുവയ്പിനെ സമ്പന്നമാക്കുന്ന അപൂർവ്വശോഭയായ കൃതികൾ രചിച്ച മഹാനായ കവിയാണ് വൈലോപ്പിള്ളി. പക്ഷേ, പുറമേ വേണ്ടവിധം അറിയ

പ്പെടുന്നില്ല. ഇതുപോലെ മറ്റു ഭാഷകളിലും, നമുക്കറിയാൻ കഴിയാത്ത വലിയ കവികളുണ്ടാവുമെന്ന് ഞാൻ കരുതുന്നു. ഇത്തരമൊരു സന്ദർഭത്തിലാണ് ഭാരതീയ ജ്ഞാനപീഠസമിതി ഭാരതീയഭാഷകളിലെഴുതപ്പെടുന്ന സാഹിത്യത്തെ ആദരിക്കുന്നതിന്റെ പ്രസക്തിയും പ്രാധാന്യവും നാം തിരിച്ചറിയുന്നത്. എന്റെ മഹത്തായ ഭാഷ ഭാരതീയജ്ഞാനപീഠത്താൽ ഒരിക്കൽക്കൂടി - ഇക്കുറി എന്നിലൂടെ— ആദരിക്കപ്പെടുന്നു എന്നതിൽ ഞാൻ അഭിമാനം കൊള്ളുന്നു.

കവിത മരിച്ചുകൊണ്ടിരിക്കുന്ന ഒരു കലയാണോ? കേവലം അതിജീവിക്കാൻ വേണ്ടി കവിത അതിന്റെ സഹജഗുണങ്ങളെ സന്ത്യജിക്കണോ? നിരാകരിക്കണോ? ഇത്തരം ചോദ്യങ്ങൾ ആവർത്തിക്കപ്പെടുന്ന ഒരു കാലഘട്ടത്തിൽ എന്റെ ഉത്തരമാണെന്റെ കവിത. ഇതിഹാസകവിയായ വാല്മീകി, ഇവിടത്തെ നദികളും പർവ്വതങ്ങളും ഉള്ളിടത്തോളം കാലം തന്റെ ഗാനം അനശ്വരമായി നിലനില്ക്കുമെന്ന അചഞ്ചലവിശ്വാസം രേഖപ്പെടുത്തിയിട്ടുണ്ട്. ഞാനുൾപ്പെടെ എല്ലാ കവികൾക്കും അത്തരമൊരനശ്വരത അവകാശപ്പെടാനാവുമെന്നു തോന്നുന്നില്ല. എങ്കിലും ഒരു കുറ്റസമ്മതം പോലെ പറയട്ടെ, ഞാനും എന്റെ സൃഷ്ടികളിലൂടെ അനശ്വരതയോട് പ്രണയാഭ്യർത്ഥന നടത്തുകയാണ്.

എന്റെ കവിതയിൽ പരിവർത്തനവിധേയമായൊരു പശ്ചാത്തലഭൂമികയുടെ മുദ്ര പതിഞ്ഞുകിടക്കുന്നു. കടലിനും കായലിനുമിടയ്ക്ക് നീണ്ടു പരന്നുകിടക്കുന്ന എന്റെ ഗ്രാമം ഒരു കാലത്ത് ഹരിതാഭമായ വയലേലകളും, തെങ്ങിൻതോപ്പുകളും, ഋതുപുഷ്പങ്ങളാൽ അലംകൃതമാകുന്ന മേടുകളും നിറഞ്ഞതായിരുന്നു. കാറ്റിന്റെ മധുരശ്രുതിയിലുള്ള താരാട്ടു കേട്ട് കടൽത്തിരകൾ ശാന്തനിദ്രകൊള്ളും. അതേ കാറ്റു തന്നെ ചിലപ്പോൾ ഉറഞ്ഞു തുള്ളുമ്പോൾ കടലും കായലും ഒരുപോലെ പ്രക്ഷുബ്ധമാവുകയും തിരകൾ രോഷത്തോടെ തീരത്തേക്ക് ആഞ്ഞടിക്കുകയും ചെയ്യും. ഗ്രാമവാസികളായ പാവപ്പെട്ട കൃഷിക്കാരുടെയും മറ്റുപണിക്കാരുടെയും സ്വഭാവത്തിലും ആ മാറ്റം പ്രതിഫലിച്ചിരുന്നു. സ്വതേ ശാന്തസ്വഭാവികളായ അവർ ക്രൂരമായ മർദ്ദനങ്ങളുടെയും പീഡനങ്ങളുടെയും മുന്നിൽ പൊട്ടിത്തെറിക്കുന്നത് ഞാൻ കണ്ടിട്ടുണ്ട്.

അരത്തൊണ്ടുകള്ളും തന്ന്
കൊല്ലാക്കൊല കൊല്ലണിയോ?
അരമുറി കരിക്കും തന്ന്
കൊല്ലാക്കൊല കൊല്ലണിയോ?

എന്ന അജ്ഞാതനാമാവായ ഏതോ പഴയ പണിയാളന്റെ പാട്ടു വീണ്ടും കേൾക്കും പോലെ തോന്നിയിട്ടുണ്ട്. ആ ഗ്രാമപ്രകൃതിയുടെ സൗന്ദര്യവും അവിടത്തെ മനുഷ്യരുടെ ജീവിതത്തിലെ ദൈന്യതയും തമ്മിലെന്തൊരു പൊരുത്തക്കേട് എന്ന് തിരിച്ചറിഞ്ഞിട്ടുണ്ട്. കൗമാരകാലത്ത് എന്റെ ഗ്രാമം വിട്ട് പഠനത്തിന്റെയും ഉപജീവനത്തിന്റെയും നഗര വഴികളിലേക്ക് പോന്നപ്പോഴും ആ ഗ്രാമീണരുടെ കണ്ണീരുപ്പും കടലുപ്പും എന്റെ കവിതയിലെ ലാവണ്യമായി മാറിയിരുന്നു. എന്റെ പ്രിയപ്പെട്ട ഗ്രാമം എന്നെ ഈ സത്യം എന്നും ഓർമ്മിപ്പിച്ചുകൊണ്ടിരുന്നു.

"അന്യ ദുഃഖങ്ങളപാരസമുദ്രങ്ങൾ,
നിന്റെ ദുഃഖങ്ങൾ വെറും കടൽശംഖുകൾ."

എന്റെ ഉൽക്കണ്ഠകളാ കേവല മനുഷ്യരോടൊപ്പമായിരുന്നു. അവരുടെ സ്വപ്നങ്ങളോടും അതിന്റെ സാക്ഷാത്ക്കാരത്തിനു വേണ്ടിയുള്ള ധീരയത്നങ്ങളോടുമൊപ്പമായിരുന്നു. ആ ഉൽക്കണ്ഠകൾക്ക് നാവു നല്കാൻ എന്റെ ഭാഷയിലെ ക്ലാസിക്കുകളിലൂടെയും നാടൻപാട്ടുകളിലൂടെയും സുവർണ്ണമേഖലകളിലൂടെയും സഞ്ചരിക്കുമ്പോൾ എനിക്കെന്റേതായ കാവ്യഭാഷ കൈവന്നു. ഈണവും താളവും കൈവന്നു. അത് കൈവിടാതെതന്നെ മാറുന്ന ഭാവുകത്വത്തോടൊപ്പം സഞ്ചരിക്കാൻ എന്റെ ഉത്തമബോദ്ധ്യങ്ങളനുവദിക്കുന്നിടത്തോളം ഞാൻ ശ്രമിച്ചുപോരുന്നു.

ഇന്ത്യൻ കവിത അതിപുരാതനമായ, എന്നാലിന്നും ശാഖോപശാഖമായി പടർന്ന് അനന്തതയോട് സല്ലപിക്കുന്ന ഒരു മഹാവൃക്ഷമാണ്. അതിന്റെ സമൃദ്ധമായ ഇലച്ചാർത്തിൽ വെറുമൊരു ഇലമാത്രമാണ് ഞാൻ. സൗരോർജ്ജത്തെ തനിക്കാവോളം സ്വാംശീകരിച്ച് വൃക്ഷത്തിന്റെ സമഗ്രസത്തയിലേക്ക് പകർന്നു കൊടുക്കുക എന്നത് ഇലയുടെ പവിത്രമായ നിയോഗമാണ്. ഭൂമിയുടെ, മനുഷ്യരാശിയുടെ നിലനില്പിനു വേണ്ടിയുള്ള പവിത്രമായൊരു നിയോഗം കവിക്കുമുണ്ട്. ജീനുകളുടെ കലവറയായ സൈലന്റ് വാലിയെ രക്ഷിക്കാനുള്ള കവികളുടെ കൂട്ടായ്മയിൽ ചേർന്നുപാടുന്നതോർത്ത് ഞാനഭിമാനിക്കുന്നു. ഒരു വലിയ സിംഫണിയുടെ ഭാഗമാവുക ആഹ്ലാദകരമായൊരനുഭവമാണ്. അതേ സമയം സ്വന്തം അന്തർഗ്ഗതത്തിന്റെ സ്വച്ഛന്ദഭാവഗീതമാവാനും കഴിയുന്നതിൽ ഞാൻ സന്തോഷിക്കുന്നു. മുമ്പൊരവസരത്തിൽ ഒരു കവിയുടെ സത്യവാങ്മൂലത്തിൽ ഞാനെഴുതുകയുണ്ടായി: "കവിത തീവ്രമായൊരഭിലാഷമാവാം; എല്ലാവർക്കും നന്മയും ശാന്തിയും നേരുന്നൊരു പ്രാർത്ഥനയാവാം. ഹൃദയങ്ങളെ ഇണക്കിച്ചേർക്കുന്നൊരു മന്ത്രമാവാം, ആസന്ന

മായ കൊടുങ്കാറ്റിനെക്കുറിച്ചുള്ള മുന്നറിയിപ്പാവാം. അതൊരു ചുടുനിശ്വാസമാവാം; നിണമൊലിക്കുന്ന മുറിവിലൊരു സാന്ത്വനസ്പർശമാവാം; അന്തസ്താപം ഉരുകിയൊലിക്കുന്നൊരു കണ്ണീർത്തുള്ളിയാവാം; ഉപദ്രവിക്കാൻ വരുന്ന ബാഹ്യശക്തിയുടെ മുന്നിലൊരു സിംഹത്തിന്റെ ഗർജ്ജനമാവാം...” ഏകസ്വരത കവിതയ്ക്ക് ഭൂഷണമല്ല.

പലനാടുകളിൽ സഞ്ചരിക്കാനും അവിടത്തെ വ്യത്യസ്തരായ ജനങ്ങളെ കാണാനും അവരുടെ പലതരം സംസ്കാരങ്ങളെ തൊട്ടറിയുവാനും പലതരം പരിതോവസ്ഥകളിലൂടെ കടന്നുപോകാനും എനിക്കു ഭാഗ്യമുണ്ടായിട്ടുണ്ട്. എന്നാൽ എവിടെയും ഞാൻ കണ്ടത് ഒരേ സൂര്യനെയാണ്; ഉറങ്ങിയതും ഒരേ ആകാശത്തിനു കീഴിലാണ്. ഒരേ ഭൂമിയുടെ മടിയിലാണ്. സ്വാഭാവികമായും എന്റെ പാട്ടിന്റെ പല്ലവി “ഒരു ഭൂമി, ഒരു സൂര്യൻ, ഒരാകാശം, മനുഷ്യരാശിക്കാകെ;” എന്നായിപ്പോയി. “എവിടെയുമെനിക്കൊരു വീടുണ്ടെന്ന്” കുറിച്ചത് സ്വന്തം അനുഭവബോദ്ധ്യമാണ്!

ചന്ദ്രനിൽപ്പോയി തിരിച്ചു വന്നപ്പോൾ കൊണ്ടുവന്ന ചാന്ദ്രശിലകളുടെ ഒരു പ്രദർശനം ഒരിക്കൽ കാണാനിടയായി. അവ ചന്ദ്രന്റെ തണുത്തുറഞ്ഞ ദുഃഖങ്ങളായി തോന്നി, അവ കാതിലിങ്ങനെ മന്ത്രിക്കുന്നതായും

“കെട്ടുപോയ് ഞങ്ങളിലെ സൂര്യൻ!
കെടുത്തിയോ, കെട്ടുവോ?”

ഉള്ളിന്റെയുള്ളിലീ ചോദ്യമുണർത്തിയ അസ്വാസ്ഥ്യമാണ് *ഭൂമിക്കൊരു ചരമഗീത*മായത്. സത്യസന്ധവും ഉദാത്തവുമായ ഉൽക്കണ്ഠകളിലൊന്നാണതിലുള്ളത്. അമ്മയായ ഭൂമിയുടെ ആസന്നമൃത്യുവെച്ചൊല്ലിയുള്ള ഉൽക്കണ്ഠ മറ്റുള്ളവരുടെ മുന്നിലുയർത്തിക്കാട്ടണമെന്നു തോന്നി. ആസന്നമായ കൊടുങ്കാറ്റിനെ മുൻകൂട്ടിയറിയുന്ന കടൽപ്പക്ഷിക്ക് ഉറക്കെ നിലവിളിക്കാതെ വയ്യ!

ഈയവസരത്തിൽ ബിഥോവന്റെ *ആറാം സിംഫണി*യിലെ അവസാനഭാഗം എന്റെ ഓർമ്മയിലെത്തുന്നു. ഒരു ഗ്രാമത്തെയാകെ പിടിച്ചു കുലുക്കിയൊരു കൊടുങ്കാറ്റിന്റെ അന്ത്യത്തിൽ എല്ലാം വീണ്ടും സ്വച്ഛശാന്തമാവുമ്പോൾ ഒരു ഇടയബാലൻ തന്റെ പുല്ലാങ്കുഴലൂതി ജീവശ്ശക്തിക്കുറവിടമായ പ്രകൃതിക്ക് സ്തുതി പറയുന്നൊരു രാഗമാലപിക്കുന്നു. സിംഫണി രചിച്ച ബിഥോവൻ തന്നെയാവണം ഇടയബാലൻ. *ഭൂമിക്കൊരു ചരമഗീ*

തമെഴുതിയതിനുശേഷം, അതിജീവനത്തിന്റെ ആനന്ദരാഗം പാടുന്ന ആ ഇടയബാലനാവാൻ കഴിഞ്ഞെങ്കിലെന്നാണെന്റെ മോഹം.

എന്റെ കൗമാരസ്മൃതികളിൽ രണ്ടാം ലോകമഹായുദ്ധകാലത്തൊരു പത്രത്തിൽ കണ്ട കാർട്ടൂൺ മങ്ങാതെ നിലവിലുണ്ട്. സർവ്വനാശത്തിന്റെ പ്രതീകമായ പോർനിലത്ത് ഒറ്റയ്ക്കൊരിടത്ത് നില്ക്കുന്ന ഒരു ചെടി - അതിന്റെ ചില്ലത്തുമ്പത്ത് ഒരു പിടിയിലകൾക്കിടയിൽ ഒരു പൂവ് - ഒരേയൊരു പൂവ് - അതിന്നുമീതെയൊരു മണിവണ്ടും! മരണത്തിനു പരാജയപ്പെടുത്താനാവാത്ത ജീവന്റെ ശക്തിയെപ്പറ്റി വെറുമൊരു ചിത്രത്തിനിതിൽ കൂടുതലെങ്ങനെ വാചാലമാവാനാവും? ആ മധുമക്ഷികയാവാനും, 'മരണമേ! അഹങ്കരിക്കായ്ക!" എന്നു മൂളുവാനും ഞാനാശിച്ചു പോകുന്നു. ഏതു ഭീകരതയ്ക്കും ജീവിതത്തിന്റെ കൊടിപ്പടം താഴ്ത്താനാവില്ലെന്നു വിശ്വസിക്കാനാണെനിക്കിഷ്ടം. സ്വന്തം മണ്ണിനെ മറക്കാതെ, "തിരുനാവായ്ക്കപ്പുറവുമുണ്ട് ലോകം' എന്ന പഴയ ചൊല്ലിന്റെ പൊരുളെന്റെയുള്ളിൽ വളർന്നു വലുതാകുന്നു. എവിടെ മനുഷ്യനുണ്ടോ അവിടെയെല്ലാം എന്റെ മനസ്സു പറന്നുപോകുന്നു. എന്റെ ഏകാന്തതയിൽപ്പോലും ഭൂമിയെ സംരക്ഷിക്കുകയും പുനർനിർമ്മിക്കുകയും ചെയ്യുന്ന എവിടെയുമുള്ള മനുഷ്യരോടൊത്തു നില്ക്കാൻ ഞാനാഗ്രഹിക്കുന്നു. എന്റെ ഹൃദയത്തോടേറ്റവുമടുത്തു നില്ക്കുന്നൊരു കവി, ഹരീന്ദ്രനാഥചതോപാദ്ധ്യായ ഒരിക്കലെഴുതി: "ഏതു ദൈവമുണ്ട്, സർഗ്ഗോന്മുഖനായ മനുഷ്യനേക്കാൾ ഏറെ മഹത്വമുള്ളവനായി?"

ഒരു ദിവസം ഭൂമിയെന്ന ഈ വാടകവീടൊഴിഞ്ഞു പോകുമ്പോൾ എന്റെ ഏറ്റവും ചൈതന്യവത്തായൊരംശം ഞാൻ ഇവിടെയുപേക്ഷിച്ചു പോവുന്നു. അതാണെന്റെ കവിത. അതിനെ സ്നേഹിക്കുന്നവർക്ക്, ആദരിക്കുന്നവർക്കെല്ലാം ഒരിക്കൽക്കൂടി എന്റെ നന്ദി! നമസ്കാരം!

# ഒ.എൻ.വിയുടെ ജീവചരിത്രരേഖ

## തയ്യാറാക്കിയത്: ഡോ. പി. വേണുഗോപാലൻ

| | |
|---|---|
| 1931 മേയ് 27 | കൊല്ലം ജില്ലയിലെ ഒരു തീരദേശ ഗ്രാമവും അഷ്ടമുടിക്കായലിനോടു ചേർന്നുകിടക്കുന്നതുമായ ചവറയിൽ നമ്പ്യാടിക്കൽ വീട്ടിൽ കെ ലക്ഷ്മിക്കുട്ടിയമ്മയുടെയും പടിഞ്ഞാറെക്കൊല്ലത്തെ ഒറ്റപ്ലാക്കൽ വീട്ടിൽ ഒ എൻ കൃഷ്ണക്കുറുപ്പിന്റെയും മകനായി ജനിച്ചു. പ്രാഥമിക വിദ്യാഭ്യാസം പിതൃഗൃഹത്തിൽ ആയിരുന്നു. സംസ്കൃതത്തിലും മലയാളത്തിലും അച്ഛൻ തന്നെയായിരുന്നു പ്രധാന ഗുരു. |
| 1938 ജൂൺ | കൊല്ലം ഗവ. ഇംഗ്ലീഷ് ഹൈസ്കൂളിൽ പ്രീപ്രൈമറി ക്ലാസിലാണ് ഔപചാരിക വിദ്യാഭ്യാസം ആരംഭിച്ചത്. |
| 1938 സെപ്തംബർ | എട്ടാം വയസ്സിൽ അച്ഛന്റെ മരണത്തെ തുടർന്ന് ചവറയിൽ അമ്മയുടെ തറവാട്ടിലേക്കു പോന്നു. ചവറ ഗവ. ഇംഗ്ലീഷ് ഹൈസ്കൂളിൽ വിദ്യാഭ്യാസം തുടർന്നു. |
| 1946 | കൊല്ലത്തു നിന്നു പ്രസിദ്ധീകരിച്ചിരുന്ന 'രാജ്യാഭിമാനി' എന്ന വാരികയിൽ വന്ന 'മുന്നേറ്റം' എന്ന കവിതയാണ് ആദ്യം പ്രകാശിതമായത്. |
| 1946 – 48 | തിരുവനന്തപുരം യൂണിവേഴ്സിറ്റി കോളേജിൽനിന്ന് ഇന്റർമീഡിയറ്റ് പരീക്ഷ പാസായി. |

| | |
|---|---|
| 1949 | ആദ്യ കവിതാസമാഹാരം 'പൊരുതുന്ന സൗന്ദര്യം' പ്രസിദ്ധീകരിച്ചു. കൊല്ലം പുരോഗമനസാഹിത്യ സമ്മേളനത്തിലെ കവിതാമത്സരത്തിൽ 'അരിവാളും രാക്കുയിലും' എന്ന കവിതയ്ക്ക് ചങ്ങമ്പുഴ മെഡൽ ലഭിച്ചു. മദ്രാസിലെ ജയകേരളം വാരികയുൾപ്പെടെ നാലു വാരികകളിൽ ഈ കവിത അച്ചടിച്ചു വന്നു. |
| 1949 - 52 | കൊല്ലം എസ് എൻ കോളേജിൽ നിന്ന് ധനതത്ത്വ ശാസ്ത്രത്തിൽ ബി എ ബിരുദമെടുത്തു. |
| 1951 - 52 | വിദ്യാർഥി ഫെഡറേഷന്റെ സ്ഥാനാർഥിയായി എസ് എൻ കോളേജ് യൂണിയൻ ചെയർമാനായി തിരഞ്ഞെടുക്കപ്പെട്ടു. അക്കാലത്ത് കോളേജിൽ നടന്ന സമരങ്ങളുടെ ഭാഗമായി രചിക്കപ്പെട്ട കവിതകൾ 'കലയും കശാപ്പും', 'സമരത്തിന്റെ സന്തതികൾ' എന്നീ പേരുകളിൽ കാമ്പസ് പ്രസിദ്ധീകരണങ്ങളായിട്ടാണ് വന്നത്. |
| 1953 ഡിസംബർ 8 | കെ പി എ സിയുടെ 'നിങ്ങളെന്നെ കമ്യൂണിസ്റ്റാക്കി' നാടകത്തിലൂടെ ഒ എൻ വിയുടെ ഗാനങ്ങൾ ആദ്യമായി അരങ്ങിലെത്തി. |
| | ബോംബെയിൽ നടന്ന ഇന്ത്യൻ പീപ്പിൾ തീയറ്റർ അസോസിയേഷന്റെ ദേശീയ സമ്മേളനത്തിൽ കേരളത്തിന്റെ പ്രതിനിധിയായി പങ്കെടുത്തു. |
| 1953 | 'ഞാൻ നിന്നെ സ്നേഹിക്കുന്നു' എന്ന കവിതാസമാഹാരം. |
| 1953 - 55 | തിരുവനന്തപുരം യൂണിവേഴ്സിറ്റി കോളേജിൽ നിന്ന് മലയാളത്തിൽ എം എ ബിരുദം എടുത്തു. |
| 1955 | 'മാറ്റുവിൻ ചട്ടങ്ങളെ' എന്ന കവിതാസമാഹാരം ജോസഫ് മുണ്ടശ്ശേരിയുടെ അവതാരികയോടു കൂടി പ്രസിദ്ധീകരിച്ചു. |
| 1955 | കൈലാസ് പിക്ചേഴ്സ് നിർമിച്ച 'കാലം മാറുന്നു' എന്ന ചിത്രത്തിനുവേണ്ടി ആദ്യമായി സിനിമാഗാനം എഴുതി. |

| | |
|---|---|
| 1956 | ദാഹിക്കുന്ന പാനപാത്രം (1945 മുതൽ 1956 വരയുള്ള കവിതകളുടെ സമാഹാരം) പ്രസിദ്ധീകരിച്ചു. ഇതിന്റെയും അവതാരിക ജോസഫ് മുണ്ടശ്ശേരിയുടേതായിരുന്നു. |
| 1957 ജൂലായ് 1 | എറണാകുളം മഹാരാജാസ് കോളേജിൽ അധ്യാപകനായി ജോലിയിൽ പ്രവേശിച്ചു. |
| 1958 | തിരുവനന്തപുരം യൂണിവേഴ്സിറ്റി കോളേജിൽ 1983 വരെ തുടരെ 25 വർഷം പഠിപ്പിച്ചു. തുടർന്ന് കോഴിക്കോട് ഗവ. ആർട്സ് ആന്റ് സയൻസ് കോളേജ്, തലശ്ശേരി ഗവ. ബ്രണ്ണൻ കോളേജ്, തിരുവനന്തപുരം ഗവ. വിമൻസ് കോളേജ് തുടങ്ങിയ കോളേജുകളിലും സേവനമനുഷ്ഠിച്ചു. |
| 1958 ജൂൺ 5 | നിളാതീരത്തിലുള്ള ദേശമംഗലം ഗ്രാമത്തിലെ പണ്ടാരത്തിൽ പുത്തൻകളം തറവാട്ടിലെ പി.പി. സരോജിനിയെ വിവാഹം ചെയ്തു. |
| 1961 | 'നീലക്കണ്ണുകൾ' എന്ന ഖണ്ഡകാവ്യം പ്രസിദ്ധീകരിച്ചു. |
| 1964 | 'മയിൽപ്പീലി' എന്ന കവിതാ സമാഹാരം പ്രസിദ്ധീകരിച്ചു. |
| 1966 ഡിസംബർ | 'ഒരു തുള്ളി വെളിച്ചം' എന്ന കവിതാസമാഹാരം പ്രസിദ്ധീകരിച്ചു. |
| 1968 – 72 | കേരളസാഹിത്യ അക്കാദമി ജനറൽ കൗൺസിൽ അംഗമായി. |
| 1971 | 'അഗ്നിശലഭങ്ങൾ' പ്രസിദ്ധീകരിച്ചു. അതേവർഷം 'സ്വപ്നം' എന്ന സിനിമയിലെ ഗാനങ്ങൾക്ക് സംസ്ഥാന അവാർഡു ലഭിച്ചു. പിന്നീടും പല വർഷങ്ങളിലായി 12 തവണ ചലച്ചിത്രരചനയ്ക്കുള്ള സംസ്ഥാന അവാർഡ് ലഭിച്ചിട്ടുണ്ട്. |
| 1972 | 'അഗ്നിശലഭ'ങ്ങൾക്ക് കേരള സാഹിത്യ അക്കാദമി അവാർഡ്. |

| | |
|---|---|
| 1973 | കേരള സാഹിത്യ അക്കാദമി ഭരണസമിതി അംഗ മായി. |
| 1976 | 1974-ൽ പ്രസിദ്ധീകരിച്ച 'അക്ഷര'ത്തിന് കേന്ദ്രസാ ഹിത്യ അക്കാദമി അവാർഡ്. 'ധീരസമീരേ യമുനാ തീരേ' എന്ന സിനിമയിലെ ഗാനങ്ങൾക്ക് സംസ്ഥാന ചലച്ചിത്ര അവാർഡ്. |
| 1977 | 'കറുത്ത പക്ഷിയുടെ പാട്ട്' പ്രസിദ്ധീകരിച്ചു. ഗാന രചനയ്ക്കുള്ള സംസ്ഥാന ചലച്ചിത്ര അവാർഡ് (ചിത്രം: മദനോത്സവം). |
| 1978 | മോസ്കോയിൽ നടന്ന ടോൾസ്റ്റോയിയുടെ 150-ാം ജന്മ വാർഷികത്തിൽ പങ്കെടുത്തു - ആദ്യത്തെ സോവിയറ്റ് യൂണിയൻ സന്ദർശനം. |
| 1979 | പന്തളം കേരളവർമ്മ ജന്മശതാബ്ദി പുരസ്കാരം 'കറുത്തപക്ഷിയുടെ പാട്ടി'ന്. ഗാനരചനയ്ക്കുള്ള സംസ്ഥാന ചലച്ചിത്ര അവാർഡ് (ചിത്രം: ഉൾക്കടൽ) |
| 1980 | 'ഉപ്പ്' എന്ന കവിതാസമാഹാരത്തിന് വയലാർ അവാർഡ്. ഗാനരചനയ്ക്കുള്ള സംസ്ഥാന ചലച്ചിത്ര അവാർഡ് (ചിത്രം: യാഗം, അമ്മയും മകളും). |
| 1981 | ഉപ്പിന് സോവിയറ്റ് ലാന്റ് നെഹ്റു അവാർഡ് - രണ്ടാ മത്തെ സോവിയറ്റ് യൂണിയൻ പര്യടനം. |
| 1982 – 87 | കേന്ദ്ര സാഹിത്യ അക്കാദമി ഭരണസമിതി അംഗം. |
| 1983 | വയലാർ അവാർഡ്. ട്രസ്റ്റ് അംഗം. ഗാനരചന യ്ക്കുള്ള സംസ്ഥാന ചലച്ചിത്ര അവാർഡ് (ചിത്രം: ആദാമിന്റെ വാരിയെല്ല്, പരസ്പരം). |
| 1984 | 'ഭൂമിക്കൊരു ചരമഗീതം' പ്രസിദ്ധീകരിച്ചു. ഗാനരച നയ്ക്കുള്ള സംസ്ഥാന ചലച്ചിത്ര അവാർഡ് (ചിത്രം: ഇത്തിരിപ്പൂവേ ചുവന്ന പൂവേ, അക്ഷരങ്ങൾ). |

| | |
|---|---|
| 1986 മേയ് 30 | തിരുവനന്തപുരം ഗവ. വിമൻസ് കോളേജിൽ മലയാളം വകുപ്പദ്ധ്യക്ഷനായിരിക്കെ ജോലിയിൽനിന്നും വിരമിച്ചു. |
| 1986 | സംസ്ഥാന ചലച്ചിത്ര അവാർഡ് (ചിത്രം: നഖക്ഷതങ്ങളിലെ 'മഞ്ഞൾപ്രസാദവും നെറ്റിയിൽ ചാർത്തി എന്ന ഗാനത്തിന്) |
| 1986 – 87 | കോഴിക്കോട് സർവകലാശാലയിൽ വിസിറ്റിംഗ് പ്രൊഫസർ. |
| 1987 | യൂഗോസ്ലാവിയായിൽ മാസിഡോണിയയിലെ സ്ട്രുഗാ അന്തർദേശീയ കാവ്യോത്സവത്തിൽ ഭാരതത്തെ പ്രതിനിധീകരിച്ചു പങ്കെടുത്തു. |
| | 'ശാർങ്ഗകപ്പക്ഷികൾ' പ്രസിദ്ധീകരിച്ചു. സംസ്ഥാന ചലച്ചിത്ര അവാർഡ് (മണിവത്തൂരിലെ ആയിരം ശിവരാത്രികൾ എന്ന ചിത്രത്തിലെ 'നെറ്റിയിൽപ്പൂവുള്ള സ്വർണച്ചിറകുള്ള പക്ഷി' എന്ന ഗാനത്തിന്) |
| 1988 | ഇന്ത്യൻ പീപ്പിൾ തീയറ്റർ അസോസിയേഷന്റെ കേരള ഘടകത്തിന്റെ അധ്യക്ഷൻ. ഗാനരചനയ്ക്കുള്ള സംസ്ഥാന ചലച്ചിത്ര അവാർഡ് (ചിത്രം: വൈശാലി). |
| 1989 | 'മൃഗയ' പ്രസിദ്ധീകരിച്ചു. 'വൈശാലി'യിലെ ഗാനങ്ങൾക്ക് ചലച്ചിത്രഗാന രചനയ്ക്കുള്ള ദേശീയ പുരസ്കാരം (രജത കമൽ). ഗാനരചനയ്ക്കുള്ള സംസ്ഥാന ചലച്ചിത്ര അവാർഡ് (ചിത്രം: ഒരു സായാഹ്നത്തിന്റെ സ്വപ്നം, പുറപ്പാട്). |
| | തിരുവനന്തപുരം പാർലമെന്റ് നിയോജകമണ്ഡലത്തിൽ ഇടതുപക്ഷ സ്വതന്ത്രസ്ഥാനാർഥിയായി മത്സരിച്ചു പരാജയപ്പെട്ടു. |
| 1990 | 'മൃഗയ' എന്ന കാവ്യത്തിന് പ്രഥമ ഉള്ളൂർ പുരസ്കാരം, ഓടക്കുഴൽ അവാർഡ്, കൽക്കത്ത ഭാര |

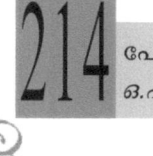

തീയ ഭാഷാപരിഷത്തിന്റെ ഭിൽവാരാ അവാർഡ് എന്നിവ ലഭിച്ചു. ഗാനരചനയ്ക്കുള്ള സംസ്ഥാന ചലച്ചിത്ര അവാർഡ് (ചിത്രം: രാധാമാധവം)

1991 ശാർങ്ഗകപ്പക്ഷികൾക്ക് ആശാൻ പ്രൈസ് (കായിക്കര). അപരാഹ്നം പ്രസിദ്ധീകരിച്ചു. പ്രൊഫസർ എൻ കൃഷ്ണപിള്ള ഫൗണ്ടേഷൻ വൈസ് ചെയർമാൻ.

1992 സിംഗപ്പൂരിൽ കോൺഫെഡറേഷൻ (ഇന്റർനാഷണൽ) ഓഫ് സൊസൈറ്റീസ് ഓതേഴ്സ് ആന്റ് കംപോസേഴ്സ് ഏഷ്യൻ സമ്മേലനത്തിൽ പങ്കെടുത്തു. വാഷിംഗ്ടണിൽ നടന്ന ഇന്റർനാഷണൽ പൊയട്രി ഫെസ്റ്റിവലിൽ ഭാരതീയ കവിതയെ പ്രതിനിധാനം ചെയ്തു.

ഏറ്റവും നല്ല സാഹിത്യ-സാംസ്കാരിക പ്രവർത്തകനുള്ള എം കെ കെ നായർ അവാർഡ്.

1993 1991-ൽ പ്രസിദ്ധീകരിച്ച 'അപരാഹ്ന'ത്തിന് ആശാൻ മെമ്മോറിയൽ അവാർഡ് (ചെന്നൈ). 1993 മുതൽ 1998 വരെ ആൾ ഇന്ത്യാ ഫെഡറേഷൻ ഓഫ് പ്രോഗസീവ് റൈറ്റേഴ്സ് അസോസിയേഷന്റെ ചെയർമാൻ. അമേരിക്കയിൽ ഫൊക്കാനോ സമ്മേളനത്തിൽ പങ്കെടുത്തു.

1994 ഉജ്ജയിനി എന്ന കാവ്യാഖ്യായിക പ്രസിദ്ധീകരിച്ചു.

1995 ഉജ്ജയിനിക്ക് തെലുഗുകവി ഖുറം ജോഷ്വാ സ്മാരക ദേശീയ കവിതാ പുരസ്കാരം (ഹൈദ്രാബാദ്) ലഭിച്ചു. തുടർന്ന് പാട്യം ഗോപാലൻ അവാർഡ്, നാലപ്പാടൻ സാഹിത്യ പുര്സകാരം.

സ്വയംവരം (ഇതിഹാസാസ്പദമായ ഒരു കാവ്യം) പ്രസിദ്ധീകരിച്ചു.

അമേരിക്കൻ സന്ദർശനം - ന്യൂയോർക്കിലെ കേരള സെന്റർ സംഘടിപ്പിച്ച സാഹിത്യ സെമിനാർ ഉദ്ഘാടനം ചെയ്തു. ജർമനിയിലെ ബോൺ യൂണിവേഴ്സി

റ്റിയിൽ ബിഥോവൻ, മോസാർട്ട് എന്നിവരെക്കുറി
ച്ചുള്ള സ്വന്തം കവിതകൾ അവതരിപ്പിച്ചു.

1996 - 2001    കേരള കലാമണ്ഡലം ചെയർമാൻ.

1998    ഭാരത സർക്കാരിന്റെ പദ്മശ്രീ ബഹുമതി.

ബർലിനിൽ കോൺഫെഡറേഷൻ (ഇന്റർനാഷ
ണൽ) ഓഫ് സൊസൈറ്റീസ് ഓതേഴ്സ് ആന്റ്
കംപോസേഴ്സ് ലോക സമ്മേളനത്തിൽ പങ്കെ
ടുത്തു.

അബുദാബി സാഹിത്യ പുരസ്കാരം.

1999    കേരള സാഹിത്യ അക്കാദമി ഫെലോഷിപ്പ്. 'ഭൈര
വന്റെ തുടി' പ്രസിദ്ധീകരിച്ചു.

2000    'ഈ പുരാതന കിന്നരം' പ്രസിദ്ധീകരിച്ചു.

2001    മഹാകവി ജി സ്മാരക അവാർഡ്.

മാതാവ് ദിവംഗതയായി.

2002    'ക്ഷണികം, പക്ഷേ' എന്ന കാവ്യസമാഹാരം പ്രസി
ദ്ധീകരിച്ചു.

2003    ബഹറിൻ കേരളീയ സമാജം സാഹിത്യ പുരസ്കാ
രവും, മഹാകവി പി കുഞ്ഞിരാമൻ നായർ സ്മാരക
പുരസ്കാരവും ലഭിച്ചു.

2004    ദല സാഹിത്യ പുരസ്കാരവും, സമസ്തകേരള
സാഹിത്യ പരിഷത് പ്ലാറ്റിനം ജൂബിലി പുരസ്കാ
രവും ലഭിച്ചു.

2005    സമഗ്ര സംഭാവനയ്ക്കുള്ള പദ്മപ്രഭാ പുരസ്കാരം;
പുഷ്പശ്രീ അവാർഡ് (കോഴിക്കോട്); സഞ്ജയൻ
സാഹിത്യ പുരസ്കാരം എന്നിവ ലഭിച്ചു. 'ഞാനഗ്നി'
എന്ന കവിതാസമാഹാരം പ്രസിദ്ധീകരിച്ചു.

2006    പ്രൊഫ. എൻ കൃഷ്ണപിള്ള ഫൗണ്ടേഷൻ
ചെയർമാൻ.

| | |
|---|---|
| 2006 – 2008 | വീണ്ടും കേരള കലാമണ്ഡലം ചെയർമാൻ. |
| 2007 നവംബർ | കേരള സംസ്ഥാന സർക്കാരിന്റെ എഴുത്തച്ഛൻ പുരസ്കാരം. 'സ്നേഹിച്ചു തീരാത്തവർ' എന്ന കാവ്യം പ്രസിദ്ധീകരിച്ചു. |
| 2007 ഡിസംബർ 5 | കേരള സർവകലാശാല ഡി.ലിറ്റ് നൽകി ആദരിച്ചു. |
| 2008 | ഗാനരചനയ്ക്കുള്ള സംസ്ഥാന ചലച്ചിത്ര അവാർഡ് (ചിത്രം: ഗുൽമോഹർ). |
| 2009 | 'അർധവിരാമങ്ങൾ' പ്രസിദ്ധീകരിച്ചു. റഷ്യൻ കവി യസ്നിൻ പുരസ്കാരം, രാമാശ്രമം ട്രസ്റ്റ് പുരസ്കാരം. |
| 2010 മാർച്ച് 14 | ദേവരാജൻ പുരസ്കാരം. |
| 2010 ആഗസ്ത് | 'ദിനാന്തം' എന്ന കാവ്യം പ്രസിദ്ധീകരിച്ചു. |
| 2011 ജനുവരി 25 | പദ്മവിഭൂഷൺ ബഹുമതി പ്രഖ്യാപിച്ചു. |
| 2011 ഫെബ്രുവരി 11 | ഭാരതത്തിലെ പരമോന്നത സാഹിത്യ പുരസ്കാരമായ ജ്ഞാനപീഠം (2007) നല്കി രാജ്യം ആദരിച്ചു. |

# സ്മൃതി ചിത്രങ്ങൾ

ചവറയിലെ കുടുംബവീട്

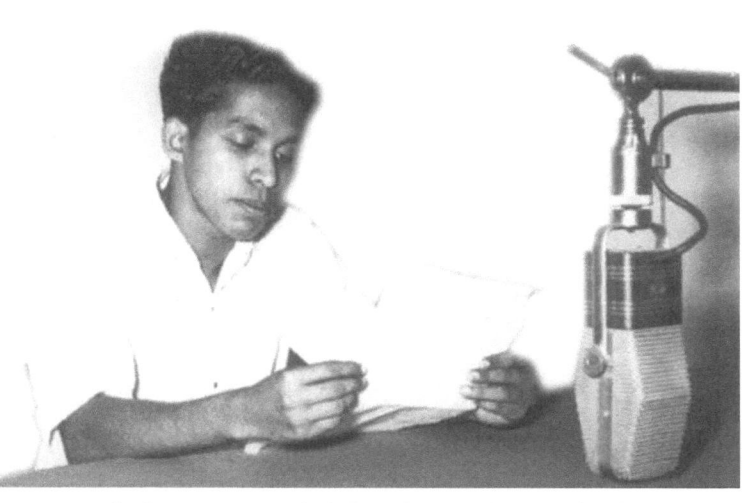

ഒ.എൻ.വി ആകാശവാണിയിൽ കവിത വായിക്കുന്നു (1948)

ഒ.എൻ.വിയുടെ പിതാവ് ഒ എൻ കൃഷ്ണക്കുറുപ്പ്

ഒ.എൻ.വിയുടെ മാതാവ് ലക്ഷ്മിക്കുട്ടിയമ്മ

കേരള സർവ്വകലാശാല ഡോക്ടറേറ്റ് നല്കി
ആദരിച്ചപ്പോൾ

വയലാർ അവാർഡ് സ്വീകരിക്കുന്നു

പത്മശ്രീ ബഹുമതി
കെ ആർ നാരായണൻ സമ്മാനിക്കുന്നു

അനന്തമൂർത്തിയോടൊപ്പം ബാംഗ്ലൂരിലെ വസതിയിൽ

ഒ.എൻ.വിയും വയലാറും

ഒ.എൻ.വിയും പി. ഭാസ്കരനും

ഒ.എൻ.വി, തോപ്പിൽ ഭാസി, ദേവരാജൻ

ഒ.എൻ.വിയും എം.ടി വാസുദേവൻ നായരും

ഒ.എൻ.വി എ. കെ. ജിയോടൊപ്പം – വിദ്യാർത്ഥി സുഹൃത്തുക്കളും

ഒ.എൻ.വി എൻ. മോഹനൻ, പി. കെ. വി.

തകഴിയും ഒ.എൻ.വിയും കാശ്മീരിൽ

സോവിയറ്റ് ലാന്റ് നെഹ്റു അവാർഡ് ജേതാക്കൾക്കൊപ്പം
രാജ് കപൂർ സമീപം

ലണ്ടൻ ഹൈഗേറ്റ് സെമിത്തേരിയിൽ
ഡേവിഡ് കോഹന്റെ ശവകുടീരത്തിനു മുന്നിൽ

ഒ.എൻ.വി, എൻ. ആർ. എസ്. ബാബു, എം. ടി, സുഗതകുമാരി,
വിഷ്ണുനാരായണൻ നമ്പൂതിരി എന്നിവർ
എബ്രഹാം ലിങ്കന്റെ സ്മാരകത്തിൽ

റഷ്യയിൽ പുഷ്കിൻ സ്മാരകത്തിൽ

ഒ.എൻ.വി എൻ. പി. മുഹമ്മദിനൊപ്പം
ജർമ്മനിയിൽ

ഒ.എൻ.വി കാൾ മാർക്സിന്റെ ശവകുടീരത്തിൽ

യു എൻ ആസ്ഥാനത്തിന് മുൻപിൽ
തോക്ക് മടക്കിക്കുത്തിയ ശില്പത്തിന് മുന്നിൽ

ഡോ. മൻമോഹൻ സിങ്ങിൽനിന്ന്
ഒ.എൻ.വി ജ്ഞാനപീഠ പുരസ്കാരം സ്വീകരിക്കുന്നു

റഷ്യൻ തർജ്ജമയുടെ പ്രകാശന ചടങ്ങിൽ
ഡോക്ടർ ചെലിഷേവും ഒ.എൻ.വിയും

ഭാരതീയ ഭാഷാ പരിഷദ് അവാർഡ് ഏറ്റുവാങ്ങുന്നു

കാളിദാസ കലാകേന്ദ്ര രൂപീകരണ വേളയിൽ
എൻ വേലപ്പൻ നായർ, വൈക്കം, ഒ.എൻ.വി

ഒ.എൻ.വി മോസ്കോയിലെ റെഡ്സ്ക്വയറിൽ

പി കുഞ്ഞിരാമൻ നായരോടൊപ്പം

കാൾ മാർക്സിന്റെ വസതിയിൽ

മാക്സിം ഗോർക്കി സ്മാരകത്തിന്
മുന്നിൽ

ബീഥോവന്റെ വീടിന് മുന്നിൽ

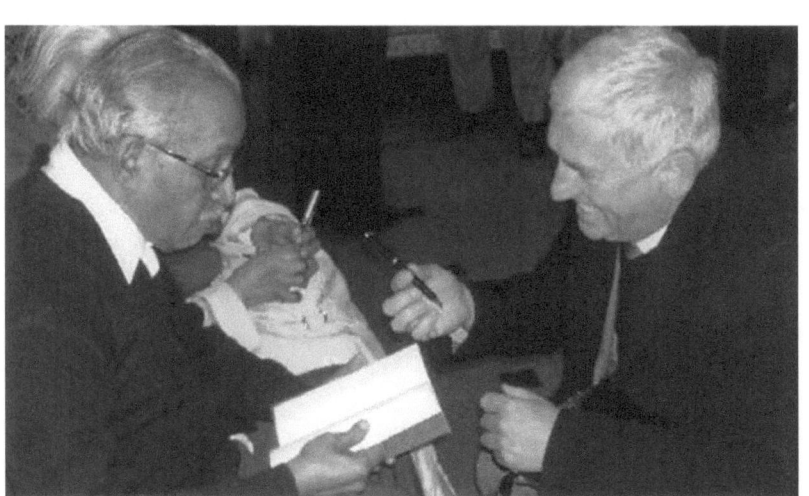

ജർമ്മൻ കവി അർണോർഡ് ടാഡ്‌ലർ ഒ.എൻ.വി കവിതയുടെ
ജർമ്മൻ പരിഭാഷ ഒപ്പിട്ടു വാങ്ങുന്നു

റഷ്യൻ ആതിഥേയരോടൊപ്പം

പത്മവിഭൂഷൺ ബഹുമതി സ്വീകരിക്കുന്നു

ബോംബെയിൽ രൂപീകരിച്ച കലാമണ്ഡലം സുഹൃദ് സമിതി
പി കെ രവീന്ദ്രനാഥ്, എ കെ നായർ, കണ്ണൻ, കെ ഉണ്ണി
എൻ രാധാകൃഷ്ണൻ നായർ (വലത് രണ്ടാമത്)

ഒ.എൻ.വി യേശുദാസിനൊപ്പം

ഉജ്ജയിനി മഹാകാലേശ്വർ മന്ദിർ

ഒ.എൻ.വിയുടെ വിവാഹം

വർഷങ്ങൾക്കുശേഷം

ശിവരാമകാരന്തിനൊപ്പം ഒ.എൻ.വി

ക്യാപ്റ്റൻ ലക്ഷ്മി, സുഭാഷിണി അലി എന്നിവരോടൊപ്പം

ഒ.എൻ.വി എം. ടി, ശ്രീകുമാരൻ തമ്പി, പി. ജയചന്ദ്രൻ

ഉജ്ജയിനി ആദ്യപ്രതി കെ കേശവൻ പോറ്റിക്ക് കെ പി എ സി യിലെ തോപ്പിൽ ഭാസി ഓഡിറ്റോറിയത്തിൽ വച്ച് ഒ.എൻ.വി സമർപ്പിക്കുന്നു. പി. കെ. വി സമീപം.

ശങ്കർ ദയാൽശർമ്മയിൽനിന്ന് ജോഷ്വോ അവാർഡ് സ്വീകരിക്കുന്നു

കുടുംബത്തോടൊപ്പം
ജയകൃഷ്ണൻ, സരോജിനി, പ്രണവ്, അമൃത, മായ, സിദ്ധാർത്ഥ്, അപർണ്ണ,
രാജീവ്, ദേവിക, സുമിത എന്നിവരോടൊപ്പം ഒ.എൻ.വി

നാലാം തലമുറയിലെ 'അപ്പു'വിന്റെ കൂടെ

സംസ്കൃത പ്രൊഫസ്സർ സി കെ നാരായണക്കുറുപ്പിന് യാത്രയയപ്പ് വേളയിൽ
ഇരിക്കുന്നതിൽ ഇടത്തേയറ്റം എൻ കൃഷ്ണപിള്ള
വലത്തേയറ്റം കെ. എം. ഡാനിയൽ. നില്ക്കുന്നത് ഒ.എൻ.വി,
തിരുനല്ലൂർ കരുണാകരൻ, പി. പി. രാമകൃഷ്ണപിള്ള

സ്ട്രുഗ പൊയട്രി സമ്മേളനം 1987

1957 ൽ ആഗസ്ത് 16 ന് ആകാശവാണിയിലെ കവി സമ്മേളനത്തിൽ ഇടത്തുനിന്ന് ഒ.എൻ.വി, ഇ. എം. എസ്, തിരുനല്ലൂർ കരുണാകരൻ, ഒളപ്പമണ്ണ, വെണ്ണിക്കുളം, ജി

പി. ജിയോടൊപ്പം ഒരു പുസ്തകപ്രകാശന ചടങ്ങിൽ എം. കെ. മുനീർ, കടമ്മനിട്ട, ബാലമോഹൻ തമ്പി പിരപ്പൻകോട് മുരളി എന്നിവരും

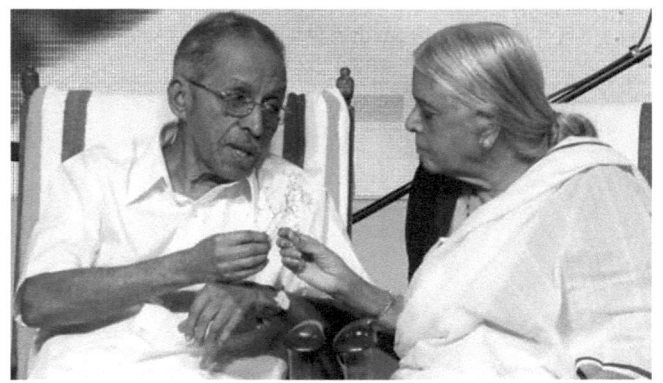

ഒ.എൻ.വി, സുഗതകുമാരി

അമ്മയോടൊപ്പം ഒ.എൻ.വി, വി. മധുസൂദനൻ നായർ

ഒ.എൻ.വി, പ്രഭാവർമ്മ

9 789385 018923

Printed by Libri Plureos GmbH in Hamburg, Germany